புகை நடுவில்

புகை நடுவில்

கிருத்திகா (1915 – 2009)

இயற்பெயர் மதுரம் பூதலிங்கம். மும்பையில் பிறந்து வளர்ந்த இவர் பள்ளியில் தமிழும் ஆங்கிலமும் பயின்றார். சுயமாக சமஸ்கிருதம், பிரெஞ்சு மொழிகளையும் கற்றார். பாரதியின் படைப்புகளில் மிகுந்த ஈடுபாடு கொண்டவர். 'வாஸவேச்வரம்', 'சத்யமேவ', 'புதிய கோணங்கி' போன்ற நாவல்களையும் குழந்தைகளுக்காகத் தமிழில் 'குட்டிப் பாட்டிக் கதைகள்', ஆங்கிலத்தில் 'Children's Ramayana', 'The Sons of Pandu' நூல்களையும் எழுதியுள்ளார். நாடகங்களும் சிறுகதைகளும் பயண அனுபவங்கள் மற்றும் தென்னிந்தியக் கோயில் – கட்டடக் கலை பற்றிய கட்டுரைகளும் எழுதியுள்ளார்.

கிருத்திகா

புகை நடுவில்

காலச்சுவடு பதிப்பகம்

● அன்பார்ந்த வாசகருக்கு,

வணக்கம்.

காலச்சுவடு நூலை வாங்கியமைக்கு நன்றி.

நூலின் உள்ளடக்கம், உருவாக்கம், அட்டைப்படம் இன்ன பிற அம்சங்கள் பற்றிய உங்கள் கருத்துகளையும் ஆலோசனைகளையும் காலச்சுவடு வரவேற்கிறது. தகவல், எழுத்து, வாக்கியப் பிழைகள் தென்பட்டால் கட்டாயம் தெரிவித்து உதவுங்கள். நூல் தயாரிப்பில் கடும் குறைபாடு இருப்பின் மாற்றுப் பிரதி உங்களுக்குக் கிடைக்கக் காலச்சுவடு ஏற்பாடு செய்யும்.

மின்னஞ்சல்: *publisher@kalachuvadu.com*

காலச்சுவடு நாகர்கோவில் தலைமையகத்துக்கும் கடிதம் அனுப்பலாம்.

தங்கள்
எஸ்.ஆர். சுந்தரம் (கண்ணன்)
பதிப்பாளர் — நிர்வாக இயக்குநர்

புகை நடுவில் ♦ நாவல் ♦ ஆசிரியர் : கிருத்திகா ♦ © மீனா சுவாமிநாதன் ♦ முதல் பதிப்பு: 1953 ♦ காலச்சுவடு முதல் பதிப்பு: டிசம்பர் 2011, இரண்டாம் (குறும்) பதிப்பு: டிசம்பர் 2022 ♦ வெளியீடு : காலச்சுவடு பப்ளிகேஷன்ஸ் (பி) லிட்.,669 கே.பி. சாலை, நாகர்கோவில் 629 001

pukai naTuvil ♦ Novel ♦ Author : kiruttikaa ♦ © MinaSwaminathan ♦ Language : Tamil ♦ First Edition: 1953 ♦ Kalachuvadu First Edition: December 2011, Second (Short) Edition: December 2022 ♦ Size: Demy 1 x 8 ♦ Paper: 18.6 kg maplitho ♦ Pages: 256

Published by Kalachuvadu Publications Pvt.Ltd., 669 K.P. Road, Nagercoil 629 001, India ♦ Phone : 91 - 4652 - 278525 ♦ e-mail : publications@kalachuvadu.com ♦ Printed at Clicto Print, Jaleel Towers, 42 KB Dasan Road, Teynampet Chennai 600018

ISBN : 978-93-81969-06-9

12/2022/S.No. 451, kcp 4233, 18.6 (2) 1k

எனது அருமை
தகப்பனாருக்கு

புகை நடுவினில் தீயிருப்பதைப்
பூமியிற் கண்டோமே – நன்னெஞ்சே
பூமியிற் கண்டோமே
பகை நடுவினில் அன்புருவான நம்
பரமன் வாழ்கின்றான் – நன்னெஞ்சே
பரமன் வாழ்கின்றான்

பாரதியார்

புகை நடுவினில்...

வாழ்தலுக்கு உரிய பல நெறிகளை நாம் நமக்குக் கிடைக்கக்கூடிய அனுபவங்களில் இருந்து கட்டமைத்து வருகிறோம். இதில் நாம் தேர்ந்தெடுத்துப் படிக்கும் இலக்கியத்திற்குப் பெரும் பங்கிருப்பதாகவே எண்ணுகிறேன். அவ்விதமாகப் பார்க்கையில் கிருத்திகாவின் 'புகை நடுவி'லிருந்து வாசகியாய் நான் என்ன பெற்றேன்?

கிருத்திகா பற்றிய குறிப்புகளிலிருந்து இரண்டு விஷயங்கள் தெரிய வருகின்றன. முதலாவது 'புகை நடுவில்' அவருடைய முதல் நாவல். இரண்டாவது இதை எழுதும் பொழுது கிருத்திகாவின் வயது முப்பத்தைந்திலிருந்து முப்பத்தெட்டு வயதிற்குள். கிருத்திகாவைப் பற்றி இப்படி தகவல் ரீதியான குறிப்போடு துவங்குவது சரியான ஆரம்பமல்ல; என்றாலும் இதிலிருந்து தான் தொடங்க வேண்டும் என்று தோன்றுகிறது.

மனித உறவுகளை, சுற்றிலும் உள்ள அரசியலை, சமூகத்தை தர்க்க ரீதியாக அணுகியுள்ள கிருத்திகாவிற்கு முப்பத்தைந்து வயதில், அதுவும் முதல் நாவலில், இந்தப் பக்குவம் எப்படிச் சாத்தியமாயிற்று?

முதல் வாசிப்பில் உணர்ந்தது, வழக்கமாக நாவல்களில் வருகின்றாற்போல், இந்தச் சம்பவம் எதில் போய் முடிந்தது என்றோ, இந்தக் கதாபாத்திரத்தின் முடிவு என்னவாயிற்று என்றோ 'புகை நடுவில்' நாவலையொட்டி யோசிக்க முடியாது என்பதைத்தான். கோர்வையான சம்பவங்களின் அடுக்காக, அல்லது தொகுப்பாகப் 'புகை நடுவில்' இருக்கிறது என்பதைவிட, தர்க்க ரீதியான பல

கருத்துக்களை விவாதிக்க, சம்பவங்கள் படைக்கப்பட்டிருக் கின்றன என்றே சொல்லலாம்.

செறிவான எழுத்து, தத்துவ விசாரம் இருக்கிறது. ஆனால் தத்துவச் சிக்கல்கள் இல்லை. எல்லாக் கதாபாத்திரங்களின் எண்ணங்களும் உணர்வுகளும் மனித மனங்களின் கூறுகளாகவே அணுகப்பட்டிருக்கின்றன. எந்தக் கதாபாத்திரமும் இது சரி தவறு என்ற முறையில் அணுகப்படவில்லை.

ஆண், பெண் உறவு குறித்துப் 'புகை நடுவில்' பல்வேறு தளங்களில் அலசுகிறது. சில இடங்களில், தனி மனிதச் சிந்தனை களாகப் பதிவாகிறது. சில இடங்களில் இருவருக்கிடையேயான சம்பாஷணைகளாகப் பதிவாகிறது. விதர்பன் – சந்திராவதி, சாரதா – சந்தோஷ்லால், சத்தியன் – நிர்மலா, லக்ஷ்மி – ஸ்ரீராம் – (உஷா) ஆகியோரின் உரையாடல்களிருந்து இதை இனங்காணலாம்.

வெவ்வேறு விதமான தாம்பத்திய உறவுகள். எதையும் வெளிப்படையாகப் பேச முடிந்தவர்கள் சாரதாவும் சந்தோஷ் லாலும். சாரதாவிற்குக் காந்தியக் கொள்கைகளில் ஈடுபாடு. சந்தோஷின் ஓயாத சிந்தனைகளும், டில்லி உலக அனுபவங் களும், அவனை அவற்றைத் தாண்டிய உலகை யோசிக்கத் தூண்டுகிறது. தான் அவாவுகின்ற நூதன உலகம் கிட்டிவிட்டதாக நினைத்துப் பலமுறை ஏமாற்றமடைந்ததாகக் கூறும் அவன், அந்த உலகைத் தேடி அலைய முடிவெடுக்கிறான். மணவாழ்வு பற்றிக் கேட்கும் சாரதாவிடம் "தாம்பத்ய வாழ்வில் சுகம் வேண்டு மானால், அன்பும் பொது லட்சியமும் ஒன்று சேர வேண்டும்" என்கிறான்.

சந்திராவதி மேல் கொண்ட காதல் உணர்வின் கனத்தைத் தாங்க முடியாமலும், தன்னுடைய எளிதில் உணர்ச்சிவசப்படும் தன்மையிலிருந்து விடுபட முடியாமலும் உயிரை மாய்த்துக் கொள்கிறான் சத்தியன். கனிவானவள், தெளிவானவள், அழகான வள் – சுற்றுள்ள அனைவரும் சந்திராவதிபால் ஈர்க்கப்பட, அவளோ கணவன் விதர்பனின் அன்பான, கரிசனமான வார்த்தைகளுக்காக ஏங்குகிறாள். விதர்பனால் அவன் மணவாழ்வு குறித்து சாரதா வோடு பேச முடிகிறது. மனைவியான சந்திராவதியோடு பேச முடியவில்லை. எண்ணற்ற தருணங்கள் சந்திராவதி விதர்பனோடு பேச ஏங்குகிறாள். ஆனால் அவனோ, "தன்னைத் தானே தேற்றிக்கொள்ள அவளுக்கு பல உபாயங்கள் சொல்வான் – ஆனால் அவனாக அவன் வாயில், ஒரு அமைதி தரக்கூடிய வார்த்தைகூட சொல்லமாட்டான்" சாரதாவால் விதர்பனை நேரடியாக விமர்சிக்க முடிகிறது.

“விதர்பா, கடவுள் உனக்கு அறிவை ஏராளமாகக் கொடுத்திருக்கிறார். நீ பிறர் மனோ வியாதிகளைத் தெரிந்துகொண்டு அதற்குத் தக்கபடி மருந்து சொல்லுவாய். இப்படி இருந்தால் துக்கம் இல்லை என்று வேதாந்தம் பேசுவாய். வருத்தம் என்பது என்ன என்று வியாக்கியானம் செய்வாய். ஆனால் நீயாக, அதாவது தனியாக, உணர்ச்சி வெள்ளத்தில் புகக் கூசுவாய். ரோஷமென்னும் அலையை, உன்னுடைய சலனமற்ற மனோபாவம் எதிர்க்க வலிமையற்றது. அதனால் பிறர் துயரத்தைத் தெரிந்து அனுதாபம் காட்ட உன்னால் இயலாத காரியம். அன்பு, பிரிவினை, ஏக்கம், ஒன்று சேருதல் என்ற இப்பேர்ப்பட்ட சுகதுக்கங்களை மகரிஷிகளும், ராஜாக்களும், தேவர்களும் அனுபவித்ததாக நம் புராணங்கள் கூறுகின்றன. நீயும் அதை வாசித்து ரசிக்கிறாய். காளிதாஸன் காதல் என்றும், சோகமென்றும் வர்ணிக்கும்போது நீ அதையும் வாசித்து ஆனந்தமடைகிறாய். ஆனால் உன் எதிரே ஒரு சோக நாடகம் நடக்கட்டும்? . . . உனக்கு இன்னது செய்வது என்று தெரியாது. திக்குமுக்காடிப்போய் எங்கே பார்ப்பது என்று தெரியாமல் முழிப்பாய். எப்படியாவது அங்கிருந்து தப்பிப் பிழைத்தால் போதுமென்று உனக்குத் தோன்றும். உனக்கு வியாக்கியானம் செய்யத் தெரியுமே தவிர எதையும் அனுபவத்தில் பிரயோகப் படுத்தத் தெரியாது” என்கிறாள் சாரதா.

விதர்பனுக்கு சாரதா மூலம் புரியவந்து அவன் சந்திராவதியை அணுகப் போகையில், சந்திராவதியோ இறுகிப் போய்விடுகிறாள். ஆனால் இருவரும் சம்பாஷிக்கும்பொழுது, அவன் கைபட்டுக் கண்ணாடி பொம்மை நொறுங்குகிறது. சப்தம் கேட்டு சந்திராவதி அவன் முகத்தைப் பார்க்க அது எப்பொழுதும் போல் தெளிவாகவும், அமைதியுடனும் தென்பட்டது. ஆனால் அவன் கைகளில் கண்ணாடி பொத்திருத்தது.

அப்போதுதான் அவன் முகத்தில் சோபிக்கும் அமைதிக்கும், அவன் உள்ளத்தின் வேதனைக்குமிருந்த மாறுபாட்டை அவள் புரிந்துகொண்டாள். இத்தனை அடக்கமா? அன்பு ததும்பும் அவளின் மான் விழிகளின் அழைப்பை விதர்பனால் இனிமேல் அசட்டை செய்ய முடியுமா? அவன் பதில் பேசாமல் அந்த ரத்தம் தோய்ந்த கரங்களாலேயே, கோபத்துடனேயே, அவளைத் தன்னுடன் சேர்த்து இறுகத் தழுவிக்கொண்டான்.

கலாரசிகனாகத் தன்னைத் தானே போற்றிக்கொள்ளும் ஸ்ரீராமுக்குப் பெண்களுடனான உறவு பெரும் வசீகரம். உலகமே அவனுடைய சுபாவத்தை விமர்சித்தாலும், உஷாவிடம்கூட நேரடியாக விமர்சித்தாலும், உஷாவிற்கே இந்த உறவு, ஒரு

நிச்சயமற்ற தன்மையை உணர்த்தினாலும், அவளாலும் அந்த வசீகரத்திலிருந்து வெளிவர முடியவில்லை.

இயற்கையிலேயே கூச்ச சுபாவம் உடைய உஷா, யாருடனும் சகஜமாகப் பழகாதவளாகவே இருந்துவந்தாள். தவிர தாயாரை விட அழகு குறைந்தவளாக இருப்பதைத் தாயார் உட்பட அனைவரும் சுட்டிக் காட்டியதில், யௌவனப் பருவம் வருமுன், அவள் தன்னைப்போல் அசடோ, அவலக்ஷணம் கொண்டவளோ, இந்தப் பூவுலகில் பிறக்க முடியாது என்ற திட நம்பிக்கை கொண்டுவிட்டாள். முதல் முதல் தன்னைப் பற்றிய சந்தேகங் களையும் அதைப்பற்றிய சிந்தனைகளையும் அவள் மனதிலிருந்து எடுக்க யத்தனித்தவன் டாக்டர் ஸ்ரீராமே. அவள் முகத்தில் ஒரு வசீகரிக்கும் தோற்றமும், நடையில் ஒரு அழகும், இதழ் களில் உல்லாசச் சிரிப்பும் தோன்றின.

ஒரு பெண்ணைத் தனக்காக ஏங்க வைப்பதும், அந்த உறவில் களிப்பதும், ஸ்ரீராமின் ஆகிருதியின் ஒரு கூறாகப் படிந்திருக்கிறது. மிஸ். உஷாவைக் குறித்து தான், தவம் புரிவதை அவன் விதர்பனிடம் சொல்கிறான். "இந்தக் கன்னிப் பெண்களுடன் ரொம்ப நைஸாகப் பழக வேண்டும், விதர்ப்! அவர்களிடமிருக்கும் அந்தக் கூச்சம் போய்விட்டால், பிறகு எத்தனை சொகுசாக இருப்பார்கள் தெரியுமா?"

"இந்தப் போக ரஸத்தைப் பருகுவதே ஒரு கலை, பின்பு காதலுடன் அதைப் பிணைத்துவிட்டால் கேட்கவே வேண்டாம். காதல் என்பதற்கு எத்தனை மானிடர்களுக்கு நிஜமான அர்த்தம் தெரியும்? நீ சொல்லு".

இதைத் தவிர செக்ரட்டேரியத்தில் நடக்கும் நாடகங்கள், அதிகார கலாட்டாக்கள், அந்தக் கால டில்லி அரசியலை நமக்கு வெளிச்சம் போட்டுக் காண்பிக்கின்றன. ஒருவனைத் தூக்கிப் பிடிப்பதும், இன்னொருவனை விரட்டி அழிப்பதும் எனப் பல சூதாட்டங்கள். பத்ரி, வாசன் போன்ற கதாபாத்திரங் களின் செக்ரட்டேரியட் வாழ்க்கை, குடும்ப வாழ்க்கை, அவர்கள் கலந்துகொள்ளும் பார்ட்டிகளில் நடக்கும் சம்பாஷணைகள் என வெவ்வேறு குணாம்சம்கள் கொண்ட மனிதர்களை கிருத்திகா படைத்திருக்கிறார்.

1950களில் டில்லி வாழ்க்கை, அதிலும் குறிப்பாக அதிகார மையத்தின் வாழ்க்கையைப் புரிந்துகொள்ள முடிகிறது. சந்திரா வதி, சாரதா, உஷா இவர்களின் வாழ்வு பற்றிய நுணுக்கமான விவரிப்புகள் தவிர, சுசீலா, லக்ஷ்மி, சுலோச்சனா போன்ற

பாத்திரங்கள் வெவ்வேறு கூறுகளைக் கொண்ட பெண் இயல்பு களை வெளிப்படுத்துகின்றன. இதில் எந்தப் பாத்திரத்தின் மேலும் நமக்கு வெறுப்போ அசூயையோ தோன்றுவதில்லை. இந்த நடுநிலையான அணுகுமுறையே கிருத்திகாவின் முதன்மையான ஆகிருதியாகப்படுகிறது.

கிருத்திகாவின் மகள் மீனா சுவாமிநாதன் என்னுடைய முப்பத்தொன்றாவது வயதில் அறிமுகமானார். கிட்டத்தட்ட பத்தொன்பது வருடங்களாகத் தொடரும் இந்த நட்பில் நான் அவரிடமிருந்து கற்றுக்கொண்ட வாழ்க்கைப் பாடங்கள் ஏராளம். மீனா மூலம் கிருத்திகாவை நாலைந்து முறை சந்தித்திருக்கிறேன். ஆனால் அந்தக் காலகட்டத்தில் அவருடன் பெரிதாக உரையாட முடியாமல் போயிற்று. இரண்டு சம்பவங்கள் நன்றாக நினைவிருக்கிறது.

ஒரு முறை குழுவொன்றின் நாடக தினத்திற்கு ஒரு வாரம் முன்பு மீனா சுவாமிநாதன் தொலைபேசியில் அழைத்துப் பேசினார். மறு வாரம் தன் அம்மா (கிருத்திகா) நாடகம் பார்க்க விரும்புவதாகவும், ஆனால் அவருக்குக் காது பிரச்சனை காரணமாக வசனங்களைக் கேட்டறிய முடியாது என்பதால் அந்தக் குழுவிடமிருந்து நாடகப் பிரதியை பெற்றுத் தந்தால், அதைப் படித்துவிட்டு நாடகம் பார்ப்பது சுலபமாக இருக்கும் என்று அம்மா எண்ணுவதாகவும் குறிப்பிட்டார்.

சுவாமிநாதன் நிறுவனம், *தினமணி* நாளிதழுடன் இணைந்து நடத்திய கவிதைப் போட்டியிலும், *குங்குமம்* வார இதழுடன் இணைந்து நடத்திய கதைப் போட்டியிலும் பிரசுரத்துக்குத் தேர்ந்தெடுக்கப்பட்ட படைப்பாளிகளுடன் நடந்த விழாவில் கலந்துகொள்ள கிருத்திகா வந்திருந்தார். பொதுவாக, சுவாமி நாதன் நிறுவனத்தில் நடக்கும் நிகழ்ச்சிகளில் அதிகம் கலந்து கொள்ளாத அவர் படைப்புத் துறை தொடர்பான நிகழ்ச்சி என்பதால் ஆவலுடன் வந்திருந்தார். அவருக்கு அப்பொழுது வயது எண்பதுக்கு மேலிருக்கும். மெலிந்த தேகத்துடன் தொட்டால் கரைந்து போய்விடுவாரோ என்பது போலிருந்தார். அங்கு வந்திருந்த மூத்த எழுத்தாளர் அசோக மித்திரன், பதிப்பாளர் லக்ஷ்மி கிருஷ்ணமூர்த்தி, *தினமணி* ஆசிரியர் இராம். திரு. சம்பந்தம், பத்திரிகையாளர் ஞாநி, கவிஞர் சுகுமாரன் ஆகியோருடன் இளம் படைப்பாளிகளாகத் தேர்வு செய்யப் பட்டிருந்த தாமரை, அழகிய பெரியவன், பாஸ்கர் சக்தி, இந்திரா என்கிற ஜோதிமணி இவர்களையெல்லாம் பார்த்து பெரும் மகிழ்ச்சியடைந்தார். நிகழ்ச்சி முழுவதையும் முதல் வரிசையில் அமர்ந்து உவகையோடு பார்த்துக்கொண்டிருந்தார்.

நேரடியாக கிருத்திகாவோடு பெரிதாகப் பழக முடியவில்லை என்றாலும், அவர் வளர்த்த மீனாவிடமிருந்து நான் நிறையக் கற்றேன். மீனாவிடமிருந்து செதுக்கப் பெற்றதுதான் தன்மான மும் பிரியமும் நிறைந்த அணுகுமுறை. இன்றைக்குப் 'புகை நடுவில்' படித்தபொழுது வந்த எண்ணமும் இதுதான்.

முப்பத்தைந்து வயதில் வாழ்வு பற்றிய இந்தத் தெளிவான, முன் தீர்மானங்களற்ற பிரியமுள்ள தாய் மனதுதான் மீனாவை இவ்விதமாக வளர்த்திருக்கிறது. இந்த முன்னுரையின் மூலம் நான் மீனாவிற்கு எப்பொழுதும் வைக்கும் வேண்டுகோளைத் திரும்ப வைக்கிறேன். அம்மாவைப்பற்றிச் சமூகம் அறிந்துகொள்ள எழுதுங்கள்.

படைப்பையும் படைப்பாளியையும் பிரித்துப் பார்க்க முடியாது. படைப்பில் இவ்வளவு தாக்கத்தை முன் வைத்த கிருத்திகா யார்? இதைப் 'புகை நடுவி'லூடான உங்கள் பயணத்தில் நீங்கள் நிச்சயம் அறிவீர்கள்.

சென்னை   ஏ.எஸ். பத்மாவதி
15.12.2011

அத்தியாயம் 1

"சந்திராவதி! போகலாமா? தயாரா?" என்று விதர்பன் அடுத்த அறைக்குத் தன் குரல் எட்டும்படி உரக்கக் கேட்டான்.

"உம்... உம்..." என்று ஓர் இனிய சப்தம் அங்கிருந்து மெதுவாகக் கிளம்பிற்று.

விதர்பன் கடைசி முறையாகக் கண்ணாடி எதிரில் தன்னை அழகு பார்த்துக்கொண்டான். சாதாரணமாக நடுத்தர வயதுள்ள வடிவமிருக்கும், தளதளத்த மேனியோ, இளந்தொந்தியோ அவனிடமில்லை. நல்ல உயரமாகத் தானிருந்தான். ஆனால் ஓடுபோல் அவன் உடல் காய்ந் திருந்தது. எதனால் அவன் தேகம் இப்படி உலர்ந்து வருகிறது? சாப்பிடுவதில் என்ன குறைவா? அல்லது விசேஷத் தேக அப்பியாசங்கள் பழகுகிறானா? இரண்டு மில்லை... பின் ஏன்? அவன், யோசனையுடன், தன் முகத்தைத் தடவிவிட்டுக்கொண்டான். அது ஓர் அழகான முகமென்று சொல்ல முடியாது. கூரிய மூக்குடன் மேடான ஓர் உயர்ந்த நெற்றி கண்ணாடியில் மின்னு மின்னிற்று. முன் நெற்றியில் விழுந்த மயிரை அவன் சற்று அகற்றி விட்டுக்கொண்டான். அது முற்றும் கறுப்பாக இல்லாமல், சரத் காலத்துப் புல்லைப்போல் அங்குமிங்கும் சற்று வெளிறியிருந்தது. பின் மண்டையில் ஓர் ரூபாய் அள வுக்குச் சின்ன வழுக்கை ஒன்று தெரியத் துடங்கிவிட்டது. அந்த வழுக்கையைக் கையால் தடவிவிட்டுக்கொண்டே, விதர்பன் மனத்திற்குள் சிரித்துக்கொண்டான். அவன் கண்கள் மாத்திரம் பெண்களுடையவைபோலப் பெரிதாக வும் நீண்டதாகவுமிருந்தன. வலக் கண்ணுக்கு அடுத்தாற் போல் ஓர் காய வடு இருந்தது. அதை அவன் கை

விரலால் மெதுவாகத் தடவினான். அன்று மாத்திரம் அப்பாவுடைய கத்தரிக்கோல் கொஞ்சம் வலப்பக்கமாகப் பட்டிருந்தால்..? அவன் கண் அல்லவா போயிருக்கும்! "இதோ, ஒரு நொடியில் வந்துவிடுகிறேன்" என்றது அதே பெண் குரல். ஆனால் அந்த சப்தம் விதர்பன் காதில் விழுந்ததாகத் தெரியவில்லை. அவன், தன் காயத்தை மீண்டும் கண்ணாடியில் உற்றுப் பார்த்துக்கொண்டான்.

அப்பா... ஆமாம். இப்போது அப்பாவை நினைத்தால் அவன் மனதில் ஓர்வித அலட்சியமும் ஏளனமும்தான் ஏற்பட்டது. ஆனால் அப்போது... அப்பாவென்றால் அவன் உடம்பில் என்ன நடுக்கமெடுக்கும். அதைவிட அவன் அந்தரங்க உள்ளத்தின் உள்ளம் என்ன கூசு கூசும்? இப்போது நினைத்தால் அதெல்லாம் ரொம்ப வேடிக்கையாகத்தானிருக்கு.

ஹெட்மாஸ்டர் அப்பண்ணாவென்றால் நடுங்காத பேர்கள் அந்த ஊரில் கிடையாது. அழுத குழந்தை வாய் மூடும் என்று சொல்லக்கூடிய ஆசாமி அவர். பெண்டாட்டி பிள்ளைகள் உள்பட ஊரில் யாரானாலும் சரி, அவருக்கு ஜீவன்களை ஹிம்சிக்கும் ஸ்வபாவம் கூடுதல். ஒரு காரணமுமில்லாமலே அவர் பிறரிடம் சண்டையும் வாக்கு வாதமும் செய்வார். வீட்டிலுள்ளவர்கள் ஆனாலும் சரி, வெளியோர்கள் ஆனாலும் சரி, தன்னிஷ்டம் போலவே எல்லோரும் நடக்க வேண்டுமென்று முரண்டு பிடிப்பார்.

அவர் வீட்டுக்குள் நுழையும்போதே, என்ன சொல்லுவாரோ, என்ன செய்வாரோவென்று எல்லோரும் நடுங்குவது சகஜம். ஆனால் பார்க்கப்போனால், மிக்க... மிக்க கெட்டிக்காரர், நல்ல மனுஷர் என்று கூடச் சொல்லலாம்... கோபம் வந்துவிட்டால் மாத்திரம் அவரை... அப்பப்பா... விதர்பன் தன் காயத்தை மறுபடியும் கையால் வருடிவிட்டுக்கொண்டான்.

பிறவியாகவே அடக்கமான சுபாவம் படைத்த விதர்பன் இந்த அட்டகாசங்களைக் கண்டு மேலும் ஒடுங்கிவிடுவான். நாடோடியாகக் குடும்பங்களில் நடக்கும் உல்லாஸப் பேச்சு, வேடிக்கை, சிரிப்பு என்பது அவர்களுக்குள் ஒரு நாளும் கிடையாது. தகப்பனாருக்கும் குழந்தைகளுக்கும் இடையே பரஸ்பர அன்பு, விச்வாஸம் என்பது போன்ற நோக்கங்களே கிடையாது. அண்ணன் தம்பிக்குள்கூட இரைந்து பேசவோ, சிரிக்கவோ பயப்படுவார்கள்... அப்பா கேட்டுவிட்டால்? தன் எண்ணங்களை எடுத்துச் சொல்லிப் பேசி அறிவை விருத்தி செய்துகொள்ள ஸ்வதந்திரமில்லாத இந்த வீட்டில், பதுங்கிப் பதுங்கி என்ன பேச்சு? பேசவே வேண்டாம்

என்ற தீர்மானத்திற்கு விதர்பன் வந்தான். அப்பண்ணா அந்தக் குழந்தைகளை, எல்லோரையும்விட அதிகமாக விரட்டுவார். அவர்கள் அப்பண்ணாவை விட்டு எங்கே ஓடிப்போக முடியும்? துக்கம் தீர அழக்கூட முடியாதே. அழுதால், மேலும் மேலும் நல்ல உதைகள் அல்லவா அவர்களுக்குக் கிட்டும்? அப்பண்ணா அறிவாளி, நன்றாகக் கற்றவர். ஆனால் தன்னைப்போல் அவ்வளவு தூரம் பிறரால் படிக்க முடியாது, என்ற ஓர் கர்வம் அவர் மனத்திலுண்டு. அதனால் "நீ என்னத்தைப் படித்தாய், எதைச் சாதித்துவிடப் போகிறாய்" என்று தன் குழந்தைகளைக் கண்டு அடிக்கடி இகழ்வாகப் பேசுவார். இதைக் கேட்டு விதர்பனுடைய அண்ணா தான் ஓர் உதவாக் கரை, தனக்கு ஒன்றுமே வராது என்று வருத்தப்படுவான். அந்த நாளில் அவன் மனதில் ஏற்பட்ட தாழ்மைப் புண்களும் வடுக்களும் இன்னும் மாறவில்லையே என்று விதர்பன் அடிக்கடி நினைப்பான். அவன் தங்கை சண்டித்தனம் செய்து அடம் பிடிப்பாள். இயற்கையாகப் பெண்களுக்குள்ள விஞ்ஞான அறிவால், சில சில சமயங்களில் தந்தையின் மனதைக்கூடத் தொட்டுவிடுவாள். ஆனால் விதர்பன் மாத்திரம் சும்மா, முழித்த வண்ணம், தகப்பனார் எதிரில் மௌனம் சாதிப்பது வழக்கம். இதைக் கண்டு அப்பண்ணாவுக்குக் கோபம் அதிகப் படும். "உங்களுக்காவது, உங்கள் அறியாமையை நினைத்து அழுகை வருகிறது. இந்த மண்ணாந்தையைப் பார் முழிக்கிறான்" என்று ஏசுவார். அவருடைய சொற்கள் ஒவ்வொன்றும் அந்தச் சின்ன மூளையில் பாய்ந்து செல்லும். ஹிருதயத்தைச் சுட்டு எரிக்கும். ஆனால் அவன் பேசினால்தானே. பல வருஷங்கள் கழித்துச் சொல்லின் சூட்டைப்பற்றி அவன் திருவள்ளுவரின் செய்யுளை வாசிக்கும்போது விதர்பனுக்குத் தன் தந்தையின் ஞாபகம் வந்ததுண்டு. "அப்பா கிடக்கிறார் போ, நீ சாப்பிட வா . . . அப்பா சங்கதி உனக்குப் புதிதா?" என்பாள் அவன் தாய். அவள் மிகவும் சாது. ஆனால் தாய் அன்புக்கு ஓர் அலாதி சக்தியுண்டல்லவா? அழுகிற பெரிய குழந்தையை அவள் கவனிக்கவில்லை. அசாதாரண மௌனம் சாதிக்கும் இந்தச் சின்ன குழந்தையின் உள்ளத்தை அவள் தாய்மனம் கண்டுகொண்டது. அவ்விதம் சமயங்களில் அவன், அவளிடமும், தன் ஹிருதயத்தைத் திறந்தது கிடையாது. தொட்டால் சுருங்கி இலைகளைப்போல் அவன் உள்ளம் ஒடுங்கித் தன் உள்ளத்தில் உள் அமுங்கிவிடும். தாய்க்கு அதை எட்டிப்பறிக்க சாமர்த்தியம் போராது. பெரு மூச்சு விட்டுக்கொண்டு சும்மாவிருந்துவிடுவாள். 'மகா புத்திசாலி என்று தெரிகிறது . . . ஆனால் அவன் மனதை ஆழம் பார்க்க . . . முடியவில்லையே . . .' என்று நினைத்து உருகுவாள்.

விதர்பன் தாயார் பேசினால், வெளியே குரல்கூட எழும்பாது. நல்ல சாதுவான மனுஷி. ஓர் துளி அளவுகூடக் கர்வமென்றும், அகம்பாவமென்றும் அவளிடம் கிடையாது. பொறுமையில் அவளைக் கண்டு பூமிதேவிகூட வெட்கப்படுவாள். இல்லாவிட்டால் அப்பண்ணாவுடன் இவ்வளவு வருஷக் காலமாகக் குடும்ப வாழ்க்கையை அவளால் நடத்த முடியுமா? அவர் உரக்கப் பேச ஆரம்பித்தாலே அந்த அம்மாள் குரல் இன்னும் இரண்டு ஸ்தாயி இறங்கிவிடும். அப்பண்ணாவுடைய கோபதாபங்களுக்கு அவளுடைய நிதானமான பதில்கள்தான் சரியென்று எல்லோரும் மெச்சுவதுண்டு. அப்படி அலுப்பில்லாமல் பொறுமையுடன் அந்த அம்மாள் அவருடன் இல்லறம் நடத்திவந்தாள். ஆனால் குடும்பப் பொறுப்பு முழுவதையும் ஏற்றுக்கொண்டு அதைச் சீருடன் நடத்த அவள் உள்ளத்தில் தைரியமோ, ஆதாரமோ இல்லை. எரிமலை போல் கோபத்தினால் தகப்பனார் கக்கும் சுடு சொற்கள் குழந்தைகளை வந்து தாக்காமல், அவைகளை அணைத்துப் பாதுகாக்க அவளுக்குத் திறமில்லை. அதனால் அந்தக் குடும்பத்தின் விவகாரங்கள், அவ்வப்போது, அடிப்படை பலமில்லாத ஈர மணல் கோட்டைகள்போல், விண்டு விழுவது வழக்கம். விதர்பனுக்குத் தாயார் மேல் அதிகப் பிரியமும் அனுதாபமும் உண்டு. இருந்தாலும், 'இவள் ஏன் இப்படிச் சக்தியற்று அப்பாவின் உதைகளைப் பொறுக்கிறாள்' என்று அவனுக்கு அடிக்கடி எரிச்சலெடுக்கும். அவளுடைய மான் விழிகளின் திக்கற்ற தன்மை, அவனுக்குக் கோபத்தை விளைத்தது. சீ... அப்பாவின் குணங்கள்தான் என்னவென்று எண்ணுவான். அந்தக் குழந்தைகளுக்குத் தாயாருடைய சலுகை வீட்டுடன் அடங்கிற்று. வெளி விவகாரங்களில் அவள் தலையிடுவது வழக்கமில்லை. குழந்தைகள் என்ன படிக்கிறார்கள், அவர்கள் நாட்டங்கள் எப்படி, அவர்கள் விருப்பங்கள் என்ன... இது போன்ற விஷங்களைப் பற்றி அவள் அறியாள். அவர்களுடைய அல்ப சுகதுக்கங்களைப் பற்றியும் அவள் அறியாள். அவரோ படித்தவர், அதுவும் பள்ளி வாத்தியார், அப்படியிருக்கும்போது இவ்விதப் பொறுப்புக்கள் அவருடையதுதானே என்று சும்மாவிருந்துவிடுவாள். அம்மாவைப்போல், கணவனைப் பரிபூர்ணமாக நம்பியிருந்த ஹிந்து சகதர்மிணிகளுமுண்டோவென்று விதர்பன் இப்போது கூட வியந்தான். தன் காயத்தை மறுபடியும் தடவிவிட்டுக்கொண்டான்.

அன்று விதர்பனுக்கு ஏதோ பாடங்கள் திட்டம் போட்டுவிட்டு அப்பண்ணா வெளியே சென்றிருந்தார். குழந்தைகளைப் பிரம்படிப் பயத்துடனே பாடம் சொல்லிக்கொடுத்து வளர்க்க வேண்டுமென்பது அவர் கொள்கை. தகப்பனார் தலை

மறைந்தவுடன், விதர்பன் பாடப் புஸ்தகங்களை ஒதுக்கிவிட்டு, தன் வர்ணப் பேப்பர் கட்டுக்களை எடுத்துக்கொண்டு உட்கார்ந்துவிட்டான். கத்தரியொன்று அவன் கையில் அகப் பட்டுக்கொண்டு துடிதுடித்தது. கைவிரல்கள் கத்தரியை வேகமாக ஓட்டின. உடனே விதவிதமான குதிரை, யானை, சிங்கமென்று பேப்பர் பொம்மைத் துண்டுகள் தரையில் வந்து பாய்ந்தன. மற்ற குழந்தைகள் அவரவர் வேலைகளை விட்டு விட்டு அவன் அருகில் கூடி விட்டார்கள். கற்பனை உலகில் சஞ்சரித்தால், அவனுக்குண்டாகும் ஆனந்தத்தை என்னவென்று சொல்லுவது? இன்றைக்கும் அந்தக் குழந்தை வழக்கம் அவனிட மிருந்து வந்தது. அவன் அறையில் ஒரு டிராயரில் இப்போது கூட வர்ணப் பேப்பர்களும் கத்தரியும் இருந்துகொண்டிருந்தன. ஆ... ஊ என்று கத்தியவாறு குழந்தைகள் பொம்மைகளை எடுத்து அழகு பார்த்தார்கள். விதர்பனோ, மெய்மறந்து வேலை செய்யும் ஆனந்தத்தில் ஈடுபட்டிருந்தான். என்ன அழகான உருவங்கள்! பிரம்மன் விரல் கூட இப்படி வேலை செய்யாது போலிருக்கே! அந்தச் சமயத்தில் அப்பண்ணா பிரசன்ன மானார். அவருக்கு வந்த கோபத்திற்கு ஓர் அளவேயில்லை. தன்னையும் மறந்தார். விதர்பன் கையிலிருந்த கத்தரியைப் பிடுங்கி, குழந்தை மேல் ஒரு ஓங்கு ஓங்கினார். அவ்வளவு தான்... விதர்பன் கண் தப்பிற்று, ஆனால் நெற்றியைக் கிழித்துக்கொண்டு ரத்தம் சுரக்க ஆரம்பித்துவிட்டது. இதைக் கண்டதும் கோபத்தினால் சிவந்திருந்த அப்பண்ணாவுடைய கண்களில் திகில் அடைபட்டது. ஆனால் விதர்பனோ தன் ரணவலியைக் கவனித்ததாகத் தெரியவில்லை. பிறவியாக அவனிடமுள்ள அமரிக்கையுடன், அவன் தான் தகப்பனாரின் கோழைத்தனத்தைக் கண்டு வியந்தான்; மனத்திற்குள் சாவதானமாக ஆராய்ந்தான். தன் விவேகத்தினால் அப்பண்ணா ஒரு பயந்தாங்கொள்ளியென்றும் அறிந்துகொண்டான்.

வாய் திறவாமல், விதர்பன் வீட்டை விட்டு வெளியே ஓடிவிட்டான். அவனை அறியாமலே அவன் கால்கள் கடல் கரையை நோக்கி விரைந்தன. குழந்தைப் பருவத்தில் அந்த மணல் குவியல்களுக்கு நடுவே அவன் கண்ட கனவுகளைப் பற்றி இப்போது நினைத்தான். அவ்விதத் தூய்மையான இன்பம் இப்போது அவனுக்குக் கிட்டுமா? சந்தோஷமென்றால் அதல்லவோ சந்தோஷம். அவன் மனம்தான் சிட்டுக்குருவி யைப்போல எத்தனை உல்லாஸப் பிரயாணங்கள் செய்து வரும்? ஈர மணலில் அவன் கைகள் விரைவாகவே வேலை செய்யும். உடனே அவைகள் படுத்தும் பாட்டில் வெள்ளை மணல் அழகழகான உருவங்கள் எடுக்கும். சிங்கம், புலி, கரடியென்று காட்டு மிருகங்களோ, மீன், திமிங்கலம் என்று

கடல் ஐந்துக்களோ கரையில் உயிரெடுத்து உலாவும். இவை களைக் கண்டு அவன் கரைகாணா ஆனந்தம்கொள்வான். மனித உருவங்கள் செய்யக்கூட அவன் அடிக்கடி யத்தனம் செய்வான்.

கத்தரிக்கோல் காயத்தில் ரத்தம் வழிய, அன்று ஓடோடியும் வந்து அவன் மணலைப் பிசைய ஆரம்பித்தான். அப்பாவுடைய கோபம்தான் என்ன? அவர் ஒரு மிருகமா? என்று அவன் மனம் கேட்டது. ஆனால் கையோ ஒரு பிடி மணலை எடுத்து உருவாக்கியபடி இருந்தது. அழகான சித்திரங்களை, வர்ணக் காகிதங்களில் வெட்டியெடுப்பதில் என்ன பிசகு இருக்க முடியும்? என்று அவன் மூளை, யோஜிக்கலாயிற்று. கையோ இன்னும் ஒரு பிடி மணலையெடுத்துப் பிடிக்கவாரம்பித்தது. அப்பா படித்தவர் இல்லையா? என் மனத்திலிருப்பது ஏன் தெரியவில்லை? மறுபடியும் ஒரு பிடி மணல் வந்து விழுந்தது. நம்மை ஹிம்ஸை செய்வதில் அப்பாவுக்குத்தான் எத்தனை திருப்தி ஏற்படுகிறது? மற்றும் ஒரு பிடி மணல்; சட்டென்று விதர்பன் எழுந்து நின்றுகொண்டான். அவன் பிடித்து வைத்த மணல் உருண்டைகள் அப்பா ரூபமான, ஓர் பதுமைபோல் அவனுக்குத் தோன்றிற்று. வாஸ்தவமாக அதன் கை ஒன்று கூட ஓங்கி நின்றதுபோல் அவனுக்குப்பட்டது. மனோ சக்தி யினால் உண்டான இந்த அப்பாவைப் பார்த்து அவன் ஆச்சர்யம் கொண்டான். உடனே அதிகத் தீவிரமாக வேலை செய்த அவன் கைகள் மணலால் ஒரு திமிங்கலம் உண்டாக்கி விட்டன. பிறகு அப்பாவை அதனுடைய திறந்த வாயில் வைத்து வேடிக்கை பார்த்தான். அந்த குழந்தைத் தனத்தை நினைத்துக்கொண்டால் இப்போது விதர்பனுக்குக் கொஞ்சம் வெட்கமாகக்கூட இருந்தது. இத்தனை அசடாக இருந்தோமா வென்று அவன் தனக்குள் தன்னைப் பரிகாசம் செய்து கொண்டான் . . .

“இதென்ன, உங்கள் அழகைப் பார்த்து, நீங்களே இப்படிப் பரவசமாகலாமா? கண்ணாடி எதிரில் அப்படியே ஸ்தம்பித்து உட்கார்ந்துட்டேளே! நான் கூப்பிடக் கூப்பிட உங்களுக்குக் காதே கேட்கலயே!”

சந்திராவதியின் குரலைக் கேட்டு விதர்பன் திடுக்கிட்டான். தூக்கத்திலிருந்து விழிப்பவன்போல் அவன் சட்டென்று ஸ்வப்ன உலகிலிருந்து தன்னை மீட்டுக்கொண்டான். ஒரு சிறு வெட்கத் துடன் அவளைப் பார்த்துப் புன்னகை செய்தான்.

“வாருங்கள், போகலாம், நமக்காகக் கனம் ப்ரஸிடெண்டு காத்துக்கொண்டிருப்பாரா வென்ன?” என்று அவள் கலகல வென்று நகைத்தாள்.

"ஆமாம் போகலாம் வா. ஏதோ கண்ணாடியில் காய வடுவைப் பார்த்தவுடன் என் சிறு வயதில், எங்கப்பா நடித்த கோப நாடகங்கள் கண் முன் நின்றன. அப்படியே பழைய நினைவுகளிலும், குழந்தை விளையாட்டு ஞாபகங்களிலும், என் மனம் சென்றுவிட்டது. இன்றைய பார்ட்டியை மறந்தே விட்டேன். அப்போது நான் எத்தனை அசடாக இருந்தேன் என்று நினைத்து வருந்திக்கொண்டிருந்தேன். பிறகு மேலும் யோசித்துப் பார்க்கையில் சிரிப்பே வந்தது ... குழந்தைகளின் அல்ப துக்கங்களைக் கேலி செய்யலமா ... அல்லது பெரியவர்களின் சின்ன புத்தியை நொந்துகொள்ளலாமா?" இருவரும் வாயிலண்டை வந்து, அங்கே நின்றுகொண்டிருந்த மோட்டாரில் ஏறிக்கொண்டார்கள்.

வண்டியிலேறிய விதர்பன் மௌனமாக யோஜனையில் ஆழ்ந்தான் மோட்டாரோ, கிரேட்பிலேஸை அடைந்து செக்ரடேரியட்டின் மேட்டின் மூலையில் நின்றது. அப்போது சந்திராவதியுடைய கண்கள் டில்லி நகரத்தின் அங்க அமைப்பைக் கவனித்தன. "பாலைவனத்தைத் தூற்றிச் சமமாக்கி, அதைச் செழிப்பான நாடாகச் செவ்வனிட்டு, பிறகு அங்கு அழகான பட்டணமொன்று ஏற்படுத்தின, இந்த பிரிஃஷ்காரர்களுடைய திறமையே திறமை" என்று அவள் மெச்சினாள்.

"ஆமாம், அவர்கள் பொதுஜனப் பணத்தைக் கண்டபடி செலவு செய்தார்கள். ஆயிரக்கணக்கான சர்க்கார் சிப்பந்திகளை அனாவசியமாக ஏற்படுத்தி, அழகான தோட்டங்களும் சிங்கார அரண்மனைகளும் அமைக்கச் செய்தார்கள். வெளிநாட்டு ராஜ்ய பாரமல்லவா? டாம்பீகத்திற்குக் குறைவேயில்லை! ஆனால்? क्षमा शक्तौயென்று இத்தகைய ஐசுவரியத்திற்கு நடுவே கூட அவர்கள் ஒருவிதக் கட்டுப்பாட்டுக்கு அடங்கியே நடந்தார்கள். என்னவானாலும், அவர்களுடைய ஆட்சி கண்ணியமானதாகவே இருந்தது. இப்போதோ –"

விதர்பன் பேசி முடிப்பதற்குள் மோட்டார், பிரஸிடெண்டு மாளிகையை அடைந்துவிட்டது. கீழே இறங்கிய சந்திராவதியும் விதர்பனும் தங்களை வரவேற்ற கனம் பிரஸிடெண்டுக்கு, கும்பிடு போட்டுவிட்டு அங்கே வந்திருந்த பெரும் கூட்டத்தில் கலந்துகொண்டார்கள்.

•

அத்தியாயம் 2

அப்போது டில்லியில் பனிக்காலச் சமயம். அன்றைய தினம் சூரியகாந்தியில் கொஞ்சம்கூட உறைப்பேயில்லை. இருந்தாலும் மெல்லிய ஆடைகள் அணிந்திருந்த நாகரிக நாரிமணிகளுக்கு அதன் சூடு சுகத்தையே தந்தது. பிரசித்தி பெற்ற மொகலாயத் தோட்டம் அன்று பூக்களால் அதிகமாக சோபித்ததா அல்லது இந்த ஒய்யாரப் பெண்களால் அதிகமாக சோபித்ததா? விதவிதமான பூக்கள், சேலைகளுடன் வர்ண அமைப்புக்காகப் போராடின. சூரியனுக்கு இது விஷயம் வேடிக்கையாக இருந்தது. அவன் வேணுமென்றே அப்பெண்கள் மேல் சற்று வேகத்துடன் பாய்ந்தான். பூக்களுக்கு இதைக் கண்டு ரோஸம் பொத்துக்கொண்டு வந்தது. எங்கள் அழகுக்கு என்ன குறைவு என்று தேங்கி நின்ற தடாகங்களில் தங்கள் வர்ண ஜாலங்களைப் பார்வையிட்டன. அங்குக் கூடியிருந்த பெண்கள் இதைக் கண்டு கொல்லென்று நகைத்தார்கள். கலகல என்று அவர்களுடைய பேச்சுக் குரல்களைக் கேட்டுப் பச்சிலைகள் பொறாமைகொண்டு சலசலவென்று தங்கள் சத்தத்தை எழுப்பின. உருண்டையாக வெட்டப்பட்ட சின்ன நாரங்கிச் செடிகளைக் கண்டு ஒருபெண் ‘என்ன குண்டுச் செடிகள்!’ என்று கேலிசெய்தாள். அவள் சிரித்தவுடன் ரோஜாப் பூக்கள் அவள் இதழ்களைக் கண்டு வெட்கித் தலைகவிழ்ந்தன. வர்ணச்சேலைகள், அழகான பூப்புதர்கள், கலகலவென்ற பேச்சுக்கள், இன்பமான சூர்யரசமி எல்லாம் அன்று ஒன்றுசேர்ந்துகொண்டு மொகலாயத் தோட்டத்தைக் கந்தர்வ லோகமாக்கிற்று. பார்ட்டி கொழுக்கலாயிற்று.

சந்தோஷ்லாலைத்தான் விதர்பன் முதல் முதல் சந்தித்தான். வரும் வழியில் சந்திராவதியிடம் சொல்லிக்

கொண்டு வந்த விஷயங்களே அவன் மனதில் தொடர்ந்து வந்துகொண்டிருந்தன. ஆகவே அவன் சந்தோஷிடம் தான் விட்ட இடத்திலிருந்து பிடித்துக்கொண்டு பேச ஆரம்பித்தான்.

"இப்போது என்னவாச்சு தெரியுமா?" என்று சந்தோஷை அவன் கேட்டான்.

சந்தோஷுக்குக் கொஞ்சம் சிரிப்பு வந்தது. எப்போதுமே சாந்தம் குடிகொண்டிருக்கும் அவன் முகத்தில் ஒரு புன்னகை பூத்தது. விதர்பனோ தயங்கவுமில்லை, அவனுடைய பதிலையும் எதிர்பார்க்கவில்லை.

"பிரிட்டிஷ் சாம்ராஜ்யம் முடிவடைந்துவிட்டது" என்று தானாக அந்தக் கேள்விக்கு விதர்பன் பதில்சொன்னான்.

"இது என்ன புதிசா? இதைத்தானா சொல்லவந்தாய்!"

ஆனால் சந்தோஷுடைய வார்த்தைகள் விதர்பன் காதில் விழவில்லை. அவன் மேலே தொடர்பாகப் பேசிக்கொண்டே போனான். "பிரிட்டிஷ் சாம்ராஜ்யம் முடிவடைந்துவிட்டது! நூறு வருஷங்களாக வேரூன்றி நின்ற கல் கட்டிடங்கள் இப்போது தள்ளாடிக் கிடுகிடுத்தன. உச்சாணிக்கோபுர நுனியிலிருந்த ஒன்று இரண்டு தங்கக் க்ரீடங்கள் ஆடிக்கொண்டு மேலிருந்து தலை குப்புறக் கீழே விழுந்து உருண்டோடின. உலகமே பிரமிக்கும்படியாய் பிரிட்டிஷ் ஆட்சியின் சின்னங்கள் ஒன்றின் பின் ஒன்றாக மறையலாயின. இப்போது ... என்ன ஆச்சு தெரியுமா? அதைத்தான் சொல்ல வந்தேன். முத்துப்போல் தெளிந்த இந்தியா கேட்டு தடாகத் தண்ணீரில் இப்போது மலேரியாப் பூச்சிகள் பறக்கின்றன. ஜலத்தின் மேல் அல்லி இலைகள் அழகாகப் படர்ந்திருந்தன. ஆனால் தடாகத்தடியில் பாசியும் அல்லித் தண்டுகளுமாகச் சேர்ந்துகொண்டு ஒரே குழப்பம். காலை உள்ளே இட்டால் அது சேற்றில் சொருகிக் கொண்டு நம்மையே அடிவரையில் இழுத்து விடும்போல் இருந்தது. நம் தற்போதைய தேசிய நிலைமையும் இத்தடாகங்களை ஒத்திருக்கின்றது. பொது ஜனங்களோ ராஜ தந்திரிகளோ இந்த நிலைமையிலிருந்து மீள வழி தெரியாமல் கொதகொதப் பான பாசியில் அகப்பட்டுக்கொண்டு தத்தளிக்கிறார்கள். அடிமைத் தனத்தின் வெளிப்படையான சின்னங்கள் மறைந்து கொண்டு வந்தன ... ஆனால் பாரததேவியின் ஆத்ம விலங்கு களை நகர்த்த ஒருவராலும் முடியவில்லையே! ஓங்கி நிற்பது ஒரு கம்பம் ... அதில் ஓர் மணிக்கொடி, பிறகு 'சத்தியமேவ ஜயதே' என்ற ஆணித்தர வார்த்தைகள் ...

விதர்பனின் பேச்சு வெள்ளத்தை அணை கட்ட சந்தோ ஷால் முடியவில்லை. அதற்காக அவன் பிரயத்தனமும் செய்ய

வில்லை. அவன் விதர்பனை அறியாதவனா? அவனுடைய பரந்த முகத்தில் அக்கறையுள்ள மனோபாவமே பிரதிபலித்தது.

அந்தச் சமயத்தில்தான் சாந்தி அவர்களுடன் வந்து சேர்ந்துகொண்டாள்.

விதர்பன் அவள் வந்ததைக்கூடக் கவனிக்காமல் மேலே பேசினான். “ஆனால் கொடியிலும், பளிங்குச் சுவரிலும் மாத்திரம் ‘சத்தியமேவ ஜயதே’ என்று எழுதினால் போதுமா? சத்தியமென்றால் என்னவென்று அறிந்த பிறகு தானே, அது ஜயமடையும் விதத்தைத் தேடலாம்? . . .”

இதற்குமேல் அவனைப் பேசவிட சாந்திக்கு இஷ்டமில்லை. “என்னன்னா! நீங்கள் இப்படி ஒரேயடியாய் ஒரு முக்கியமான தத்துவத்திற்கு மூல விசாரணை துடங்கிவிட்டால், நாங்கள் எல்லாம் எப்படிப் பதில் சொல்ல முடியும்?”

அப்போது தான் சாந்தி அங்கே நிற்பதை விதர்பன் கவனித்தான். “ஓகோ, நீங்களா மிஸஸ் வாஸன்? நமஸ்காரம் – நான் என்ன அப்படிக் கஷ்டமான ஒரு கேள்வி போட்டேனா?”

‘வேணும் இவளுக்கு இந்த வாட்டுதல் . . . நன்றாக அகப்பட்டுக்கொண்டு விழிக்கட்டும்’ என்று எண்ணியவாறு சந்தோஷலால் மெதுவாக அவ்விடத்தை விட்டு நழுவிக் கொண்டான்.

* * *

கையில் காப்பிக் கோப்பையை ஏந்தி நின்ற சந்திராவதியின் கண்கள் விதர்பனைத் தேடின. இந்தக் கூட்டத்தில் ஒருவருக்கொருவர் பிரிந்துவிட்டால் பிறகு சேருவது எத்தனை கஷ்டமென்று அனுபவத்தில் அவளுக்குத் தெரியும். தூரத்திலிருந்தபடியே அவளுக்கு சாந்தியின் ஆர்வமிகுந்த பார்வையும், விதர்பனின் நெற்றிச் சுருக்கமும் தெரிந்தது. அவள், மெல்லிய பெருமூச்சு ஒன்று விட்டாள். தன் அழகான உதடுகள் துடிப்பதைப் பல்லால் கடித்து நிறுத்த முயன்றாள்.

“என்ன அப்படி ஒரு பெருமூச்சு சந்திராவதி?” சத்தியனின் குரலைக் கேட்டவுடன் சந்திராவதி திடுக்கிட்டாள். ஒரு வேளை அவன் அவளைக் கண்டுகொண்டுவிட்டானோ?

சட்டென்று தன்னைச் சமாளித்துக்கொண்டு, “ஒன்றுமில்லை, சத்தியா, குழந்தைக்கு நாலு நாட்களாக உடம்பு அதிகமாக இருக்கு. மனதில் அதைப் பற்றி எப்போதும் ஒரு கவலைதான்.”

"மித்திரனுக்கு என்ன உடம்பு?" என்று கேட்டுக்கொண்டே சத்தியன் அவளை உற்று நோக்கினான்.

குற்றம், குறை சொல்ல வேண்டுமென்று ஊன்றிக் கவனித்துப் பார்க்கும் டில்லிப் பெண்மணிகள்கூடச் சந்திராவதியைப் பார்க்க நன்றாக இல்லையென்று சொல்ல முடியாது. உயரத் திற்குத் தகுந்தாப்போல் உருண்டிருந்த அவள் தேகம், பளபளத்த மேனியுடன் பொருத்தமாக அமைந்திருந்தது. லக்ஷண மான அவள் முகத்தில் ஏன் இப்படி சதா கவலைக்குறிகள் தோன்றுகின்றன? என்று சத்தியன் எண்ணினான், ஆனால் அந்த முகத்தில் ஒரு சிரிப்பு வந்துவிட்டால்... அதன் அழகில் பெண்கள்கூட மயங்கிவிடுவார்களே... அப்படியிருக்கும் போது சத்தியன் அவளை அழகென்று எண்ணுவதில் என்ன பிசகு? மேலும் என்றுமே அவனுக்குச் சந்திராவதி மேல் ஓர் விசேஷ அபிமானமுண்டு. தன் பிரியத் தோழனின் அருமை மனைவியல்லவா அவள்? சாதாரணமாகப் பெண்கள் உடையில் கவனம் செலுத்தாத சத்தியன் அன்று சந்திராவதியின் புடவை யைக் கவனித்தான். அங்குள்ள ரோஜாக்களின் விதவித வர்ணங்களை அத்துடன் சேர்த்துப் பார்த்துக் கடைசியில் அது ஏப்பிரிக்காட்டுப் பழ நிறத்துக்கு இசைந்தது என்று கண்டுபிடித்தான். இது விஷயம் அவனுக்குக் களிப்பைத் தந்தது. அவளுடைய அடர்ந்த கூந்தலில் அந்த நிற ரோஜா இல்லையே என்று அவன் வருந்தினான். அன்று ஏனோ அவள் மன வேதனைக்குத் தகுந்தாற்போல் சந்திராவதியின் கூந்தல் வெளியாக இருந்தது. உள்ளத்தில் உற்சாகம் இருந்தால் தானே தன்னை அழகு செய்துகொள்ளச் சொல்லும்?

"உங்களுக்குத் தெரியாதா? அதே உடம்புதான்," என்று சந்திராவதி இன்னும் ஒரு பெருமூச்சு விட்டாள். மூன்றாவது வருஷம் குழந்தை மித்திரன் ஸிம்லாவில் ஒரு குன்றுமேலிருந்து கால் சறுக்கிக் கீழே உருண்டு விழுந்தான். அதிலிருந்து அவனுக்கு மூளையில் ஏதோ அதிர்ச்சியுண்டாகி, அடிக்கடி இளம்பிள்ளை வாதம்போல் ஒரு இழுப்பு வருகிறது வழக்கமாகப் போய்விட்டது. இது சத்தியனுக்கு நன்றாகத் தெரிந்த விஷயம்... சந்திராவதியின் முகத்தில் தோய்ந்து நின்ற விசனக்களையைக் கண்டு வருத்த முற்றான்.

"ஏனம்மா யாராவது நல்ல ஸ்பெஷலிஸ்டை விசாரிக்கக் கூடாதா?"

"எவ்வளவோ பேர்களைக் கேட்டுப் பார்த்தாச்சு; எல்லோ ரும் ஒரு வாய்கொண்ட மாதிரி மூளையில் ஆப்ரேஷன் செய்தால் குணமாகலாமென்று சொல்லுகிறார்கள். கீழே

விழுந்த அதிர்ச்சியால் ஏதோ ஒரு நரம்பு பிசகி, அது மூலியமாக மூளையில் ஒரு கட்டியாம்...” இதைச் சொல்லும்போதே அவள் கண்கள் ஆயாசத்துடன் மூடிக்கொண்டன. அழகான அவள் கரிய இமைகள் கசிந்திருந்ததை சத்தியன் கவனித்தான்.

“வாஸ்தவமாக சத்தியா, எனக்கு அதைப்பற்றி நினைத் தாலே பயமாக இருக்கிறது” என்றாள். அவள் குரல் கரகரத்தது.

சத்தியனுக்கு விதர்பன்மேல் சற்றுக் கோபமுண்டாயிற்று. இவன் ஏன் இவளைக் கவனித்து ஆயாஸமாக இருக்கும்போது ஆச்வாசப்படுத்தக்கூடாது? எங்கேயாவது கூட்டத்திற்கு நடுவில் அரற்றை அடித்துக்கொண்டிருப்பான், என்று மனத்திற்குள் முணுமுணுத்தான்.

“சந்திராவதி, உன் உடம்பு மெலிந்திருக்கிறது. கொஞ்ச நாட்களுக்கு விச்ராந்தியாக ஊர் பக்கம் போய்விட்டு வாயேன்”, என்றான். இவ்வார்த்தைகள் அவளுக்குத் திருப்தியை அளிக்கும் என்று அவன் எண்ணினான். ஆனால் இந்தத் தூண்டுதல் சந்திராவதியின் பழைய இன்ப நினைவுகளைக் கிளப்பிவிட்டு, அவளைத் துன்புறுத்தியது.

“ஊருக்கா, ஊரில் இனிமேல் எனக்கு யார் இருக்கிறார் கள்?” தாயை இழந்த கன்றைப்போல் அவள் தொனி ‘நான் அநாதை’ என்பதை குறிப்பிட்டது.

அப்போதுதான் சத்தியனுக்கு, சமீபத்தில் சந்திராவதியின் தந்தை இறந்தது ஞாபகம் வந்தது.

அந்த வீடே சூன்யமாகப் பேய்பிடித்தாற்போல் அல்லவா இப்போது தோன்றுகிறது? என்று எண்ணலுற்றாள் சந்திராவதி. அப்பா இருக்கும்போது லக்ஷ்மியும் சரஸ்வதியும் அவ்விடத்தில் ஆனந்தக் களிப்பல்லவா செய்தார்கள். அப்பாவுடைய அன்பு அணைப்பில் அவள் சித்தியின் சிறுமைக்குணங்களைக்கூட மறந்தாளே! ஆனால் சித்தி அவளுக்கு ஒன்றுமே கற்றுக்கொடுக்க வில்லையென்று சொல்லமுடியுமா? இப்போது நினைத்துப் பார்த்தால் சந்திராவதிக்குச் சித்தியின் ஆபூர்வக் குணங்கள் வியப்பையே அளித்தன. நாஸூக்காக விரல்களால் பிசைந்து சாப்பிடுவதிலிருந்து, தண்டுகளுக்குப் பூப்போடுவது முதல், அவள் சித்தியிடம்தானே கற்றாள். எந்தக் காரியத்தை எடுத்தாலும் சித்தி அதற்கு ஒரு அலாதி மெருகு கொடுப்பாள். அவளுடைய ஒவ்வொரு செய்கையும், அவளுடைய உயர்ந்த நோக்கங்களையும், விசேஷப் பண்பையும் எடுத்துக்காட்டும். தன்னை அறியாமலே சந்திராவதிக்கு அந்தப் பால அப்பியாஸம் நன்றாகப் பழக்கத்திலிருந்தது. புடவைகளுக்குச் சாயம் தோய்ப் பது, அவைகளில் கரைபட்டால் எடுப்பது, பட்டுவாக்கள்

தைப்பது, கூந்தல் அலங்காரம், இது போன்ற விஷயங்கள் சித்தியே அவளுக்குக் கற்றுக்கொடுத்தாள். தன் வீட்டுக்கு வருவோர்க்கு விருந்தோம்பலிலே சித்தி மிகவும் தேர்ச்சி பெற்றவள். அப்பாவுக்கோ வீட்டில் சதா கும்பல் இருக்க வேண்டும். அவருடைய பாண்டித்யம், அரண்மனை போன்ற வீடு, ராஜபோக உபசாரம், இவைகள், அவர்கள் வீட்டுக்கு விருந்தினர்களைக் காந்தம்போல் இழுத்தன. சித்தியின் ராணிப் பார்வையில் ஈடுபடாத பேர்களும் உண்டா? ஆனால் அந்தப் பார்வை சில சமயங்களில் குரூரமாகவும் மாறுமல்லவா? அதை சீதாவும் சந்திராவதியும் தானே அறிவார்கள். தகப்பனார் சலுகை பெண்களுக்கு உண்டு என்று அறிந்தும்கூட அவள் அடிக்கடி தன் சிறிய தாயார் குணங்களைக் காட்டுவாளே! சீதா ஒருவருக்கும் தெரியாமல் அழுதுவிட்டுச் சும்மா இருந்து விடுவாள்... ஆனால் சந்திராவதி தன் தந்தையிடம் முறை யிட்டுக் காரியத்தைச் சாதித்துக்கொள்வாள். இது மூலமாகச் சித்திக்கும் இவளுக்கும் பகைமை வளர்ந்துகொண்டே வந்தது. இனிமேல் அங்கே அவள் ராஜ்யம்தானே? சந்திராவதிக்கு அவ்வீட்டில் காலெடுத்துவைக்க முடியுமா? அவள் அங்குப் போகவும் விரும்பவில்லை.

அப்பா... அப்பா... என்று அவள் மனம் ஏங்கிற்று. உண்மையில் அவள் தந்தை அவள் மேல் ஒரு அளவில்லாப் ரேமை வைத்திருந்தார். பெண்ணுக்கு இவ்வளவு இடம் கொடுப் பது அவளுக்கே நல்லதில்லை என்று சித்தி அடிக்கடி சொல்லு வாள். ஆனால் அப்பா அதை லட்சியம் செய்தால்தானே! பல தாதிகள் வளைய வரும் அந்த வீட்டில், குழந்தைக்கு அவரே குளிப்பாட்டிச் சட்டை போடுவார். இது சித்தியின் கோபத்தை அதிகரிக்காதா? அவருக்கென்று தனியாக வைக்கப் பட்டிருக்கும் மாடி அறைகளில் சந்திராவதிக்கு மாத்திரம் பங்கு உண்டு. சித்திக்கும் கூடக் கிடைக்காத மதிப்பு இவளுக்கு அங்கே உண்டு. சித்தி ஓர் நாகரிகப் பெண்மணி – படித்தவள் – அறிவுள்ளவள் – ஆனால் அவள் கீழ்மாடியில்தான் இருந்து வந்தாள். சந்திராவதியோ தகப்பனாருடன் சமஸ்கிருதம், ஜெர்மன், ப்ரஞ்சு, பெர்ஷியன் முதலிய புஸ்தகங்கள் சகிதம் மாடி அறையில் வளர்ந்து வந்தாள். "கண்ணே உனக்கு இந்த மாலை நன்றாய் இருக்கும்... இந்தப்பூவை நான் தலையில் வைக்கிறேன்..." என்று பலவாறு கொஞ்சி வளர்த்த தந்தையின் கடைசிக் காலத்தில், அவள் கிட்டக்கூட இருக்கவில்லையே!

"ஊரில் இனிமேல் யாரிருக்கிறார்கள்?" என்று அவள் சத்தியனை மறுபடியும் கேட்டாள்.

அவன் பதிலே சொல்லவில்லை.

“என்னைப் பற்றி என்ன கவலை? அதிருக்கட்டும், இன்று தினசரியில் பார்த்தேனே, சென்னுக்கு, உங்களுக்கு முன் பிரமோஷன் ஆய்விட்டதா என்ன?” என்று சந்திராவதி பரிவுடன் கேட்டாள்.

சத்தியனுடைய முகத்தில் ஏமாற்றம் தோன்றிற்று.

● ● ●

சற்றுத் தூரத்துக்கு அப்பால், விதர்பனோ சாந்தியை மேலும் தாக்கிப் பேசிக்கொண்டிருந்தான்.

“நீங்களே சொல்லுங்கள், மிஸஸ் வாசன், சத்தியமென்பதற்கு ஒவ்வொருவனும் வெவ்வேறு அர்த்தம் வைக்கலாமல்லவா? புத்திசாலிகளுக்கும், பைத்தியங்களுக்குமுள்ள வித்தியாஸம் ஒரு அணு அளவுதானே. சற்று மிஞ்சிவிட்டால் உலகத்தார் பித்தன் என்பார்கள். கொஞ்சம் நிதானித்தால் அதிகப் புத்திசாலி என்று புகழ்வார்கள். அது போலவே சத்தியம் அசத்தியம் இவைகளுக்கிடையே இருக்கும் அகழி, ஒரு மயிர் இழையே ஆகும்.”

சாந்திக்கு, விதர்பன் தன்னை அவனுக்குச் சரியாக உயர்த்தி வைத்துப் பேசுவதின் பெருமை தாங்கவில்லை. அவன் பேசி முடிப்பதற்குள் தன் சாமர்த்தியத்தைக் காட்டிக்கொள்ள அவசரப்பட்டாள்.

“சத்தியமேவ ஜயதே என்று ஏன் சொல்லவேண்டும்? ஜயம் அல்லது ஜயதே என்று சொன்னால் போதாதா?” அவள், விதர்பன் தன் பாண்டித்தியத்தை மெச்சுவான் என்று எதிர்பார்த்தாள்.

ஆனால் அவன் மிக்க அலக்ஷியமாகச் சற்று உறைப்புடன் பதில் சொன்னான். “அம்மா, வித்வான்களும் பண்டிதர்களும் ஒன்று சேர்ந்து யோசித்து முடிவு செய்த விஷயத்தைப் பற்றி, நாம் ஏன் ஆராய வேண்டும்? நம்மால் அவர்களுடன் தாக்கித்துக் கொண்டு போட்டி போட முடியுமா?”

சாந்தியின் முகம் சற்றுச் சுண்டிற்று ... “ஆனால் நான் சொல்லவந்தது என்னவென்றால், கொடியிலோ, மேடைப் பிரசங்கத்திலோ, நம்முடைய லக்ஷியங்களை குறிப்பிட்டு விட்டுப் பிறகு மனம் போனபடியிருந்தால், அதனால் ஏற்படும் ஆபத்துக் களைப் பற்றித்தான். ஆரம்பிக்கும்போதே, எட்டாத கொப்பான சத்தியம், நியாயம், சமத்துவம் என்றவைகளைப் பிடிக்க எழும்பி விட்டு, பிறகு இப்படி அல்லியும் பாசியும் படிந்த தடாகக் குழப்பத்தில் இறங்க வேண்டாமல்லவா?”

“அப்போது வாழ்க்கையில் எவருக்குமே ஒரு லக்ஷிய மென்பது கூடாது என்று சொல்லுகிறீர்களா?” என்று சாந்தி சாமர்த்தியமாகக் குறுக்கிட்டாள்.

“மேன்மையான மனோபாவங்களைக் கொண்டாடுவதில் பிசகேயில்லை. ஆனால், வாழ்க்கை நடைக்கும், லட்சியத்திற்கும் ஒரு சிறு அணு அளவாவது சம்பந்தம் இருக்க வேண்டாமா?”

இனிமேல் எத்தனை நாழிகை வாக்குவாதம் செய்தாலும் தனக்கு வெற்றி கிடையாது என்று அறிந்த சாந்தி சற்று ஒரு புறமாக நகர ஆரம்பித்தாள். அவள் கண்கள் தன்னைச் சுற்றியுள்ள கும்பல்களைப் பார்வையிட்டன. சந்திராவதி சத்தியனுடன் ஒதுப்புறமாக நின்று பேசுவதைப் பார்த்து அவள் மனம் அங்கே போக ஆசைப்பட்டது. சுலோசனா சொன்னதெல்லாம் ஒரு வேளை நிஜமாக இருந்தால்? அப்போது சமய சஞ்சீவியாக மிஸ்டர் பத்ரி அங்கே வந்து சேர்ந்தான்.

“ஹல்லோ விதர்ப்” – “என்னம்மா மிஸஸ் வாஸன்... என்ன வாக்குவாதம் நடக்கிறது” என்று கேட்டுக்கொண்டே “கெக்க ... எ எ எ...” என்று உரக்க நகைத்தான்.

இதுதான் சமயமென்று சாந்தி மெதுவாக அவ்விடத்தை விட்டு நகர்ந்தாள்...

• • •

சந்திராவதியோ சத்தியனுடைய முக வாட்டத்தைக் கண்டு மேலே கேட்கத் தயங்கினாள். அவள் அவனுடைய கண்ணிய மான மனோபாவங்களை அறிவாள்.

“என்னிடம் கூட நடந்ததைச் சொல்லக்கூடாதா என்ன?” என்று தயங்கித் தயங்கிக் கேட்டாள்.

சத்தியன் பல்லைக் கடித்தான்.

“நீ என்னைத் தட்டிக் கொடுக்க வேண்டாம். நான் என்ன குழந்தையா?”

“நான் கேட்டதற்கு அப்படியா அர்த்தம்? உங்களுடைய சுகதுக்கங்களில் உங்கள் நண்பர்களுக்குப் பங்கில்லையா?”

இதைக் கேட்டதும் சத்தியனுக்குக் கொஞ்சம் சமாதான மாயிற்று.

“எல்லாத்துக்கும், இந்தப் பத்ரி இருக்கானே, அவன்தான் காரணம். ஆனால் நான்தான் கோழை, அவனுக்குப் பயப் படுகிறேன்” என்று சொல்லி நிர்மலா ஆத்திரப்படுகிறாள். “பத்ரியிடம் தைரியமாகப் பேசி, எதற்கும் அஞ்சமாட்டேன்

என்று அவனுக்கு நன்றாகப் படும்படி நீங்கள் ருசுப் படுத்துங்கள், என்று அடிக்கடி என்னைத் தூண்டுகிறாள். ஆனால் எனக் கென்னமோ அவனிடம் வாதாடுவதே பிசகென்று தோன்றுகிறது. இப்படியே பேசி ஆளைக் குழியில் இறக்கும் பேர்வழிகளில் அவன் ஒன்று. சென்னுடைய கெட்டிக்காரத்தனத்தைப் பற்றி செக்ரெட்டரியிடம் நிறையப் பேசிவிட்டு, என்னை ஒட்டிய வரையில் ஒன்றுமே சொல்லாதிருந்தால் ..? அவர் தானாகவே விஷயத்தை ஊகித்துக்கொண்டு சென்னை மேலே போட்டு விட்டார். சென் உயர்ந்ததைப் பற்றி எனக்கு வருத்தமில்லை ... இப்படிச் சொல்லாததுபோல் சொல்லிக் காட்டும் பத்ரியைக் கண்டால்தான் பயமாக இருக்கு ...” சத்தியனுடைய கண்களில் சோர்வும் கசப்புமே தேங்கி நின்றன.

அவனுக்கு இயற்கையாகவே தன்மேல் நம்பிக்கை குறைவு. அப்படியிருக்கும்போது மற்றவர்களும் அவனை ... இப்படிச் சொன்னால் ... அவன் உள்ளம் தளர்ச்சி பெற்றது ...

சந்திராவதி அவனுக்குத் தைரியமூட்ட முயன்றாள்.

“சத்தியா, இவ்வித அல்ப விஷயத்தைக் குறித்து நீங்கள் வருந்தலாமா? பத்ரி ஒருவன்தான் உங்களுக்கு மனுஷனுடன் சேர்த்தியா? எங்களைப் போலுள்ள உண்மை நண்பர்களின் விசுவாஸத்தில் உங்களுக்கு மதிப்பில்லையா?”

சத்தியன் அவளை நன்றியுடன் பார்த்தான்.

அதற்குள் அருகே நெருங்கிவிட்ட சாந்தி அந்தப் பார்வை யில் எதைக் கண்டாளோ? “என்ன சந்திராவதி, சத்தியனுக்கா உன் பேரில் மதிப்பில்லை என்கிறாய்?” என்று சாந்தி உருக்க மாகக் கேட்டாள்.

அவளுடைய குரலைக்கேட்டுச் சந்திராவதி திடுக்கிட்டாள்.

சத்தியனோ தனக்கு அவளைக் கொஞ்சம்கூடப் பிடிக்க வில்லை என்பதை வெளிப்படையாகக் காட்டினான். முகத்தைச் சுளித்துக்கொண்டான். சின்னகுழந்தையைப் போலிருந்த அவனுடைய உருண்டை முகத்தில் அருவருப்புத் தோன்றிற்று.

இதையெல்லாம் கவனித்த சாந்தி, சுலோசனாப் பேச்சுக்கு இவர்கள் ஏன் இடம் கொடுக்கிறார்கள்? என்று மனதில் அங்கலாய்த்துக்கொண்டாள்.

இயற்கையாக அவளுக்குள்ள பெருந்தன்மை, வம்பு, ஆசை யுடன் போராடிற்று. அவள் மேலே பேசுவதற்குள்ளே அங்கே டாக்டர் ஸ்ரீராம் வந்துவிட்டான். இரு வாயாடிகளுக்கு நடுவே ஒரு சிறு போர் – முடிவில் டாக்டர் ஸ்ரீராமே வெற்றி பெற்றுக்

கொண்டு பேச ஆரம்பித்தான். அவன் தொண்டையைக் கனைத்துவிட்டுக்கொண்டவுடன் சாந்தி மேலே பேச முயல வில்லை. சந்திராவதியும் சத்தியனும் அவரவர் எண்ணங்களில் லயித்துப் போய் மௌனம் சாதித்தார்கள்.

"என்னா, மிஸஸ் வாசன், போன வாரம் கேயட்டி தியேட்டரில் நடந்த நாட்டியக் கச்சேரிக்கு நீங்கள் போயிருந்தேளோ..? எப்படி இருந்தது? நன்றாகயில்லை...?"

"ஓகோ. போயிருந்தேனே... சுத்த மோசம் போங்கோ..."

டாக்டர் சட்டென்று தன்னைச் சம்மாளித்துக்கொண்டு சம்பாஷணையை சாந்திக்குத் தகுந்தாப்போல் திருப்பிக் கொண்டான். "அதையேதான் நானும் இப்போது சென்னிடம் சொல்லிக்கொண்டிருந்தேன். நாட்டியக் கலையில் நிஜமாகவே திறமை காண்பிப்பவள் யாரு தெரியுமா?" என்று தன்னைச் சுற்றியிருப்பவர்களைப் பெருமையுடன் பார்த்தான்.

சந்திராவதி டாக்டர் ஸ்ரீராமை அருவருப்புடன் நோக்கினாள். டாக்டர் என்று பெயரை வைத்துக்கொண்டு இவன் ஏன் இப்படி ஊர் சுற்றுகிறான். அவனுடைய எடுப்பான சொக்காய்கள், வழவழப்பான கிராப்புத் தலை, உருண்டைக் கண்கள் எல்லாம் சந்திராவதிக்கு இழிவாகப்பட்டன. நான் நான் என்று அடித்துக்கொள்ளும் அவன் பேச்சில் இந்தப் பெண்கள் எதைக் காணுகிறார்கள் என்று அவள் வியந்தாள்.

"அது யாரு?" என்று சாந்தி அவாவுடன் கேட்டாள்.

"ஆகா" என்றான் ஸ்ரீராம் – "என்னைக் கேளுங்கோ சொல்லுகிறேன்." அதுதான் அந்தப் பெண் சீதா தேவி. இப்போது கலாநிகேதனில் புதுசாக வந்திருக்கும் முக்கிய நடி அவள்தான். அவளுடைய உயர்ந்த நாட்டியக் கலையைப் பற்றி இதுவரையில் இந்த ஊரில் ஒருவருக்கும் அதிகமாகத் தெரியாது. ரொம்ப சாதாரண குடும்பத்தைச் சேர்ந்தவள் – மிக்க சாதுவான பெண் தெரியுமா? ஆனால், மிஸஸ். வாஸன்! நீங்கள் பார்த்தால் அல்லவா தெரியும்! என்ன ஞானம் – என்ன வனப்பு! அவளுடைய வசீகரிக்கும் நடையையும் அபிநயத்தையும் வர்ணிக்கவே முடியாது. பார்த்தால்தான் அதன் மகிமை புலப்படும். அவள், முத்திரைகள் எடுக்கும்போது, அவளுடைய கைவிரல்களின் உணர்ச்சியையும், அவளுடைய ரகசிய முறுவலையும் என்ன வென்று சொல்லுவது... போங்கோ... அடடா எனக்கு விஸ்தரிக்கவே முடியவில்லை!"

அப்போது ஸ்ரீராமுடைய தோள்மேல் ஒரு கை வந்து பற்றிக்கொண்டது. விதர்பன் வந்துவிட்டான்.

புகை நடுவில்

“ஏன் டாக்டர், கலையை வர்ணிக்கிறாயா, கன்னியை ஸ்துதிக்கிறாயா?” விதர்பன் குரலில் ஒரே பரிகாசம் தவழ்ந்தது.

ஸ்ரீராமுக்கு இதை ஒரு வேடிக்கையாக எடுத்துக்கொண்டு சிரிப்பதா, அல்லது மேலே நாட்டியக் கலையைப் பற்றிச் சொல்லிக்கொண்டு போவதாவென்று புரியவில்லை ... கொஞ்சம் தயங்கினான்.

இதுதான் சமயமென்று ஒவ்வொருவராக நழுவ ஆரம்பித்தார்கள். சத்தியன் விடைபெற்றுக்கொண்டான். சந்திராவதியும் சாந்தியும் விருந்தினர்களுடன் சேர்ந்துவிட்டார்கள். கடைசியில் ஸ்ரீராமும், விதர்பனுமே மிஞ்சினார்கள்.

அப்போது ஸ்ரீராம் “என்ன விதர்ப், எப்போதும் நீதான் பேச வேண்டுமா? என்ன? நான் வாஸ்தவமாக சீதாதேவியின் நாட்டியத்தைக் கண்டு மயங்கிவிட்டேன்” என்றான்.

விதர்பன் சிரித்தான். “ஏனப்பா, நாம் இரண்டு பேரும் தனியாக இருக்கும்போது ஏன் இந்த வேஷம்? சற்று அந்த உச்சாணிக் கொம்பிலிருந்து இப்படி இறங்கி வாயேன் பார்ப்போம்! நான் சொன்னது என்னமோ வாஸ்தவந்தானே? – கலையும் கன்னியும் ஒன்று சேர்ந்தால், கலையைக் காரணமாகக் கொண்டு நீ கன்னியை ...”

“இந்தா ... இந்தா ... இது நியாயமா?”

“என்னமோ அப்பா, நீ சங்கீதமோ, நாட்டியமோ பேசும் போது அந்தப் பேச்சில் ஏதோ ஒரு சக்தியிருக்கத்தான் செய்கிறது. இல்லாவிட்டால் அதைக் கேட்டுக்கொண்டு இந்தப் பெண்கள் உன்னை ஈ மொய்ப்பதுபோல் மொய்ப்பார்களா?”

ஸ்ரீராம் முகத்தில் அசடு வழிந்தது. “விதர்பா, சீதாதேவியின் நாட்டியத்தை நீ பார்த்தாயானால் இப்படிப் பேசமாட்டாய் ...”

இப்படியே இந்தப் பார்ட்டியும் இவ்விதக் கலகலத்த பேச்சும் நீண்டுவிட்டால் என்னசெய்வது என்ற பயமோ என்னமோ பிரஸிடெண்டுடைய பாண்டு வாத்தியம் படீரென்று ‘ஜனகனமனா’வைக் கரகோஷத்துடன் முழங்க ஆரம்பித்தது. ஸ்ரீராமுடைய குரல் அந்த ஓசையில் முழுகிவிட்டது. வந்த விருந்தினர்கள் ‘ஜனகனமனா’வுடைய குறிப்பை உணர்ந்து, சொல்லி வைத்தாற்போல் வாசலுக்கு நகரத் துடங்கினார்கள்.

•

அத்தியாயம் 3

அப்போது எல்லோருக்கும் ஒரே சமயத்தில் அவசர ஜோலிகள் உருவாயின போலிருந்தது. ஏன் என்றால் பிரம்மாண்டமான பிரஸிடெண்டு மாளிகை வாயில், ஒரே நெருக்கடியாக இருந்தது. "ஏன் எல்லோருக்கும் இப்படி அவசரமாயிருக்கு" என்று கேட்டுக் கொண்டே சுலோசனா தன் முழங்கையைத் தடுப்புவரை திரும்பிப் பார்த்தாள். அங்கே சத்தியன் தோன்றினான். "ஓகோ, நீங்களா, நான் தோட்டத்தில் உங்களை அப்பால் கண்டேன். சந்திராவதியுடன் பேசிக்கொண்டிருந்தேள். வந்து பேசலாமோ என்றுகூட எண்ணினேன். அப்புறம் உங்களுக்குள் என்ன ரகசியமோவென்று சும்மாயிருந்து விட்டேன்."

சாதாரணமாக சத்தியன் ஒருவருடனும் பேசமாட்டான். சற்று ஒதுக்கமான ஸ்வபாவம் படைத்தவன். ஆனால் கோபம் வந்தால் கடுமையாகப் பேச அவனுக்குத் தெரியாமலில்லை. சில புருஷர்கள் மாதிரி, சுலோசனாவைப்போல் உள்ள அழகிய பெண்மணிகளிடம் எதிர்த்து வாதாடவும் அவன் பயப்பட்டவனில்லை. "மிஸஸ். பத்ரி . . . நீங்கள் நினைத்தது ரொம்பச் சரி. நான் சந்திராவதியிடம் சில முக்கிய விஷயங்களைப் பற்றிப் பேசிக் கொண்டிருந்தேன். மேலும் இவ்வித பார்ட்டிகளில் மற்ற பெண்களிடம் பேச என்ன இருக்கு? அநாகரிக வம்பு ஒன்றுதான்." இதற்குள் பின்னாலே இருந்த கூட்டம் இவர்களைத் தாக்க, அவர்களுக்கு மேலே பேச முடியவில்லை சத்தியன் மறைந்துவிட்டான்.

ஆனால் சுலோசனாவின் கோபம் மறையவில்லை. நாக்கில்லாப் பூச்சியான சத்தியனா தன்னை இப்படிச்

சொல்ல நேர்ந்தது? வீட்டிற்குப் போகும் வழியில் அவள் தன் கணவன் பத்ரியிடம், சத்தியனுடைய அவமரியாதையான வார்த்தைகளைப் பற்றிச் சொல்லி வருத்தப்பட்டாள்.

“இருந்தாலும், இந்த சத்தியனுக்கு என்ன மதம் பார்த்தேளா? எங்கள் ஒருவரிடமும் இல்லாத குணம் சந்திராவதியிடம் இவன் என்ன கண்டு விட்டான்” என்றாள்.

“அது ஒன்றும் இல்லை – அவனுக்கு என் மேல் தான் கோபமாக இருக்கும். நான் . . . செக்ரட்டரியிடம் தன்னைப் பற்றிப் புகழவில்லையென்று அவனுக்கு என்மேல் காரமிருக்கும்” என்றான் பத்ரி.

“நான் கெட்டிக்காரத்தனமாகப் பதில் பேசுவதுதான் இந்த புருஷாளுக்குப் பிடிப்பதில்லை. பேசாமல் வாய் நிறையப் பல்லுடன் அவளைப்போல் இளிக்க வேண்டும் போலிருக்கு.”

“என்ன ஆச்சுன்னா, செக்கரட்டரி என்னைக் கேட்டவுடன் எனக்கு சத்தியன் கெட்டிக்காரன் என்று சொல்ல முடிய வில்லை. அது பொய்யாக ஆகும் அல்லவா? அதனால் சும்மாப் பேசாமல் இருந்துவிட்டேன்.”

“அத்தனை தூரம் நீங்கள் இருந்தது பிசகு. உடனே நிஜத்தை வெளியாக்கி இருக்க வேண்டும்.”

“சீச்சீ . . . என்னத்துக்குன்னா . . . நல்ல மனுஷன் பாவம். ஆனால் ஒண்ணுமாத்திரம் எனக்கு அவன் விஷயத்தில் பிடிக்க வில்லை. சங்கதிகள் இப்படி இருக்கே. நீ ஏதாவது எனக்காக செக்ரட்டரியிடம் பரிஞ்சு பேசி இருக்கக் கூடாதா என்று அவன் கேட்கவே இல்லை. அப்படியிருக்க என் மேல் கோபம் மாத்திரம் எதற்காகன்னு நான் கேட்கிறேன்?”

“இத்தனைக்கும் அவளுக்கு அத்தனை படிப்புக்கூடக் கிடையாது.”

“வாஸ்தவமாக நான் சத்தியனுக்கு நல்லது செய்ய வேண்டு மென்றுதான் ஒன்றும் சொல்லவில்லை. அவன் கெட்டிக்காரன் என்று இல்லாத கதைகளையெல்லாம் செக்ரட்டரியிடம் சொல்லப்போனால் அவர் உடனே அதை விசாரிக்கத் தொடங்கு வார். உடனே சந்தேகம் எழும்பும். ஆராய ஆரம்பிப்பார். அதனால் பல கெடுதல்கள் நேரிடலாம் . . . ஆனால் இவன் இப்படி நல்ல குடும்பப் பெண்ணின் பெயரைக் கெடுப்பது எனக்குப் பிடிக்கவில்லை . . . மிஸஸ் லாலிடம் வேணுமானால் சொல்லிப் பாரேன். அவள் சந்திராவதிக்கு சிநேகிதம் . . . சத்தியனுக்கும் புத்தி சொல்லக்கூடியவள் . . .”

"போரும், எனக்கு ... அவளா இவ்விஷயங்களுக்கு லாயக்கு. அவள் குடும்ப விஷயமே ஒரு கதை எழுதலாம் போலிருக்கே."

"அது என்ன கூத்து? எனக்குத் தெரியாதே?"

"ஏதோ ஜனங்கள் அவர்களைப்பற்றி விதவிதமாகப் பேசு கிறார்கள் ... சந்தோஷ் லால் வரவர அவருடைய நோக்கங்களை மாற்றி வருகிறார் என்றும் அதனால் அவர்களுக்கிடையே கொஞ்ச மனஸ்தாபம் என்றும் ஒரு கட்சி. என்ன இருந்தாலும் அவர்களைப்போல் ஒற்றுமை உள்ள தம்பதிகள் கிடையாது என்பது இன்னொரு கட்சி. எது நிஜமோ தெரியாது. ஆனால் அவா வாழ்க்கையில் எதோ மர்மம் இருக்கு என்பது என்னமோ நிஜம்" என்று சுலோசனா கூறி முடித்தாள். சந்தோஷ்லாலுக்கும் அவன் மனைவிக்கும் இடையே என்ன மனஸ்தாபம் என்று அறிய அவளுக்குப் பல நாட்களாக ஆவல்.

• • •

அன்று பார்ட்டியிலிருந்து திரும்பி வந்த பிறகு, சந்தோஷ் லாலும், அவன் மனைவி சாரதாவும் அதைக் குறித்துப் பேசிக்கொண்டார்கள். சந்தோஷ்லாலுடைய மனதில் பல பிரச்சனைகள் எழும்பின. விதர்பனைப்போல் அவனும், சுதந்திரம் கிடைத்த பின் நம் மக்களுக்கு உண்டான நவீன மனப்பான்மையை நினைத்து வியாகூலமடைந்தான். ஆனால் அவனைப்போல் இது விஷயங்களைப் பற்றி லேசாகக் கிண்டல் செய்ய அவன் மனம் இணங்கவில்லை. பிள்ளைப் பிராயத்தி லிருந்தே, ஆர்வத்துடன் தேசத்தொண்டு புரிந்து வந்த அவனுக்கு, தற்போதைய தேசீய நிலைமை கவலையை அளித்தது. அவன் சாரதாவிடம் அதைச் சொன்னான்.

'சாரதா, இன்று விதர்பன் சொன்னதில் எத்தனை உண்மை இருக்கிறது ..? அவன் என்ன சொன்னான்', என்ற முறையில் சாரதா அவனை நோக்கினாள். அவளைப் பார்த்தவர்கள் உடனே என்ன அழகான பெண் என்று கொண்டாடமாட்டார் கள். ஆனால், பார்க்கப் பார்க்க அவளுடைய அடக்க ஒடுக்க மான குணமும், எதிரியின் மனதைக்கூடக் கவரும் அறிவு, வணக்கம், மரியாதை இவையெல்லாம் அவளுடைய சாதாரண முகத்திற்குக் களை கொடுத்தன. மேலும், கெட்டிக்காரத்தனத் துக்கே ஒரு அலாதி கண்ணியம் உண்டல்லவா? காங்கிரஸைச் சேர்ந்தவர்களுக்குள் சாரதா மிகவும் சாமர்த்தியமுள்ளவள் என்று பெயர் வாங்கிவிட்டாள். சமயோஜிதமாக, முன் யோசனையுடன் தர்க்கிப்பதில் அவள் கெட்டிக்காரி. காங்கிரஸ் மீட்டிங்குகள் நடக்கும்போது அவளுடைய வாக்குச் சாதுரியத் தினால் சாவித்திரியிடம் எமன் தோற்றதுபோலத் தோல்வி யடைந்தவர்கள் பலபேர்களுண்டு.

"விதர்பன், என்ன சொன்னான்..? நான் அப்போது அங்கே இல்லையே" என்று சாரதா சந்தோஷைக் கேட்டாள்.

"அதுதான் நம் தேசத்தின் நிலைமையைப் பற்றித்தான்..."

"அதற்கென்ன குறைவாம்? விதர்பனுக்கு வியாக்கியானம் செய்யப் பிடிக்கும். வேண்டுமென்றே தர்க்கத்திற்காகவே அவன் ஏதாவது சொல்லியிருப்பான்" என்றாள் சாரதா. அவளுக்குக் காந்திய வழியில் நம்பிக்கையும் காங்கிரஸில் தீராப்பற்றுமுண்டென்று சந்தோஷ் அறிவான். அவளுடைய தீர்க்கமான மூக்குக் குறுகுறுத்ததைப் பார்த்ததும், அவள் வாதத்திற்கு ஆயத்தமானாள் என்று அவன் அறிந்தான். தன்னைப்போல் பிறரையும் நினைக்கும் தாராள மனம் படைத்தவள் சாரதா என்று சந்தோஷுக்குத் தெரியுமாதலால் அவன் அவள் கோபத்தைக் கண்டு பயப்படவில்லை. அவளைக் கனிவுடன் கண்டிப்பது போல் ஒரு பார்வை பார்த்தான்.

"இல்லை. இன்றைக்கு அவன் பேசினதைக் கேட்டிருந்தாயானால், மிக்க சரி என்று கை கொட்டியிருப்பாய். அவன் தற்போதைய நம் அரசியல் உலகத்தை... இந்தியா கேட்டு தடாகங்களில் உள்ள பாசியுடன், ஒப்பிட்டுக் கொண்டிருந்தான்... எத்தனை பொருத்தமாக இருக்கிறது என்று எனக்குத் தோன்றிற்று." சந்தோஷ் மேலே பேசப் பேச அவளுக்குக் கிளர்ச்சி அதிகமாயிற்று.

பரந்த முகம், உருண்டை மூக்கு, கம்பீரப் பார்வை, வாட்டசாட்டமுடன், ஆஜானுபாகுவான சந்தோஷை முதன் முதலில் பார்த்தால், என்ன லட்சணமான புருஷன் என்று தான் போற்றுவார்கள். ஆனால் சாரதாவை ஆகர்ஷித்தது அவனுடைய அழகல்ல, சாந்தமான குணமுமல்ல, அது அவனுடைய தேசாபிமானமே ஆகும்.

தேசத்தின்மேல் சாரதாவைவிட ஒருவன் ஆசை வைக்க முடியுமானால் அது சந்தோஷைத் தவிர வேறு ஒருவராலும் முடியாது என்று நம்பலாம். அவனிடம் ஒருவிதக் குன்றா ஆர்வம் உண்டு. அது தேசத்தின் மேல் என்று சொல்வதை விட... அந்த எட்டாத, கண்ணுக்குத் தென்படாத மக்கள் என்னும் பரம்பொருள்மேல் என்று கூறலாம்.

"அவன் நிஷித்தமாகப் பேசினதை நீங்கள் கேட்டுக் கொண்டிருந்தீர்களாக்கும்" என்றாள் சாரதா. அவளுக்கு இந்தப் பேச்சுப் பிடித்தமாக இல்லை. சாவதானம்... நிதானம் – இல்லை – கொஞ்சம் மந்தமோ என்று ஐயமுறும் படியாய், சந்தோஷ் வெளிப்படைத் தோற்றம் கொடுத்தான்.

அவன் பேசினால் ஆர அமர யோசித்து மெதுவாக நினைத்து நினைத்துத்தான் வார்த்தைகளைச் சொல்லுவான். ஆனால் அந்தக் கல் கோட்டைக்குள் பொங்கும் வெறியை அவள் அறிவாள். தன்னுடைய சொந்தக் கொள்கைகளைக் கவிழ்க்க முடியாத சிந்தனைகள் அவன் முகத்தில் அடிக்கடி படருவதை அவள் பார்த்திருக்கிறாள். இந்தக் கருமேகங்கள், அவளுக்குப் பீதியை உண்டாக்கின. மனப்பூர்வமாக அவள் ஒரு காந்தீயத் தொண்டர்.

“விதர்பன் பேசுவதை நீங்கள் எப்படிக் கேட்டுக்கொண்டிருந் தீர்கள்? நம்முடைய தேசத்திற்கு என்ன குறைவு? நீங்கள் செய்த தியாகங்களை மறந்துவிட்டீர்களா?”

“இல்லை ... இல்லை சாரதா, நான் அவைகளை மறக்க வில்லை. அதனால்தான் இப்போதைய அரசியலைக் கண்டு இன்னும் ஏக்கமடைகிறேன். நான் பாடுபட்டிருக்காவிட்டால் இத்தனை துக்கம் இருக்குமா?”

சந்தோஷுக்குத் தானும் சாரதாவும் செய்த தேசத்தொண்டு ஞாபகம் வந்தது. நோய், பட்டினி, பசி என்பதைப் பாராமல் அவன் எத்தனை உழைத்திருக்கிறான்? அடக்க முடியாத சக்திவாய்ந்த, அவனுடைய தேசபக்தி இன்றைக்கும் அப்படியே குன்றாமல் இருக்கிறதே! உள்ளத்தில் பொங்கும் அந்த ஆர்வத்தினால் அவனுக்கு உடம்பில் அடிபட்டால் கூடச் சுரணை இருக்காதே! அவன் மனதில் எளியோன் பேரில் உள்ள அன்பு கரை கடந்து புரண்டு ஓடும். இன்றைக்கும் நாளைக்கும் சந்தோஷுக்கு எளிய வாழ்வில் ஒரு தேட்டம். அவர்கள் வீட்டில், வேலையாட்கள் இல்லாததைப் பற்றி டில்லியில் பலவிதமாகப் பேசிக்கொள்வார்கள். சந்தோஷுக்குச் சிக்கன சுபாவம் என்பார்கள் சிலர், மற்றும் சிலர் சாரதாவுடைய நாட்டுப்புற வழக்கங்களைச் சொல்லி ஏசுவார்கள். அவளுக்கு அடுப்பங்கரை வாசமே தான் பிடிக்கும்; அவளைக் கொண்டு தேச சேவை செய்யச் சொன்னால்? என்று இகழ்ந்துகொள்வார் கள். எளிய வாழ்க்கைமேலிருக்கும் ஆசையால் சாரதா தானே சமைக்கிறாள் என்று டில்லிவாசிகளுக்கு எப்படி விளங்கும்?

சந்தோஷ் சாரதாவின் மனது வேதனைப்படுவதை உணர்ந் தான். உடனே அவன் பேச்சை வேறு திக்கில் மாற்றினான். மொகலாயத் தோட்டத்தின் அழகைப் புகழ்ந்தான்.

சாரதா பெண்களுடைய புடவைத் தினுசுகளை நினைத்து அதிசயித்தாள். அவர்களுக்கிடையே சம்பாஷணை அதற்கு மேல் மேலேழுந்தவாரியாகவே நடந்தது.

• • •

புயலடித்தால் பிறகு அங்கு ஓர் அசாதாரணமான நிசப்தம் கூடிக்கொள்ளும் அல்லவா? அது போலவே விதர்பனுடைய பேச்சுமழையும் ஓய்ந்துவிட்டது. அவன் வீட்டிற்கு வரும் வழியெல்லாம் மௌனம் சாதித்தான். வீடு சேர்ந்தவுடன் போஜனம் செய்துவிட்டுக் கையில் ஒரு புஸ்தகத்துடன் பேசாமல் உட்கார்ந்துவிட்டான். உள்ளேயிருந்து ஒரு சிறுகுரல் "அம்மா, அப்பா வந்துவிட்டாரா? கொஞ்சம் கூப்பிடேன்" என்று தொனித்தது விதர்பன் காதில் விழுந்தது.

"கண்ணா, அப்பா ஏதோ வாசிச்சுக்கொண்டிருக்கிறார். நீ கொஞ்சம் தூங்கேன். சும்மா அலட்டாதே!" சந்திராவதியின் குரலில் அன்பும், அனுதாபமும் பொழிந்தது. அதையும் விதர்பன் கேட்டான். ஆனால் அவன் தன்னிடத்தை விட்டு எழுந்திருக்க வில்லை.

"இப்போ வலி எப்படியிருக்கு?" என்றாள் அவள்.

"தேவலையம்மா. ஆனால் எனக்கு வர்ணப்படங்கள் வேணுமே... அப்பாவைக் கூப்பிடேன்!" சந்திராவதி அவனைப் பலவாறு சமாதானம் செய்து தூங்கவைத்தாள். சிறிது நேரம் மித்திரனுடைய சிறிய குரலும் சந்திராவதியின் இன்பச் சொற் களும் அவன் காதுக்குக் கேட்டது. பிறகு அடுத்த அறையில் நிலவிய மௌனத்திலிருந்து மித்திரன் தூங்கிவிட்டான் என்று அவன் யூகித்துக்கொண்டான்.

சற்று நேரத்திற்கெல்லாம் சந்திராவதி வந்து அவன் பக்கத்திலிருந்த மற்றொரு சோபாவில் உட்கார்ந்துகொண்டாள். மித்திரனுடைய வேண்டுகோளைப் பற்றி அவள் பேச்சு எடுக்க வில்லை. அவனுக்குத் தெரியாதா? காலையிலிருந்து பார்க்காத நோயாளிக் குழந்தையைப் பார்த்துப் பேசிக் கொஞ்சம் ஆஸ்வாசப்படுத்தக் கூடாதா? அவன் அப்பா என்று அழுதது காதில் விழுந்திருக்காதா என்ன? ஆனால் அவள் அவனை ஒன்றுமே கேட்கவில்லை. கேட்டிருந்தால் ஒன்றில் மௌனமாக இருப்பான் அல்லது 'நீதான் அங்கு இருந்தாயே! உனக்குத் தெரியாத குழந்தைத் தத்துவங்கள் உண்டா என்று பேசாமல் இருந்தேன்' என்று சிரிப்பான். அந்தச் சிரிப்பில் பார்க்கப் போனால் ஒருவிதக் குற்றமும் இருக்காது. ஆனால் அதில் தோன்றும் ஏளன உள் கருத்து இவளுக்குத் தெரியாதா? இப்படியே நினைத்தபடி அவள் சற்றுநேரம் மௌனமாக இருந்து பார்த்தாள். ஆனால் அவளையும் மீறிக்கொண்டு வார்த்தைகள் வெளிவந்தன.

"தினத்தைவிட இன்னிக்கு மித்திரனுடைய உடம்பு அதிக மாகத்தான் இருக்கு" என்றாள் வருத்தம் தோய்ந்த குரலில்.

புஸ்தகத்திற்குப் பின்புறம் இருந்துகொண்டே விதர்பன் “மருந்துகளைக் கொடுத்தாயா?” என்றான்.

“ஓ . . . ஆனால் அவன்படும் வேதனையைப் பார்க்கச் சகிக்கவில்லை . . . அதுவும் இப்போது வரவர விவரம் நன்றாகத் தெரிகிறதா?”

புஸ்தகத்தை அகற்றாமலே விதர்பன் மறுபடியும் “சும்மா மனதைக் கிளறிக் கொள்வதில் என்ன பிரயோஜனம்? ஒன்றில் வந்தது வரட்டுமென்று தைரியமாக ஆப்பரேஷன் செய்ய வேண்டும் . . . அல்லது அனுபவிக்க வேண்டியதைப் பொறுமை யுடன் சகிக்க வேண்டியது தான் – இரண்டும் இல்லாமல் இப்படி . . .” என்று சொன்னபடியே சற்றுத் தலையை நிமர்ந்து அவளைப் பார்த்தான். அவளோ அவன் சொன்னதைச் செவிகொடுத்துக் கேட்டதாகத் தெரியவில்லை.

அவன் சொன்னதின் உண்மையை அவளும் அறிவாள். இருந்தாலும் அவன் இப்படிப் பச்சையாகச் சொன்னது அவளுக்கு வருத்தத்தைத் தந்தது. ஆம், சந்திராவதியும் எவ் வளவோ பொறுமையுடன் தன் துக்கத்தைத் தனக்குள் அடக்கிக் கொள்ள வேண்டும் என்று முயன்றாள். ஆனால் சிலசமயங் களில் அது அவளையும் அறியாமல் வெளிக்கிளம்பிற்று. அடிக்கடி அவள் விதர்பனிடம் அதைப்பற்றிப் பேசி ஆறுதல் அடையலாம் என்று ஆரம்பித்து ஏமாறுவதுண்டு. தம் குறை களைப் பற்றி எடுத்துப் பேசி ஆறுதல் அடைவது பெண்களுக்கு இயல்பு. உண்மையில் விதர்பனுக்கு இவ்விஷயத்தில் வேத னையோ வருத்தமோ இருக்காதா? அவனுக்கு அவள் மனதை அறியத் தெரியாதா? ஆனால் அவன் தன் துக்கத்தை வெளி யிடவோ அதைப் பற்றிப் பேசவோ மறந்துவிடுகிறானே! சில பெண்களைப்போல் எல்லோரிடமும் தன் நெஞ்சின் வேதனையைப் பற்றிப் புலம்பச் சந்திராவதியின் உள்ளம் ஒப்பவில்லை. ஆனால் தன் சொந்தக் கணவனிடம் – தன் மனத்துக்கு உகந்தவனிடம் – சொல்லித் தன் மனப்புண்ணை ஆற்றிக்கொண்டால் என்ன? அதற்குத்தானே விதர்பன் விடவில்லை! தன்னைத்தானே தேற்றிக்கொள்ள அவளுக்குப் பல உபாயங்கள் சொல்வான் – ஆனால் அவனாக அவன் வாயால் ஒரு அமைதி தரக்கூடிய வார்த்தைகூடச் சொல்ல மாட்டான். இவன் எப்பொழுதுமே இப்படித்தானே என்று அவள் சமாதானம் செய்துகொள்வது வழக்கம். ஆனால் அன்றைக்கு – இன்னிக்கு மாறுதல் இல்லையென்று சொல்ல முடியுமா? அவள் இருதயம் படபடவென்று அடித்துக்கொண் டது. தாமரையிலைத் தண்ணீர்போல் பற்றுதல் இல்லாத அவன் மனப்பான்மை என்னமோ இன்றுபோலவேதான்

அன்றும் இருந்தது. ஆனால்... கல்யாணமான புதிதில் அவள் அனுபவித்த இன்ப வாழ்க்கை இன்று உண்டா?

அப்பா, விதர்பனிடம் தன் உயிரையே வைத்திருந்தார். இருவருக்கும் சமஸ்கிருத பாஷையில் அளவில்லாத அபிமானம் வேறு உண்டா? அவர்கள் ஒன்றுசேர்ந்து அதைப்பற்றி அரட்டை அடிக்க ஆரம்பித்துவிட்டால் கேட்கவே வேண்டாம். நேரம் போனது தெரியாமல் அவர்கள் பேசும்பொழுது சித்தி வந்து அவர்களைக் குளிக்கவும் சாப்பிடவும் செய்யக் கொஞ்சமாகப் போராடுவாளா? ஆனால் இவ்விஷயம் சந்திராவதிக்குக் களிப்பையே தந்தது. தன் அருமைத் தந்தையும் ஆசைக் கணவரும் பிரியமாக இருப்பதில் அவளுக்கு சந்தோஷம் இருக்காதா? இருந்தாலும் அவர்களை அவள் கொஞ்சலாகக் கோபித்துக்கொள்வாள்.

அவள் தகப்பனார் "சந்திராவதி, உன் அகமுடையானைப் போல் கல்வியும் அறிவும், யோக்கியமும், உள்ளவன் பார்ப்பது அபூர்வம் – ஆனால் அவன் ஒரு லட்சியவாதி. நீ இதை மறக்காமல் அவனுக்குத் தகுந்த மனைவியாக நடந்துகொள்", என்று எச்சரித்தார்.

சந்திராவதி இதைக்கேட்டு நகைத்தாள். "சரிதான், போப்பா! இனிமேல் உன் ஆசையை மாப்பிள்ளைமேல் மாற்றிக்கொண்டாயோ" என்றாள். ஆனால் அவளுக்கு மனத்திற்குள் ஒரே பெருமையாக இருந்தது. அப்பாவுடைய பரிக்ஷைகளில் தேறியவன் எதற்குத்தான் வல்லான்?

அப்போதும் விதர்பன் அதே சிந்தனை உலகில் தான் சஞ்சரித்துக்கொண்டிருப்பான். ஆனால் அவளைக் காதலிக்க மறக்கவில்லை. அவளுடைய வீட்டுத்தோட்டம் ஒரு பிரமாண்டமான காடு போன்றது. அங்கே அவர்கள் எத்தனை இன்ப நாட்கள் கழித்திருக்கிறார்கள்? இரவு பகல் பாராமல் அவர்கள் தோட்டத்திலேயே இருப்பார்கள். இரவெல்லாம் கொஞ்சிக் குலாவி அவளை ஆயிரம்முறை தழுவிக்கொண்டாலும் அவனுக்கு அலுக்குமா? அப்பாவும் சொல்லிவைத்தாற்போல் அவர்களுக்கு உதவி புரிவார். அவர்களை ஒருவரும் தொந்தரவு செய்யாமல் பாதுகாத்து வேளாவேளைக்கு உணவாதிகளும் அனுப்பி வந்தார். அவர்களும் இவ்விதப் பராமரிப்பை இயற்கை என்று எண்ணி ஏற்றுக்கொண்டார்கள். அப்பாவின் அன்பை நினைக்கும்பொழுது சந்திராவதியின் கண்களில் நீர் நிறைந்தது. தோட்டத்தில் மாமரத்தடியில் ஒரு சிமண்ட் பெஞ்சு உண்டு. அங்கேதான் சந்திராவதி எப்போதும் உட்காருவது வழக்கம். அவளை அறியாமல் எத்தனையோ தடவை

மெதுவாகப் பின்னால் வந்து விதர்பன் அவள் இடுப்பை இறுகப் பிடித்துக்கொள்வான். அவள் துள்ள, அவன் களிப்புடன் சிரிப்பான். ஒருநாள் மாங்காய் ஒன்று அவள் தலைமேல் விழுந்துவிட்டது. அதற்காக அவன் படுத்தினபாடு? அவளை எப்படித் தேற்றுவது? என்ன செய்தால் அவளை மோகிக்கலாம் என்று தெரியாமல் அவன் தத்தளித்தான்! சந்திராவதிக்கோ அவன் அவஸ்தையைப் பார்த்துச் சிரிப்பே வந்தது. அவனுக்கு எப்போதுமே சில்லரை விஷயங்களில் கவனக்குறைவு. ஆனால் அப்பொழுது அந்தக் குற்றம் அவளுக்குப் பெரிதாகத் தோன்ற வில்லை. அறிவாளியும் ஞானியுமான ஒருவன் தன் மேல் இச்சைகொண்டு விட்டான் என்ற மதம் அவளுக்குத் தலைக்கு மேல் ஏறி இருந்தது. அவள் அனுபவித்த இன்ப லீலைகளை விவரிக்க, காதல் எல்லைகளைக் கைப்பிடித்த அந்தக் காளிதாஸ னால்கூட முடியாது. தோட்டத்தில் குயில் கூவும், அல்லது இலைகள் அசையும், இல்லாவிட்டால் தோட்டக்காரன் பள்ளுப்பாடுவான்... இவ்வித இயற்கைச் சம்பவங்களை வைத்துக்கொண்டு அவன் வியாக்கியானம் செய்ய ஆரம்பித்து விடுவான். ஆனால் எப்படியென்று தெரியாமல் சம்பாஷணை காதல் கட்டத்தில் வந்து முடியும். இதைக்கண்டு சந்திராவதி நகைப்பாள். முத்துப் போலுள்ள அவள் பற்களைக்கண்டு அவன் மேலும் கள்வெறிகொள்வான். 'ஆத்திரம் கொண்ட வனுக்கு' என்று பாரதியார் பாடியிருப்பது அவனுக்கே தகும் என்று அவள் எத்தனையோ முறை சொல்லியிருக்கிறாள். சமூகத்தின் நாடோடிப் பழக்கவழக்கங்களைப் பாராட்ட வேண்டியிருந்ததால் சந்திராவதியைத் தன் அணைப்பில் எப்பொழுதும் வைத்துகொள்ள முடியவில்லையே என்று அவன் எத்தனை ஆத்திரம் கொள்வதுண்டு. அவனிடம்தான் என்ன அற்புதக் குணங்கள் பொருந்தியிருந்தன. இவள் மனதை அப்படியே கண்ணாடியில் காண்பதுபோல் எடுத்துச் சொல்லு வானே! எப்போதுமே அவன் முகத்தில் அமைதியும் அன்பும் கூடியிருக்கும். இப்போது மாத்திரம் என்ன? அதுபோலவே தானே இருக்கிறான். ஆனால் அந்த அன்பு ததும்பும் பார்வை – அந்த மோகனப் புன்னகை... அவைகள் எங்கே போயின? அவளைத் திக்குமுக்கடித்துத் திணறச் செய்த காதல் சொற்களும் பிடிகளும், இப்போது மாயமாக மறைந்து போயின.

தன் நாய்க்குட்டியைப் பற்றி அவன் வியாக்கியானம் செய்தது அவளுக்கு இப்போதுகூட நினைவிருக்கு.

"இந்த நாய்க்குத்தான் உன்மேல் எத்துணை ஆசை சந்திரா வதி? மனிதனுக்கும் ஆசையென்பது இருக்கு – ஆனால் அந்த ஆசை எதுமேல் என்று ஆராய்ந்தோமானால், அது அவன்

மேலேதான் என்று வெட்டவெளியாகத் தெரியும். மனிதனுக்குத் தன் அகத்தின் பெருமை அதிகம். அவன் மற்றொரு ஜீவன் மேல் அன்பு வைக்கும்போதுகூட அது தன் அகத்தையே மேன்மைப்படுத்துவதாக நினைக்கிறான். இந்த நாயோ உன் பேரில் தூய அன்பு கொண்டிருக்கு. அது உன்னிடமிருந்து எதையும் எதிர்பார்க்கவில்லை. நீ அதை வைதாலும் அடித்தாலும் அது உனக்குத் தன் நன்றியைச் செலுத்திவரும். இதுபோல மனிதனால் நன்றியோ விஸ்வாஸமோ தரமுடியுமா? நாய்க் குள்ள நன்றிக்குணம் மனுஷனுக்கிருந்தால்? அல்லது மனுஷ னுக்குள்ள புத்தி நாய்க்கிருந்தால்? அப்போது அவள் இதைக் கேட்டுப் புருவத்தை உயர்த்தினாள்.

"உங்களுக்கு எதைப்பற்றி வேணுமானாலும் பேசத் தெரியுமோ? 'மனுஷ்ய புத்தியுடைய நாய்' என்று ஒரு புஸ்தகம் எழுதலாமே! ஸ்விப்டு (Swift) என்னும் ஆங்கில எழுத்தாளர் குதிரைகளைப்பற்றி எழுதவில்லையா?" அவளுடைய குறும்புத் தனம் விதர்பனைப் பாட்டிலிருந்து, காதலுக்கு இழுத்தது.

அவன் அவளைச் சட்டென்று அள்ளி எடுத்துக்கொண் டான். பிடித்த பிடியை விட்டால்தானே.

சந்திராவதி திமிறினாள்.

ஒவ்வொரு சமயம், அவன் ஒரு கவியாவானோவென்று கூட அவள் நினைத்ததுண்டு. அவனுடைய ஹிருதய வெள்ளத் தின் பெருக்கு அமிர்த வாக்குகளாக அப்படி வந்து கொட்டும். குயிலே, மயிலே கண்ணேயென்று அவன் நாடோடியான காதல் முறைகளைக் கையாளமாட்டான். அவன் பேச்சே விசித்திரமாக இருக்கும்.

"சந்திராவதி, இந்த மாம்பழத்தைப் பார்த்தாயா? காதலை ஒரு மாம்பழத்தை ஒத்ததாக வைத்து யோசித்துப் பாரு. பச்சை மாங்காய் பார்ப்பதற்கு மிக அழகாயும் பளபளப்பாயுமிருக்கு. சிறு வயதில் நாம் அதனுடைய தீவிரமான புளிப்பு ரஸங்களைக் கவனிக்காமல், அதைத் தின்று ஆனந்திக்கிறோம். இப்போது நினைத்தால் அவ்வளவு புளிப்புள்ள பழத்தை நாம் எப்படி ரஸித்தோமென்று ஆச்சரியமாக இருக்கு. பிறகு காய் பழுத்து ஓர் தங்க நிறமான பக்குவப் பழமாகிறது. அந்தப் பழுத்த பழத்தின் ருசியோ வாசனையோ காய்க்கு வருமா? நமக்கு அதைத் தின்னத் தின்னத் தெவிட்டாத ஆனந்தமல்லவா தோன்றுகிறது? ஆனால் மனித ஜன்மம் இன்னும் மேலும் மேலும் இன்பத்தைக் கோருகிறது. அந்தத் தித்திப்பு நமக்குப் போறவில்லை. இன்னும் மேலும், இச்சையை எதிர்பார்க்கிறோம். அதிகாசைக்கு ஓர் அளவுண்டா? காதல் வெள்ளம் தர்மா

மீட்டரில் சூடு ஏறுவதுபோல் ஏறிக்கொண்டே போக வேண்டு மென்பது நம் ஆசை! எதிர்பார்த்தது நடக்காவிட்டால் உடனே காதல் நாடகத்தில் கோள் வந்துவிடுகிறது. பிறகு சந்தேகமென்ற பூதம் தோன்றி நம்மை வாட்டும். தூய காதல் என்பது ஓர் ரஸமான மாம்பழத்தை மிதமுடன் அவ்வப்போது ருசி பார்ப்பதே ஆகும். காதல் வேகம் என்பது எப்போதும் ஓர் உச்சஸ்தாயில் சஞ்சரிக்க முடியாது அதை அறிந்தால் நீயும் நானும் ரொம்ப சந்தோஷமாக இருப்போம்".

அப்போது விதர்பனின் அன்பான அணைப்பில் மெய் மறந்திருந்த சந்திராவதி அவனுடைய வார்த்தைகளைக் கவனிக்க வில்லை.

இப்போது அவள் எப்படி அவனிடம் தன்னை உறுத்திக் கொல்லும் சந்தேகங்களை வெளியிடுவாள்? அவன் அப்போதைப் போல் இப்போதும் உள்ளும் புறமும் துறவி. அவன் மனதில் சகலமும் சமமென்ற கொள்கையே மேலே நின்றது. அணைகளை உடைத்துக்கொண்டு கரை கடந்து புரண்டோடிய அந்தக் காதல் வெள்ளம் அடங்கிவிட்டது. ஆனால் சந்திராவதி நினைத்ததுபோலே, அது சுகமாகவும் அமைதியாகவும் ஓட வில்லை. நிறைகுடம் தளும்பாதென்று, அது சந்தோஷம் நிறைந்த அமைதியுடைய வாழ்வைக் குறிப்பிடவில்லை; வாழ்க்கை என்னமோ அவளுக்குச் சப்பென்று போய்விட்டாற்போல் தோன்றிற்று. இனிமேல் தன்னைப் பற்றியோ, குழந்தை மித்திரனைப் பற்றியோ ஆழ்ந்த அக்கறை அவனுக்கு ஏற்படு மென்று அவளுக்குத் தோன்றவில்லை. ஏன்... ஏன் என்று சந்திராவதியின் மனம் தவித்தது. ஆனால் அவனிடம் இதைப்பற்றிப் பேசி லாபமில்லையென்று அவளுக்குத் தெரியும்.

"இதெல்லாம், உன் மனதில் நீயாக இயற்றிக்கொண்ட சுமைகள், நான் முன்போலவேதானிருக்கிறேன். உனக்காவது, குழந்தைக்காவது, ஒரு குறையும் வைத்திருக்கிறேனா? அல்லது உன் மேல் பிரியமில்லாமலிருக்கிறேனா" என்று அவன் எவ்வளவு முறை இவள் கேள்விக்குப் பதில் கேட்டிருக்கிறான். இதற்கு மேல் அவள் பேச முடியுமா?

"உங்களுடைய அன்பு - உங்கள் காதல் வெறி, உங்கள் அணைப்பு முன் போல் இல்லையே" என்று சொல்ல அவள் கூசினாள். சந்திராவதியால் அவனிடம்கூட அவ்விதச் சொற் களைச் சொல்ல முடியவில்லை. அப்படிச் சொன்னாலும் அது விபரீதமாக வாய்த்துவிட்டால்? இவ்வித அந்தரங்கப் பிரச்சனைகளைத் தொடங்கவே அவனுக்குப் பிடிக்காது. தன் சொந்த வியாகூலங்களை வெளியிடக் கூசும் சுபாவம் படைத்

தவன் விதர்பன். இது விஷயம் சந்திராவதியும் நன்றாக அறிவாள். புருஷர்கள் மீது குறை சொல்லும் பெண்களைப் பார்த்து அவன் அடிக்கடி ஏசுவதுண்டு. அவளும் இப்படித் துன்பங்களைக் கற்பனை செய்து கொண்டு, தன்னைத்தான் நொந்துகொள்பவளல்ல. இருந்தாலும் அவள் மனதில் ஓர் பாரம் இருக்கத்தான் செய்தது. அனேக முறை அவள் தன்னைத் தானே தேற்றிக்கொண்டதுண்டு; விதர்பனின் பசையற்ற மனப் பான்மையை, தான் விபரீதமாக எடுத்துக்கொள்வதாக நினைப் பாள். அப்படியானால், முன்பெல்லாம் தன்னை அவ்வளவு ஏன் பாராட்டினான் ... இதென்ன வாழ்வு அவனைப்போல் தொட்டும் தொடாததுபோல் தானும் ஏன் இருக்கக் கூடாது. அப்போது குடும்பத்தின் முன்னேற்றம்? குழந்தையின் கதி?

இப்படியே சிந்தனையில் ஆழ்ந்திருந்த சந்திராவதியிடம், விதர்பன் ஒன்றுமே சொல்லாமல் புஸ்தகத்தை வாசித்துக் கொண்டிருந்தான். பழைய இன்ப நினைவுகளின் வேதனை யாலோ, அல்லது மித்திரனின் நோயின் கவலையாலோ, சந்திராவதி களைத்துப்போய்விட்டாள். மெதுவாக எழுந்து படுக்கச் சென்றுவிட்டாள்.

அவள் போக வேண்டுமென்று காத்திருந்தாப்போல் விதர்பன், அவள் அகன்றதும், புஸ்தகத்தைக் கீழே வைத்துவிட்டு ஆலோசனை செய்தான்.

பாவம் – சந்திராவதிக்கு அவன் சற்று ஆறுதல் தரக்கூடிய வார்த்தைகளைச் சொல்லியிருக்க வேண்டும். அவள் ரொம்ப வருத்தப்படுவதாகத் தெரிகிறது. அவன் முகத்தைச் சுளித்தான். ஆனால் அதுதான் தெரிந்த விஷயமாகப் போச்சே. அவளுடைய மனத்திலிருக்கும் துக்கத்தைப் பற்றி இவன் அறியாமலா? அந்தக் குழந்தை படும் வேதனை இவனை மட்டும் பாதிக்க வில்லையா. ஆனால் ஆஹா ... அப்பா ... ஐயோ என்று ஓலமிடுவதில் என்ன பிரயோஜனம்? இதை அறியாமல் அவள் அடிக்கடி தன் துயரத்தைத் தானாக வருத்தி செய்துகொண்டு துன்புறுகிறாளே! இருந்தாலும் அவளுக்குத் தைரியமூட்டுவது இவனுடைய கடமையல்லவா? தன் கடமையைத் தான் செம்மை யாக நடத்தவில்லையென்று அவன் உள்ளம் அவனை உறுத்தி யது. அவளைச் சற்று சமாதானப்படுத்தி நீ அனாவசியமாகக் கவலைப்படுகிறாய். குழந்தைகளுக்கு நோய் வந்தால் சீக்கிரமாகக் குணப்படுமே. மித்திரனுக்கு ஒன்றும் இல்லை, பயப்படாதே என்று தேற்றியிருந்தால் அவள் எத்தனை சந்தோஷமாகப் படுக்கைக்குச் சென்று இருப்பாள்! ஆனால் அதைத்தானே அவனால் செய்ய முடியவில்லை. அந்த வியாதியின் கொடூர மான தன்மையை அறிந்தும் இல்லாததைச் சொல்வதில்

என்ன லாபம்? இவ்விதமாக அனாவசியமாய் சந்திராவதியை ஏமாற்றுவதுதான் அவனுக்குப் பிடிக்கவில்லை. அதைவிட வரப்போகும் விபத்தைப் பற்றி அவள் வருத்தப்பட்டால் கூடப் பிசகில்லையென்று அவனுக்குத் தோன்றிற்று. ஆனால் அவள் இது சம்பந்தமாக வேறு பிரச்சனைகளைக் கொண்டு வரத் துடங்கிவிடுகிறாள். அதல்லவா கஷ்டமாயிருக்கு! அவன் அவளிடம் முன்போல் ஆசையாக இல்லை என்றல்லவா நினைக்க ஆரம்பித்துவிட்டாள். உண்மையில் புத்திசாலியான சந்திராவதியை மனைவியாக அடைய அவன் ரொம்பப் பாக்கியம் அல்லவா செய்திருக்கிறான். அவள் ஒரு அசடாக இருந்தால் அவன் என்ன பாடுபட்டிருப்பான். வாஸ்தவமாக அவள் இல்லாத ஒரு வாழ்க்கையை அவன் நினைக்கக்கூட முடியாதல்லவா? அப்படியிருக்க வெளிப்படையாக அவன் தன் அன்பைக் கொட்டவில்லையென்று அவள் ஏன் ஏங்க வேண்டும்? போன இடங்களிலெல்லாம் ஈ மொய்ப்பதுபோல் அவளைச் சுற்றும் கேவலம் அந்தப் புருஷர்களைப்போல் இவனையும் நினைத்தாளா? இருந்தாலும் அவளைப் போய் சமாதானப்படுத்த வேண்டுமென்று அவள் மனம் அவனைத் தூண்டிற்று. விதர்பன் எழுந்து விரைவாகப் படுக்கை அறையை நோக்கிச் சென்றான். ஆனால் இவன் மனப் போராட்டத்தை அறியாத சந்திராவதி அயர்ந்து நித்திரை செய்துகொண்டிருந் தாள். 'நல்ல வேளை பிழைத்தேன்' என்று ஒரு பெருமூச்சுடன் விதர்பன் திரும்பி வந்த வழியே நடந்தான். சலனமற்ற அவன் முகத்தில்கூடச் சடாரென்று ஒரு சாயை பரவிற்று. வெளியே தூரத்தில் நரி ஓலமிட்டது. விதர்பன் மறுபடியும் தன் புஸ்தகத்தில் ஆழ்ந்துவிட்டான்.

•

அத்தியாயம் 4

'தாயைப்போல் சேய்' என்று கேட்டதில்லையா தன் கணவனைப் பற்றிச் சிந்திக்கும்பொழுதெல்லாம் லக்ஷ்மிக்கு அவள் மாமியார் நினைவு வரும். ஆனால் ஸ்ரீராமும் அடிக்கடி தன்னுடைய மாமியாரை நினைத்து இப்படியும் ஒரு அசட்டுப் பெண்டாட்டி வாய்க்க வேண்டுமா என்று வருந்துவது அவளுக்கு எப்படித் தெரியும்? பதினெட்டு வயதில் ஒரே ஒரு பிள்ளையுடன் விதவையானாள் அவன் தாய். அதனால் அவளுக்குத் தன் அன்பு, ஆர்வம், ஆசை எல்லாவற்றையும் வெளியிட ஸ்ரீராமே கருவியானான். அவள் தன் ஆவியை அப்படியே அவனுக்கு அர்ப்பணம் செய்தாள். தான் அனுபவிக்காத ஆசைகளையும் சுகங்களையும் அவன் அனுபவித்துப் பார்க்க வேண்டுமென்று அவள் துடியாய்த் துடித்தாள். மகனுக்காக அவள் பேராசைகொண்டாள். பகற் கனவுகள் கண்டாள். தன்னிடமிருந்த சொத்துக்களைத் திரட்டி அவனைப் படிக்க வைத்தாள். ஸ்ரீராமும் நன்றாகப் படித்துச் சீமைக்குச் சென்று உயர்ந்த பதவிகளுடன் ஒரு பிரசித்தி பெற்ற டாக்டரானான். அவளுக்கு இதில் எத்தனை பெருமை? தன்னைப்போல் இத்தனை முன் யோசனைகள் யார் செய்வார்கள்? தன் பிள்ளையைப் போல் வியாதிகளைக் குணமாக்க யாரால் முடியும்? இனி அவனுக்குத் தகுந்தாப்போல் ஒரு பெண்ணும் அகப்பட்டுவிட்டால், அவள் கவலை தீருமல்லவா? இவ்விஷயத்தில் மாத்திரம் அவள் ஒரு பிசகு செய்து விட்டாள். இதுவரையில் ஸ்ரீராமின் வாழ்க்கையில் வகித்த முக்கியப் பதவியை விட அவளுக்கு இஷ்டமில்லை. இந்தக் காலத்துப் பெண்கள் எல்லோரும் தாட்டுப் பூட்டென்று இருக்கிறார்கள். அவ்வித நடவடிக்கைகள் ஸ்ரீராமுடைய பிராக்டிஸுக்கு ஹானியை விளைவிக்க

லாம். அதனால் ஒரு சாதுவான கிராமத்துப் பெண்ணைப் பார்த்து அவனுக்குக் கல்யாணம் செய்யலாம் என்று அவன் தாயார், லக்ஷ்மியைத் தேர்ந்தெடுத்தாள். ஆனால் மாட்டுப் பெண் ஆனவள் இவ்வளவு அசடாக வரவேண்டுமென்று அவள்கூட ஆசைப்படவில்லை.

பிரசிடெண்டுடைய பார்ட்டி நடந்த அன்றிரவு ஸ்ரீராம் தாயாருக்கு வெகுநேரம் தூக்கம் பிடிக்கவில்லை!

“ஏண்டி லக்ஷ்மி, இன்னுமா அவன் வரவில்லை” என்று படுக்கையில் இருந்தபடி கூப்பாடு போட்டாள்.

தெய்வமே கதியென்று வெளியே கூடத்தில் உட்கார்ந்து கொண்டிருந்த லக்ஷ்மிக்கு இதைக்கேட்டு மனக்கசப்பு மேலிட்டது. ஆனால் அவளுக்குப் பொறுமை ஒரு வழக்கமாகப் போய்விட்டது. தன் வாயைவிட்டு இந்த மாமியாரைக்கூட அவள் ஒன்றும் குற்றம் சொல்லமாட்டாள்.

“வீட்டிலிருக்கும் லக்ஷணத்தைக் கண்டால் அவனுக்குத் தான் எப்படி வரத் தோணும்? ஒரு அசட்டுப் பெண்டாட்டி யென்று எண்ணும்போதே அவனுக்கு வெட்கமாக இருக்குமே. இல்லாட்டா இங்கே குழந்தை குட்டி பாழே போறதா? மருந்துக்கு ஒரு சின்ன குரலைக்கூடக் காணும்! அவள் மூளையென்ன? அந்தஸ்து என்ன... இவள் சமர்த்தென்ன? உம்... அவளைக் குற்றம் சொல்லிப் பிரயோசனமில்லை... கிழவியின் முணுமுணுப்பு லக்ஷ்மியின் காதில் விழுந்தது.

வாஸ்தவமாக ஸ்ரீராமுடைய தாயாருக்குத் தனக்கு இப்படியொரு மாட்டுப் பெண் கிடைத்ததைப் பற்றி வருத்தமொன்றுமில்லை. தன் மகனுடைய நடவடிக்கைகளும் அவளுக்கு அசந்தர்ப்பமாகப் படவில்லை. அவள் லக்ஷ்மியின் மனதை மேலும் புண்படுத்தவே இப்படிப் பேசினாள். ஸ்ரீராமுக்கு வரும்படி எதேஷ்டமாக வந்துகொண்டிருந்தது. அதனால் வீட்டில் வேலைக்காரர்களுக்கும் ஆடம்பரங்களுக்கும் குறைவேயில்லை. அவர்களைக் கவனித்துப் பரித்துத் திட்டங்களிடுவதை இதுவரையில் கிழவியே கவனித்து வந்தாள். இப்போது வாத நோயினால், படுத்த படுக்கையாக அவஸ்தைப்படும்போதுகூட, அவள் தன் அட்டகாஸத்தைக் குறைத்துக்கொள்ளவில்லை. படுக்கையிலிருந்தபடியே, அவள் அதிகாரத் தோரணையுடன் வேலையாட்களை ஏவிவந்தாள். கட்டிலிலிருந்துகொண்டே கிழவி போடும் கூச்சல்களைக் கேட்டு வீடே கிடுகிடுக்கும். பணியாட்கள் அவளைக் கண்டு அஞ்சிப் பதுங்கினார்கள். லக்ஷ்மியை அவர்கள் ஏன் லக்ஷியம் செய்ய வேண்டும்?

“நானும்தான் பார்த்துண்டே வரேன், அவன் மனம் கோணாமல் ஒரு தரமாவது நடந்துக்க தெரிகிறதா? இல்லாட்டா அவனுக்கு சந்தோஷமாக இருக்கும்படி ஏதாவது பேசவோ செய்யவோ தெரிகிறதா? எல்லாருக்கும் பிறக்கும்போதே சகல வித்தைகளும் தெரிந்துவிடாதா? இத்தனை வருஷங்களாயும் எதையும் கத்துக்கவோ, மறக்கவோ தெரியவில்லையே! அழகா வதிருக்கா? அதுதானில்லையம்மா! இந்தக் காலத்துப் பெண் களைப்போல் கொஞ்சம் அழகு செய்துகொள்ளத்தான் தெரியுமா? என்னம்மா போ! அவன்தான் இதை எத்தனை நாட்கள் சகிச்சுண்டிருப்பான்.”

இவ்வார்த்தைகள் அவள் காதில் விழுந்தன. தன் மாமி யாரிடம் பதில் பேசிப் பிழைக்க முடியுமா?

ஏன், நீங்கள் தானே படிப்போ பாட்டோ அதிகமாகத் தெரியாத ஒரு பெண்ணைப் பார்த்துப் பொறுக்கினீர்கள்? அப்படித்தான் செய்தீர்களே, புக்ககம் வந்த பிறகாவது தன் னிஷ்டம் போலிருக்க அவளுக்கு ஸ்வதந்திரமுண்டா? நாகரிக மாக இருக்க பீரோ நிறையப் புடவைகளும், தனக்கு தோன்றின படி வெளியில் போக உரிமையும் வேண்டாமா? அவள் அநாகரிகமாக இருக்கிறாள் என்று ஏசுவதில் என்ன பிரயோ சனம்? ஏன் சமையலறைக்குள் போய் அவளுக்குப் பிடித்த பண்டங்களைச் செய்யவோ தின்னவோ அவளுக்கு ஸ்வதந்திர முண்டா? இதுகளை அவள் தன் மாமியாரிடம் கேட்க முடியுமா? அவள் உடனே லக்ஷ்மியின் மண்டையை உருட்டுவதுமல்லாமல், ஸ்ரீராமிடம் வேறு இல்லாததைச் சொல்லிக் கொடுப்பாளே! அதனால் எப்போது நமக்குப் பார்த்தா நேரில்லையோ, அப்போது வேறு ஒன்றுமே சரியில்லையென்று அவள் சும்மாவிருந்தாள். தன் துக்கத்தை வெளியே காட்டிக்கொள்ளாமல் தனக்குள் புதைத்து வைத்துக்கொள்வது அவளுக்கு ஒரு பொழுதுபோக் காகப் போய்விட்டது. அவள் கற்காதவளல்ல. நன்றாக இங்கிலீஷூம் தமிழும் வாசிப்பாள். அதனால் புஸ்தகங்கள் வாசிப்பதிலும் சதா ராமஸ்மரணை செய்வதிலும் அவள் தன் வாழ் நாட்களைக் கழித்தாள். தன்னைத்தானே நொந்து கொள்வதைத் தவிர, மாமியாரையோ கணவனையோ தூஷிப் பதில் என்ன பயன்? – உண்மையில் சீதாவின் அழகோ, வசீகரிக்கும் தோற்றமோ, கலையபிமானமோ அவளிட முண்டா? – சகல வித்தையிலும் தேர்ச்சி பெற்று முன்னுக்கு நிற்கும் தன் பதிக்கு அவள் எப்படி ஏற்றவள்? அதனால் அவன் போகிறபடி போக விட வேண்டியது தானே நியாயம்? ஊரில் இவளுடைய இழிவான வாழ்க்கையைப் பற்றிப் பல பேர் பல தினுசாகப் பேசினால் அதையும் அவள் கேட்டுக்

கொள்ள வேண்டியதுதானே. உரலுக்குள் உட்கார்ந்த பிறகு உலக்கை விழுமேயென்று பயந்தால் முடியுமா? ஸ்ரீராமால் இதுவரையில் பலவிதத் துக்கங்களும் கஷ்டங்களும் அவள் அனுபவித்திருக்கிறாள். இன்னும் எத்தனை அபவாதங்களுக்கு ஆளாக வேண்டுமோ!

சீமைப் படிப்பை முடித்துக்கொண்டு திரும்பிய புதிதில் ஸ்ரீராமுடைய பெயரும் கீர்த்தியும் ஓங்கிவளர்ந்து வந்தது. அதுவும் ஆரம்பத்தில் குழந்தைகளுடைய வியாதிகளுக்குச் சிகிச்சை செய்வதில் நிபுணனென்று ஊரெல்லாம் அவனைப் புகழத் துடங்கிவிட்டது. ஸ்ரீராம் நல்ல உழைப்பாளி, மேலும் கெட்டிக்காரத்தனமும் அவனிடம் நிறைய இருந்தது. அதனால் சீக்கிரத்தில் அவனுடைய பெயர் டில்லியில் பிரபலமாய்விட்டது. ஆனால் புகழ் அவன் தலைக்கு விரைவில் ஏற ஆரம்பித்தது. வர வரத் தன்னைப்போலில்லையென்ற ஓர் அகம்பாவம் அவனுக்கு ஏற்பட்டது. உடனே வியாதிகளைப் பற்றி ஆராய் வதைக் கொஞ்சம் குறைத்துக் கொண்டான். டாக்டர் தொழில் நோயாளியைக் குணப்படுத்தி, அதற்கேற்ற சன்மானம் பெறலாம். ஆனால் மற்றும் சில வழிகளைக் கையாண்டால் பணத்தை வெகு சீக்கிரத்தில் பார்க்கலாமென்று அவன் தெரிந்துகொண் டான். பொய்கள் சொல்லி லைசென்ஸ் வாங்குவதும், கள்ள வியாபாரங்கள் செய்வதென்றும் அவன் ஆரம்பித்தான். பணத் தின் மேல் அவனுக்கு அடங்கா ஆசை உண்டாகத் துடங்கிற்று.

இதற்குக் காரணம், அவனுக்கு சுகஜீவனத்தில் இருக்கும் விருப்பம்தான் என்று கூறலாம். அவன் ஒரு சுகஜீவி. அதற்குப் பணம் அபாரமாகத் தேவை அல்லவா? வாழ்க்கையில் கலை அறிவே சுகத்தின் எல்லை . . . போகமே சுகம் . . . என்ற இது போன்ற தத்துவங்களை எடுத்து அவன் அடிக்கடி பேசுவான். அவனைப் பேசவிட்டு வேடிக்கை பார்ப்பதில் விதர்பன் போன்றவனுக்குப் பரம திருப்தி.

"என்ன ஸ்ரீராம்! எங்கே இப்படி வந்தே?" என்று விதர்பன் அவனை அடுத்தநாள் கேட்டான்.

ஸ்ரீராம் ஏதோ வியாபார விஷயமாக செக்ரெட்டரி யிட்டுக்கு வந்திருந்தான். இருவரும் நடையில் சந்தித்தார்கள்.

"ஓஹோ, விதர்ப், நேத்திக்கி நீ வராமே இருந்துட்டயே! பார்ட்டிக்கு அப்புறம் நாங்களெல்லோருமா சேர்ந்து கங்கா மஹாலுக்குச் சாப்பிடப் போனோம். என்ன திவ்வியமான பதார்த்தங்கள் தெரியுமா? என்ன அற்புதமான தினுசுகள்! அதை ஏன் கேட்கிறாய்." இதைக் கேட்போர்கள் இவனால் தான் அந்த ஹோட்டலில் அவ்விதச் சாப்பாடு கிடைக்கிறது

என்றுகூட நினைத்துவிடுவார்கள். "அதிருக்கட்டும், இன்னிக்கு சீதாவுடைய நாட்டியக் கச்சேரியைப் பார்க்க நீ வரயா?"

இல்லையென்று விதர்பன் தலையை ஆட்டினான்.

"என்னப்பா, இப்படி உம்மென்று தலையை ஆட்டறே. அவளுடைய கலையைத்தான் என்னான்னு சொல்லறது. நீ பார்க்கலையே? என்ன பாவங்கள்? என்ன அழகான முத்திரைகள்! அடடா சொல்லவே முடியலை" என்று சீதாவுக்காக விளம்பரம் செய்தான்.

விதர்பனுக்குச் சிரிப்பு வந்துவிட்டது.

"சே... சே... ஸ்ரீராம், என்ன இப்படி அறை குறையாகப் பேசுகிறாய். அவள் அழகைப் பற்றியோ, அவளிடம் இருக்கும் அந்த விசேஷச் சக்தியைப் பற்றியோ... நீ சொல்லவில்லையே! அப்புறம் அவள் ஆடின பிறகு, ஆட்டத்திற்கு அப்புறம் என்னவாகுமென்று நீ விஸ்தரிக்கவில்லையே!"

விதர்பனுடைய தொனியில் ஏற்பட்ட பரிகாசத்தை ஸ்ரீராம் வெளிப்படையாகப் பொருட்படுத்தவில்லை. ஆனால் மனத்திற்குள் அவனுக்கு விதர்பனைக் கண்டால், சற்று அச்சம்தான். கலைகளைப் போற்றும் அறிஞன் என்று பொதுவாக எல்லோரும் அவனைக் கொண்டாட இவன் மாத்திரம் ஏன் இப்படி ஏச வேண்டும்? தன்னுடைய வரலாறு அவனுக்கு எப்படித் தெரிந்தது? யார் சொல்லியிருக்கக்கூடும்? என்று அவன் எண்ணமிட்டான். ஆனால் விதர்பன் ஒரு ஞானி. அவன் பல விஷயங்களை ஊகத்தினாலே அறிவான்; மேலும் உலகம் என்றால் பலவிதமென்று நினைக்கும் ஒரு தாராள மனம் படைத்தவன் என்று ஸ்ரீராம் தன்னைத்தானே தேற்றிக்கொண்டான். தன் சங்கதிகளை அவன் அறிந்திருந்தால், அவன் அவைகளைப் பற்றி வெளிப்படையாகப் பேசமாட்டான் என்று தைரியம் கொண்டான். இந்தக் காரணத்தினால் அவன் விதர்பனிடம் சற்று சகஜமாகவே பழகவும் பேசவும் ஆரம்பித்தான். தனக்கு நேரும் அனுபவங்களைப் பற்றிக்கூடச் சில சமயங்களில் அவனிடம் சொல்லியிருக்கிறான். அவைகளைக் கேட்டு அவன் முன்னிலும் அதிகமாக ஸ்ரீராமைப் பரிகாசம் செய்வான்.

"நீ ஒரு கலைஞன், கலை ரஸத்தைப் பருகி நன்றாக அனுபவித்தால்தானே அதனுடைய நுண் பொருளை அறிய முடியும்? நீ சொல்லுவதும் செய்வதும் மிகவும் மெச்சத்தக்கது" என்பான்.

ஸ்ரீராமுக்கு அவன் வேடிக்கை செய்கிறானா அல்லது நிஜமாகவே தன்னைப் புகழ்கிறானா என்று புரிவதே கஷ்டமாக இருக்கும்.

கலையில், அதுவும் லலிதமான கலையில் – ஸ்ரீராமுக்கு நல்ல ஞானமுண்டு. முக்கியமாக ஓவியம், நாட்டியம், சங்கீதம் இவைகளிடத்தில் அவனுக்கு அபாரபிரேமை உண்டு. அவ்வப் போது சரியான பகுத்தறிவும் காண்பிப்பான். இது மிகவும் உண்மை, ஆனால் அதைத் தொடர்ந்துவரும் கலை ராணி களுடைய நட்பைப் பற்றித்தான் விதர்பன் குறிப்பாகச் சொன் னான் – சென்ற ஆறு மாதங்களாக அவன் நாட்டியராணி சீதாவுடன் தொடர்பு வைத்துக்கொண்டிருப்பது எல்லோருக்கும், லக்ஷ்மி உள்பட, தெரிந்த விஷயமே – சீதா ஒரு தனிப் பிறவியென்று சொல்லுவதில் தப்பில்லை. அவளுடைய அழகானாலும் சரி, நாட்டியமானாலும் சரி, நமக்குள் உயர் தர உணர்ச்சிகளையே எழுப்பின. வாழ்க்கையில் போகரஸங் களை நன்றாக ருசி பார்த்து அனுபவித்திருந்த ஸ்ரீராமுக்குக் கூட அவள் நித்தியம் புதுப் புதுத் தோற்றங்கள் அளித்து வந்தாள். அவளுடைய சாதாரண நடையிலேயே ஓர் அழகு. மேடை மேல் அன்னபேடு செய்து வந்து அவள் அபிநயம் பிடிக்கும்போது ஸ்ரீராம் பரவசமே அடைந்துவிடுவான். சின்ன குழந்தையைப்போல் அவள் களுக்கென்று சிரிப்பாள். விளையாட்டுப் பெண்ணைப்போல் அவனைக் கண்டவுடன் ஓடோடியும் வந்து, உபசரிப்பாள். அவளுடைய ஆசார உபசாரங்களைப் பார்த்துக் குதூகலம் கொண்டு, சிற்றுண்டி செய்துவிட்டு, சிரமப்பரிகாரமாக ஸ்ரீராம் பட்டுத் தண்டின் மேல் சாய்ந்துகொள்வான். அப்போது அவன் மனதைத் தெரிந்துகொண்டு சீதா ஆட ஆரம்பிப்பாள். சீதாவின் எழில் – சங்கீதத்தின் இன்ப லயம் – நாட்டியத்தின் பாவங்கள் – இவைகள் எல்லாம் ஒன்றுசேர்ந்துகொண்டு அவன் மனதை ஆகர்ஷித்து விடும். இவ்வித சமயங்களில் ஸ்ரீராம் தன்னையே மறந்து விடுவான். அவளுடைய தாயார் அங்கு இருப்பது அவனுக்கு நினைவிருக்காது. சீதாவைத் தழுவி இன்புறுவான். “சீதா, உன்னையும் உன் நாட்டியக் கலையையும் கண்டு நான் மின்சாரச் சக்தியால் தீண்டப்பட்டவன்போல் துடிதுடிக்கிறேன். இப்படி என்னை வேதனைப்படுத்துவது நியாயமா?” சீதா பதிலுக்குக் கலகலவென்று சிரிப்பாளே தவிர வேறு உத்தரம் கொடுக்கமாட்டாள்.

இவ்விதம் இன்ப நினைவுகள் அவன் மனதை லாகிரிகளைப் போல் மயக்கமுறச் செய்தன. இன்று சீதாவை ஆடச்சொல்லி அவள் ஆட்டத்தில் களிகொண்டு இன்ப ரஸத்தைப் பருக

வேண்டுமென்று எண்ணியவாறு அந்தப் போகி, சீதாவின் வீட்டினுள் நுழைந்தான். இதுதான் சிற்சபை என்று எண்ணி சீதாவின் வீட்டை அடைந்த ஸ்ரீராம் அன்று ஏமாற்றம் கொண்டான். தனக்கு முன்னதாகவே அங்கே சீதாவைப் பார்க்க ஒரு ஓவியர் வந்திருப்பதாக அறிந்தான். நல்ல வேளை யாக அது ஒரு பெண் ஓவியர். இல்லாவிட்டால் பொறாமை யினால் ஸ்ரீராம் ஹிருதயம் அன்று அவிந்தே போயிருக்கும்.

“இதுதான் என் அருமைத் தோழி உஷா. ஓவியக்கலையில் இவளுக்கு நிகர் டில்லியிலேயே கிடையாது. பம்பாயிலுள்ள ஜே.ஜே. ஸ்கூலிலும், சாந்தி நிகேதனிலும் பயிற்சி பெற்றவள் ... ரே, சென் இவர்களுடன் நெருங்கிப் பயின்று வேலைசெய்தவள்.” என்று சீதா பலவாறு அவளைத் துதித்து டாக்டருக்கு அறிமுகப் படுத்தி வைத்தாள். அவன் ஒரு அலட்சியப் பாவனையில் அவளுக்குச் சின்ன கும்பிடு ஒன்று போட்டான். உஷாவோ தனக்குள் எழுந்த பரபரப்பை மறைக்க “ஈ ... ஈ ...” என்று இளித்தாள். சில புருஷர்கள் தங்கள் எதிரே இருக்கும் பெண் களுடன் அதிகநேரம் பேசினால்கூட அவர்கள் எப்படி, என்ன புடவைகள் கட்டி உள்ளார்கள் ... பார்ப்பதற்கு எப்படி இருப்பார்கள், என்று கவனிக்கமாட்டார்கள். இவ்வித அசிரத்தை, அவர்கள் மனைவிகளுக்குக் கோபத்தைக்கூட விளைக்கும். ஆனால் ஸ்ரீராம் அப்படியில்லை. உஷாவுடைய அலங்காரம், முகம், தேகக்கட்டு சகலத்தையும், ஒவ்வொன்றாகக் கவனிக்கத் துடங்கினான். “கல்யாணமாகாவிட்டால், கிழவிகள்கூடக் குமரிகளாக நடிக்க வேண்டுமென்ற ரகத்தைச் சேர்ந்தவளோ! சற்று நிறம் குறைவாக இருந்தாலும் அங்க அமைப்புப் பொருத்த மாக, வாட்டசாட்டமாக இருக்கிறாள். ஓவியக்காரியல்லவா? புடவை வர்ணம் மிக எடுப்புத்தான். மொத்தமாக அழகாக இல்லாவிட்டாலும் கவர்ச்சிகரமான தோற்றமிருக்கு”, என்று அவன் மனத்திற்குள் எண்ணிக்கொண்டான். ஒரு புன்னகை யுடன் அவளிடம் பேச்சுக்கொடுத்தான். கலை அபிமானி, அறிவாளியென்று பெயர் கொண்ட இந்தப் பிரபல டாக்டர் தன்னை மதித்துப் பேச ஆரம்பித்ததைக் கண்டு மிஸ் உஷாவுக்கு உள்ளூர நடுக்கம் கண்டது. மேலும் வாழ்க்கையில் ஏற்பட்டுள்ள பலவித ஏமாற்றங்களால் அவள் உள்ளத்தில் அச்சம் மிகுந்திருந் தது. தன்னிடமுள்ள நம்பிக்கையை அவள் இழந்துவிட்டதால், ஏதோ ஒருவிதக் கூச்சம் அவளை சகஜமாக நடந்துகொள்ள விடாமல் தடுத்தது. சபை நடுவில் யாராவது குசுகுசுவென்று பேசிச் சிரித்தால், அவள் தன்னைத்தான் பிறர் பார்த்துக் கேலி செய்கிறார்களோவென்று கிலேசப்படுவாள். அறிமுகப் படுத்திய புருஷர்கள் இவளிடம் பேசாவிட்டால் குற்றம் செய்தவள்போல் நடுங்குவாள். தன்னை எல்லோரும் அசட்டை

செய்கிறார்களோ என்ற ஓர் சிறிய சந்தேகம் அவளிடம் இருந்து வந்தது. அப்படியிருக்க ஸ்ரீராம் தன்னை மதித்து வலுவிலே பேச்சுக்கு இழுத்தது அவளுக்குப் பெருமையைத் தந்தது. டாக்டரோ, இரையைக் கண்ட வேட்டை நாய்போல், நாக்கை நீட்டிக்கொண்டு, அவளிடம் தன் சமர்த்தைக் காண்பிக்க அவசரப்பட்டான்.

"நீங்கள் இப்போது என்ன படம் வரைந்துகொண்டிருக் கிறீர்கள்?" என்று குனிந்துகொண்டு அவள் முதுகண்டை வந்து நின்றான். பிறகு பலகையை நோக்கியவாறு "ஓஹோ சீதாவையா ... சரியான அழகு தெய்வம் ... பொருத்தமான பொருள்தான்" என்று புகழ்ந்தான்.

"இப்போதுதான் துடங்கியிருக்கிறேன்" என்றாள் உஷா கொஞ்சம் பயத்துடன் ஆனால் அவன் காதில் அது விழவில்லை.

"இந்தப் பெண்கள் எல்லோருமே ஒன்றுபோல்தான்; ஈஸ்வரன் அவர்களுக்குக் கொடுத்திருக்கும் அழகு, திறமை எல்லாவற்றுக்கும் தப்பர்த்தமே பண்ணுகிறார்கள். அன்னி யோன்னிய இல்லற வாழ்க்கைக்காக ஏற்படுத்திய இவ்வித வரன்களை, அவர்கள் உத்தியோக மார்க்கத்தில் உபயோகிக் கிறார்கள். இந்தப் பெண்ணைப்பாரு ... ஏதோ ஓவியம் பயிலு கிறாளாம்! இவளுக்குக் காதல் என்றால் என்னவென்று தெரியுமா? அல்லது இல்லறம் புகுந்து பல சுகதுக்கங்களைக் கண்டிருக்கிறாளா? உலக அனுபவம் இல்லாத இவள் ஓவியத்தில் முனைந்து உண்மைக் கலையை எப்படிக் காணமுடியும்? என்று எண்ணலானான்.

"ஸ்ரீராம்! இவளுக்குக் கலையிலுள்ள இன்பத்தை அறிவிக்க நீயே வல்லவன்" என்று தனக்குத் தானாகவே மனத்திற்குள் சொல்லிக்கொண்டான்.

உஷாவோ அவன் வார்த்தைகளைக் கேட்டு 'இவர் ஓவியத் தில் ஆசையுள்ளவரா' என்று உள்ளம் பூரித்தாள். அவனை உவகையுடன் நிமிர்ந்து பார்த்தாள்.

இதைக் கண்டு ஸ்ரீராம் வேட்டையாட ஆசைகொண்டான். என்ன அற்புதமான இரை!

"ஓகோ ... ஜே.ஜே ... ஸ்கூல் ... பிறகு சாந்தி நிகேதன். ஏன் அப்புறம் பாரிஸ் போகவில்லையா" என்று கேட்டான்.

"போகவேண்டும் ... அங்கே போக எனக்கு மிகவும் ஆசை ..." என்று ஊஷா முணுமுணுத்தாள்.

"பாரிஸ்... ஆகா, போன தடவை நான் பாரிஸுக்குப் போகும்போது அங்கே அப்போது வசந்த காலமாக இருந்தது. வசந்த காலத்தில் அங்கே உள்ள துடிதுடிப்பை என்னவென்று சொல்வது!" என்று கூறினபடி உஷாவைக் குறிப்புடன் பார்த்தான்.

உஷாவின் முகம் அழகாகச் சிவந்தது.

"ஆமாம்... அங்கே போய் அவர்களைப்போல் எதேச்சை யாக, கட்டுப்பாடில்லாமல், மனோபாவத்திற்குத் தகுந்தபடி, வர்ணம் தீட்டக் கற்க வேண்டுமென்று எனக்கு வெகுநாளாக ஆசை" என்று பதில் சொன்னாள்.

"ரொம்ப வாஸ்தவம், ஓவிய விஷயமாக நம்முள் ஏற்பட் டுள்ள கட்டுப்பாடுகளை ஒழிக்க வேண்டும். சாஸ்திர விதி என்று கூறிக்கொண்டு மனோபாவத்திற்கு இசையாவிட்டாலும், தாமரையை ஒத்த கண், குந்த புஷ்ப மேனி, ரோஜா இதழ் என்று வரைந்து கொண்டு போவதில் என்ன திருப்தி? நம் உணர்ச்சி வேகத்தையோ மனோ தத்துவத்தையோ அவைகள் காட்டுவதில்லை – அவைகளைக் காணும் பாமர ஜனங்களும், ஏதோ ஒரு உயிரற்ற பொய் உலகத்தையே காணுகிறார்கள்."

"ஆமாம், என் மனத்திலிருப்பதை எனக்கு எடுத்துச் சொல்லத் தெரியவில்லை. நீங்கள் எத்தனை அழகாக என் உண்மைப் பாவங்களை எடுத்துச் சொல்லிவிட்டீர்கள்!" உஷாவின் கண்களில் உவப்பு மேலிட்டது.

"பழைய நாளைய கொள்கைகளை வேறு – அவைகளுக்குத் தகுந்தாப்போல் அவர்கள் ஓவிய சாஸ்திரமும், வர்ணம் குழைப் பதும், ஓர் தனி ரீதியில் பழகி வந்தார்கள். இப்போது, தற் போதைய வாழ்க்கைக்குப் பொருத்தமாக நம் ஓவிய சாஸ் திரத்தை அந்தந்த இடத்தில் மாற்றிக்கொள்ள வேண்டாமா..?" உஷாவை உருக்கமாகப் பார்த்தான்...

'அவளும் ரொம்பச் சரி' என்றபடி தன் தலையை அசைத்துக் கொடுத்தாள்.

"ஆனால் அவர்கள் வர்ணம் குழைத்த விதங்களைப் பற்றி மாத்திரம் இன்னும் நன்றாக ஆராய வேண்டும். அவ்விஷயத்தில் நம் முன்னோர்கள் நமக்கு ஒரு அழியாச் செல்வத்தைத் தந்திருக்கிறார்கள்... இந்த உண்மையை அறியாத நம் ஓவியர்கள், கடையில் வாங்கும் வர்ணங்களைக் கொண்டு உண்மை மனோபாவங்களைக் குறிக்க முயலுகிறார் கள். இது எப்படி முடியும்? மனக்கண்முன் தோன்றும் சிவப்புக்

கும் கடையில் வாங்கும் நிறத்துக்கும் வித்தியாசமில்லையா?" மறுபடியும் ஒரு குறிப்பான சிரிப்பு.

அவளுடைய முகம், அவள் சித்திரத்தில் வரையும் நவ கர்ணிகாரப் பூவைப்போல் இருந்தது. "ஆமாம் இந்தக் கஷ்டத் திற்காகத்தான் நான் பாரிஸிலிருந்து வர்ணங்களை வரவழைக்கி றேன்" என்றாள்.

"அப்படியா? அப்படியானால் அங்கேயுள்ள இந்த நவீன உள் உண்மைக் கட்சியை நீங்கள் ஆதரிக்கிறீர்களா? அவ்வித ஓவியத்தைப் பழகிப் பார்த்தீர்களா?"

உஷா "ஆமாம்" என்றபடி தலையை அசைத்தாள்; "ஆனால் சில சமயங்களில் என் அகக்கண் முன் தோன்றும் விபரீதத் தோற்றங்களை வெளியிடப் பயப்படுகிறேன்." அவள் கண்கள் கலங்கின.

'நான் நினைத்தது சரிதான். இவள் வாழ்க்கையின் பயங்கர உண்மைகளைக் கண்டு பயப்படுகிறாள் – அவள் பயத்தைப் போக்குவது நம் கடமை' என்று ஸ்ரீராம் தனக்குள் எண்ணிக் கொண்டான்.

"ஏன் பயப்படவேண்டும்? என்னிடம் அவைகளைக் காண்பியுங்கள். நான் ஓவியங்களைப் பார்வையிட்டு என் அபிப்பிராயப் பேதங்களைச் சொல்லுகிறேன். சமூகம் என்பது கார்க்காலத்து மூடுபனி போன்றது. அது உண்மை ரகசியங்களை நமக்குக் காட்டாமல் மூடிவைக்கிறது. இந்த மூடுபனியைக் கிழித்துக்கொண்டு உண்மைகளை ஆராய்வது உங்களைப் போன்றவர்களின் முக்கியக் கடமையாகும்" என்று தளுக்காக அவளுக்குத் தைரியமூட்டினான்.

உணர்ச்சி வேகத்தினால் உஷா திணறினாள். இந்தக் கலை அபிமானியை அறியாமல் கழித்த சென்ற வாழ்நாட்கள் வீணாகப் போயிற்றே என்று அவள் வருந்தினாள். சீதா அங்கே இருந்ததை இருவரும் மறந்துவிட்டார்கள். ஸ்ரீராமை உள்ளும் புறமும் அறிந்த சீதாவோ உஷாமேல் அனுதாபம் கொண்டாள். ஆனால் அவளால் வருவதை எப்படித் தடுக்க முடியும்?

ஸ்ரீராமோ தன்னைப்பற்றி உஷாவுக்கு நல்ல அபிப்பிராயம் ஏற்படும்படி மேல்மேலும் பேச ஆரம்பித்தான். சீதாவுக்கா அவனுடைய வழிகள் தெரியாது! மிருதுவான குரலில் இசைத்து, இசைத்து அவன் பேசும்போது உஷா சொக்கியே போய்விட்டாள். அவளுடைய ஓவியங்களை அவனிடம் காண்பிக்கத் துடியாய்த்

துடித்தாள். அவனும் அடுத்தபடி சந்திப்பதற்கு வேண்டிய ஏற்பாடுகள் செய்துகொண்டான்.

மறுநாள் வெகு ஆடம்பரத்துடன் ஸ்ரீராம் உஷாவைத் தன் வீட்டிற்கு வரவேற்றான்.

தெய்வமே கதியென்று லக்ஷ்மி, வந்த விருந்தாளிக்கும், தன் கணவனுக்கும் உபசரித்தாள். சீதா போனாள், உஷா வந்தாள்! இதில் இவளுக்கு என்ன சம்பந்தம்?

டீயைப் பருகியபடியே இருவரும் உஷா கொண்டுவந்திருந்த ஓவியங்களைப் பார்வையிட ஆரம்பித்தனர். அவர்கள் லக்ஷ்மியை மறந்தே போய்விட்டதாகத் தெரிந்தது.

ஆனால் ஸ்ரீராம் அடிக்கடி "ஆகா, என்ன வனப்பு... என்ன அமைப்பு–லக்ஷ்மி இதை வந்து கொஞ்சம் பாரு" என்று அடிக்கடி தன் மனைவியைக் கூப்பிடுவான்.

லக்ஷ்மியோ, தன் முகத்தில் ஒரு புன்சிரிப்பைச் சிரமத்துடன் வரவழைத்துக்கொள்ளுவாள்.

'என்ன அன்பு? தன் பெண்டாட்டியிடம் எத்தனை மதிப்பும் பரிவும் காட்டுகிறார்? அவள்தான் கொஞ்சம் சிடு மூஞ்சி என்று தெரிகிறது. முகத்தில் ஒரு சிரிப்பை வரவழைத்துக் கொள்வதுகூட அந்த அம்மாளுக்குக் கஷ்டமாக இருக்கே! பாவம்! ஸ்ரீராமுக்கு இப்பேர்ப்பட்ட மனைவி வாய்க்க வேண்டா மென்று" உஷா எண்ணினாள். அவளுடைய எண்ணங்களை யூகித்த ஸ்ரீராம், ஒரு க்ஷணப்போதுக்கு வெட்கம்கொண்டான்.

"உங்கள் ஓவியத்தில் வர்ண ஜொலிப்பு, கலை, பாவம், லயம் எல்லாம் மிகவும் பொருந்தியிருக்கின்றன. நீங்கள் மாத்திரம் பயப்படாமல் கொஞ்சம், உள்கருத்துக்களை வெளியிட்டால், பிறகு உங்களுக்கு நிகரில்லை என்று ஆய்விடுவீர் கள்; சீக்கிரத்தில் உங்களுடைய ஓவியக்கலை பிரபலமாக விளங்க ஆரம்பிக்கும்."

ஸ்ரீராமுடைய ஸ்துதியைக் கேட்டு உஷாவின் கண்களில் ஆனந்தக் கண்ணீர் படர்ந்தது. "நான் கியாதியை விரும்பவில்லை. என் உயிரினும் உயிரான ஓவியக் கலைக்காகவே நான் ஜீவித் திருக்கிறேன். ஆனால் உங்களைப்போலுள்ள சிலருடைய அன்பும் ஆதரவும் என் உலர்ந்த ஆவிக்குப் புத்துயிர் அளிக்கிறது" என்றாள் மெல்லிய குரலில். அவள் தொண்டை கரகரத்தது.

என்ன ஆச்சர்யம்! ஸ்ரீராம் இந்தச் சந்தர்ப்பத்தை உப யோகிக்கவில்லை. அவன் தான் இருந்த இடத்திலேயே சும்மா வீற்றிருந்தான். அவர்களுக்குள் நிலவிய இந்த இன்பமான

பரஸ்பர மௌனத்தை கலைத்துக்கொண்டு, உள்ளேயிருந்து கிழவியின் குரல் எழும்பிற்று.

'ஸ்ரீராம் – ஸ்ரீராம்' கிழவியின் தொணதொணத்த குரல், உஷாவுக்கு ஏனோ அருவருப்பைத் தரவில்லை. கிழவி! என்று அவள் மனம் இரங்கி ஸ்ரீராமுடைய தாயை நாடியது.

"அம்மா பாவம் . . . நோயாளி, சதா தேகத்தில் ஏற்படும் துன்பத்தினால் அவள் சிணுங்கிக்கொண்டே இருப்பாள். அதைப் பொருட்படுத்தக் கூடாது" என்று எச்சரித்தபடியே ஸ்ரீராம் அவளைத் தன் தாயார் இருக்கும் அறைக்கு அழைத்துச் சென்றான்.

இதைக் கேட்டு உஷா மேலும் இரக்கம் கொண்டாள். "இவருக்குத் தன் தாயாரிடம்தான் என்ன அன்பு, என்ன பரிவு?" என்று எண்ணினாள்.

"நன்னாயிருக்கு! நானா அவதிப்படுவேன்! என் தாயார் படுத்துக்கொண்டபோது இதைவிடக் கத்துவாள் இரைவாள்! அதையெல்லாம் நான் கவனித்ததுண்டா? பெண்களுக்கு இது சகஜம், ஆனால் உங்களைப்போலுள்ள புருஷர்களுக்கு இத்தனை பொறுமை எங்கிருந்து வந்தது என்று தான் எனக்கு ஆச்சரியம் தாங்கவில்லை."

அறைக்குள் நுழைந்தவுடன் அவள், ஒரு சுருங்கிய உடல், தனிமையில் படுத்திருப்பதைக் கண்டாள். உஷாவின் உள்ளம் கரைந்து உருகி விட்டது.

கிழவியுடைய நீண்ட முகத்தையும் அகண்ட விழிகளையும் பார்த்தவுடன் டாக்டர் ஸ்ரீராம் யார் சாயலாக இருக்கிறார் என்று உஷாவுக்கு விளங்கிவிட்டது. அதே தடித்த உதடுகளைக் கூடக் கிழவியண்டை அவள் கண்டாள்.

"அம்மா, இவர்தாம் நான் சொன்ன மிஸ் உஷா" என்று அவன் அவளைத் தன் தாயாருக்கு அறிமுகப்படுத்தினான்.

உவகையால் உஷாவின் உள்ளம் சிலிர்த்தது. அப்போது பிள்ளையும் தாயாரும் தன்னைப் பற்றிப் பேசிக் கொண்டிருக் கிறார்கள், என்று ருசுவாகிறதல்லவா?

கிழவியோ கம்பீரமான குரலில், "வா அம்மா, வந்து இப்படி என்கிட்ட உட்காரு!" என்று தன் அருகிலிருந்த ஒரு நாற்காலியைச் சுட்டிக்காட்டினாள். மற்ற வயதானவர் களைப் போல், அவள் உஷாவின் பெயர், குலம், கோத்திரம் இவைகளை விசாரித்தாள். மிக்க அன்புடன் பேசிக்கொண்

டிருந்தாள். வாழ்க்கையில் அதிக அனுபவப்பட்ட கிழவி, உஷாவின் ஓவியங்களைப் பார்த்தவுடன், வழக்கம் போல் தன் வாயில் வந்த சொற்களை அடக்கி, "ரொம்ப நன்றாக எழுதுகிறாயே அம்மா!" என்று புகழ்ந்தாள்.

உஷாவின் சந்தோஷத்திற்கு அளவேயில்லை.

"சிறுசுகளை இப்படி ஓவியம் எழுதுவது, பாடுவது, ஆடுவது என்று பார்த்தால் என் மனசுக்கு ரொம்பத் திருப்தி ஏற்படுகிறது. அடிக்கடி வந்து உன் படங்களைக் காண்பி அம்மா, நான் கண்குளிரப் பார்க்கிறேன். வலி அதிகமாய், கஷ்டப்படும்போதெல்லாம் அதை மறக்க ஸ்ரீராம் கூட எனக்கு வீணை வாசித்துக் காண்பிப்பான்" என்றாள் கிழவி. அவளுடைய வாய்க்கு அன்று விடுதி.

இதை அறியாத உஷா, "பாவம்... பாவம்... கிழவி" என்றே முணுமுணுத்தாள்.

வாசலண்டை விடைபெற்றுக்கொள்ளும்போது "உங்களுக்கு சங்கீதப் பயிற்சி வேறு உண்டா!" என்று மிஸ். உஷா ஆவலுடன் கேட்டாள்.

"அதுவா, அது இன்னொரு தினம் ஆகட்டும். ஒரு கச்சேரியே செய்துவிடுகிறேன்!" என்று டாக்டர் சிரித்தான். அந்தச் சிரிப்பில்தான் எத்தனை இன்பத்தை உஷா கற்பனை செய்துகொண்டாள்...

●

அத்தியாயம் 5

வேடிக்கையாக பேசி டாக்டர் ஸ்ரீராமைத் தோள் தட்டி அனுப்பின விதர்பன் மேலும் நடந்தான். பனிக் கட்டி போல் தணுத்திருந்த அந்த செக்ரட்டேரியட் நடையில் நுழையும்போது அவன் உடல் குளிரால் வெடவெடத்தது. இருட்டும் மந்தமும் கூடியிருந்த அந்த இடம் எவரையும் சற்றுப் பின்வாங்கச் செய்யும். நல்ல வேளையாக அங்கு விதர்பனுக்குப் பக்கப்பலமாக மிஸ்டர் பத்ரி வந்து சேர்ந்தான். பேச்சுத் துணைக்கும் சரியான பேர்வழி என்று நினைத்து விதர்பன் "ஹல்லோ பத்ரி" என்று சொல்லி அவன் தோள்மேல் கையை வைத்துக்கொண்டு நடந்தான்.

டில்லியுடைய நாடிகளை இந்த செக்ரட்டேரியட் நடைகளில் மதிப்பிடலாம். இங்கே விதர்பனைப் போலுள்ள ஆபிஸர்கள் முன்னும் பின்னுமாக வந்து போனபடி இருப்பார்கள். 'க்ர்ச் க்ர்ச்' என்ற பூட்ஸ் சத்தத்துடன் சப்ராஸிகள் அவர்களுக்கு எழுந்து வழி விடுவார்கள். சர்க்கார் காரியங்கள் பல அந்த இடத்தில் நின்ற நிலையில் தீர்ப்பாகும். மற்ற கனமான ராஜீய விஷயங்கள் எவ்வளவோ அந்த இடத்தில் தீர்மானம் ஆகலாம். மறைந்து போன ராஜதானிகளின் ராஜாக் களை இங்குக் காணலாம்... அல்லது பிரபல ராஜீய மந்திரிகளுடன் தோள் சாய்க்கலாம். இந்த வேடிக்கையைப் பார்க்கவென்றே அங்கே சில பொழுதுபோகாத சோம் பேறிகள் வந்து உலாவுவார்கள். இவர்கள் பகல் பூரா, சிகரெட் புகைத்த வண்ணம், உல்லாசமாக அங்கே நடந்துகொண்டோ. சீட்டாடிக்கொண்டோ தங்கள் காலத்தைக் கழிப்பார்கள். சோதா ஆசாமிகளுக்கு முக்கிய மான இருப்பிடம் இந்த செக்ரட்டேரியட் நடைகளே. விதர்பனும் பத்ரியும் ரொம்ப ஸ்வாரஸ்யமாகப்

பேசிக்கொண்டு போகையில் அங்கே கால்களை நீட்டியபடி நித்திராதேவியுடன் போராடிக்கொண்டிருந்த ஒரு சப்ராஸி மேல் இடறி விழப்போனார்கள். பத்ரி அவனை அதட்டிவிட்டு மேலே நடந்தான். விதர்பனுக்கோ சிரிப்பே வந்து விட்டது.

"இருந்தாலும், இந்த சப்ராஸிகளைப்போல் வல்லவர்கள், இந்த உலகத்திலேயே இருக்க முடியாது. இப்படி நின்றபடியே கால்களை நீட்டிக்கொண்டு தூங்க யாரால் முடியும்? தூக்கமே இவர்களுக்குப் பிரதானம் – பிரஸிடெண்டே இந்த வழியாகப் போனால்கூட இவர்கள் அச்சங்கொள்ளமாட்டார்கள். என்ன பத்ரி, இந்த சப்ராஸி வியாதிக்கு உன்னால் ஒருவித மருந்தும் செய்ய முடியாதா? இப்படி ஒவ்வொரு ஆபிஸருடைய கதவருகே யும் இரண்டு, மூன்று, என்று நின்று நின்று, இவர்கள் கால்கள் வலிக்காதா . . . கடுக்காதா பத்ரி? இதைத் தவிர செக்ஷன்களில் தான் எத்தனை பேர்கள் இருக்கிறார்கள்? சுதந்திரத்திற்கு முன் இவர்கள் கொஞ்சம் மரியாதையாவது காட்டி வந்தார்கள். பாபு வீட்டு வேலைகளையோ, ஆபிஸர் பங்களா காவலோ செம்மையாகச் செய்துகொண்டு வந்தார்கள். ஆனால் இப்போது நாடு நம்முடையது அல்லவா? அவர்களுக்கும் ஸ்வயமென்பது ஒன்று ஏற்பட்டுவிட்டது. ஏதாவது ஒரு சில்லரை வேலையைக் கொடுத்து அவர்களைக் கொஞ்சம் ஏவிப் பாரு! எல்லோருமாக ஒன்றுசேர்ந்து, நாம் அவர்கள் தூக்கத்திற்கு ஹானி விளைத் ததைப் பற்றி மந்திரிக்கு மனுப்போட்டுவிடுவார்கள். இதனால் தான் இப்போது நமக்கு சப்ராஸிகளைக் கண்டு அஞ்சும் காலம் வந்திருக்கு. 'தூங்க வேண்டுமானால் இத்தனைபேர்கள் ஏன் சேர்ந்து தூங்க வேண்டும்? சப்ராஸிகளைக் குறைத்து வைத்துக்கொள்ளக்கூடாதா' என்று நான் எத்தனையோ முறை பைலில் எழுத ஆரம்பித்திருக்கிறேன். ஆனால் எங்கே இந்தப் போட்டியில் நாம் வெற்றி பெறப் போகிறோம் என்று மனம் தளர்ந்து சோர்வினால், விட்டு விடுவது வழக்கம்."

விதர்பனுடைய பேச்சைக் கேட்டுப் பத்ரிக்குச் சிரிப்புத் தாங்கவில்லை. "கெக் . . . க்கே" என்று அவன் சிரித்தான். "உனக்குத் தெரியாதா விதர்ப்? இந்த சப்ராஸிகளின் முக்கியத் தொழில் தூங்குவது, தப்பினால் போனில் சம்பந்தமில்லாமல் பேசுவது, அதுவும் தப்பினால் அறையில் ஆபிஸர் இல்லாத சமயம் பார்த்து அவருடைய சிகரெட்டுக்களைக் குடிப்பது . . ." என்று இந்த அரட்டையில் இவனும் சேர்ந்துகொண்டான்.

"சிகரெட்டைக் கையில் ஏந்தித் திரிவதில் அந்த பிஸினெஸ் பேர்வழிகளே தேர்ந்தவர்கள்! அப்பப்பா . . . இந்த ரகத்தில் தான் எத்தனை விதம் . . . எத்தனை கலப்பு . . . என்ன தினுசுகள் – நாம் காணலாம், பாரு. இதில் லைஸென்ஸ் வாங்கி நேரே,

வியாபாரம் செய்பவர்களுண்டு; பிறருக்காக சிபார்சு செய்யக் கன்னியாகுமரியிலிருந்தும் ஹிமயமலையிலிருந்தும் வருகிறவர் களுமுண்டு. கறுப்பு வியாபாரம் கலந்தும் கலக்காமலும் அரைகுறையாக வாழ்பவர்கள் இதில் பலர். ஏதோ நம் ஜீவனத்துக்கு வழி தேடிக்கொள்ள வேண்டுமே தவிரக் கறுப்பு வழியா நேர்வழியாயென்று ஏன் ஆராய்ந்து துன்புற வேண்டுமென்று இருப்பவர்கள் பலர். பிஸினெஸ் என்று ஒரு பெயரை வைத்துக் கொண்டு பல அட்டூழியங்கள் செய்பவர்கள் இந்த ரகத்தில் ஏராளமாக உண்டு. இந்த செக்ரட்டேரியட் நடைகளே இவர்களுக்கு சுவர்க்கம். செத்த மாமிசப் பிண்ணங்கள் கீழே கிடக்கும்போது மேலே வட்டாரம் வைக்கும் பருந்துகளைப்போல் இவர்கள் இங்கு இருக்கும் ஆபிஸர்களை சுற்றி வந்து ஹிம்சிப்பார்கள்", என்று விதர்பன் பேசிக்கொண்டிருக்கும் போதே, அவர்கள் பத்ரியின் அறை வாயிலை அடைந்தார்கள். அந்த இடத்தில் மேலே சொன்ன இரண்டு மூன்று பேர்வழிகள் பத்ரியுடன் உரை யாடுவதற்காகக் காத்துக்கொண்டு இருந்தார்கள். இதைப் பார்த்ததும் விதர்பன் கண்களைச் சிமிட்டியபடி "சரி பத்ரி, நீ இப்பொழுது பிஸியாக இருப்பாய், உன்னிடம் பேச அப்புறம் வருகிறேன்" என்று சொல்லி விடைபெற்றுக்கொண்டு மேலே நடந்தான்.

தன்னைப் பேட்டி காண வந்தவர்களுடன் பத்ரி அறையில் நுழைந்தான். அதிகாரத் தோரணையுடன் மணியை அடித்து சப்ராஸியை அடுப்பு மூட்டச் சொன்னான். அவன் கை கால்கள் நடையிலுள்ள குளிரால் அல்லித்தண்டுபோல் ஜில்லிட்டு இருந்தன. பிறகு "ஹூம்" என்ற ஒரு கனைப்புடன் நாற்காலிக்குப் பின்னாலிருந்த தண்டில் சாய்ந்தான். வந்தவர்கள் ஏற்கெனவே கொஞ்சம் பயந்துகொண்டு இருந்ததால் இந்த ஆர்ப்பாட்டங்களைப் பார்த்து இன்னும் ஒடுங்கிவிட்டார்கள். மேலும் டில்லி குளிரால், செக்ரட்டேரியட் நடையில் ஒரு மணியாகக் காத்திருந்ததில் அவர்கள் உதடுகள் உறைந்து போய்விட்டன. "உம் . . . என்ன சங்கதி?" என்று பத்ரி கனமான குரலில் மேலும் கேட்டான். தளதளத்த மேனி, இளம்தொப்பை, உருண்ட பார்வையுடன் பத்ரி ஓர் சாத்வீகமான தோற்றமே அளித்தான்; உண்மையில் அவன் நல்ல சாதுவான மனப் பான்மை பெற்றவன். ஆனால் கொஞ்சம் பெருமைக்கு ஆசைப் பட்டவன் என்று சொல்லுவதில் தப்பில்லை. தனக்கு நிகரில்லை என்று பிறருக்கு அறிவிக்க அவன் மிகவும் பிரயத்தனப்படுவான். இப்பவும் அவன் வந்தவருக்கு, அவனுடைய பதவி அழுத்தமாகப் பதியும்படி "உம்" என்று கனைத்துக்கொண்டு, தன் உருண்டைத் தேகத்தை நீட்டிக்கொள்ள முயன்றான்.

வந்த நபர்களும் இதைக் கண்டு ஓஹோ இவர் கொஞ்சம் பெரிய பேர்வழி என்று நினைத்துப் பயந்து பயந்து தங்கள் காரியத்தை வெளியிட்டார்கள்.

அவர்களுக்கு வேண்டியது என்னமோ ஒரு அற்ப விஷயம். ஆனால் பத்ரி அதை ஒரு தலை போகிற காரியம்போல் கருதி... சற்றுக் கனமான குரலில் "ஊ ஹூம் ... இந்த விஷயத்தில், கொஞ்சம் தீவிரமாக யோசித்து பைல்களைப் பார்த்து, சற்று சாவதானமாகத்தான் பதில் சொல்ல முடியும். இப்போது ஒரே முட்டாக நான் உங்களுக்கு ஒரு தீர்ப்பும் தர முடியாது... ஆனால் பார்க்கிறேன். முடிந்தால், உங்களுக்குக் கட்டாயம் உதவி செய்கிறேன்" என்றான்.

வந்தவர்கள் இதைக் கேட்டு ரொம்பவும் சந்தோஷப் பட்டார்கள்.

நல்ல வேளையாக இவரிடம் வந்ததில் இந்த மட்டுக்கும் நம் காரியம் கைகூடும்போல் இருக்கு. அதுவே பெரிய அதிர்ஷ டம் என்று நினைத்து மிக்க வணக்கத்துடன் கை கூப்பி விடைபெற்றுக்கொண்டு, வெளியேறினார்கள்.

அவர்கள் போன பிறகு பத்ரி மறுபடியும் மணி அடித்து "காப்பி லாஓ" என்று உத்திரவிட்டான். பிறகு ஒரு பைலைத் தூக்கித் தொப்பென்று தன் எதிரிலுள்ள மேஜைமேல் வைத்துவிட்டு சிகரெட் ஒன்றைக் கையில் ஏந்திக்கொண்டான். தன் கால்களை நீட்டி விட்டுக்கொண்டு அடுப்பில் சூடு காய்ந்துகொண்டே அண்ணாந்து கூரையைப் பார்க்க ஆரம் பித்தான். சிகரெட் புகை உருண்டு உருண்டு மேலே பாய்வது அவனுக்கு வேடிக்கையாக இருந்தது.

●●●

மிஸ்டர் பத்ரியுடன் விடைபெற்றுக்கொண்ட விதர்பன் அடுத்தாப்போலிருந்த வாஸனுடைய அறையில் நுழைந்தான். அங்கே இரண்டு மூன்று உத்தியோகஸ்தர்கள் சூழ, அவன் டீக்கோப்பைகளுடன் விருந்தோம்பல் நடத்துவதைக் கவனித்தான்.

"வா, விதர்பா, உன்னைத்தான் யோசனை கேட்க வேண்டு மென்று நினைத்திருந்தேன்" என்று வாஸன் விதர்பனை வரவேற்றான்.

"என்ன, பெரிய யோசனையாக இருக்கே ரொம்பக் காலத்து பைலோ" என்று விதர்பன் குறும்பாகக் கேட்டான்.

"இல்லை ... இல்லை எங்க செக்ரட்டெரி நம் டிபார்ட் மெண்டு சார்பாக ஒரு பார்ட்டி கொடுக்கப் போகிறார். அதற்காக யார் யாரைக் கூப்பிடுவது என்று எங்களை ஒரு ஜாபிதா தயார்செய்யச் சொல்லியிருக்கிறார் ... நீ சொல்லேன் ... யாரையெல்லாம் கூப்பிடலாம்?" என்று வாஸன் கேட்டான்.

"இதுதானா? பிரமாதம்! உங்கள் எல்லாருடைய முகங் களையும் பார்த்து, ஏதோ ஒரு முக்கியமான மீட்டிங் நடக்கிறது என்றல்லவா நான் எண்ணி விட்டேன்!" விதர்பன் சிரித்தான்.

மனத்திற்குள் 'இவனாவது பார்ட்டி ஏற்பாடு செய்வதாவது. இந்தப் பேச்சைக் கேட்டால் ரொம்ப வேடிக்கையாகத்தான் இருக்கு. வந்தவர்களை மரியாதையுடன் வரவேற்று, பரிவுடன் உபசரித்து, பாங்காகப் பேசி அனுப்புவதற்கு வாஸனையா நியமிப்பது? இவன் உண்மையான கௌரவஸ்தனா? உத்தி யோகப் பதவியால் ஏற்பட்ட மமதை அவன் தலைக்கு அல்லவா ஏறியிருக்கு? தன் கீழே உழைப்பவர்களை நசுக்கி மேலே இருப்பவர் கால்களைப் பிடித்து ஸ்வய சாமர்த்திய மில்லாமல் முன்னுக்கு வந்தவன் இல்லையா? அப்பப்பா ... தன்னைவிட உயர்ந்தவர்களிடம் அவன் நடந்து கொள்ளுவதைக் கண்டால், அவன் கீழே உள்ள கிளார்க்குகள் இதுவா வாஸன் என்று அயர்ந்து உட்கார்ந்துவிடுவார்கள். மேல் உத்தியோகஸ்தர் களுக்கென்று அவனிடம் ஓர் அலாதி குழைவும், சிரிப்பும் உண்டு. செக்ரட்டெரி கூப்பிட்டு அனுப்பும்போதெல்லாம் அவன் படும்பாட்டை என்னவென்று சொல்லுவது? அவர் முன்னிலையில் அவன் சிரிப்பதும், உடம்பை வளைத்துக் கொடுப்பதும், "எஸ் ஸார்", "எஸ் ஸார்" என்று கும்பிடு போடுவதும் ஓர் விசேஷ நாடகத்தைச் சேர்ந்தது. ஆனால் அவன் ஒரு தனிப் பிரகிருதியென்று தான் சொல்லவேண்டும். சில சமயங்களில் அவன் காட்டும் அநுதாபமும் பராமரிப்பும் விதர்பனையே திகைக்கச் செய்யும். இன்று சப்ராஸியைக் கடுமையுடன் நடத்தி, உதைத்துத் துரத்துவான். ஆனால் பொழுது விடிந்தால், அவன் மனைவிக்கு க்ஷயரோகமென்று அங்கலாய்த்துக்கொண்டு அதே சப்ராஸிக்கு, அவளை ஆஸ்பத் திரிக்கு அனுப்பத் தன் சொந்த மோட்டாரைக் கொடுப்பான். இந்த விசேஷ மனப்பான்மை வாஸனிடமிருந்து வந்ததால்தான், மற்றவர்கள் அவன் அடித்தாலும், வைதாலும் பட்டுக்கொண்டு பொறுமையுடன் இருந்து வந்தார்கள். இப்படி அவன் அடிக்கடி தன் உச்சாணிக் கொம்பிலிருந்து கீழே இறங்குவதைக்கண்டு விதர்பனுக்கு வேடிக்கையாக இருக்கும். அசட்டுப் பேர்வழிகள் சிலர், "எஜமான் சிரித்துக்கொண்டிருக்கும்போது சம்பளம் அதிகம் கேள்" என்ற ரீதியில், அவன் பிரசன்னமாக இருக்கும்

போது அவனிடம் உதவியைக் கோருவார்கள். அப்போது பார்க்க வேண்டுமே அவனுடைய சீற்றத்தை! இத்தனை இருந்தும் அவனுக்குச் சமயத்திற்குத் தகுந்தாற்போல் தக்காருக்குத் தக்கபடி பேசவும் தெரியும். அவன் ஒரு பிரகிருதி என்பதில் ஐயமில்லை. இதற்காகத்தான் நம் முன்னோர்கள் "எல்லா விடத்திலும் நல்லதையே காண்" என்று சொல்லுகிறார்களோ! வாஸனிடம் நல்லதும் கெடுதியும் உருவில்லாமல் எப்படிக் கலந்திருக்கிறது!" விதர்பன் இப்படி யோசித்தவாறே நின்று விட்டான்.

ஆனால் வாஸன் அவன் சிந்தனைகளை மேலே தொடர விடவில்லை. "ஹூம், சீக்கிரம் யோசனை சொல்லு, விதர்ப்" என்று அவனைத் தூண்டினான். பிறகு மணியை அடித்து சப்ராஸிக்கி "ஔர் சஹாலாஓ" என்று உத்தரவிட்டான்.

"யாரை வேணுமானாலும் கூப்பிடேன் . . . பிரஸிடெண்டு ஒன்று . . . பிரதம மந்திரி இரண்டு . . ." என்று விதர்பன் கை விரல்களை மடக்க ஆரம்பித்தான்.

சீ . . . சீ . . . விதர்ப், விளையாடாதே. இது ஒரு முக்கியமான விஷயமென்று நான் உனக்கு முதலேயே சொல்லவில்லையா? வெளிநாட்டு நபர்கள் சிலர் வரப்போகிறார்கள். அவர்களை வரவேற்கவே இந்த பார்ட்டியைத் துவக்குகிறோம். அதனால் கொஞ்சம் ஆழ்ந்து யோசித்துச் சொல்லு" என்று மேலும் எச்சரித்தான்.

விதர்பன் சிரித்துக்கொண்டே "ஆனால் சரி, ஜாபிதாவை இங்கே இப்படிக் கொடு" என்று சொல்லி ஒரு நாற்காலியை இழுத்துப் போட்டுக் கொண்டு மேஜை அருகில் உட்கார்ந்தான்.

●●●

விதர்பன் ஆபீசுக்குப் போன பிறகு சந்திராவதி குளிர் காலத்து வெயிலை நாடித் தோட்டப்பக்கம் வந்தாள். மித்திர னுடைய உடம்பு அன்று ஒருவாறாகத் தெளிந்திருந்தது. சந்திரா வதியின் மனமும் குளிர்ந்துவிட்டது. சீதோஷ்ண யந்திரம்போல் சந்திராவதியின் முகக்களையோ வாட்டமோ, மித்திரனுடைய தேக நிலைமையைக் குறிக்கும். அதைப் பார்த்தே பிறர் மித்திரனின் தேகஸ்திதியை அறியலாம். இன்று அவள் முகம் மலர்ந்தே தென்பட்டது. ஒரு மரத்தடியில் உட்கார்ந்தபடி அவள் ஒரு புஸ்தகத்தில் தன் மனதைச் செலுத்தினாள். 'சற்றுத் தூரத்தில், புல் தரையில் மித்திரனும் அவன் தோழர் களும் விளையாடிக்கொண்டிருந்தார்கள்.

பனிக் காலத்தில் டில்லித் தோட்டங்களே ஓர் அலாதி சோபை கொண்டவை; அழகாக வெட்டிவிடப்பட்டிருந்த புல் தரைகள் கார்காலப் பசுமையைக் காட்டாவிட்டாலும், பட்டுப்போல் பளபளத்தன. பால சூர்யனின் காந்தி, அவை மேல் படர்ந்திருந்த பனித் துளிகளுடன் கொஞ்சி விளையாடிற்று. மாந்துளிரையொத்த இளம் சிகப்பு நிறமொன்று தரைகள்மேல் படர்ந்தது. அதைக் கண்டதும் சந்திராவதிக்குக் காலைப்பொழுது பறந்து உச்சி வேளையை அணுகுவது நினைவுக்கு வந்தது. எடுப்பாக அமைந்திருந்த அந்தத் தோட்டத்தின் அழகைக்கண்டு அவள் உள்ளம் விவரிக்க முடியாத ஒரு இன்ப வேதனையாய்த் துடிதுடித்தது. பூக்களின் சோபை அவள் மனதைத் தன்னை அறியாமல் கவர்ந்தது. இருந்தாலும் இத்தனை பூக்களுண்டோ, கொஞ்சமாவது நறுமணமுண்டோவென்று சந்திராவதி வியப்புற்றாள். ரோஜாப்பூக்கள் பார்வைக்கு மிக அழகாய்த் தான் இருந்தன. தாமரைப்பூத் தோற்றுப்போகும்படியாக அவைகள் வர்ணங்களுக்கும் பருமனுக்கும் போட்டி போட்டன. லஜ்ஜையுடன் தங்கள் அழகிய வதனங்களைத் தூக்கி அண்ணாந்து பார்த்தன. அத்தனை லாவண்யமிருந்தும் கம்மென்று வீசும் ரோஜா மணத்தை அங்கே ஒருவரும் நுகர முடியாது. வசந்தகாலம் சமீபித்துவிட்டது போலிருக்கு என்று சந்திராவதி எண்ணினாள். ஏன் என்றால் ஏப்பிரிக்காட்டுச் செடி, மொட்டுக்கள் விடத் துடங்கிவிட்டது. இலை தெரியாமல் அவைகள் பூத்து உலுப்பும்போது தோட்டமே இந்திரலோகப் பாரிஜாதப் பட்டணமாக விளங்குமே; அந்தப் பூவுக்குத்தான் என்ன விசேஷச் சக்தி இருக்கிறது? பூத்துக் குலுங்கும் கொப்புக் களைக் கண்டால், நம் மனம் நம்மை அறியாமல் அவைகளை நாடும். காதலைப்போல் நம் மனதை ஆகர்ஷிக்கச் சக்திவாய்ந்த இப்பூக்கள் வசந்தகாலத்துக்கு ஏற்றவை அல்லவா?

ஆனால் பூக்களைக் கண்டு மகிழ அவள் மனம் அதிக நேரம் இடம் கொடுக்கவில்லை. வாசிக்க வேண்டுமென்று எடுத்து வந்த புஸ்தகமும் அவள் மடியில் வெறுமனே கிடந்தது. அவள் சிந்தனைப் படலத்தைக் கலைத்துக்கொண்டு குழந்தை மித்திரன் "அம்மா"வென்று அழைத்தவாறு ஓடிவந்தான். குழந்தை யின் தலைமயிரைக் கோதிவிட்டுக்கொண்டே, அவன் சளசள வென்று பேசுவதை இவள் அரை மனதுடன் ஏற்றுக்கொண்டாள். என்ன அழகான முகம்! அவன் கண்களோ மீன்களைப்போல் வளைந்திருந்தன. அவனுடைய நீண்ட இமைகளின் சாயை கன்னத்தில் விழும்போது முகத்தில் என்ன டால் அடித்தது! கண்களை அகல விரித்து அவன் ஆச்சர்யத்துடன் அவளைப் பார்க்கும்போது சந்திராவதியின் ஆவி அவனைப் போய்த் தழுவிற்று. மித்திரனுடைய மொழுமொழுப்பான நெற்றி

சூரிய வெளிச்சத்தில் பளபளத்தது. அவனுடைய புன்சிரிப்பில் அலாதியான ஒரு வசீகரிக்கும் தோற்றம் உண்டு. அவன் கண்களிலோ ஓர் தனி அமைதியும் தேஜஸூம் கூடியிருந்தன. அவைகள் ஞானிகளுடையது போல் சாந்தியையே குறிப்பிட்டன. அவனுடைய தெய்வீக அழகைக் கண்டு சந்திராவதியின் உள்ளம் பயம் கொண்டது. தன்னை ஏமாற்றவே அவன் இந்த அசாதாரண ஜொலிப்புடன் விளங்கினதாக அவள் எண்ணினாள்.

"அம்மா, ஏன் இந்த வண்டு பூக்களைச் சுற்றி வட்டாரமிடுகிறது" இது இயற்கையாகவே விசாரணை செய்யும் ஓர் சர்வ சாதாரணக் குழந்தையின் வினா. குழந்தையின் முகத்தை அவள் உற்றுப்பார்த்தாள். அவனுடைய உயர்ந்த நெற்றியும், அகலக் கண்களும் விதர்பனைக் குறிப்பிட்டன. தகப்பனாரின் சாயல் குழந்தையின் முகத்தில் பிரதிபலித்தது. ஆனால் அவன் சிரிக்க ஆரம்பித்துவிட்டால், அவன் சந்திராவதியின் மகன் என்று யார் வேண்டுமானாலும் சொல்லிவிடுவார்கள். அந்தப் புன்சிரிப்பில்தான் என்ன மோகன ஜாலம் இருந்தது; சந்திராவதி சிரித்தால் அவளைச் சுற்றி உள்ளவர்கள் இன்புறுவது சகஜம். "அம்மா நீ ஏன் பேசமாட்டேங்கிறே," தாயாரின் மனதிலுள்ள வேதனையைக் குழந்தை தன்னுள் இருக்கும் அன்பினால் தெரிந்துகொண்டுவிட்டான். "அம்மா எனக்குத் தான் உடம்பு தேவலையே, நீயேன் அதையே நெனைச்சுண்டு இருக்கே?" சின்னஞ்சிறு பாலகன். வயது ஏழே ஆயிருக்கு. அதற்குள் இப்படிப் பரிவுடன் பேச எங்கே கற்றான்? "அம்மா அவா எல்லாம் ஆத்துக்குப் போயிட்டா நான் என்ன செய்யட்டும்?" என்றான் பாலன். இதற்குமேல் சந்திராவதிக்குச் சும்மா இருக்க முடியவில்லை.

"உள்ளேயிருந்து உன் கலர் புஸ்தகத்தை எடுத்துண்டுவந்து இப்படி என்னண்டை உட்கார்ந்துகொள்" என்று அவனை ஏவினாள்.

அவன் உள்ளே ஓடிச் சென்றான்.

சீ, என்ன இப்படி அவள் மனம் இல்லாத துன்பங்களைக் கற்பனை செய்து கொள்கிறது? உலகத்தில் அவளைப்போல் பல மனைவிமார்கள் வாழவில்லையா? அவர்கள் எல்லோரும் காந்தமும் காதலுமாகவா கலந்து இன்புறுகிறார்கள்? மேலும் விதர்பனிடம் சொல்லும்படியாக என்ன குறைகள் இருக்கின்றன? எதையோ ஒன்றை உள்ளத்தில் வைத்துக்கொண்டு, அந்த ஒன்றை எப்போது காணப்போகிறோமென்று ஏங்கினால் மேலே வாழ்க்கைப் படகு எப்படி ஓடும்? அந்த ஒன்றைத்

தேடித்தேடித் திக்குத்தெரியாத இந்தப் பிரம்மாண்டமான இல்லறக் காட்டில் ஏன் தனியாகத் தவிக்க வேண்டும்? புஸ்தகத்தைத் தவிர, மெய் உலகில் அப்பேர்ப்பட்ட மனோ பாவம் இருக்கக் கூடுமாவென்ன? பின் ஏன் அவள் மனம் அந்த அறியாத, அறிய முடியாத ஒன்றை நாடிச்செல்லுகிறது?

புஸ்தகத்துடன் மித்திரன் வந்து அவள் அருகே கீழே தரையில் உட்கார்ந்துகொண்டான். "அம்மா, இந்தப் பூவுக்கு மஞ்ச நிறம் சரியாயிருக்குமா?" என்று கேட்டான். சந்திராவதி குனிந்து மித்திரனுடைய புஸ்தகத்தைப் பார்த்தாள். தான் உட்கார்ந்திருந்த புல்தரை, அங்கங்கே பூக்கள், தூரத்தில் வேலை செய்துகொண்டிருந்த மாலி, இவைகளைக் குழந்தை வரைந்திருந்தான். வேலையில் முனைந்து கொத்தும் மாலியின் முதுகுக் கோடு ஒரு ஓவியனின் வரையல் போல், அவ்வளவு பக்குவமாக இருந்தது. இதைக்கண்டு அவள் மிகவும் ஆச்சரியம் கொண்டாள். ஒருவேளை மித்திரன் ஒரு ஓவியன் ஆவானோ? மறுகணம் அவள் முகம் சுண்டிவிட்டது. மித்திரனுடைய ஆயுள் கெட்டியாக இருந்தால்தானே இந்தப் பேச்சே வரப் போகிறது? மாம்பழத்திலுள்ள வண்டைப்போல் இந்தக் கவலை சந்திராவதியின் மனதில் புகுந்துகொண்டு அதைத் துளைத்தது. விதர்பன் மாத்திரம் இந்த ஆதாரமில்லாத தோற்றத்தில் எப்படி நிஷ்களங்கமாக இருந்து வந்தான் என்று அவளுக்கு ஆச்சரியமாக இருந்தது, ஆனால் புரியாமலில்லை. அவன் தான் பற்றில்லாமல், பலத்தை யோசிக்காமல், தன் கடமைகளை நடத்தி வந்தானே!

விதர்பனுடைய போக்கே ஒரு தனி விதத்தைச் சேர்ந்தது. தொட்டும் தொடாமலிருக்க அவனுக்கு மனோதிடமுண்டு. உணர்ச்சி வேகங்களை அடக்கி, அவன் தன் விவேகத்தினாலேயே, ஞான மார்க்கத்தை அனுசரிப்பவன். அதனால் சாதாரண நாடோடி வாழ்க்கையில் அவனுக்கு இச்சையே கிடையாது. விருந்தினர்கள் வந்து விட்டார்களே, ரேஷன் நாளில் அரிசி ஏது? குழந்தைக்கு ஜுரமே! வண்ணான் துணிகளைக் கொண்டு வரவில்லையே... இன்று மழை வேறு... இதுபோன்ற அல்ப விஷயங்கள் அவனைப் பாதிப்பதே கிடையாது. அவ்வித வாழ்க்கை அநுபவங்களை அவன் சந்திராவதி மூல்யமாகத் தான் கண்டான். அவளே அவனுடைய வாழ்க்கை வழிகாட்டி, அவனால் ஒருநாளும் மனுஷர்களுடைய தராதரமறிந்து அவர் களுக்கு ஆறுதல் அளிக்க முடியாது. சந்திராவதியே துக்கத்தைத் தேற்றுவாள், புண்களுக்கு மருந்தளிப்பாள், ஏழைகளிடம் அன்பு கொள்வாள். மாதர்கள் நல்லொழுக்கத்திற்குத் தகுந்தபடி அவளே விருந்தோம்பல் செய்வாள், உற்றார் உறவினர்களைப்

பரிவுடன் உபசரிப்பாள். அவளே மனுஷனுடைய இன்ப துன்பங்களை அனுபவித்து அதனுடன் தன் ஆவியைப் புனைந்துகொள்வாள். ஆனால் இவ்வநுபவங்களைப் பற்றிப் பேசி, வியாக்கியானம் செய்வது விதர்பனே. அவன் தன் கூரிய புத்தியால் எதையும் தாக்கி ஹதம் செய்துவிடுவான். அவனுக்குத் தெரியாத வித்தையில்லை. அவன் படிக்காத புஸ்தகமில்லை. வந்தவர்களுக்கு இஷ்டமுண்டோ இல்லையோ, வேதாந்தம், ஓவியம், காவியம், ராஜீய விஷயம் என்று, இவை களின் சாரத்தை அவர்கள் கேட்டே ஆக வேண்டும். விதர்பனும் ஓயாமல் அலுக்காமல் தன்னுடைய மூளையில் செழிக்கும் கற்பனைத் தத்துவங்களைச் சொல்லிக்கொண்டே போவான். இப்படி எத்தனை நாட்கள், என்று சில சமயங்களில் சந்திராவதி எண்ணி ஏங்குவாள். இது, அல்லது இன்னும் வேண்டுமானாலும் அவள் வழிகாட்டி வேலையைச் செய்யத் தயாராக இருந்தாள், ஆனால் ஒரு சிறிதளவாவது, அவன் நன்றியைக் காட்ட வேணுமே . . . ஊம் ஊம் . . . கிடையவே கிடையாது. அதைக் கூட விதர்பனுக்குத் தரத் தெரியவில்லை. அவள் இருப்பது கூடச் சில சமயங்களில் அவனுக்கு மறந்து போய் விடுகிறதே! ஒவ்வொரு நேரத்தில் அவர்கள் சேர்ந்தாப்போல் இரண்டு மூன்று தினங்கள் பேசாமலிருந்ததுண்டு. ஏன்? விதர்பனுக்கு வேலைத் தொல்லை அதிகமாக இருக்கும். ஆபீஸிலிருந்து வரும்போதே எதாவது காகிதக் கட்டு, முக்கியமான ரிப் போர்ட்டு . . . அல்லது சட்டசபை பேப்பர்கள் . . . என்று கொண்டு வருவான். வந்ததும் சாப்பிட்டுவிட்டுத் தன் வேலை யைப் பார்க்க அவன் அறைக்குப் போய்விடுவான். குழந்தை யெப்படி இருக்கிறான். நீ என்ன செய்துகொண்டிருந்தாய் என்று ஒரு வார்த்தை கூடக் கனிவாகப் பேசி அவளை விசாரிக்க மாட்டான். "விசாரித்தால்தான் அன்பா"வென்று அவன் அவளைப் பலமுறைகள் கேட்டதுண்டு. பெண்கள் அன்பின் பராமரிப்பால்தான் உயிர் வாழ்கிறார்கள் என்று அவனுக்கு இவள் எப்படிச் சொல்லிக்கொடுக்க முடியும்? தன் அன்பிற்கு அறிகுறியாகத்தானே பொன்மானைத் தேடிச்சென்றான் ராகவன்? அந்த அன்பை நினைத்துத்தானே வைதேகி லங்கை யில் உயிர் வாழ்ந்தாள்? காதலினால்தானே கலவி? பார்வதியுடன் கலந்து இன்புற்ற பிறகு, காமனைக்கூடச் சிவபெருமான் மன்னிக்க வில்லையா? காதல் என்னும் நிலைமை எப்போதும் ஒன்று போலிருக்காது. அதை சதா போற்றிக்கொண்டும், வாழ்த்திக் கொண்டும், அனுபவித்துக்கொண்டும் இருந்தால்தான் அது நீடித்து நிற்கும். இதற்காக அவனுடைய சொந்த அலுவல்களை விட்டு விட்டு சதா இவள் அருகிலே இருக்க வேண்டுமென்று அவள் சொல்லவில்லை. நூறு சரத்காலங்கள் சிவபெருமான்

உமையாளை அணைத்ததுபோல் காம மோகிதமாக இருக்க வேண்டும் என்கிறாளா? ஏதோ ஒரு அன்பான பேச்சு, பராமரிப்பு இவைகளையே அவள் கோருகிறாள். அவள் வாழ்க்கையில் அவன் சிறிது அக்கறையோ பாத்தியமோ காண்பித்தால் அதையே அவள் தான் செய்த பாக்கியம் என்று கருதுவாள்.

மோட்டார் ஒன்று பங்களாவுக்குள் விர்ரென்று வந்து நின்றது. சந்திராவதி கனவு உலகிலிருந்து கிளம்பினாள். சத்தியன் காரை விட்டிறங்கி அவளைப் பார்த்து நடந்து வந்துகொண்டிருந் தான். அடுத்தாப்போல் சத்தியனைப்பாரு. அவன் சந்திராவதியின் மேல் சொரியும் நூற்றில் ஒரு பங்கு அன்போ ஆதரவோ, விதர்பன் காட்டியிருந்தால்? சத்தியனுடைய உள்ளம் வெண்மை யுடையது; ஒரே ஒரு பரிவான வார்த்தையால் எவர் உள்ளத்தை யும் தொட்டுவிடும் சக்தி அவனிடம் இருந்தது. சத்தியனுடைய இளகிய மனம்போல் யாருக்கும் இருக்காது. ஆனால் விதர்ப னையே அவள் மனம் நாடிற்று. அவனே அவளுக்கு லட்சியப் புருஷனாக விளங்கினான். வேறு புருஷர்கள் அவளுக்கு நல்லவர் களாக இருக்கிறார்கள், உண்மை சிநேகிதர்களாகப் பிரியப்பட்டுப் பேசுகிறார்கள் — புத்திசாலிகளாக விளங்குகிறார்கள்... ஆனால் காதலனாக, ஒருவனே அவள் மனதிற்குப் பிடித்தவனாக இருக்கிறான்... அவனோ... அவனோ... சத்தியன் அவள் அருகே நெருங்கிவிட்டான்...

•

அத்தியாயம் 6

சந்திராவதி எழுந்து சத்தியனை வரவேற்றாள். "இந்த மத்தியான சமயத்தில் நான் உங்களை எதிர்பார்க்கவில்லையே! என்ன விசேஷம்?" என்று கேட்டாள்.

"ஒன்றுமில்லை. வீட்டிற்குச் சாப்பிடப் போகலாம் என்று புறப்பட்டேன். அப்படியே இந்தப் பக்கமாக வந்தேன்... உண்மையில் உன்னுடன் கொஞ்சம் பேசி விட்டுப் போனால் என் மனம் சற்றுத் தணியும் என்று எண்ணித்தான் இங்கு வந்தேன்."

"ஏன் இப்படிக் கோபமாகப் பேசுகிறீர்கள்? உட்காருங்கள். நிதானமாகப் பேசலாம்" என்றாள் கனிவு மிகுந்த குரலில்.

"இது கோபமா? கோபமே இல்லை. கோபித்துக் கொள்ளலாமே தவிர வேறு ஒன்றும் நம் கையில் இல்லை, என்று தெரியும்போது, உண்டாகும் ஒருவிதத் திக்கற்ற தன்மை இது, என்றே சொல்லவேண்டும்."

"இது என்ன, நீங்கள்கூட இவ்வித ஏக்கத்திற்கு இடம் கொடுக்கிறீர்களே! உலகம் என்றால் எப்போதும் ஒரே போலவே வாழ்க்கை நிம்மதியாகப் போகுமா? குண்டு, குழி, மேடு, பள்ளம் என்று, கரடு முரடான பாதைகள் எவ்வளவோ இருக்கும். கேவலம் உங்களை விட சகலத்திலும் தாழ்ந்தவன் ஒருவன், விதியின் விளையாட்டால் உயர்ந்துவிட்டான், என்று புத்திசாலியான நீங்கள் இப்படி வருந்தலாமா? மேலும் சத்தியம், நல் லொழுக்கம், இவைகளுக்கு எப்போதாவது சன்மானம் உண்டா? யோக்கியமாக மனசாட்சிக்கு ஒத்து நீங்கள் உழைத்தீர்கள்... இன்னமும் உழைக்கப்போகிறீர்கள். வீணாக ஏன் இந்த வேதனை? அல்லது இந்தத் தீர்ப்புக்

கொடுத்தவனாவது ரொம்ப யோக்கியனா ... புத்திசாலியா? இவனே நம்மைக் கேவலமாக வைத்துவிட்டானே என்று வருந்தும்படியாய் அவன் என்ன பெரிய அறிவாளியா?"

சந்திராவதி பேசும்போதே சத்தியனின் உள்ளக் கொதிப்புக் கொஞ்சங் கொஞ்சமாக அடங்க ஆரம்பித்தது. அவனுடைய நெற்றிச் சுருக்கம் மறையத் துடங்கிற்று. எப்போதுமே சத்திய னுடைய பூப்போன்ற ஹிருதயம், உலக வாழ்க்கையின் துன்பச் சின்னங்களை ஏற்க மறுக்கும். இப்போது அவனுக்கென்று ஓர் கஷ்டம் ஏற்பட்டபோது, அது அவனை இன்னும் பன்மடங்கு தாக்கிற்று. உருண்டை முகம், களங்கமற்ற மனம், தாட்டியான தேகம் ... இவைகளே கடவுள் அவனுக்குத் தந்திருந்த அனுக்ரகங் கள். ஆனால் இதெல்லாவற்றையும் விட அவனுடைய அன்பு ததும்பும் மனப்பான்மையே சந்திராவதியை வசீகரித்தது.

"சந்திராவதி, நீ சொல்வது முழுவதும் நிஜம். இந்த அற்ப மனிதர்களுடைய தீர்ப்புக்காக நான் வருந்தப் போவதில்லை. ஆனால் ... என்னை, ஏன் விதி தோற்கடிக்க வேண்டுமென்று தான் எனக்குப் புரியவில்லை!"

"சத்தியா, சில கேள்விகளுக்கு யாராலும் பதில் சொல்ல முடியாது. திடத்துடன் வாழ்க்கைத் தீயில் போர் செய்பவனே தீரன் ... நீங்களும் ..."

"சந்திராவதி, உன்னைப்போல் ஒருவள் எல்லாம் புரிந்து கொண்டு அன்புடன் எனக்கு விஷயங்களை விளக்கும்போது என் மனப்புண் ஆறுகிறது. மேலும் உன்னைப் போலுள்ள புத்திசாலிகள் என்னை உபயோகமில்லாதவன் என்று தள்ளவில்லை என்று இதிலிருந்தே தெரிகிறதல்லவா?"

"அப்படி நீங்கள் எங்கள் பேரில் சம்சயம் கொள்ளலாமா?"

"இல்லை ... மற்றவர்கள் என்ன சொன்னாலும், என்ன நினைத்தாலும், எனக்கு அக்கறை இல்லை. நீயும் ... என்னை ஒரு உதவாக்கரை என்று எண்ணினால் நான் அதைப் பொறுப் பேனா? பொறுக்கவே முடியாது."

சத்தியனுடைய குரல் தழுதழுத்தது. இதைக் கேட்ட சந்திராவதியின் நெஞ்சு துணுக்குற்றது. தன் தோல்வியை நினைத்து நினைத்து வருந்தி, சத்தியன் தன் வாழ்க்கையைக் கெடுத்துவிடுவானோ என்று எண்ணினாள்.

"இப்படி நீங்கள் வருத்தப்படுவது இயல்பே! இருந்தாலும் இந்தத் துயரத்தை இத்தனை வளர்த்துவிடக்கூடாது. பிறகு அது உங்களையே விழுங்கிவிடும். அப்புறம் அவ்வீழ்ச்சியிலிருந்து,

தன்னை மீட்டுக்கொள்ள வழி தெரியாமல் நீங்கள் திண்டாடும் படியாய்விடும். யார் எது சொன்னாலும் சற்று உதறித் தள்ளி விட்டு இருந்தால்தான் இவ்வுலகில் கவலையில்லாமல் வாழ முடியும்."

"அதாவது விதர்பனைப் போலிருக்க வேண்டும்." அவன் பதிலைக் கேட்டுத் தன்னைத்தான் ஏளனம் செய்கிறானோ வென்ற சந்தேகத்துடன் சந்திராவதி சட்டென்று நிமிர்ந்து அவனை நோக்கினாள். ஆனால் சத்தியனின் முகம் கவலை தோய்ந்திருந்தது.

"ஆனால் ஊம்... ஊம்... நீ சொல்லுவதைத் தான் நான் நம்புகிறேன். உன் வார்த்தைகள் எனக்கு ஆதரவை அளிக்கின்றன. உண்மையைச் சொன்னால், உனக்காகத்தான் நான் உயிரை வைத்துக்கொண்டிருக்கிறேன் என்று சொல்ல வேண்டும். ஆனால், இந்தப் பாழாய்ப்போன உலகத்தில்தான் நிஜத்தைச் சொல்லக்கூடாதே." அவனுடைய முணுமுணுத்த குரல், மிருதுவான தென்றலுடன், நிசப்தமான மத்தியான வெளியில் பரவிற்று.

ஒருவருக்கும் தீங்கு நினைக்காதவன் சத்தியன். சுத்தமான குழந்தையுள்ளம் படைத்தவன். குழந்தைகளுடன் அவன் துள்ளி விளையாடுவதையும், அவர்கள் அவன் தோள்களில் ஏறுவதையும் பார்த்து எல்லோரும் ஆச்சரியம் கொள்வது வழக்கம். இயற்கை தேவி அவனுக்கு மிகவும் இசைந்தவள். நாள் பூரா தோட்டத்தில் வேலை செய்துகொண்டும், அங்கிருக் கும் காரெட்டுக்களை மென்றுகொண்டுமிருக்க அவனுக்கு மிகவும் பிரியம். எளிய வாழ்வில் அவனுக்கு ஓர் அலாதிப் பிரீதி. வாழ்க்கைப் பாதையில் தோன்றும் சில்லரை இன்பங் களைக் கொண்டு சந்தோஷமாக இருக்கப்பட்டவன் அவன். அவனை ஏன் கடவுள் இந்த அபாரமான கவலைக் குழியில் விழுத்த வேண்டுமென்று சந்திராவதி வருத்தப்பட்டாள்.

வீட்டிற்கு வந்து சாப்பிட உட்கார்ந்த சத்தியன் தலையை நிமிர்த்துப் பார்க்கவே இல்லை. சாப்பிடுவதில் கூட அவன் தன் குழந்தைத் தனத்தைக் காண்பித்தான். பதார்த்தங்களைக் கவனத்துடன் மாதிரி பார்த்து, ருசித்துச் சாப்பிடுவது என்பது அவனிடம் கிடையாது. ஏதோ பகவான் முகத்தில் ஒரு துவாரம் கொடுத்திருக்கிறார். அது வழியாக ஜீவனத்துக்கு வேண்டிய அளவு நாம் ஆகாரம் போட வேண்டுமென்பது அவன் எண்ணம். அதுவும் எப்படி? மேலேயும் கீழேயும் சிந்திக் கொண்டேதான் சாப்பிடுவான். தினம் அவன் அங்கியில் ஒன்று இரண்டு கறைகள் விழாமலிருக்காது. இது நன்றாகயிருக்கேயென்று

புகழமாட்டான். சக்கரைக்குத் தான் ரேஷன் என்று நினைத்தேன் ... உப்புக்குக்கூடப் பஞ்சமா என்று குறையும் சொல்ல மாட்டான். இது முருங்கைக்காய் ரஸமா, இது ஜிலேபியா, தேன்குழலா என்று பரிகாசம் செய்யமாட்டான். பெண்களுக்குத் தொல்லை கொடுக்கும் புருஷர்கள் வகையில் அவன் சேர வில்லை. நிர்மலா சிரமத்துடன் செய்துவைத்த பதார்த்தங்களை அவன் மறுவார்த்தை பேசாமல் வாயில் போட்டு விழுங்கி விடுவான். சத்தியன் சாப்பிடுவதைப் பார்த்தால் ரொம்ப வேடிக்கையாக இருக்கும். குழைத்துக் குழைத்துப் பிசைந்து விட்டு, ஒரு பிடி சாதத்துடன், அவன் தன் கையையும் வாய்க்குள் போட்டுவிடுவான். போட்ட சாமான்களை, பல்லால், மில்லில் அரிசி அறைப்பதுபோல் கரமுராவென்று சப்தம் செய்து சுவைப்பான். பிறகு சப் சப்பென்று சப்பிவிட்டுக் கொண்டு முழுங்குவான். ரஸத்தைக் கிண்ணியில் விட்டால் அவன் உறிஞ்சிக் குடிக்கும் சப்தம் அடுத்த வீட்டுக்கு எட்டும். குழந்தைகளுக்குக் கட்டுவதுபோல் உனக்கும் கழுத்தில் ஒரு துணியைக் கட்டிவிட்டு, பிறகே உன்னைச் சாப்பிட உட்கார வைக்க வேணுமென்று சந்திராவதி அடிக்கடி அவனைக் கேலி செய்வதுண்டு. ஆனால் அவன் அதை ஒரு பொருட்டாக எடுத்துக் கொள்ள மாட்டான். நிர்மலாவுக்கோ அவனுடைய வழக்கங்கள் ரொம்ப சகஜமாகப் போய்விட்டது. மேலும் அன்று அவள் கவனம் வேறு ஒரு இடத்திலிருந்தது. அவனுடைய மௌனம் அவளுக்கு ஒத்தாசையாக இருந்தது. முன் பகலில் நடந்த சம்பாஷணையே அவள் காதில் ஒலித்துக்கொண்டிருந்தது.

அவளைச் சேர்ந்த பெண்களுக்கு நிர்மலாவுடைய முகத்தைப் பார்த்தாலே பரிகாசமாக இருக்கும். அதற்கு என்ன செய்வது பிரம்மன் அவளை அப்படி சிருஷ்டித்து இருந்தான். பல வருஷங்களுக்கு முன் பட்டணத்தில் காலேஜுப் பெண்கள் செய்து கொண்டிருந்த அலங்காரங்களை இப்போதும் நிர்மலா விடாமல் பிடித்துக்கொண்டிருந்தாள். அதாவது சாட்டை போலுள்ள பின்னல் ஒன்று முதுகில் ஊஞ்சலாடும். அதன் சிகரத்தில் குலுங்கக் குலுங்கப் பூங்கொத்து ஆடாடித் தொங்கும். கண்ணுக்கு எடுப்பான ஒரு மூக்குக்கண்ணாடி கடைக்கண் பார்வையுடன் சேர்ந்து விளையாடும். இந்த வேஷத்தைக் கண்டு டில்லி பெண்கள் கேலி செய்வார்கள். ஆனால் நிர்மலா என்னமோ இவ்வலங்காரங்களை விடவில்லை. காலேஜ் பெண்ணுடைய உடையுடன், காலேஜில் அவளுக்குள்ள தேட்டம் நின்று விட்டது. அதற்கு மேல் ஆராய அவளுக்குச் சிறிதுகூட இஷ்டமில்லை. ஏதோ அப்பா வற்புறுத்துகிறாரே என்று பி.ஏ. பரீக்ஷைக்கு விழுந்து விழுந்து படிக்கும்படியாய் ஆச்சு.

அதைப்பற்றி இப்போது என்ன? பரீக்ஷை எழுதின பிறகு கட்டி வைத்த புத்தக மூட்டைகளை அவள் அப்புறம் பார்வையிடவில்லை. எதற்காக? வீட்டு வேலைகளைச் செய்ய ஆட்கள் இருந்ததால் இப்போதுகூட அவளுக்கு ஏராளமாக ஓய்வு நேரம் இருந்து வந்தது. அப்படியும் அவள் மனம் புஸ்தகங்களை நாடவில்லை. புத்தியை உன்னிப்பாக ஒரே வழியில் சிலமணி நேரம் செலவழிக்கும் வழக்கத்தை அவள் பல வருஷங்களாக மறந்துவிட்டாள். அவள் உருப்போட்ட சமஸ்கிருதப் பதங்கள் கூட இப்போது அவளுக்கு ஞாபகம் வரவில்லை. ஆனால் நிர்மலா இதற்காகக் கொஞ்சங்கூட விசாரப்படவில்லை. எப்படிக் கழித்தோம் என்று சொல்ல முடியாமலே நாட்கள் அவளை விட்டு முன்னே பறந்தன. தையலிலும் அவளுக்கு நோட்டமில்லை. பூ நூல் போடவோ அவள் கைகள் வணங்கா. சத்தியனுக்குச் சாப்பாட்டில் தேட்டமில்லாததனால் அவளுக்கு மற்ற பெண்களைப் போல் சர்பத் என்றும், ஜாம் என்றும் விதவிதமாகச் செய்து பார்க்க உந்தல் ஏற்படவில்லை. பிறகு இவள் என்ன தான் செய்வாள்? தேகத்தையோ மூளையையோ அப்பியாஸப்படுத்திக் கட்டுக்குள் வைத்துக்கொள்ளாததனால் அவளிடம் சதா ஒரு ஆயாசம் இருந்து வந்தது. அவள் முகத்தில் எப்போதும் ஒரு வெறுப்புத் தோன்றும். அடிக்கடி சிணுசிணுப்பாள். சிரிப்பை அவளிடம் காண்பதே அபூர்வம். மேலும் தனிமையில் விடப்பட்டால் அவளுக்கு ஒருவித அச்சம் ஏற்படத் தொடங்கிற்று. அதனால் அவள் ஒன்றில் பிறர் வீடுகளுக்குச் சென்று பொழுது போக்குக்காகப் பேசிக்கொண்டிருப்பாள் – அல்லது தன் அகத்தில் மற்ற பெண்களுக்கு விருந்து செய்வாள். இப்படியே அவள் வெளியே புல் தரையில் வெயிலில் காய்ந்து கொண்டும், வம்பு அளந்துகொண்டும், பனிக்காலத்தைப் போக்குவது வழக்கம். அன்று காலமே சாந்தியும், சுலோசனாவும் வந்தது, அவளுக்கு ரொம்ப சந்தோஷமாக இருந்தது. மிக்க அன்புடன் அவர்களை வரவேற்று, நிர்மலா மரத்தடியில் இருந்தபடி காப்பி பலகாரங்கள், இவைகளை அவர்களுக்குப் பரிமாறி மகிழ்ந்தாள். நிர்மலாவுடைய அழகியப் பூச்செடிகளைப் பார்த்து சாந்தி அவளை வெகுவாகப் புகழ்ந்தாள்.

“சந்திராவதியுடைய தோட்டத்தைப் பார்த்தாயோ! ரொம்ப அலங்காரமான பூக்கள் பூத்துக் குலுங்குகின்றன! இந்த வருஷத் தோட்டப் போட்டியில்கூட அவள் சேரப் போறாளாம்” என்றாள் சாந்தி.

“அப்படியா, அவளுக்கென்ன அம்மா, லீவு நாட்களில் பலபேர்கள் அங்கே போய் உழைக்கிறார்கள்” சுலோசனாவின் குரலில் பொறாமை ஒழுகிற்று.

"ஆமாம், நிர்மலா, சத்தியனைக்கூடப் போன ஞாயிற்றுக் கிழமை அன்று அங்கே பார்த்தேன். ஏதோ காபேஜ் நாத்துக்களை நட்டுண்டிருந்தான்..."

நிர்மலாவுடைய முகம் சுண்டிவிட்டது. "ஆமாம், அவருக்குத் தோட்ட வேலையென்றால் ரொம்பப் பிரியம்" என்று சொல்லி சத்தியனுடைய செய்கையை மூடிவைத்தாள்.

"இந்தப் புருஷ ஜென்மங்களுக்கே கரடுமுரடான வேலை களில் எத்தனை ஆசை!" என்று சுலோசனா ஆச்சர்யமடைந்தாள்.

நிர்மலாவுக்கு இவர்கள் எதையோ சொல்லுகிறார்கள் என்று தெரிந்ததே ஒழிய எதைக் குறிப்பிடுகிறார்கள் என்று புரியவில்லை. ஆற்று வெள்ளத்துடன் அடித்துக்கொண்டு போகும் சருகு இலையைப் போல், அவர்களுடன் இழுத்துச் செல்லப் பட்டாள்.

"அப்படிச் சொல்லாதே சுலோசனா... சந்திராவதிக்கு வேணுமானால் அவர்கள் சற்று வேலை செய்வார்களோ என்னவோ... எங்காத்துலே பாரு... பச்சிலையென்ன நிறமாக இருக்கும் என்றுகூட இவருக்குத் தெரியாதே!" சாந்தி ஆச்சர்யப் பட்டாள்.

"ஆமாம், புருஷர்களை மடக்கும் விதம் அவளுக்கு நன்றாகத் தெரியும். அவளுக்கு... ஊ... ஊ... ஒருவிதமான மனோ பாவமிருக்கு. நானும் பார்த்துண்டேதான் வருகிறேன். பெண் களை விட அவள் புருஷர்களிடத்திலேயே ஜாஸ்தி பழகுகிறாள் இல்லே?"... என்று சுலோசனா கேட்டாள்.

"அதெல்லாம் ஒண்ணுமில்லை. இந்தப் புருஷாளே அசடு வழிய அவள் பேசினால் இளித்துக்கொண்டு கேட்டிருப்பார்கள். அதுதான் அங்கிருக்கும் ரகசியம். என்னை இளிக்கச் சொல்லு பார்ப்போம்" என்று சாந்தி பதில் கேட்டாள்.

நிர்மலா, இருவருடைய முகங்களையும் மாறிமாறிப் பார்த் தாள். அவள் மனதில் ஒரு சிறிதளவு சந்தேகம் எழும்பிற்று. ஆனால் சத்தியன்பேரில் அவளுக்குப் பூர்ண விசுவாசமுண்டு. அவனைத்தான் இவர்கள் குறிப்பிடுகிறார்கள்! அது எப்படி இருக்க முடியும்?

"என்னவோ அம்மா, அவள் பாடு, எனக்குப் பிறரைப் பற்றிப் பேசி அவதூறு சொல்லப்பிடிக்காது... இருந்தாலும்... இப்படி வெளிப்படையாக இவள் தன் வலையை வீசுவதைப் பார்த்தால்..." சாந்தி வெறுப்புடன் தன்கையால் சமிக்ஞை செய்தாள். ஆனால் அவள் மனச்சாட்சி அவளைக் கொஞ்சம்

உறுத்தியது போலும்! அதற்குத்தான் ஒரு பீடிகையுடன் பேச ஆரம்பித்தாளோ!

"ஏன் சந்திராவதியைப் பார்த்தால் ரொம்ப சாதுவான மனுஷியாகத்தானே படுகிறது?" நிர்மலா மெதுவாக இழுத்து இழுத்துப் பேசினாள்.

"நிர்மலா, நீ ரொம்ப ஸிம்பிளாக (simple) இருக்கிறாயே. அவளுடைய சிரிப்பு ஒன்று போருமே, இந்தப் புருஷாளைக் காந்தம் போலிழுக்க!" சாந்தி தன் தோளை மொகவாய்க் கட்டையால் தட்டிக்கொண்டாள்.

இதைக் கேட்ட சுலோசனாவுக்குக் கொஞ்சம் ரோசமாகப் போய்விட்டது.

"சில அசட்டுப் பெண்களுடைய புருஷர்களிடம் அதெல்லாம் பலிக்கலாம், ஆனா என்கிட்டே..." என்று சலிப்புக் கொட்டினாள்.

நிர்மலாவுக்கு சந்தேகம் பலத்தது. அவள் முகம் யோசனையால் சுருங்கிற்று. வந்த காரியம் பலித்துவிட்டதென்று தெரிந்தவுடன் சாந்தி பேச்சை அழகாக வேறுதிசையில் திருப்பினாள். "இந்தப் பட்டுவரவைப் பார்த்தாயா நிர்மலா? இதை ரிப்யூஜி கடையில் வாங்கினேன்."

"நன்றாகயிருக்கே... என்ன விலை?"

"அதை மாத்திரம் கேட்காதே. இந்தப் பெண்கள் சும்மா தேசத்திற்காக உழைக்கிறேன் என்ற பெயரை வைத்துக்கொண்டு அங்கே பண்ணுகிற அட்டகாசத்தை..."

"ஆமாம் சாந்தி, நீ இந்தப் புது சிண்டியா கிளப் எம்போரியத்துக்குப் போனாயோ? ரொம்ப ரொம்பப் புது தினுசுக்கள் அங்கே கொட்டிக்கிடக்கு" என்று சுலோசனா தனக்குத் தெரிந்ததைச் சொன்னாள்.

"அப்படியா?" சாந்தி கவனத்துடன் கேட்டாள்.

"ஆமாம், காய்கறி, ஊறுகாய், பட்சணங்கள் முதலாகக் கொண்டு வைத்திருக்கிறார்கள்."

"ஓஹோ; இப்பொழுது ஞாபகம் வருகிறது. மிஸஸ் சென் கூட அங்கே வேலை செய்றா இல்லை."

"ஆமாம்; என்னைக்கூடக் கூப்பிட்டாள், பாரு... ஆனால் நான் எப்படிப் போறது சொல்லு. வீட்டிலே ரொம்ப வேலை. வாரத்திலே இரண்டுதரம் ஆஸ்பத்திரி விஸிட்டு, இது தவிர

ஆஸாமுக்காக மீட்டிங்வேறே அடிக்கடி வைக்கவேண்டியிருக்கு. எனக்கு என்னமோ சரியாகத்தான் இருக்கு."

"சமையல் கிளாசுக்குப் போகிறேன். ரஸகுல்லா எப்படிச் செய்வது என்று வேணுமானால் உங்களுக்கு சொல்லித் தருகிறேன்" என்று தயவு செய்தாள் சாந்தி.

இப்படி இவர்கள் பேசிவிட்டு விஷ விதையையும் நட்டு விட்டு வீடு நாடிச் சென்றார்கள். அவர்கள் போன பிறகு சத்தியன் சாப்பிட வந்தபோது கூட நிர்மலா சந்திராவதியைப் பற்றியே நினைத்துக்கொண்டிருந்தாள். சத்தியனும் பேசாமல் சாப்பிட்டுவிட்டு ஆபீஸுக்குப் போய்விட்டான்.

ஆபீஸுக்குப் போனவுடன் சத்தியன் டெலிபோனை எடுத்து வாஸனுடைய நம்பரைத் திருப்பினான். தன்வேலை விஷயமாக அன்று ஒரு வதந்தி செக்ரட்டேரியட் நடையில் அவன் கேள்விப்பட்டிருந்தான். ஆனால் அது என்ன ஆச்சு என்று பத்ரியை நேரே கேட்க அவனுக்கு இஷ்டமில்லை.

"ஹல்லோ! வாஸன், நீ பத்ரியுடன் பேசினாயா?" என்று சத்தியன் கேட்டான்.

"இல்லை, எதைப்பற்றி சத்தியா?"

"அதான்... எங்க டிபார்ட்மெண்டில் சில மாறுதல்கள் செய்யப் போகிறார்களே... என்னை என்ன பண்ணப் போகிறார்கள்? அதைப்பற்றி நீ ஏதாவது கேள்விப்பட்டாயா?"

"ஓகோ... அதுவா. எனக்கு ஒன்றுமே தெரியாதே... ஆனால் நான் பத்ரியிடம் விசாரித்து சங்கதிகளைச் சொல்லு கிறேன்."

"தாங்ஸ் வாஸன். கொஞ்சம் தெரியப்படுத்தினால் ரொம்ப சௌகரியமாக இருக்கும். ஆனால் நான் கேட்டேன் என்று பத்ரியிடம் சொல்லிவிடாதே."

"சே... சே... எனக்கென்ன அத்தனை தூரம் தெரியாதா என்ன."

"இல்லை வாஸன். இருந்தாலும் இப்போ ரொம்ப ஜாக்கிரதையாக இருக்க வேண்டியிருக்கு. முன் நாட்களைப் போலவா? பெரிய துரை எல்லாத்தையும் யோசித்துப் பார்த்து விட்டு நியாயமான தீர்ப்புத்தான் செய்வார் என்று நம்பு வதற்கு?... இது கலிகாலம் இல்லை... காலைப் பிடிப்பவர்களின் காலம்." வெறுப்புடன் சத்தியன் போனைக் கீழே வைத்தான்.

வாஸனுடைய காதில் அவன் வார்த்தைகள் சுரீர் என்று பாய்ந்தன, இது வரையில் அவன் சத்தியனைப் பற்றிச் சொன்ன இழிவான சொற்களை மறக்கச் சட்டென்று டெலிபோனை எடுத்துப் பத்ரியைக் கூப்பிட்டான்.

சத்தியன் வாஸனுடன் பேசும் பொழுது பத்ரி அவன் செக்ரட்டெரியுடன் வார்த்தையாடிக் கொண்டிருந்தான்.

"பத்ரி, நான் இப்பொழுது வெளியிடப்போகும் விஷயத்தைப் பற்றி ஒருவரிடமும் சொல்லக்கூடாது. இந்த மாறுதல்களைச் சாக்கிட்டு, சத்தியனை இவ்விடத்திலிருந்து அனுப்பிவிடலா மென்று எங்களுக்குள் ஒரு யோசனை ... நீ அதற்கு என்ன சொல்கிறாய்" என்றார் அவர். தன்னிடம் அவர் யோசனை கேட்ட பெருமையில் பத்ரிக்கு உடம்பே ஊதிவிட்டது. ஒரே ஒரு வினாடிக்குப் பத்ரியின் மனதில் ஒரு சிறு போராட்டம் நடந்தது. ஆனால் சட்டென்று தன்னைச் சமாளித்துக்கொண்டு பதில் தந்தான்.

"ஆமாம் அநேக முறைகளாக நான் சத்தியனுடைய வேலையைக் கவனித்துக்கொண்டு தான் வருகிறேன். நான் சொல்லுகிறேன் என்று நினைக்காதேங்கோ. எனக்கு ரொம்ப வேண்டிய மனுஷன் தான் அவன். இருந்தாலும் என் மனதில் என் கடமையே எனக்கு மேலாகப்படுகிறது ... சமீபத்தில் சத்தியனுக்குப் புத்திக் கோளாறு வந்து விட்டதோ என்று கூடப் பயந்துவிட்டேன். அவன் அத்தனை தூரம் தன் வேலை களை மறந்து பராக்குப் பார்க்க ஆரம்பித்து விட்டான்."

"ஆமாம் ... நீயும் அதைப் போலவே நினைப்பதைக் கேட்டு ரொம்ப சந்தோஷமாக இருக்கு. சத்தியன் ரொம்ப யோக்கியமான மனுஷன்தான். ஆனால் அதற்காக என்ன செய்வது? நம் போலுள்ள உத்தியோகஸ்தர்கள் கடமைக்காகப் பலவித இழிவான பேச்சுக்கு ஆளாக வேண்டியிருக்கு."

பத்ரியும் இதற்குத் தகுந்தபடி எதோ மரியாதைக்காக முணுமுணுத்துவிட்டு, விடைபெற்றுக்கொண்டு தன் அறைக்குள் சென்றான். அப்பொழுதுதான் வாஸன் அவனை டெலிபோனில் கூப்பிட்டான்.

"ஹல்லோ பத்ரி ... இந்த சத்தியன் என்னை ரொம்ப ஹிம்சை செய்கிறானே. நீ அவனைப் பற்றி ஏதாவது கேள்விப் பட்டாயா?" என்று வாஸன் கேட்டான்.

பத்ரி ஒரு நிமிஷத்திற்குத் தயங்கினான். பிறகு "இல்லை ... எனக்கு ஒன்றும் தெரியாதே!" என்று மழுப்பிவிட்டான்.

செக்ரட்டேரியட்டில் அனுபவப்பட்ட வாஸன் விஷயங்களைப் புரிந்துகொண்டுவிட்டான். ஆனால் அதைப்பற்றி வெளிப்படையாகக் காட்டிக்கொள்ளாமல், "அவனுக்கு என்ன பதில் சொல்வது என்றுதான் யோசிக்கிறேன்" என்றான்.

வாஸனுக்கு சங்கதிகள் விளங்கிவிட்டது என்று பத்ரியும் தெரிந்துகொண்டான். அதனால் அவன் "என்னமோ அப்பா என் வாயைக் கட்டிப் போட்டிருக்கு... நான் என்ன செய்யட்டும்? நீ வேண்டுமானால் இப்படிச் சொல்லிப் பாரேன். அவனை ஒரு மாசத்திற்கு லீவு எழுதிப் போடச் சொல்லேன்."

"உம்... அப்படிச் சொல்லுகிறேன்" என்று வாஸன் பெருமூச்சுடன் போனைக் கீழே வைத்தான். தனக்கு மதிப்பு வைத்து சத்தியன் தன் காரியத்தை அவனிடம் ஒப்புவித்ததைப் பற்றி அவனுக்கு சந்தோஷம்தான். ஆனால் இது கொஞ்சம் சிக்கலாகப் போய்விட்டால் அப்புறம்? அவன் மேலே யோசிக்குமுன் சத்தியன் அவனை மறுபடியும் போனில் அழைத்துவிட்டான்.

"வாஸன், உன் காதில் இது விழுந்ததோ என்னமோ... எனக்குச் 'சுட்டி' விட்டு விடப்போவதாகக் கேள்விப்பட்டேன்..." சத்தியன் பதட்டத்துடன் வாஸனைக் கேட்டான்.

வாஸன் சமாதானமான குரலில் பதில் பேச ஆரம்பித்தான்! "அதெல்லாம் ஒன்றுமிருக்காதுன்னா..." (தான் அவனுக்காகப் பரிந்து பேசாதது அவனுக்கு எங்கே தெரியப்போகிறது.) "இப்போதுதான் பத்ரியை அதைப்பற்றிக் கேட்டுக்கொண்டிருந்தேன். அவனுக்கு ஒன்றுமே தெரியாதாம் பாவம்... சத்தியா... நீ ஒன்று செய்யேன்! தேமேன்னு ஒரு மாஸம் லீவுக்கு எழுதிப் போட்டுவிடேன்" வாஸன் அவனை உற்சாகப்படுத்தும் முறையில் பேசினான். ஆனால் சத்தியன், "ஓகோ விஷயம் அவ்வளவு தூரத்திற்கு வந்துவிட்டதா? பத்ரி இன்னும் ஏதாவது சொன்னானா?" என்று கேட்டான்.

"இல்லை... இல்லை... அவனுக்கு ஏதாவது தெரிந்திருந்தால் உன்னிடம் சொல்லாமலிருப்பானா?

இந்த சம்பாஷணை நடந்து ஆனவுடன் பத்ரி அறையில் மறுபடியும் டெலிபோன் மணி அடித்தது. இந்தத் தடவையும் வாஸன்தான் கூப்பிட்டான்.

அப்பா, இந்த செக்ரட்டேரியட் ரகசியங்களைப் பற்றித் தெரியாதா? நீ என்னமோ என்னிடம் ஒளித்தாயே தவிர விஷயங்கள் தீப் பறப்பதுபோல் பறந்துவிட்டன. சத்தியன்

காதுக்கு எல்லாம் எட்டிவிட்டது. நீ கொஞ்சம் ஜாக்கிரதையாக இரு" என்று எச்சரித்தான்.

இதற்குப் பதில் பத்ரி போனில் "கெ... கெ... க்கே" என்று சிரித்தான்.

சத்தியனுடைய மனதில் ஒரு பெரிய வெறுப்பு ஏற்பட்டது. கடமை நினைவில் பெரிய பாரம் அவனைவிட்டு எப்போது நீங்கும் என்று அவன் ஏக்கம் கொண்டான். மனப்பூர்த்தியாக உழைக்க வேண்டிய வேலையை அசட்டையுடன் விட அவனுக்கு மனமில்லை. அதனால்தானே இப்படிப் பிறர் வாயில் புகுந்து புறப்பட வேண்டியிருக்கு. இந்த சர்க்கார் உத்தியோகமென்றாலே இப்படித்தானே! சூடு, சொரணையுள்ள ஒரு உயிருள்ள மனுஷனுக்காக உழைத்திருந்தால், அவன் நன்றியோ அறிவோ காட்டியிருக்கலாம். ஒன்றுமில்லாத ஒருவித ஸ்தூலக் கொள்கைகளுக்காக உழைத்தால்... என்ன லாபம்? தேசாபிமானம், சத்தியம், கடமை இவைகளால் மனுஷ ரூபம் எடுத்து வந்து இவனுக்கு ஆறுதல் கூறமுடியுமா? கடமை என்ற இந்தக் கட்டினால்தானே, அவன் கஷ்டப்படுகிறான்? இல்லாவிட்டால் அவன் மனசாட்சி சொல்வதைத் தூரே உதறித் தள்ளிவிட்டு எல்லோரையும்போல் செக்ரட்டெரி காலைப் பிடித்திருக்க மாட்டானா? அப்படிச் செய்திருந்தால் பத்ரியுடைய ஆட்டங்களெல்லாம் அடங்கியிருக்குமல்லவா? அவன்தான் வெகு நாட்களாக சத்தியனை அடக்கக் கங்கணம் கட்டிக்கொண்டிருக்கிறானே! அவனைச் சொல்ல என்ன இருக்கு? சத்தியனுக்குத்தான் தைரியமில்லை! சத்தியன் ஓர் நீண்ட பெருமூச்சு விட்டான்.

வாழ்க்கையுடன் போராடுவதே அசாத்தியம் என்று அவனுக்குத் தோன்றிற்று. பிறகு வேறு என்ன வழி? திக்குத் தெரியாமல் அவன் மனம் குழம்பிற்று. சந்திராவதி ஒருவளே அவனுக்குத் தைரியமூட்டி வந்தாள். ஆனால் அவன் மனம் அவனுடைய தோல்விகளையே சிந்தனை செய்தது. இத்தனை வருஷங்களாக யோக்கியமாக உழைத்ததற்கு இதுதானா சன்மானம்? இந்தக் கேள்வியை அவன் தனக்குத்தானே கேட்டுப் புண்பட்டுக்கொண்டான்.

•

அத்தியாயம் 7

உலகத்தில் சண்டை என்பதையே அடியோடு ஒழித்து, நிம்மதி, ஒற்றுமை, கூட்டுறவு என்பவைகளை நிலைநாட்ட, சில அமெரிக்கப் பிரமுகர்கள் ஆசியா தேசங்களுக்குத் தீர்த்த யாத்திரை செய்யக் கிளம்பினார்கள். அன்று சாயங்காலம் சந்தோஷலால் வீட்டில் அவர்களுக்கு ஒரு பெரிய விருந்து நடந்தது. இவர்களில் ஒருவர், விதர்பன் வாயில் அகப்பட்டுக்கொண்டு விட்டார்.

வந்த நபர் அவனிடம் தனக்கு விருந்தளிக்கும் தேசத்தினரைப் புகழ்ந்து, இந்தியாவுடைய பழைய பண்பாடுகளைப் பெருமையுடன் கொண்டாடினார்.

"அதையேன் கேட்கிறீர்? இந்தியாவுடைய மேலான பண்பு என்ற பெயரை வைத்துக்கொண்டு இருக்கும், இந்தப் பண்டைகாலக் கொள்கைகளே, எங்கள் கஷ்டங்களுக்கு மூலக் காரணங்கள் ஆகின்றன. புராதன சாஸ்திரங்கள் என்று பிதற்றிக்கொண்டு உபயோகமில்லாத அர்த்தமில்லாத இந்தக் கட்டுப்பாடுகளை நாங்கள் இன்னமும் கையாளுகிறோம். அந்த நாட்களில் அவை உபயோகப்பட்டிருக்கலாம், ஆனால் தற்போதைய உலகில் இந்த சாஸ்திரங்கள் குறுகலான எங்கள் மனப்பான்மையையே காட்டுகின்றன. பழையது என்றால் உயர்ந்தது என்று ஆய்விடுமாவென்ன? **"पुराणामत्येव न साधु"** என்று காளிதாஸன் அடிக்கடி நம்மை எச்சரிக்கவில்லையா? இந்தப் பழைய கட்டுப்பாடுகள் அத்தனையையும் மூட்டை கட்டி சமுத்திரத்தில் எறிந்தால், இந்தத் தேசத்திற்கு நன்மை விளையும்" என்றான் விதர்பன்.

பிரமுகரின் திடுக்கிட்ட முகத்தைக் கண்டு அவன் மனதிற்குள் சிரித்துக்கொண்டான். இதென்ன கிணறு

வெட்டப் பூதம் கிளம்புகிறது என்று அவர் எண்ணினார் போலும்.

"இதென்ன இப்படிச் சொல்லுகிறீர்கள்? உலகமே புகழும் பண்புடைய பழைய இந்திய சாஸ்திரங்களையா நீங்கள் பழிக்கிறீர்கள்?"

"ஆமாம், அவைகளே எங்களை அழிக்க வந்த சாதனங் களாகும். பழைய பண்பாடுகள், புராதன வழக்கங்கள், ஹிந்து சாஸ்திர வழிபாடுகள் என்று சொல்லிக்கொண்டு எங்கள் நாட்டினர்கள் மாற மறுத்துவிடுகிறார்கள். இப்போதைய எங்கள் உலகில் நடக்கும் கஷ்டங்களும், வறுமையும், ஏழ்மையும், பொருள் நிர்வாக இடைஞ்சலும் எதனால் உண்டாகின்றன, தெரியுமா? தற்போதைய தேச நிலைமையை உணரத் தெரியாமல் நாங்கள் பண்டைக் காலத்தையே நினைத்துக்கொண்டிருப்பதால் தான். அந்த நாட்களில் நம் மூத்தோர் செய்துகொண்டிருந்த பழக்கவழக்கங்களை நான் பழிக்கவில்லை. அவை அப்போது சிலாகிக்கத் தக்கவைகளாக இருந்திருக்கலாம். ...ஆனால் இப்போது! ...இப்போது நமக்கு முக்கியமாக என்ன வேண்டும்? உண்ண உணவும், உடுக்கத் துணியுந்தானே!.."

"நீங்கள் என்ன பெரிய சோஷியலிஸ்ட் போலிருக்கு... அல்லது கம்யூனிஸ்டோ..." என்று பிரமுகர் மென்று விழுங் கினார்.

"நான் ஒரு வகுப்பையும் சேர்ந்தவனல்ல. பழைய கொள்கை என்ற மறைவில் இங்கே குவிந்து கிடக்கும் குப்பை மூட்டை களை எடுத்து எறிய வேண்டுமென்றுதான் சொன்னேன். தேசம் விடுதலை அடைந்தபோதிலும், எங்கள் மனம் விடுதலை அடையவில்லை. பழைய காலத்துக் கொள்கைகள் என்று சொல்லி அனாவசியமான மூடநம்பிக்கைகளில் குழம்பிக் கொண்டிருக்கிறோம். ஒரு சமயம் ஏழையே பெரியவன் என்று சொல்லி மேடைமேல் அதையொட்டி ஒரு பிரசங்கம். ஏழை என்றால் எப்படித் தெரியுமா? அவன் அரை வயிற்றுக் கஞ்சி குடித்துவிட்டுத் திருப்தியுடன் வேதாந்தம் பேசப்பட்ட வன்! இதைத்தான் நம் முன்னோர்கள் போதித்திருக்கிறார்கள். அதனால், ஏழைகளே! உங்களுக்கு இருப்பதை வைத்துக்கொண்டு திருப்தி அடையுங்கள்... அரைவயிறு புசித்தவர்களுக்கு எப்படி சாந்தி ஏற்படுமென்று அவர்கள் யோசிக்கமாட்டார்கள். இப்படி ஒரு புறம் ஏழையை உயர்த்திப் பேசுவார்கள். பிறகு பணக்காரன் கோபம் கொள்வானோவென்று அவனையும் ஸ்துதிப்பார்கள். தேசம் அபிவிருத்தி ஆக வேண்டுமானால் இவர்களுக்குத் தகுந்த உதவிபுரிந்து லக்ஷ்மி தேவிக்கு சேவை

செய்ய வேண்டுமென்பர்கள். ஒரு சமயம் மகாத்மாவே பெரியவர் என்பார்கள். மற்றொரு சமயம் அவரால்தான் இத்தனை துன்பமும் என்பார்கள். நிஜத்தைச் சொல்லப் போனால் எங்களுக்கே நாங்கள் எங்கேயிருக்கிறோம் என்ன செய்கிறோமென்று புரியவில்லை..." யாரோ தன் தோள்மேல் ஒரு கை போடுவதை உணர்ந்து விதர்பன் திரும்பிப் பார்த்தான். அங்கே பத்ரி நின்றான்...

"ஹி... கெ கெக்... கெ... இவன் சொல்லுவதையெல் லாம் நீங்கள் நம்பக்கூடாது. தன்னைப் பார்த்துத் தானாகவே சிரிப்பதே ஹாஸ்ய ரஸத்தின் பொருள் என்று நினைத்து இவன் எப்போதும் எங்களை இப்படித்தான் கேலி செய்வான்." விதர்பன் பதில் சொல்ல வாயைத் திறந்தான். ஆனால் பத்ரி அவனைப் பேச வொட்டாமல் தடுத்தான். அப்போது சமய சஞ்சீவியாக மிஸ்டர் வாஸன் அங்கே வந்து சேர்ந்தான். அமெரிக்கப் பிரமுகரும் ஒரு பைத்தியத்தினிடமிருந்து தப்பினோ மென்று எண்ணியவாறு, அவனுடன் பேசிக்கொண்டே அப்புறம் அகன்றார்.

பத்ரி "அப்பாடா பிழைத்தேன்" என்று ஒரு பெருமூச்சு விட்டான். "விதர்பா, உன்னை இவ்விடத்தில் சுயேச்சையாக விட்டது ரொம்பப் பிசகு. என்ன இப்படி அவனிடம் போய் நம்மவர்களைப் பற்றித் தாறுமாறாக நிந்திக்கிறாய்? உன்னுடைய வேடிக்கைகளையும் விளையாட்டையும் அவன் கண்டானா?"

"பின்னே, என்ன வேணுமென்கிறாய்? அவர்கள் என்ன குருடர்களா – செவிடர்களா அல்லது மூடர்களா? என்னையும் ஒரு பரம மூடன் என்று எண்ணிவிடப் போகிறானேயென்று கொஞ்சம் சொன்னேன். இன்னும் பாரு..."

"போரும் போரும். உன் பிரசங்கங்களை என்னிடம் அவிழ்த்து விடாதே... நான் போகிறேன்" என்று பத்ரி நகர ஆரம்பித்தான். அப்போது சாரதா அங்கே வந்து அவர்களைச் சாப்பிட அழைத்தாள். அன்று உதவிக்காக ஆள்களிருந்துகூட அவள் முகம் அதிக வேலையால் வாடியிருந்தது.

"என்ன நடந்துவிட்டது?" என்று சாரதா விதர்பனைக் கேட்டாள்.

"பாரு சாரதா, நான் நிஜத்தைச் சொன்னதற்காக பத்ரி என்னைக் கோபித்துக்கொண்டான். 'சத்தியமே எப்போதும் வெற்றியடையும்' என்று பகவான் கீதையில் சொல்லுகிறார், ஆனால் இந்த நாடோடி உலகில் நிஜத்தைச் சொல்லுவதில்

புகை நடுவில்

எத்தனை ஆபத்துக்கள் இருக்கின்றன? எத்தனை கஷ்டங்கள்?" என்று விதர்பன் ஆச்சர்யப்பட்டான்.

"அதனால்தான், உன்னிடம் பேச எல்லோரும் பயப்படுகிறார்கள் . . . யாரிடம் எந்தக் கந்தை மூட்டை இருக்கென்று தூண்டித் துலக்கி அவைகளை எடுத்து எல்லோரும் பார்க்கும்படி பகிரங்கமாக உதறுவாய் அல்லவா?"

"ஆமாம், சாரதா நீ சொல்லுவது ரொம்பவும் வாஸ்தவம். 'புறத்தே நான் சுமக்கின்றேன், அகத்தினுள்ளே, இன்னதொரு பழங்குப்பை சுமக்கிறாய் நீ'யென்று பாரதியார் பாடவில்லையா? நம் மனதிற்குள் நாம் சுமந்து வரும் பழங்குப்பைகளையும் அழுக்குக் கந்தைகளையும் அடிக்கடி எடுத்துக் கசக்கி சுத்தப் படுத்தினால் அப்போதாவது நம் மனதின் இன்னல்கள் ஒழியுமாவென்று பார்க்கிறேன்."

சாரதா மேலும் நகைத்தாள். "விதர்ப், நீ என்னமோ, எல்லாத்துக்கும் கைக்குள் ஒரு பதிலை வைத்துக்கொண்டிருக்கிறாய். ஆனால் உலகம் உன் வியாக்கியானங்களை மதிக்கிறதா?"

"ரொம்பச் சரி சாரதா, நான் சொல்லுவதை என்னமோ ஒருவரும் பொருட்டுப்படுத்துவதில்லை. இவனுக்கு வீம்பு அதிகமாகப் போச்சு, விதர்பனுக்கே தப்பை எடுத்துத் தலையில் போடத் தெரியும் . . . என்று பலவாறு நினைத்துக்கொள்கிறார்கள். உதாரணமாக எதிர்ப் பந்தியில் உட்கார்ந்திருக்கும் நம் ஸ்ரீனிவாசனை எடுத்துக்கொள். அவன் ரொம்ப நல்ல மனுஷன் என்பதில் சந்தேகமேயில்லை. ஆனால் நான் ஏதாவது கொஞ்சம் தர்க்கம் செய்தால்கூட அவனுக்குத் தன்னைத்தான் இவன் சொல்லுகிறான் என்று என்மேல் கோபம் வந்துவிடுகிறது. உடனே ஆ ஊ . . . என்று ஒரே கூப்பாடு போட ஆரம்பித்து விடுவான்."

அதே சமயத்தில் ஏதோ கூச்சலிட்டுப் பேசிக்கொண்டிருந்த ஸ்ரீனிவாசனுக்கு விதர்பன் தன் பெயரை உச்சரித்தது காதில் விழுந்து விட்டது.

"என்ன விதர்பா, என்னைப்பற்றி ஆரம்பித்துவிட்டாயாக்கும்" என்று உரக்கக் கேட்டான். உடனே அந்தப் பக்கமாக உட்கார்ந்துகொண்டிருந்த சந்தோஷ்லால், ரவீந்திரன் முதலானவர்களும் சம்பாஷணையில் கலந்துகொண்டார்கள்.

"ஒன்றுமில்லையே, பொதுவாக உள்ளதை உள்ளபடி சொன்னால், மனுஷர்களுக்கு ஏன் கோபம் வரவேண்டுமென்று சொல்லிக்கொண்டிருந்தோம்", என்று விதர்பன் ஸ்ரீனிவாசன் கேள்விக்குப் பதில் சொன்னான்.

“ஆமாம், எங்களைப்போலுள்ள சட்ட சபையோர்களுக்கு இவ்வித அனுபவங்களைப் பற்றித் தெரியாதா? தினம் சர்க்கார் செய்கைகளைப் பற்றிக் கேள்விகள் கேட்ட வண்ணமே இருக்கிறோம். அதனால் பலபேர்களுக்கு மன வருத்தம் ஏற்படத் தான் செய்கிறது” என்றான் லால்.

“சட்ட சபையோர்களைப் பற்றி மாத்திரம் உண்மையைச் சொல்லும்போது அவர்களுக்கு மூக்குக்கு மேல் கோபம் வருகிறதே, அதைச் சொல்ல மறந்துவிட்டீர்களே” என்றான் விதர்பன்.

“அப்படி ஒன்றுமில்லை... எங்களைப்பற்றி நிஜமான குண பேதங்களை எடுத்துச் சொல்லும் பக்ஷத்தில் நாங்கள் கேட்கத் தயார்... என்ன சொல்லுகிறீர்கள்..?” என்று சந்தோஷ் ஸ்ரீனிவாசனை நோக்கினான்.

அந்த மனுஷன் நன்றாகச் சாப்பிட்டுவிட்டு ஒரு ஏப்பம் விட்டான். அப்போது அவனுக்கு உலகமே ரம்மிய மயமாக விளங்கிற்று. “ஆகா பேஷாகச் சொல்லட்டுமென்று” அனுமதி கொடுத்தான்.

ரவீந்திரன் சந்தோஷ் லாலுடன் தேசத் தொண்டின் காரணமாக, வெகு நாட்களாக சிநேகிதம். அவர்கள் இருவரும் ஜெயிலில் பலதடவை சேர்ந்து வாசம் செய்திருக்கிறார்கள். சட்டசபையில் ரவீந்திரனுடைய பேச்சை மெச்சாதவர்களில்லை.

ரவீந்திரனுக்கு எப்போதுமே ஒரு குறும்புப் புத்தி உண்டு. வேடிக்கையாக எதையாவது பேசி அதை வினையாகப் பிறர் மேல் திருப்பும் சுபாவம் அவனிடம் உண்டு. அதுவும் ஸ்ரீனிவாசன் எப்போதுமே கொஞ்சம் உளறுவாயாக இருந்ததால் அவனுக்கு அவனைத் தொந்தரவு செய்வதில் மிகவும் பிரியம். “ஊ... ஹூம்... கொஞ்சம் ஜாக்கிரதை... விதர்பன் அலசிவிடப் போகிறான்” என்று சிரித்தபடி எச்சரித்தான். ஸ்ரீனிவாசன் பதிலுக்குத் தன் மார்பைத் தட்டி விட்டுக்கொண்டான். எல்லோரும் கடகடவென்று நகைத்தார்கள்.

“அலசி விடும்படியாய்ச் சொல்ல இங்கே என்ன இருக்கு?” என்று விதர்பன் ஒன்றும் அறியாதவன் போல் கைகளை விரித்தான்.

“இல்லை... இல்லை. ஏதாவது சொல்லேன். இப்போது நாம் தமாஷாகத் தானே பேசிக்கொண்டிருக்கிறோம். நீ என்ன சொன்னாலும் அதைக் குற்றமாக ஒருவரும் எடுத்துக்கொள்ளப் போவதில்லை.” என்று ரவீந்திரன் அவனை உற்சாகப்படுத்தி விட்டான்.

"சில்லரை விஷயங்களைப் பற்றி நீடித்துப் பேசி, ஒருவருக் கொருவர் தர்க்கித்துக் கொண்டு வாக்குவாதம் செய்வதிலேயே, நம் சட்ட சபையின் பொழுது போய்விடுகிறது" என்றான் விதர்பன். அங்கு இருப்பவர்கள் எல்லோரும் முக மலர்ச்சி யுடன் இது சரி என்று ஒப்புக் கொண்டார்கள்.

"நேற்றுக் கூடப் பாரு, நைஜாம் நம்மை யோஜனை கேட்காமல் ஏதோ செய்துவிட்டானாம். அதற்குச் சட்ட சபையில் எத்தனை கேள்விகள், பார்த்தீர்களா?" என்றாள் சாரதா தைரியத்துடன். பேச்சு வளர, கூச்சம் விலகிற்று. சந்தோஷ்லால் தன் மனதிலிருந்ததைப் பட்டென்று உடைத்தான்.

"என்னமோ, நான் குறை சொல்லுவதாக ஒருவரும் நினைக்கக்கூடாது ... ஆனால் நம் தேசத்தவர்களுக்கு 'என்ன தேவை' என்பதை நாம் நன்கு அறிந்திருக்கிறோமோ? அவர் களுக்கு எது நன்மையை அளிக்குமென்று நமக்குத் தெரியுமோ? அதைத் தெரிந்துகொள்ள நாம் பாடு பாடுகிறோமா? எனக்கு இது போன்ற பல சந்தேகங்கள் தோன்ற ஆரம்பித்திருக்கின் றன ..." என்றான் தழுதழுத்த குரலில்.

"சபாஷ், சந்தோஷ் ... இப்பேற்பட்ட கேள்விகளைத் தான் நமக்குள் எல்லோரும் கேட்க வேண்டுமென்று எனக்கு ஆசை! நம் தேசத்தினரின் உண்மை நிலைமையை அறிய நீ நியூ டில்லி வாசம் செய்தால் போருமா? தினம் ஒரு முறை யாவது 'காரி பௌரி' போன்ற இடங்களுக்குப் போய்வர வேண்டும்"என்றான் விதர்பன்.

ஸ்ரீனிவாசனுக்குச் சற்று உஷ்ணம் கிளம்பிற்று. "அங்கே என்ன விசேஷம்" என்றான்.

"ஒன்றுமில்லை, அங்கே போனால் சாதாரண நாடோடி இந்தியன் ஒருவன் எப்படி வாழ்கிறான் என்று பார்க்கலாம்" என்று விதர்பன் பதில் சொன்னான்.

"நாங்கள் அந்தப் பாமரனுக்காக உழைப்பது போல் ஒருவரும் உழைக்க மாட்டார்கள்" என்றான் ஸ்ரீனிவாசன்.

"வாஸ்தவம், ஆனால் வழியில் அசுத்தமாக விற்கப்படும் தின்பண்டங்களை அவன் வாங்கித் தின்பதைப் பார்த்தால், சற்று அருவருப்பாகத்தானிருக்கு ..." என்றாள் சாரதா.

"அடாடா, சாதாரண மனிதனைப் பற்றி நீ அநுதாபத்துடன் பேசாதே. நம்ம ஸ்ரீனிவாசனுக்கு சமரஸத் தத்துவமே பிடிக்காது. கம்யூனிஸ்டு என்றாலே அவருக்குப் பயம்" என்று ரவீந்திரன் ஏசிக்காட்டினான்.

“நான் கம்யூனிஸம் பேச வரவில்லை. அந்தப் பேச்சை எடுத்தால் நம் வாக்குவாதம் ரஷியாயென்றும் உலக யுத்த மென்றும் எங்கேயோ போய்விடும். சாதாரணமாக மனிதனுக்கு சுத்தமான விடுதி, நல்ல உணவு, உடுத்தத் துணி இவைகள் தேவையா இல்லையா? இதுகளை இந்தியாவிலுள்ள ஒவ்வொரு உயிருக்கும் அளிக்க முயலுவது நம் கடமை அல்லவா? அதனால் தான் ஒருவனுக்கு உணவில்லாவிட்டால், எல்லோரையும் அழித்து விடுவோமென்று இந்தக் கம்யூனிஸ்டுகள் புறப்படு கிறார்கள்” விதர்பன் விடாமல் பேசிக்கொண்டு போனான்.

ஸ்ரீனிவாசனுக்குக் கோபமே வந்துவிட்டது. “அடேயப்பா, பெரிசா எதையோ சொல்ல வந்துட்டாயேயென்று பார்த்தேன். என்னமோ ‘காரிபௌரியில்’ சில பிச்சைக்காரர்கள் அலை கிறார்கள் என்று எங்களைப் பிடித்து ஆட்டுகிறாயே!” என்றான் கர்ஜனையுடன்.

“என்ன ஆபாஸம் அங்கே... சீ அதைக் கண்டால் எனக்கு வயிற்றைக் குமட்டிவிடுகிறது” என்றாள் சாரதா.

“வாட் நான்ஸென்ஸ், உலகத்தில் மற்ற தேசங்களில் மாத்திரம் அசுத்தம், துர்க்கந்தமென்பதில்லையாயென்ன?” என்றான் ஸ்ரீனிவாசன்.

“உண்டு, உண்டு, ஆனால் ‘காரி பௌரி’யுடைய துர்நாற்றத் திற்கு ஒரு தனிப் பரிசு கொடுக்கலாம். அன்று ஒரு நாள், அப்படியே தூசி படிந்த கைகளுடன் ஒரு ஆரஞ்சுப் பழத்தை உரித்துச் சாப்பிட்டான் ஒருவன். அருகே இருந்த பிச்சைக் காரக் கிழவன் அதைப் பார்த்துக் கெஞ்சிக் கேட்க ஆரம்பித்தான். அவன் முகமெல்லாம் சொறியாகயிருந்தது. அவனுடைய இடது கை ஏதோ வியாதியால் அழுகித் தொங்கிக்கொண் டிருந்தது. ஆனால் ஆரஞ்சுப் பழம் தின்பவன் இதைப் பார்த்து அலுங்கவில்லை. அவன் பாட்டுக்கு சாவதானமாகப் பழத்தை உரித்துத் தின்றுவிட்டுக் கொட்டைகளைக் கீழே உமிழ்ந்து கொண்டிருந்தான். சந்து பொந்துகளில் திரும்பினால் குப் பென்று துர்நாற்றம் மூக்கைத் துளைத்தது. வழிப்போக்கர்கள் நிதானமாகவே தங்கள் கடன்களை வழியில் முடித்துக் கொண்டார்கள். நாயொன்று நடுரோட்டில் செத்துக்கிடந்தது. அது கிடந்த இடமெல்லாம் ஒரே ரத்தப் பிரளயமாக இருந்தது. ஆனால் அதை எடுத்து அப்புறப்படுத்துபவர்கள் அங்கே யில்லை. நடக்கும்போதே ஜனங்கள் அதை மிதித்துக்கொண்டு போனார்கள். சற்றுத் தூரத்திற்கு அப்பால் இரண்டு நாய்கள் ஒன்றை ஒன்று சுற்றி விளையாடிக்கொண்டிருந்தன. வாழ்க்கையே இப்படித்தானே! பிறப்பையும் இறப்பையும் ஒரே இடத்தில் பார்க்கலாம்...”

“நம்மவர்களுக்குச் சமுதாய ஆசாரம் புகட்ட வேண்டியது, மிகவும் முக்கியம். இது தேசத் தொண்டின் ஓர் முக்கியமான அம்சமாகும்” என்றாள் சாரதா.

“ரொம்ப அவமானம் – முனிஸிபாலிடி இதற்கு ஏதாவது வழி செய்யக் கூடாதோ?” என்றான் ரவீந்திரன்.

விதர்பன் மேலே தொடர்பாகப் பேச ஆரம்பித்தான்; “அவர்கள் தினம் காலையில் வந்து சுத்தப்படுத்துகிறார்கள். அப்புறம் அங்கே நாய், பன்றி, கோழி, மாடு இவைகளுடன் மனித நடமாட்டம் ஆரம்பமாகிறது. போனவாரம் சத்தியன் அங்கே போய் விட்டு வந்து, ஒரு காளை மாடு அவஸ்தைப் பட்டதைக் கதை கதையாகச் சொன்னாள். அதனுடைய காலில் பலத்த அடியாம். ரத்தம் பீறிட்டுக்கொண்டு ஓடிற்றாம். நடுரோட்டில் அது அகப்பட்டுக்கொண்டு முன்னும் பின்னும் போக முடியாமல் அவதிப்பட்டதாம். மோட்டார் கார்கள் கூவ, ‘டாங்கா’காரர்கள் கூச்சலிட, ரோட்டில் போக்குவரத்தே நின்று விட்டதாம். எங்குமே, ஒரே இரைச்சல்; ஜனங்கள் இடித்துக் கொண்டும் மோதிக் கொண்டும் மேலே போக யத்தனித்தார்களாம். ஆனால் ஒருவனாவது அந்த மாட்டை அழைத்துப் போய் ஹாஸ்பெட்டலில் விடுவானா? ஹூம் . . . ஹூம் . . . கிடையாது!”

“சரிதான் போ விதர்பா, மனித மாடு அங்கேபடும் கஷ்டத்தில் . . .” என்று சந்தோஷ் ஆரம்பித்தான்.

ஆனால் விதர்பன் அவனைப் பேச விடவில்லை.

“ஆமாம், ஒருவரையொருவர் இடித்துக்கொண்டும், மோதிக் கொண்டும், அடைந்து வாழும் அந்த ஜனங்கள் எங்கே போவார் கள்? மூச்சுக்கூட விட இடமில்லாமல் அவர்கள் ரோட்டின் இருபுறத்திலும் உள்ள கடைகளில் அடைபட்டிருக்கிறார்கள். வேறு எங்கே அவர்கள் போகமுடியும்? உண்பதும், உறங்குவதும், வியாபாரம் செய்வதும் அங்கேயே தான். மேலும் நம்மவர்கள் பழக்கமே சகலத்தையும் பகிரங்கமாகச் செய்யும் வழக்கமல்லவா? அதனால் அவர்கள் இதைத் தவிர மலங்களை வெளியாக்கு வதைக்கூட மறைவில்லாமல் வெளிப்படையாகச் செய்கிறார்கள். அவர்கள் கூச்சலிட்டே பேசுவார்கள். ராஜீய விஷயம், குடும்ப ரகஸியங்கள், நோய்கள், வியாபாரச் சச்சரவு இப்பேர்ப்பட்ட சகல விஷயங்களைப் பற்றியும் அவர்கள் உரக்கப் பேசி ரோட்டில் ஆராய்ச்சி செய்வார்கள் . . . இதற்கெல்லாம் முனிசிபாலிடி என்ன செய்ய முடியும்?”

“அப்படியானால் சட்டசபையை மாத்திரம் ஏன் குற்றம் சொல்லவேண்டும்?” என்று கேட்டான் ரவீந்திரன்.

"நான் சட்ட சபையோர்களையும் குற்றம் சொல்லவில்லை. சந்தோஷுடைய சந்தேகங்களைக் கேட்டதும் எனக்குக் கொஞ்சம் கலக்கம் ஏற்பட்டது. அதற்காகப் பாமர ஜனங்களுடைய வாழ்க்கையைச் சற்று எண்ணிப் பார்த்துக்கொண்டேன். சுதந்திரம் கிடைத்த பிறகாவது நம் வாழ்க்கையின் வழிகளைத் திருத்திக் கொள்ளலாம் அல்லவா? இந்த நவீன வழிகளை ஜனங்களுக்குப் புகட்டச் சட்ட சபையோர்களே தகுதியானவர்கள். ஜன சமூகத்தின் பிரதிநிதிகளான அவர்களே எளியோனுடைய வாழ்க்கைக்கு வழிகாட்டிகளாக இருக்க வேண்டும்."

"இதென்ன பைத்தியக்காரத்தனம்! நாம் ஏழைகளைப் போல் நடித்தால் அவர்கள் சுகப்பட முடியுமா?" என்றான் ஸ்ரீனிவாசன்.

"உங்களுக்குக் கம்யூனிஸம் பிடிக்காத பக்ஷத்தில், அது நம் தேசத்துக்குள் பரவா வண்ணம் இப்போதே முன்ஜாக்கிரதையாக இருப்பதற்காகவே தான் இந்த எச்சரிக்கை. பொது ஜனங்களுக்கு அதிருப்தி ஏற்படாமல் அவர்களுக்குத் தினப்படி வேண்டிய ஜீவநாதிகளை அடிக்கடி கவனித்து கொடுத்தீர்களோ ... பிழைப்பீர் ... இல்லாவிட்டால் அவர்களுடைய துயரம் ஒரு கரைகடந்து புரண்டோடி விடும். அப்போது ஏழை மக்களின் உணர்ச்சி வெள்ளமென்பது சமுதாயத்தையே தாக்கி சகலத்தையும் ஹதம் செய்துவிடும்." விதர்பனுடைய நிதானமான குரலில் நடுக்கமோ உணர்ச்சியோ இல்லை. ஆனால் அவ்வார்த்தைகள் மற்றவர்கள் மனதில் அச்சத்தையும் பயத்தையும் உண்டாக்கின. அதன் பிறகு எல்லோரும் மௌனமாகவே சாப்பாட்டை முடித்துக்கொண்டு எழுந்தார்கள்.

சாரதா சாப்பிடக் கூப்பிட்டிருந்த விருந்தினர்களில் பெண்மணிகள் சற்று ஒதுக்கமாகவே இருந்து பேசிக்கொண்டிருந்தார்கள். ஆனால் டாக்டர் ஸ்ரீராம் மாத்திரம் தைரியமாக அவர்கள் இடையில் புகுந்துகொண்டு ஓவியக் காட்சியைப் பற்றி சுலோசனாவுக்கும், சாந்திக்கும் விஸ்தரித்துக் கொண்டிருந்தான். இரு பெண்மணிகளும் தங்களுக்குத் தெரிந்த கலை ஞானங்களைக் காட்டிக்கொள்ளப் போட்டி போட்டார்கள். ஆனால் ஸ்ரீராமா இதைக் கவனிப்பவன்? அவன் தன் குரலின் இனிமையைத் தானே ரஸித்துக்கொண்டிருந்தான்.

"இப்போது நடந்து கொண்டிருக்கே, இந்தக் காட்சிக்கு நீங்கள் போனேளோ? அதில் பரத்தியிருக்கும் படங்கள் மிக்க அழகாய்த்தான் இருக்கின்றன ... ஆனால் இந்த ஓவியங்களை எழுதியவன் இருக்கானே, அவனுக்குத் தன் மனசாட்சியே பிரதானமாக இருக்கு. தன் மனக்கண் முன் தோன்றும்

ரூபங்களையும் வர்ணங்களையுமே, அவன் சித்தரிக்கிறான். பார்ப்பவர்களுக்கு அவனுடைய எண்ணங்கள் புலனாகிறதா என்று அவன் கவனிப்பதில்லை."

"அப்படியானால், உங்களுக்கு உள்ளதை உள்ளபடி வரைவோர்களைத்தான் பிடிக்குமோ?" என்று சாந்தி கேட்டாள். ஸ்ரீராமைத் தர்க்கத்தில் கவிழ்த்துவிட்ட பெருமை அவளுக்குத் தாங்கவில்லை.

"இல்லை, இல்லை ... அப்படிச் சொல்லவில்லை, ஆனால் நாடோடி வாழ்வின் சாரத்தை ஒளியாலும், வர்ணத்தினாலும், விளக்குவதே கலையின் எல்லை என்பது என்னுடைய கொள்கை."

"அப்போ, அஜந்தா நடை, மனோபாவத்தையே அதிகமாகக் காட்டுவதால், உங்களுக்கு அது பிடிக்காது போலிருக்கு ..." என்று சுலோசனா இழுத்தாள்.

"ஆமாம், அஜந்தா நடை சாதாரண நாடோடி வாழ்க்கையில் சம்மந்தப்பட்டதாக எனக்குத் தோன்றவில்லை. ஓவியனுடைய உள்ளத்தில், புயல் மேனியும், பூ மேனியுமாக வளரும் பாவங்களே, அவைகள் என்று என்னுடைய அபிப்பிராயம். வாழ்க்கையில் நன்றாக அனுபவப்பட்டு, அதின் ரஸத்தைப் பிழிந்து எடுத்து, பிறகு நாடோடிச் சித்திரங்களுக்கு அந்த ரஸத்தைக் கொண்டு ஜீவன் அளிப்பவனே, உண்மைக் கலைஞன் ஆவான்."

"நீயும் ஒரு உண்மைக் கலைஞன்தான். நீயோ, இந்த அனுபவ ரஸத்தைப் பருகியே ருசி பார்த்துவிடுகிறாயே!" அங்கே விதர்பன் வந்துவிட்டான். பெண்களிருவரும் நகர்ந்து கொண்டார்கள். விதர்பனும் ஸ்ரீராமும் ஸ்வாரஸ்யமாகப் பேச ஆரம்பித்தார்கள்.

மிஸ். உஷாவைக் குறித்துத் தான், தவம்புரிவதை அவன் விதர்பனிடம் சொன்னான். "இந்தக் கன்னிப் பெண்களுடன் ரொம்ப நைஸாகப் பழக வேண்டும், விதர்ப்! அவர்களிடமிருக்கும் அந்தக் கூச்சம் போய்விட்டால், பிறகு எத்தனை சொகுசாக இருப்பார்கள் தெரியுமா?"

"பேஷ், டாக்டர்! பலே, வெளுத்து வாங்குகிறாயே! போக மென்பதற்கு அர்த்தம் 'எபிக்யூரஸ்' (Epicurus) கூட உன்னிடம் தான் கற்றுக்கொண்டான் போலிருக்கு! வாழ்க்கை என்றால் அதை உன்னைப் போலல்லவா நடத்த வேண்டும்?" இதைக் கேட்டதும் ஸ்ரீராமுக்கு உத்ஸாகம் அதிகப்பட்டது.

“நீ சொல்வது மிகவும் உண்மை. இந்த போக ரஸத்தைப் பருகுவதே ஒரு கலை, பின்பு காதலுடன் அதைப் பிணைத்து விட்டால் கேட்கவே வேண்டாம். காதல் என்பதற்கு எத்தனை மானிடர்களுக்கு நிஜமான அர்த்தம் தெரியும்? நீ சொல்லு. விசுவாமித்திரர் அதற்காகத் தன் தவத்தை இழந்தார். தசரதனோ புத்திரனையே காட்டில் இழந்தார்...”

தேவலையே ஸ்ரீராம், போகத்துக்கும், காதலுக்கும், காமத் துக்கும் ஒரு பெரிய அணை கட்டிவிட்டாயே!”

“பின்னே என்னப்பா? அஷ்ட போகம் என்று நீ கேள்விப் பட்டதில்லையா. அதில் காதல் போகத்தைத் தானே பிரதான மாகச் சொல்லியிருக்கு. இதை நன்கு உணர்ந்துதானே சிவ பெருமான் பார்வதியுடன் கந்தமாதன பருவத்தில் நூறு சரத்துக்களுக்கு போக வாழ்வில் ஆழ்ந்திருந்தார். சிருங்கார ரஸம் ததும்பும் அந்தப் பாகத்தைக் காளிதாஸன் வர்ணித்திருக் கிறது உனக்கு ஞாபகம் வருகிறதா... விதர்பா?” **ऊरुमूल न स्वमार्ग राजिभि स्तलक्षणं** என்றான் ஸ்ரீராம். **हृतविलोचनो हरः** என்றான் விதர்பன்.

वाससः प्रशिथिलस्य
संयमं कुर्वतीं प्रियतमामवारयत्

என்று இரண்டு பேருமாகச் சேர்ந்து பாட ஆரம்பித்து விட்டார்கள். அதனால் தனியாக நகர்ந்துபோன சாந்தியும் சுலோசனாவும் பேசிக்கொண்டது அவர்கள் காதுகளில் விழவில்லை. அது ஒரு ரஸமான பேச்சு.

“நீ கேள்விப்பட்டாயோ சாந்தி, டாக்டர் ஸ்ரீராம் இப்போது சீதாவை விட்டு விட்டு, மிஸ். உஷா என்னும் ஓவியாளைப் பிடித்துக்கொண்டிருக்கிறானாம். அவள் தினம் பகிரங்கமாகவே டாக்டர் வீட்டுக்குப் போய் வருகிறாளாம். அந்தக் கிழவி இருக்காளே, அவளுக்கு விஷயம் தெரிந்தும் சும்மா இருக்கா ளாமே..? எப்படி சங்கதி?” என்றாள் சுலோசனா.

“மிஸ். உஷாவா, அது யாரது? பெயரை என்னமோ எங்கேயோ கேள்விப்பட்டதாகத் தெரிகிறதே!” என்றாள் சாந்தி.

“ஆமாம்ன்னா. அதான் போனவருஷமெல்லாம் அந்த் நியூஸ் பேப்பர்கார சூரியுடன் அலைந்து கொண்டிருந்தாளே, அவள்தான். பாவம், ரொம்ப சாதுவான பெண். சூரி ஒரு போக்கிரி என்றால், இந்த டாக்டர்அதைவிடப் பெரிய பேர்வழி. அவனிடம் இவள் அகப்பட்டுக்கொண்டு முழிக்கப்

போறாளே என்று பார்த்தால்தான் பரிதாபமாக இருக்கு...
ஆனால் புருஷன் என்று ஒருவன் அகப்பட்டால் போதுமென்று
பல்லை இளித்துக்கொண்டு திரியும் இந்தப் பெண்கள்கதியே
இப்படித்தான்" என்று சுலோசனா குத்தலாகச் சொன்னாள்.

சாந்திக்குக்கூட அவள் சொன்னதைக் கேட்கத் திகைப்
பாக இருந்தது.

"அதென்னமோ அம்மா, அவளாவது ஓவியம் பயிலு
கிறாள். அவள் எல்லோரிடமும் பழகுவாள். இன்னிக்குப்
பாரிஸ் என்று புறப்படுவாள். நாளைக்கு ரஷியாவுக்குப் போவாள்.
அவளைத் தள்ளு... நம்பவளைப் பாரு!" என்று ஏசினாள்
சாந்தி. இருவரும் தூர நின்றுகொண்டு சத்தியனுடன் பேசிக்
கொண்டிருந்த சந்திராவதியை நோக்கினார்கள். அருகே
இருந்த சாரதா காதிலும் அவர்கள் பேச்சுப் பட்டுவிட்டது.

"நீங்கள் இப்படி மனச் சோர்வுக்கு இடமே கொடுக்கக்
கூடாது", என்று சந்திராவதி சத்தியனுடன் சொல்லிக்
கொண்டிருந்தாள்.

●

அத்தியாயம் 8

எல்லோரும் தாம்பூலம் தரித்துக்கொண்டு வெவ் வேறாகக் கூடிப் பேசிக்கொண்டிருந்தார்கள். அமெரிக்கப் பிரமுகர்கள் எழுந்து சீக்கிரம் விடைபெற்றுக்கொண்டார் கள். வாஸனும், ஸ்ரீராமும், பத்ரியும் இன்னும் சில பேர்களாகச் சேர்ந்து சீட்டாட்டம் தொடங்கினார்கள். பெண்கள் கூட்டத்தில் கொஞ்சம் சோர்வு தட்ட ஆரம் பித்தது. விருந்தினர் கலையத் தொடங்கினார்கள்.

அப்போதுதான் சந்திராவதிக்கு சத்தியனுடன் பேசக் கொஞ்சம் சமயம் வாய்த்தது. அவனுடைய சோர்ந்த முகத்தைக்கண்டு அவள் பரிதாபம் கொண்டாள். "இப்படித் தளர்வு அடையலாமா?" என்று மறுபடியும் கேட்டாள்.

"என்னமோ சந்திராவதி, எனக்கு வாழ்க்கையில் வெறுப்பு ஏற்பட்டு விட்டது. இப்போது எனக்கு இருக்கும் மனோநிலைமையில் எதுவும் ருசிக்கவில்லை. நிஜமாகவே நான் கேட்கிறேன். இந்த வாழ்க்கை எதற்கு? நான் இந்தப் பூமியில் எதற்காகப் பிறந்தேன்? என்னால் யாருக் காவது ஒரு கடுகளவு உபயோகம் உண்டா? மனைவிக்கோ நான் அவளைக் கவனிப்பதில்லை என்ற மனஸ்தாபம். சிநேகிதர்களோ இவன் கையால் ஆகாதவன் என்று அலட்சியம் செய்கிறார்கள். எந்த வேலையில் அதிக ஊக்கம் காண்பித்தேனோ, அந்த வேலைக்கு நான் லாயக்கில்லை என்று தீர்ப்பு ஆய்விட்டது. இப்படித் தேசத்திற்கோ, நண்பனுக்கோ உதவாத இந்த ஜென்மம் எதற்கு? நன்றாக யோசித்துப் பார்த்தால் இந்தக்கட்டை இருப்பதே ..."

'ஊச் ... ஊச் ... நீங்கள் அப்படிப் பேசவே கூடாது' சந்திராவதியின் உள்ளம் அவன் சொற்களைக் கேட்டுத்

திணுக்குற்றது. ஏதாவது பெரிய ஆபத்து விளைந்துவிடுமோ என்று அவள் நடுங்கினாள்.

"இதென்ன எல்லாம் தெரிந்த நீங்கள்கூட இப்படிப் பிதற்றுகிறீர்கள்? 'முன்னர் நமதிச்சையினாற் பிறந்தோமில்லை' என்று நீங்கள் கேட்டதில்லையா? நம்முடைய கையில் என்ன இருக்கு? பராசக்தியின் கருணையில் நீங்கள் நம்பிக்கை வைக்க வேண்டாமா? அவள் துணை இருக்கும்போது எவ்வித ஏமாற்றத் துக்கும் நீங்கள் அடிமையாக முடியாது. இவ்வித சஞ்சல எண்ணங்களை மனதிலிருந்து கட்டோடு அறுத்துவிட வேண்டும்." சந்திராவதியின் கண்களில் தெளும்பி நின்ற கண்ணீரைக் கண்டு சத்தியன் தடுமாறி விட்டான்.

"சந்திராவதி..." மேலே பேசுவதற்குள் சாரதா அந்தப் பக்கமாக வருவதைக்கண்டு அவன் கொஞ்சம் தயங்கினான். ஆனால் அவளோ அங்கே நில்லாமல் அவர்களைத் தாண்டிப் போய், விதர்பன் உட்கார்ந்திருந்த திசையை நோக்கிச் சென்றாள்.

சாரதாவும் விதர்பனும் அந்நியோந்நியமாகப் பழகி வந்த வர்கள். ஒருவருக்கொருவர் பரிகாசம் செய்துகொண்டும், சிரித்துக்கொண்டும், அவர்கள் உடன் பிறப்பைப்போல் இருந்து வந்தார்கள்.

சாரதா அருகில் வந்ததும் "இதென்ன சாரதா, நீ கூட நவ நாகரிகமாக பார்ட்டிகள் கொடுக்க ஆரம்பித்துவிட்டாய்" என்று விதர்பன் அவளை வம்புக்கு அழைத்தான்.

"அப்போதுதானே விதர்ப், உன்னுடைய பிரசங்கங்களுக்கு ஒரு சந்தர்ப்பம் ஏற்படும்?" என்றாள் சாரதா.

இருவரும் சேர்ந்தே சிரித்தார்கள்.

பிறகு விதர்பன் முகத்தைச் சரிப்படுத்திக்கொண்டு தப்புச் செய்த சிறு பிள்ளையைப் போல் அவளைப் பார்த்துச் சொன் னான், "சாரதா இன்னிக்கு, பத்ரிக்கு என் மேல் ரொம்பவும் கோபம். இங்கே வந்திருந்த அமெரிக்கப் பிரமுகர் ஒருவரிடம் நான் நம் தேசத்தைப் பற்றி ஏதேதோ சொல்லிக்கொண்டிருந் தேன்; அது அவனுக்குப் பிடிக்கவேயில்லை..." அவன் முகத்தில் குறும்புத்தனம் பிரதிபலித்தது. சாரதாவுக்குப் பகுத்தறிவு கூடுதல்; இயற்கையாகவே அவளுக்கு விவேகம் உண்டு. யாரிடம் எதைச் சொல்ல வேண்டுமென்று அவளுக்குத் தெரியும். விதர்ப னுடைய பரிகாசமும் ஹாஸ்யமும் அவளுக்கு மிகவும் பிடிக்கும். ஆனால் எல்லோரும் அதை ரசிக்க மாட்டார்கள் என்று அவளுடைய இயற்கை அறிவு அவளுக்குப் புகட்டியது.

“பத்ரிக்கு நீ பேசினது எப்படிப் பிடித்திருக்க முடியும்? நீ எங்களை ஒரு உபயோகமற்ற நீச ஜாதியாக . . .”

“இல்லவேயில்லை. அப்படியொன்றும் நான் சொல்ல வில்லை. பழைய பழக்கவழக்கங்களைக் குருட்டுப் போக்காக அனுசரிப்பதில் வரும் விளைவுகளை எடுத்துச் சொன்னேன். அது அவனுக்குப் பிடிக்கவில்லை. நம் முன்னோர்களுடைய புகழைப் பற்றியே சொல்ல வேண்டுமென்றான். நீயே யோசித்துப் பாரேன், சாரதா . . . அவர்கள் என்ன மூடர்களா? நம்முடைய தற்போதைய நிலைமையை அறியாமல் இருப்பார்களா?”

“உன்னை எனக்குத் தெரியாதா? அவரிடமும் போய் ‘சாத்திரம் ஏதுக்கடி’ என்று பாடியிருப்பாய்.”

“ஆமாம் ஆமாம். உன்னைப் பார்த்தால் ‘ஆத்திரம் கொண்ட வருக்கு சாத்திரம் ஏதுக்கடி’ என்றுதான் சொல்லத் தோன்று கிறது” என்றான் விதர்பன் சற்றுக் கொஞ்சலாக.

“ஐயய்யோ . . . விதர்பா நீ கூட இப்படியெல்லாம் பேச ஆரம்பித்துவிட்டாயா?” என்றாள் சாரதா பொய்க் கோபத்துடன்.

“என்ன ஆரம்பித்து விட்டேன். நீ பார்ப்பதற்கு அழகாய் இருப்பதையும் உன் பேச்சு சாமர்த்தியத்தையும் கண்டு அப்படிச் சொன்னேன். நீ என்னமோ கோபிகா வஸ்திராபரணக் கும்மியைப் போல் ஓகோ என்று ஓலமிடுகிறாயே” என்று விதர்பன் பாதிப் பரிகாசமும் பாதி ஏமாற்றத்துடனும் சொன்னான்.

அவன் முகத்தைப் பார்த்து சாரதாவுக்கு சிரிப்பே வந்து விட்டது. யாராவது விதர்பன் காதல் ரஸம் ததும்பப் பேச முயன்றான் என்றால் நம்புவார்களா?

“அது இருக்கட்டும், இலேசாக சந்தேகங்களை அதிசாமர்த் தியத்துடன் கிளப்பி விடுவதில் சுலோசனா கெட்டிக்காரியா அல்லது பத்ரி வல்லவனா, சொல்லு பார்ப்போம்” என்றாள் சாரதா.

“இரண்டு பேரும் ஜோடிதான். பத்ரி கொஞ்சம் வழவழக் கொழகொழ என்று வாழைப் பழத்தில் ஊசி ஏற்றுவான். அவள் சற்று நறுக்கென்றும் சூடாகவும் சொல்லுவாள்.”

“ரொம்பச் சரி, அப்படியானால் நீ ஒன்று செய், சந்திரா வதியைக் கொஞ்சம் கவனமாக இருக்கச் சொல்லு. நான் இப்படிச் சொல்லுகிறேனே என்று நினைக்காதே. எனக்கு அந்தப் பெண் என் சொந்தத் தங்கையைப் போல் ஆவாள்” என்று சாரதா சற்றுத் தழுதழுத்த குரலில் உரைத்தாள்.

"ஏன் சாந்தியும் சுலோசனாவும் இப்போது அவளைப் பிடித்துக்கொண்டுவிட்டார்களே?" என்று விதர்பன் ஏளனத்துடன் கேட்டான்.

கொஞ்சங் கொஞ்சமாக விருந்தினர் கலைந்து தம் தம் ஜாகைகளுக்கு ஏகினார்கள். சாதாரணமாக இப்படி ஏதாவது பார்ட்டி நடந்தால் அதற்குப் பிறகு லால் சாரதாவுடன் வேடிக்கையாக அதைப்பற்றி சம்பாஷித்துக்கொண்டிருப்பது வழக்கம். இன்று அதற்கு மாறாக நேரே தன் அறைக்குள் சென்று வேலையில் அமிழ்ந்துவிட்டான். சாரதாவுக்கு ஏகப்பட்ட காரியங்கள் இருந்தன. ஆனால் அவள் மனம் வேலையில் செல்லவில்லை.

"சந்தோஷ் நீங்கள் இன்னிக்கு ஒரு விஷயம் கவனித்தீர்களா? விதர்பனுக்கும் சந்திராவதிக்கும் நடுவே ஒரு மதில் சுவர் வளர்ந்து வருகிறதே, பார்த்தீர்களா?" என்று கேட்டுக்கொண்டு அவனிடம் பேச ஆரம்பித்தாள்.

தலைகுனிந்து கொண்டே வேலையில் கவனமாக இருந்த லால் "பிறர் வாழ்க்கையில் நாம் ஏன் குறுக்கிட வேண்டும்" என்று சுருக்கமாகப் பதில் உரைத்து விட்டு மௌனமாகப் பேப்பர்களைப் பார்வையிட்டான்.

சாராதாவுக்கு அவனுடைய சாந்தமான பதில் பிடிக்க வில்லை. "நீங்கள் சொல்லுவது பொதுப்படையாக வாஸ்தவம் என்று ஒப்புக் கொள்ளுகிறேன். ஆனால் சந்திராவதி விஷயத்தில் அப்படி இருக்கலாமா? அவள் என்னிடம் சகோதர வாஞ்சை அல்லவா வைத்திருக்கிறாள்?" என்று விஷயத்தை விட மனமில்லாமல் மறுபடியும் கேட்டாள்.

"உடன் பிறப்பு விஷயத்தில்கூட எந்த மட்டும் பேச அனுமதி உண்டோ அவ்வளவு தான் பேசலாம். சாரதா, மனைவி கணவன் இவர்கள் இடையே எத்தனையோ நடக்கும். இதற்குள் மூன்றாம் மனுஷர் புகுந்து என்ன செய்ய முடியும்?" என்று சொல்லி முடித்து மறுபடியும் எழுத ஆரம்பித்தான்.

ஆனால் சாரதா பிடிவாதமாக மேலும் மேலும் தர்க்கம் செய்ய ஆரம்பிக்கவே அவன் மெதுவாக எழுந்து அவளிருக்கும் இடத்திற்கு வந்தான். அவள் தோள்கள் மேல் தன் இரு கைகளையும் ஊன்றிய வண்ணம் "சாரதா, விதர்பன் சந்திராவதி இவர்கள் சங்கதியில் நீ தலையிடக்கூடாது" என்று கண்டிப்பாக கூறினான்.

சாரதா அவனுடைய அழுத்தமான குரலின் தோரணையைக் கேட்டு அச்சமுற்று அவனை நிமிர்ந்து பார்த்தாள்.

“அப்போது ஊரில் பேசிக்கொள்ளும் விஷயங்கள் உங்களுக்கும் நிஜமென்று தோன்றுகிறதா?” என்று கெஞ்சும் பாவனையில் அவனைக் கேட்டாள். அதற்கு லால் பதிலே சொல்லாமல் மௌனம் சாதிக்கவே சாரதாவின் பயம் அதிகரித்தது. “சந்தோஷ், மனிதனுடைய உணர்ச்சியென்பது ஓர் கோமளப் பான்மை உடையது. அதைக் கலக்கப் புயலும் காற்றும் வேண்டியதில்லை. ஓர் சிறு துரும்பு கூடப் போருமானது. எதையோ எண்ணி ஒருவருக்கொருவர் மனஸ்தாபப் பட்டுக்கொண்டிருக்கலாம். சந்தோஷ் உங்களுக்குப் பழைய ஞாபகங்கள் வரவில்லையா?” சாரதா இரக்கத்துடன் கேட்டாள்.

அவளுடைய கேள்வியில் முக்கியக் குறிப்பை லால் அறிந்து கொண்டான். சாரதாவுடைய தற்போதைய தியாகத்தை அவன் உணராமலில்லை. வரவரத் தன்னுடைய சமரஸக் கொள்கைகள் அவளுக்கு வருத்தத்தையே தந்தனவென்று அவன் அறிவான். அவளோ காந்தீய எளிய வாழ்க்கையையே கைப்பிடித்தவள். இவனுக்கோ, பொறுமையுடன் வறுமையை ஏற்கும் அந்த மனோபாவம் வெறுப்பையே அளித்தது. எந்தக் கொள்கைக்காக இதுவரையில் தன் வாழ்க்கையையே தியாகம் செய்தானோ, அந்தக் கோட்பாட்டில் உயிரேயில்லையென்று அவன் அறிந்து விட்டான். ஆனால் சாரதா மாத்திரம் தன் உயிருள்ளவரையில் அதே மனஉறுதியுடன் காந்திய வாழ்வை மேற்கொள்ளுவாள் என்று அவனுக்குத் தெரியும். இருவரும் திடமனதுடன் அவரவர் எண்ணங்களைக் கைப்பற்றி வந்ததால், இவ்விஷயத்தில் ஒற்றுமை ஏற்படாது என்று நன்கு உணர்ந்திருந்தார்கள். இருந்தாலும் அதைப்பற்றித் தர்க்கம் செய்ய வேண்டாமென்று ஒரே மனதுடன், பேசாமலே, ஒப்புக்கொண்டுவிட்டனர்.

ஆனால்... ஆனால் ஒற்று வாழ்வுக்கு உடல் ஆத்மா அகம் மூன்றும் சேர்ந்தே அமைய வேண்டுமல்லவா? அதனால் அந்நியோந்நியத் தம்பதிகள் என்று பெயர் கொண்ட அவர்களுக்குள் கூடச் சந்திரனுடைய கறை போல் ஒரு சிறு கல்மிஷமிருந்து வந்தது. பலவிதப் பட்டு நூல்களால் சித்தரிக்கப்பட்ட பூ வேலையில் ஒரு சிறிதளவு வர்ண வித்தியாசம் ஏற்பட்டால் கூட அது விகாரமடைந்து விடுகிறதல்லவா? அது போலவே, காதல் இன்பம், சத்தியாக்கிரகம், தேசத்தொண்டு என்று எல்லாம் சேர்ந்து இனிமையாகப் பின்னப்பட்ட இவர்கள் வாழ்க்கையில், இந்த ஒரு மாறுபாடு மட்டும் இருந்து வந்தது. லாலுடைய மனம் இவைகளை நினைத்துச் சற்று இளகிற்று.

“அம்மா, சாரதா, நான் சந்திராவதியைக் குற்றம் சொல்ல வில்லை, விதர்ப்பனையும் பழிக்கவில்லை. ஊர் வம்பில் உண்மையிருக்கலாம், இருந்தாலும் நான் அவளையோ

அவனையோ பழிக்க மாட்டேன். யார் யாரைத் தண்டிக்க வல்லவர்? அவர்களுக்குள் என்ன மனஸ்தாபமோ, என்ன வருத்தமோ? இதில் நீ தலையிடாதேயென்று தான் எச்சரித்தேன்." அவன் அன்புடன் அவளுடைய முதுகைத் தட்டிக் கொடுத்தான்.

"இருந்தாலும், பிள்ளை குட்டிகளைப் பெற்றவள் அப்படிச் செய்வாளா?" என்று அவள் பதறினாள்.

"ஏன் கூடாது? இதென்ன சாரதா, இவ்வளவு படித்தும் அறிந்தும், இந்த அஞ்ஞானங்களை நீ மறக்கவில்லை?"

"அப்படியிருக்குமானால், அவனாவது அவளை விட்டு ஒதுங்க வேண்டாமா? அவனுடைய குடும்பமென்ன ... வரலாறு என்ன? பெயரும் அந்தஸ்துமென்ன? ஒரு பெண் இப்படித் துணிந்தால்கூட அவன் அடிக்கடி அங்கே போய் அதற்கு இடம் கொடுக்கலாமா?"

"சாரதா, இன்னுமா நீ உலகம் பலவிதமென்று அறிய வில்லை. சந்திராவதியோ ஓர் அழகி... விதர்பனோ ஓர் ஞானி... இவ்விதச் சேர்க்கையில் மனஸ்தாபங்கள் ஏற்படா மலிருக்க முடியுமா? இது இயற்கையின் விளையாட்டில் ஒன்று. உன்னாலோ, என்னாலோ, இதற்கு ஒரு வழியும் செய்ய முடியாது. அதனால், அவர்கள் பேரில் சந்தேகம் தோன்றும் உள் மனதை நீ அடக்கி ஆள். எல்லாவற்றுக்கும் இந்த மனமேதான் காரணம்" என்று சந்தோஷ் லால் முடிவாகக் கூறிப் பேச்சை வேறு திசையில் மாற்றி விட்டான்.

வீட்டிற்குப் போன சத்தியனும் தன் மனைவி நிர்மலாவிடம் அதையேதான் சொன்னான். "இதற்கெல்லாம் உன் மனமே தான் காரணம். இது ஒரு பிரமை" என்றான்.

நிர்மலாவுடைய கண்ணும் மூக்கும் சிவந்திருந்தது. "அதென் னமோ பார்ட்டியில் நான் அவமானப்பட்டது உங்களுக்கெப் படித் தெரியப் போறது? எல்லோரும் என்னைக் கண்டவுடன் குசுகுசுவென்று பேசிக்கொண்டார்கள்."

சுலோசனாவும் சாந்தியும் பேசிவிட்டுப் போன தினத் திலிருந்தே நிர்மலாவுடைய மனம் சந்தேகத்தினால் வேதனை யுற்றது. அந்தப் புழு நாளடைவில் பெரிதாக வளர்ந்துகொண்டே வந்தது. பிறரிடம் அவ நம்பிக்கை கொள்ளுபவர்களுக்கு நிம்மதியேது? ஒருவேளை அவர்கள் சொன்னது நிஜமாக இருக்குமோ? அவள் மனம் துடியாய்த் துடித்தது. சாப்பிடச் சென்றவிடத்தில் அவள்மனம் உல்லாஸப் போக்கில் செல்ல வில்லை. யார் சிரித்துப் பேசினாலும், அவள் தன்னைத்தான் அவர்கள் ஏசிக் காட்டுகிறார்கள் என்று நினைத்து ஏங்கினாள்.

போதாததற்கு அங்கே சிலர் பேசிக்கொண்டதும் இவள் காதுக்கு கேட்டுவிட்டது. சத்தியனும் இதற்கேற்றாப்போல் சந்திராவதி யுடன் தனிமையில் நெடுநேரம் பேசிக்கொண்டிருந்தான். நிர்மலாவுக்குத் துக்கம் தொண்டையை அடைத்தது. அருகே இருந்த லக்ஷ்மியிடம் அவள் முறையிட்டாள்.

"லக்ஷ்மி, உன்னிடம் சொன்னால் நீ நம்புவாய், இந்தப் புருஷனை எப்படி வழிக்குக் கொண்டு வருகிறது என்று எனக்குப் புரியவில்லை. பாரு, சந்திராவதியிடம் எப்படி சுவாரஸ்யமாகப் பேசிக்கொண்டிருக்கிறார், பார்த்தாயா? நீதான் எனக்கு ஒரு புத்திசொல்லேன்" என்று கேட்டாள்.

லக்ஷ்மி அவளைச் சோர்வுடன் பார்த்தாள். "அம்மா, நானா உனக்கு வழிசொல்லிக் கொடுப்பவள்? என் புருஷனைப் பார். அமோகமாக வாழும் பெண்கள் என்னைக் கண்டு அசடு என்கிறார்கள். நான் இடம் கொடுத்ததால்தான், இவ்வளவு தூரம் விஷயம் மிஞ்சிவிட்டது என்கிறார்கள். முதலிலிருந்தே அவரை அடக்கி ஆண்டிருக்க வேண்டுமென்கிறார்கள். என் மேல் கருத்துள்ள புருஷனைத் தானே நான் அடக்க முடியு மென்றால், ஆரம்பத்திலேயே உன் மேலே அவன் கருத்துப் பதியும்படியாய் நீ நடந்துகொண்டிருக்க வேண்டுமென்கிறார்கள். ஆனால் அதையெப்படிச் செய்வது என்று எனக்குப் புரிய வில்லை. நான் என்னத்தையடி உனக்குச் சொல்லட்டும்?" என்றாள் லக்ஷ்மி விசனத்துடன்.

"இருந்தாலும், இந்தப் பெண் சந்திராவதியின் கொழுப்பைக் கண்டு எனக்குச் சகிக்கவில்லையே. இவள் ஒரு 'குல ஸ்த்ரியாம்'. இதைவிட ஒரு ஆடுகிறவளோ அல்லது பாடுகிறவளோ தேவலை போலிருக்கே" என்று பொருமினாள் நிர்மலா.

மாதுரி, ரத்னமாலா, சீதா... இப்போது மிஸ். உஷா... இவர்களை எண்ணி லக்ஷ்மியின் மனமும் வெதும்பிற்று, பாவம், அந்த மிஸ். உஷாவின் கதியென்ன? தனக்காவது ஸ்தாவரமான ஓர் நிலைமையுண்டல்லவா?

பகிரங்கமாக "நிர்மலா, நீ நினைப்பது முற்றிலும் பிசகு. சந்திராவதியைப் பார்த்தால், எனக்கு மதிப்பே ஏற்படுகிறது. அதனால், அவள் உன் கணவனுக்குப் புத்திமதி புகட்டி அனுப்பி னாலும் அனுப்புவாள். நல்ல பெண்ணான சந்திராவதியைப் பின்பற்றுவதால், உன் கணவன் விஷயத்தில், அவர் திரும்புவார் என்ற நம்பிக்கைக்கு இடமிருக்கு. ஆனால் எந்த நாட்டியக்காரி, எந்த சினிமாக்காரியென்று வித்யாஸம் பாராமல் கண்டவர் களுடன் பழகுபவர்க்கு எங்கே விமோசனம்?" என்று சொல்லிப் பெருமூச்சு விட்டாள்.

"உன்னைப்போல என்னையும் ஒரு வாயில்லாப் பூச்சி யென்று நினைத்தாயா? என்னால் இவ்வித சமுசயங்களைப் பொறுத்துக்கொண்டிருக்க முடியாது. நான் என்னமோ உண்டு இல்லையென்று இந்த சங்கதியைத் தீர்த்துக்கொண்டு தான் விடப்போகிறேன்" என்றாள் நிர்மலா உறுதியுடன்.

"எனக்குச் சொல்லிக் கொடுக்க என்ன தெரியும். உன் பாடு அவர் பாடு" என்று கையை விரித்தாள் அந்த சாந்திமணி யான லக்ஷ்மி.

இப்போது சத்தியன் "உன் மனதிலிருக்கும் அகம்பாவத் தினால் நீ அவர்கள் உன்னைப்பற்றி பேசுகிறார்கள் என்று நினைத்திருப்பாய்" என்று அவளைத் தேற்றினவுடன் நிர்மலா வுக்குக் கோபம் வரும்.

"எனக்கு அகம்பாவம் வேறு என்ன வைத்திருக்கா? நீங்கள் என்னை நடுச்சந்தியில் இழுத்து விட்டதற்கு எனக்கு இன்னும் அது வேறு உண்டாவென்ன?"

"ஆமாம், என்னைப்போல் உபயோகமில்லாத அகமுடை யானை வைத்துக்கொண்டு நீதான் என்ன செய்வாய்? நிறையச் சம்பாதித்துப் போடக்கூடச் சக்தியில்லாதவன் – நான் எதற்குப் பிரயோசனம்?" என்றான் சத்தியன் வருத்தத்துடன்.

"அதில் என்ன சந்தேகம். உங்களுக்கு ஒரு சிறிதளவு சாமர்த்தியமிருந்தால், மேலே உள்ளவன் உங்களை அவமதிக்கத் தைரியங்கொண்டிருப்பானா?"

"நீ சொல்லுவது மிகவும் நிஜம். ஒவ்வொருத்தனைப்போல் எனக்குத் தெரிந்த இடங்களில் சிபார்சுகள் செய்து கொண்டு என் அந்தஸ்தைக் காப்பாற்றத் தெரியவில்லை. பின்னாலே இருந்தே கோட்சொல்ல இத்தனை வருஷங்களாகியும் நான் கற்கவில்லை." சத்தியன் கசப்புடன் பேசினான். ஆனால் அவன் உள்ளத்தில் கொதிக்கும் பாலைவனக் காய்ச்சலை அவள் அறிந்துகொள்ளவில்லை.

"ஆமாம், வாயுள்ள பிள்ளைதான் பிழைக்கும், இல்லா விட்டால் எல்லோரும் அலக்ஷியம்தான் செய்வார்கள். உங்களுக்கு இருக்கும் புத்திக்கும், சாமர்த்தியத்துக்கும், யோக்கியதைக்கும் ..."

"போரும், போரும், எரியும் தீயில் நெய்யை வார்ப்பது போல் இது என்ன பேச்சு?" சத்தியனுடைய தொண்டை அடைத்துக்கொண்டது.

கிருத்திகா

ஆனால் நிர்மலா இந்த சந்தர்ப்பத்தை நன்றாகப் பயன் படுத்திக்கொள்ள வேண்டுமென்று எண்ணினாள்.

"வேலை விஷயத்தில்தான் இப்படிக் குட்டிச் சுவராகப் போச்சென்றால் அதற்குத் தகுந்தாப்போல் உங்களுக்கு ஒரு பெண் வேறு வாய்த்தாளே" என்றாள்.

சத்தியனுக்கு ஒன்றுமே புரியவில்லை. அப்படியே விழித் தான். "என்ன ... ஒன்றும் புரியவில்லை போல் பாசாங்கு செய்கிறீர்கள். அதான் அந்தச் சந்திராவதியைத் தான் சொல்லு கிறேன். அவளுடைய மாயவலையில் சிக்கிக்கொண்டு..."

சத்தியன் அவள் வாயை இறுகப் பொத்தினான்.

"அய்யோ என்னை விடுங்களேன்" என்று நிர்மலா திமிறினாள்.

தன் கையிலிருந்து தப்பியோடிய நிர்மலாவைப் பார்த்து, "இப்போது எனக்கு விஷயம் புரிந்துவிட்டது. எல்லாம் இந்த சாந்தியும் சுலோசனாவுமாகச் சேர்ந்து உனக்குச் சொன்ன நற்போதனைகள்தான் காரணம். நீ அவர்களுடன் இவ்வளவு தூரம் பழகிக்கொண்டிருந்தபோதே எனக்கு சந்தேகமாக இருந்தது. இல்லாவிட்டால், உனக்கு இத்தனை தூரம் எப்படி யோஜனை போகுமென்று பார்த்தேன். இப்போது புரிந்து விட்டது" என்றான் சத்தியன். அவனுடைய முகம் கருகிவிட்டது. கண்கள் சிவந்தன. உதடுகள் துடித்தன. அவன் ஒரு ருத்ர மூர்த்தியாக மாறிவிட்டான்.

இந்தப் பயங்கரத் தோற்றத்தைக் கண்டு நிர்மலா நடுங்கி விட்டாள். 'லக்ஷ்மி சொல்லுவதுதான் சரியோ! இது மாதிரி சமயங்களில் மௌனமே பரம ஔஷதமோ? அனாவசியமாகப் பேசிவிட்டேனே!' என்று எண்ணிக்கொண்டாள்.

"இதோ, பாரு நிர்மலா, எனக்கும் அவளுக்கும் இடையே ஒருவித சம்பந்தமும் கிடையாது. சத்தியமாகச் சொல்லுகிறேன். ஆனால் நீ அவளை அனாவசியமாகப் பழித்தாயோ அப்புறம் நான் எவ்வளவு தூரத்திற்குப் போவேன் என்று என்னாலேயே சொல்ல முடியாது" என்று சத்தியன் உறுமினான். அப்போது தான் நிர்மலாவுக்குத் தன் மதியீனம் புலனாயிற்று. தெரியாமல் இந்தத் தர்க்கத்தில் இறங்கிவிட்டோமே...? என்று வருந்தினாள். இருந்தாலும் சந்தேகமென்கிற பேய் அவளை விடவில்லை. அவளையும் அறியாமல் வார்த்தைகள் அவளிடமிருந்து வெளி வந்தன.

"நீங்கள், என்ன வேணுமானாலும் சொல்லுங்கள். இந்தச் சந்திராவதிமேல் நீங்கள் ஆசை வைத்திருப்பது என்னமோ

நிச்சயம். உங்களை அவளுடன் சேர்த்துப் பார்ப்போர் கண்களுக்கு அது வெட்ட வெளிச்சமாகத் தெரிகிறது" என்றாள்.

"அப்படி நீ உறுதியாய் நம்பும் பக்ஷத்தில் என்னிடம் வந்து கேட்பானேன்?"

"நான் இது நிஜமா பொய்யாவென்று உங்களைக் கேட்டேனா? அவளை விட்டுவிடுங்கள் . . . இது அழகாக இல்லையென்று சொல்லத்தான் வந்தேன்."

"அது எனக்கு இஷ்டமில்லாவிட்டால்?"

"ஐயோ, விஷயம் அத்தனை தூரத்துக்கு வந்து விட்டதா? எனக்கு இது வரையில் தெரியவில்லையே", என்று நிர்மலா அங்கலாய்த்துக்கொண்டாள்.

நிர்மலாவுக்கு ஸுபாவமாகவே மூளை குறைச்சல். இப்போது யார் யாரோ வேறு அவளைக் கிளப்பி விட்டிருக்கிறார்கள். நாம் இப்படி வீம்புக்காகப் பேசிக்கொண்டு போனால் அவள் சந்திராவதியை மேலும், மேலும் பழித்து இன்னும் என்ன கதைகள் கட்டிவிடுவாளோ என்று சத்தியன் தனக்குள் பயந்தான். அதனால் அவன் நிர்மலாவை சமாதானம் செய்ய முயன்றான். நயத்துடனும் பயத்துடனும் கலந்து அவளுக்குப் புத்தி சொல்ல ஆரம்பித்தான். "நிர்மலா, நீ நினைத்தது அவ்வளவும் தப்பு. சந்திராவதி ஓர் பதிவிரதை. அவள் தன் கணவன்மீது பரிபூரண அன்பு கொண்டவள்; நானும் அவளுடன் ஒருவிதக் கெட்ட எண்ணத்துடன் பழகவில்லை. நான் அவளை ஒரு சகோதரியாகப் பாவிக்கிறேன். இது சத்தியம். நீ ஒரு நல்ல பத்தினியானால் நான் சொல்வதைச் சரியாக எடுத்துக்கொண்டு துர் சந்தேகங்களைத் தூரத்தள்ளு. அடுத்தாத்து மாமி எதிர் வீட்டுச் சோமியென்று பொழுதுபோகாமல் திரியும் பெண்களுடன் சேர்ந்து கெட்டுப்போகாதே. சந்திராவதியையும் அவதூறு சொல்லாதே. அதை மாத்திரம் நான் சகியேன். இல்லை . . . என் மேல் உனக்கு நம்பிக்கையில்லையென்றால் இத்துடன் நம் பந்தத்தை அறுத்துவிடுவோம் . . ." என்றான்.

இதைக் கேட்டதும் நிர்மலாவுக்கு உள்ளூரப் பயம் பிடித்து விட்டது; இனிமேல் தன் பக்கப் பலங்களை வரவழைக்க வேண்டியதுதான் என்று நினைத்து, ஆர்ப்பாட்டங்கள் செய்து கொண்டு அழ ஆரம்பித்தாள். "அவளை இனிமேல் பார்ப்பதில்லையென்று மாத்திரம் சொல்லுங்கள் போரும்" என்று வெகுவாறு அவனிடம் மன்றாடினாள். இவளுடைய நீலித்தனத்திற்கெல்லாம் அவன் அசைந்தே கொடுக்கவில்லை. அந்த வேண்டுகோளைக் கேட்டு மௌனமாகப் புருவத்தை உயர்த்தி

னானே தவிரப் பதிலொன்றும் பேசவேயில்லை. கணவனுடைய அன்பையும் மதிப்பையும் நாம் பல நாட்களாக உழைத்துப் பெற வேண்டியவைகள் என்றும், அவை குறிப்பிட்ட சமயங்களில் நமக்குக் கிட்டாது என்று நிர்மலா அறியவில்லை. அன்று இராப் பொழுதை அவள் அழுதுகொண்டே கழித்தாள்.

நிர்மலாவுடன் இந்த வாக்குவாதம் நடந்த பிறகு சத்திய னுக்குத் தன் உண்மை நிலைமை சிறிது சிறிதாக விளங்கலாயிற்று. அதற்கு இந்தச் சண்டையே காரணப் பூதமாயிருந்தது. அவ ளுடைய வார்த்தைகள், பதுங்கிக் கிடந்த அவன் உணர்ச்சி வெள்ளத்தை ஆறாகப் பெருகச் செய்தன. அணை உடைந்த பின்பு, அவன் அதை அடைக்க வழி தெரியாமல் திண்டாடி னான். நிர்மலாவினால் தன் உணர்ச்சி உருவெடுத்ததைக் கண்டு அவன் பிரமிப்புக்கொண்டான். "சந்திராவதி." அது வரையில் அவன் சந்திராவதியுடன் பழகிக் களிப்புற்று வந்தானே தவிர, தனக்கு அவளிடமிருக்கும் அன்புக்கு ஒருபெயர் கொடுக்க வில்லை. இன்று நிர்மலாவுடைய தற்செயலான வார்த்தைகளால் அவன் தன்னுடைய ஹிருதயத்தைப் புரிந்து கொண்டான். "சந்திராவதி ...", ஜில்லென்ற ஒரு இன்ப உணர்ச்சி அவன் உடல் முழுவதும் பரவிற்று. அவன் அடிக்கடி சந்திராவதியைக் கண்டு பேசி ஆனந்தப்பட்டானே தவிர அவள் எப்பேர்ப்பட்ட பெண் என்பதைப் பற்றி அதிகம் சிந்தனை செய்ததில்லை. இப்போதுதான் அவன், முதல் முதலாக அவளை ஒரு லக்ஷியப் பொருளாக வைத்து ஆராயத் தொடங்கினான். அவளுடைய புத்திக் கூர்மையையும், விசாலமான மனப்பான்மையையும் நினைத்து, அவன் வியந்தான். அவளுடைய அழகை எண்ணிப் பார்க்கும்போது அவன் பிரமிப்பே அடைந்துவிட்டான். அவளி டம் தான் சகல குணமும் பொருந்தி இருக்கே! எவன் தான் அவளைக்கண்டு மையலுற மாட்டான்? உண்மையில் அவனும் ஏன் அவளை நேசிக்கக்கூடாது? அப்படித்தான் இருக்குமோ? நிர்மலா சொல்லுவது ஒரு வேளை நிஜமாக இருக்கலாமோ? இந்த அசடு நிர்மலாவுடைய அர்த்தமில்லாத வார்த்தைகளால் இவன் நினையாத ஒரு இன்பத்தை இவன் கண்டெடுத்தானோ? அவளுடைய புன்னகை குமிழும் முகம் இவனைக் கண்டவுடன் எப்படி மலரும்? அவள் சிரிப்பில்தான் என்ன மந்தகாசம்? நிர்மலா எடுத்துச் சொல்லுவதற்கு முன் ஏன் இவன் அவை களைப் பற்றி எண்ணவில்லை? அவள் மீது மையல் கொண்டதை அறியாமல், இதுவரையில் சந்திராவதியிடம் சகஜமாகப் பழகிக்கொண்டு வந்ததை நினைக்க அவனுக்கு ஆச்சரியமாக இருந்தது. தன் உயிரை விடுமுன் அவளுடன் ஒரு நாளாவது தன் மனதை விட்டுப் பேச முடியுமா? எத்தனை இனிமையாகப் பேசி உபசரித்தாலும், எந்தப் புருஷனாவது அவளிடம் உரிமை

யுடன் பேச முடியுமா? சகோதர பாவத்தினால்தானே சத்திய னுக்கு அந்த வீட்டில் அவ்வளவு செல்வாக்கு? அது மாறி விட்டால்?

நிர்மலாவுடைய பாணங்கள் போன்ற வார்த்தைகள் அவனைப் பாதிக்கவில்லை. தன்னையும் அறியாமல் தன் ஹிருதயத்தைத் தாக்கிவிட்ட இந்த இன்பப் பாரம்தான்... அவனுக்கு வேதனையைத் தந்தது. அவன் என்ன செய்வான்? பெண் தெய்வமான அவளை அவமதிப்பதா? அல்லது தன்னையே நம்பியிருக்கும் தன் அருமைத் தோழனான விதர்ப னுக்குத் துரோகம் செய்வதா? இரண்டும் இரண்டுவிதத்தில் அடாத செய்கைகளாக அவனுக்குத் தோன்றின. விதர்பனுடைய அகல அன்பு ஒளிக்கும் கண்கள், அவன் மனக் கண்முன் தோன்றின. அவனுக்கா துரோகம் செய்வது? அவனைப் போல் நியாயம் பேசுவார்கள் யாருண்டு? அவனுக்குத் தீங்கு செய்வார்களைக் கூட அவன் பழிக்கமாட்டானே! அப்பேர்ப் பட்ட உத்தமனுடைய மனைவியை... சீ... சீ... இந்த நிர்மலாவினால் முளைத்த இவ்வெண்ணங்களைத் தவிர்க்க வேண்டும். சாகும் சமயத்தில்கூட வாய்விட்டுத் தன் பேதை மையை வெளியிடக்கூடாது. அதுவும் எல்லாவற்றையும்விட விதர்பனிடம் வெகு ஜாக்ரதையாக இருக்க வேண்டும்... மகா புத்திசாலியான அவன் பிறர் நோக்கத்தைக் குறிப்பால் தெரிந்துகொள்வான். மற்றவர்கள் உள்ளத்தில் புதைந்து கிடக்கும் நுண்பொருளை ஒரு க்ஷணத்தில் கண்டுகொண்டு விடுவான். ஆனால் என்ன சிரமப்பட்டாலும் அவன் மனதிலிருப்பதைப் பிறர் அறிய முடியுமா? அவன் முகத்தில் சதா ஒரு சாந்தக் களையும் ராஜீய தேஜஸுமே இருந்து வந்தது. எப்பேர்ப்பட்ட இக்கட்டான சமயங்களிலும் அவன் பதற்றமோ கலக்கமோ காண்பித்ததில்லை. இதை சத்தியன் அறியானா? அவனை ஆழம் பார்க்க எவராலும் முடியாத காரியம். ஏன் சந்திராவதி யால்கூட முடியவில்லையென்று தானே தெரிகிறது; விதர்பனை ஏமாற்றவே முடியாது. சந்திராவதியிடம் சொல்லவும் இவன் துணியான்... அதனால்... அதனால் சத்தியனுக்குப் பெரிய தோர் கவலை ஏற்பட்டது. இனிமேல் அவனுடைய கதி..? ஒரே ஒரு முடிவுதான் அவனுக்குப் புலப்பட்டது. என்ன பயங்கரமான முடிவு? அதைச் செய்ய அவனுக்குப் போதுமான துணிச்சல் ஏற்படுமா? எத்தனை தடவைகள் தான் இதை அவன் தனக்குத்தானே கேட்டுக்கொள்வான்?

●

அத்தியாயம் 9

"சீக்கிரமாகவே வந்துவிடு உஷா" என்று டாக்டர் ஸ்ரீராம் எச்சரித்து இருந்தான். அன்று அவன் மிஸ். உஷா வுக்காகத் தானாக இயற்றிய சில கீதங்களைப் பாடிக் காண்பிப்பதாக ஒப்புக்கொண்டிருந்தான். ஆனால் உஷாவைப் புறப்பட விடாமல் தடுத்துக்கொண்டு சூரி அவளைப் பார்க்க வந்துவிட்டான். பத்திரிகையில் வேலை செய்வதாகச் சொல்லிக்கொண்டு தன் வேலையில்லாத் திண்டாட்டத்தை மறைக்க முயலுவோர்களில் சூரி ஒருவன். வயதில் அவன் உஷாவைவிடச் சிறியவன். களை பொருந்திய இளம் முகத்துடன் அவன் பார்ப்பதற்கு மிகக் கம்பீரமாக இருந்தான். அவனுடைய அழகிய சுருண்டமயிரையும், கரும் விழிகளையும் காணும்போது உஷாவுக்குத் தன்னையுமறியாமல் அவனிடம் ஓர் பாசம் ஏற்படும். இந்தக் காந்தத்தை எதிர்க்க அவள் எத்தனையோ முயற்சிகள் செய்ததுண்டு ஏன் என்றால், அவள் உள்ளம் இது சரியல்லவென்று அவளை இழுத்து எச்சரித்தது. இயற்கையாக அவனிடமிருந்து வந்த நிலையற்ற சுவ பாவத்தை அவள் புரிந்துகொண்டிருந்தாள். ஆனாலும் இதுவரையில் அவனை உதறித்தள்ளச் சக்தியற்றவளாக இருந்தாள். இப்போது டாக்டர் ஸ்ரீராமிடம் பழக்கம் ஏற்பட்டுவிட்டதால், அவள் சூரியைப் புறக்கணிக்க ஆரம்பித்துவிட்டாள். இதற்கு சூரி எளிதில் இணங்கு வானா? அவன் அடிக்கடி அவளிடம் வந்து அவளை ஹிம்சிக்கத் துடங்கினான். அவன் வாயில் சிகரெட்டு புகைந்துகொண்டிருந்தது.

"எங்கே புறப்பட்டுக்கொண்டிருக்கிறாய், உஷா?" என்று அவளைக் கேட்டான்.

அவனுடைய அழகிய முகமும், வழவழப்பான கிராப்புத் தலையும் அன்று அவளுக்கு அருவருப்பை

விளைத்தது. அவள் தன் முகத்தை வெறுப்புடன் அப்புறம் திருப்பிக்கொண்டாள்.

அவன் ஒரு செக்ரட்டேரியட் நடைபிணமல்லவா? போதா ததற்குப் பத்திரிகைகளுக்கு எழுதுபவன் என்ற பெயருமுண்டு. நூதன சமாச்சாரங்களைத் துப்புத் துலக்கிக் கண்டுபிடிப்பதில், அவன் ஒரு நிபுணன்; உஷாவுடைய ரகசியத்தை அறிவதா அவனுக்கு ஒரு கஷ்டம்? 'இந்தப் பெண்கள்' என்று மனதில் இளப்பத்துடன் எண்ணிக்கொண்டான், பிறகு உதடுகளை விகாரமாக வளைத்துவிட்டுக்கொண்டான். "எங்கேயோ புறப் பட்டுக் கொண்டிருக்காயே, உஷா, எங்கே?" என்று குறும்பாகக் கேட்டான். அவன் கண்கள் போக்கிரித்தனமாகச் சிமிட்டிக் கொண்டன.

"ஆமாம், அதைப்பற்றி உங்களிடம் சொல்லித்தான் ஆகவேண்டுமோ?" உஷாவின் குரல் தண்ணென்றிருந்தது.

"வேண்டாம், நீ சும்மாவிருந்தால், பேசிவிட்டுப் போகலா மென்று வந்தேன்", உஷாவுக்குக் கோபமாக இருக்கு, அதனால் நாம் கொஞ்சம் தணிந்து போவோமென்று அவன் நினைத்தான் போலும்.

"அப்படியா... நான்தான் புறப்பட்டுக் கொண்டிருப்பது தெரியவில்லையா? ஏதோ ஒரு விசேஷமான சங்கதி சொல்ல வந்தீர்களோவென்று பார்த்தேன்... ஒன்றுமில்லையானால்..." என்று சொல்லிக்கொண்டே உஷா கதவண்டை நகர்ந்தாள். சூரி அவளைத் தடுத்துக்கொண்டே முன்னால் நின்றான்...

"உஷா, எனக்குக் கொஞ்ச நாட்களாக உடம்பே சரியாக இல்லை..."

"அப்படியா... ஏன்? யாராவது ஒரு நல்ல டாக்டரிடம் காண்பித்துக் கொள்ளுவதுதானே..." என்றாள் அவள் அலக்ஷியமாக.

"நானும் அப்படி நினைத்துத்தான் டாக்டர் ஸ்ரீராமைப் பார்க்கப் போனேன். ஏதோ, ஊரில் அவனுக்கு ரொம்ப நல்ல பெயராக இருக்கேயென்று நினைத்து, அவனை கன்ஸல்ட்டு செய்ய ஆசைப்பட்டுக்கொண்டு போனேன். ஆனால் அவன் எங்கே கவனிக்கிறான்? அவன் நினைவெல்லாம் வேறு இடத்தில், அல்லவா இருக்கு."

உஷாவுடைய கவனத்தைக் கவர இதைவிட வேறு எந்த மருந்து தேவை? அவள் உஷ்ணத்துடன் அவனைத் தாக்க ஆரம்பித்தாள். "டாக்டர் ஸ்ரீராமுக்கு ஓர் பிரபல வைத்தியன்

என்ற பெயருண்டு. அது அவருக்கு மிகவும் தகுந்ததே ஆகும். அவரைப் போல் சிசு சிகிச்சையில் கெட்டிக்காரர் வேறு யாருமே டில்லியில் கிடையாதே! ஏன், அவர் பேசுவதை ஒரு தடவை கேட்டாலே அவர் வைத்திய சாஸ்திரத்தில் எத்தனை திறமை பெற்றவரென்று நிச்சயமாகத் தெரியுமே!"

இதைக் கேட்டு சூரி ஒரு ஏளனச் சிரிப்புச் சிரித்தான். "அப்படியா... நான் பார்த்த வரையில் அவன் ஒரு போலி வைத்தியனாகத்தான் படுகிறான். அவன் மனம் ஜீவகாருண்யத் துடன் சிகிச்சையை நாடாமல்... வீண் சிற்றின்பத்தில்..."

"சீ... சீ... அவர் ஒரு கலைஞானி. கலை விஷயமாக அவருக்குத் தெரியாத சங்கதிகளே கிடையாது. அவருடைய கலை அபிமானத்திற்கு நீங்கள் அநியாயமாக வேறு அர்த்தம் கொடுக்கிறீர்கள்..."

சூரி சிரித்தான். ஒரு போக்கிரியைக்கொண்டு தானே இன்னுமொரு போக்கிரியை அறியலாம். வெளுத்ததெல்லாம் பால் என்று எண்ணும் உஷா எதைக் கண்டாள்?

"உஷா, இதையெல்லாம் நீ நம்புகிறாயா? இதெல்லாம் சுத்த வேஷம்..."

"அப்படியொருநாளுமிருக்க முடியாது. நான் என்ன அத்தனை அசடா... அவரைப் பார்த்தால் எனக்குத் தெரியாதா வென்ன?" இதைக்கேட்டு சூரி கொஞ்சம் கவலை கொண்டான்.

"உஷா, என்னை நம்பு. அவன் பெண்களை மயக்க இந்த மாதிரி வித்தைகளைச் செய்யக் கற்றுக்கொண்டிருக்கிறான். நீ இவைகளைப் பார்த்து ஏமாறாதே!"

உஷாவுக்குக் கோபம் வந்துவிட்டது. "உங்களுக்கு ஸ்ரீராமைக் கண்டால் பொறாமையாக இருக்கென்பது வெட்ட வெளிச்ச மாகத் தெரிகிறது." இவ்வார்த்தைகள் அவன் உள்ளத்தில் சுருக்கென்று தைத்தன.

"சரியாகப் போச்சு, அவன் இப்போதே உன்னை நன்றாக ஏய்த்துவிட்டான் என்று தெரிகிறது..."

"என் சிநேகிதர்களைத் தூஷிக்க வேண்டுமானால், என் முன்னிலையில் அதைச் செய்ய வேண்டாமே!" என்றாள் உஷா.

"உஷா, என்னை நீ மதிக்கவில்லை. அதனால் நான் சொல்லுவது உனக்கு விகல்பமாகத்தான் படும். ஆனால் நானே உன் நன்மையையொட்டியே இதைச் சொல்லுகிறேன். இந்த மாயக்காரனுடைய வார்த்தைகளை நம்பி நீ..."

“அவருக்கு வாக்குச் சாதுர்யத்தைத் தெய்வமாக அளித்திருக்கிறது. அதைப்பார்த்து உங்களுக்கு ஏனோ ஆகவில்லை...”

“இல்லை... நீ அவனை நம்பி ஏமாறாதே... உஷா அவன் பழக்கத்தை விட்டுவிடேன்” என்று சூரி என்றுமில்லா உருக்கத்துடன் கெஞ்சினான்.

“அப்படி உங்களுக்கு என்மேல் என்ன அக்கறை”யென்று உஷா துடுக்குடன் கேட்டாள்.

கல் நெஞ்சு படைத்த சூரியின் முகங்கூடச் சற்று வாட்டமடைந்தது.

“உன்னுடைய நல்வாழ்வே என்னுடையது என்று வைத்துக் கொள்ளேன்!” அவன் குரல் கம்மிற்று. ஆனால் உஷாவுடைய மனம் அகலவில்லை.

“எதற்காக நீங்கள் இவ்வளவு சிரமப்பட்டு என் சுக துக்கங்களில் பங்கெடுத்துக்கொள்ள விரும்ப வேண்டும்? நம்மிருவருக்கிடையே ஒருவிதப் பொதுவான ஆதாரமும் இருக்க முடியாது. உங்களுடைய துப்புத்துலக்கும் வழிகளைத்தான் மெச்ச முடியுமா? அல்லது கலையென்றால் இன்னதென்று தெரியாமல் அதைப்பற்றி விமர்சனங்கள் எழுதும் சாமர்த்தியத்தைப் புகழ முடியுமா? எந்த விஷயத்தில் நமக்குள் ஒற்றுமை ஏற்படக்கூடும்?” இந்தக் குரூரமான வார்த்தைகளைக் கேட்டு சூரிகூடச் சுடப்பட்டான் போலானான். இருந்தாலும் அவனைத் துன்புறுத்தும் ஒருவித இன்ப வேதனை மேலும் மேலும் அவனைத் தூண்டி விட்டது.

உஷா, நீ என்னை எத்தனை நிந்தித்தாலும், நான் உன் க்ஷேமத்தையே மனப்பூர்ணமாகக் கோருகிறேன். என்னைக் கொஞ்சமேனும் நம்பேன். ஸ்ரீராம் மிகவும், நீச சுபாவமுள்ளவன். நீ தெரியாமல் அவன் பிடியில் சிக்கிக் கொள்ளப்போகிறாய்...”

“என்னை விடுங்கள்... நீங்களா பிறர் நீசத்தனத்தைப் பற்றிப் பேச வல்லவர்?” என்று ஏசிய வண்ணம், தன் வழியில் நின்ற சூரியை அதட்டி விட்டு, உஷா வெளியே நடந்தாள்.

சந்தியாக் காலம் சமீபித்துவிட்டது. பஸ்ஸை விட்டுக் கீழே இறங்கின மிஸ். உஷா, அவசர அவசரமாக ஸ்ரீராம் வீட்டை நோக்கி நடந்தாள். பனிக்காலமாதலால், சூரியன் தன் காரியங்களைச் சீக்கிரமாக முடித்துக்கொள்ள அவசரப்பட்டான். சிலுசிலிர்த்த காற்று ஒன்று ஜிவ்வென்று வீசிற்று. தன்னுடைய மிதமான ரேகைகளால், பூமாதேவியை இன்புறத் தழுவிக்கொண்டிருந்த சூரியன் அவளைப் பிரிய மனமில்லாமல்

ஜ 108 ஜ கிருத்திகா

அஸ்தமிக்க ஆரம்பித்தான். அந்த பிரிவினையும் இரவின் கடும் பனியையும் நினைத்து, அவள் அப்போதே வெதும்பத் தொடங்கிவிட்டாள் போலும். இயற்கைத் தேவி தன் முழு அழகையும் திரட்டிக்கொண்டு அவனைத் தடுக்க முயன்றாள். அதனால்தான் சந்தியாக்கால வர்ணங்களுக்கு ஓர் அலாதி தேஜஸ் இருக்கிறதோவென்று உஷா எண்ணலுற்றாள். மிருது வான இதழ்களால் பச்சிலையை முத்தமிட்டான் பாஸ்கரன். உடனே அந்த ஸ்பரிசத்தால் அழகுற்று அவைகள் தங்கமயமான அற்புதத் தோற்றமளித்தன. இதைக்கண்டு அவன் அவா மேல் கொண்டு அவ்விலைகளுக்கு இடையே கொஞ்சிக் குலாவி விளையாடினான். நிறங்கள் அந்த வெளிச்சத்தில் ஒன்றோடு ஒன்று போராடின. இங்கே பச்சை, அங்கே ஊதா, மேலே சிகப்பென்று வானமும், இலைகளும், கொடிகளும் வெவ்வேறு வர்ண அமைப்புடன் காக்ஷி அளித்தன. நாம் ஓவியம் பயின்ற தால் தானே உருவத்திலுள்ள சாயையையும், பிரகாசத்தையும் கண்டு கொள்ளமுடிகிறது? அதனால்தானே மனித ஜன்மங் களைப் போல், கணக்கிட முடியாத வர்ண அமைப்புக்களைப் புரிந்துகொண்டேன்! என்று உஷா தனக்குத் தானே நினைத்துக் கொண்டாள். சாலையோரத்தில் ஓங்கி நிற்கும் இம்மரங்களின் நிறம், பச்சையென்று ஒரே முட்டாகக் கூற முடியுமா? அதோ, அங்கே தங்க நிறமாக இருக்கு, இங்கே சிகப்புடன் கலந்த கறுப்பைப்போல் தோன்றுகிறது. நடுவில் சூரியனுடைய கூர்மையான கண்களால், அந்த நிறம் மாந்துளிரையொத்ததாக மாறுகிறது. உண்மையில் கடவுள் அமைத்த வர்ணங்கள், அவ்வப்போது கண்களுக்கு வெவ்வேறுவிதமாகத் தோன்று கின்றன. இயற்கை நிறமென்பதற்குப் பெயரே கொடுக்க முடியாது. ஒருவித சௌகர்யத்திற்காக நாம் கறுப்பு, சிவப்பு என்று சொல்லுகிறோமே தவிர எல்லா வர்ணங்களும் சேர்ந் திருப்பதுதான் இயற்கையின் வைபவம். மனிதத்தன்மைகூட அப்படித்தான். வெளித் தோற்றமொன்று, உள் தோற்றமொன்று, என்று இரண்டும் இருப்பதை நாம் அறிந்தால்கூட, ஆழ்ந்து யோசித்தோமானால், எல்லா மானுடக் குணதோஷங்களும் ஒரு போலவேயென்று தெரிந்துகொள்வோம். வர்ணங்கள் பல விதமாகக் காட்சி அளித்தாலும் அவைகள் இயற்கைத் தேவியின் உணர்ச்சிகளின் ஒரே தோற்றமேயாகும். இயற்கை நிறங்களிலுள்ள தெய்வீகத் தோற்றத்தில்தானே "காக்கைச் சிறகினிலே நந்தலாலா, நின்றன் கரிய நிறம் தோன்றுதையே" என்று பாரதியார் பாடினார். ஒளியும் நிழலுமே ஓவியத்தின் முக்கிய அமைப்பு... அதையேதான் நாம் வாழ்க்கையிலும் காண்கிறோம். கலையைக்கொண்டே நாம் வாழ்க்கையின் ருசியான அம்சங்களை அழுத்தமாக எடுத்துக் காட்டுகிறோம்...

இப்படி நினைத்துக்கொண்டே உஷா டாக்டர் ஸ்ரீராமுடைய வீட்டுத் திண்ணையை அடைந்தாள்.

தன்னுடைய எண்ணங்களில் வேகத்தை அடக்க அங்கே சற்று நின்றாள். திடும் என்று தன் வாழ்வில் தோன்றிய ஸ்ரீராம் அவளுக்கு 'இப்போது ஒரு லக்ஷியப் புருஷனாக விளங்கத் தொடங்கிவிட்டான் அல்லவா? ஏன்? குழந்தைப் பருவத்திலிருந்து அவள் உள்ளத்தை வாட்டும் அந்தச் சிக்கலான சந்தேகப் புழுவை அவன் அகற்றிவிட்டான் . . .'

மிஸ். உஷாவிடம் இயற்கையாகவே ஒரு கூச்சம் ஒன்று முன் வந்து நின்றது. இந்தக் கூச்சமானது அவளைத் தன் சிநேகிதர்களுடன் சகஜமாகப் பழகவிடாமல் தடுத்தது, தன்னைத் தானாகவே இளப்பமாக மதித்தே அவள் வளர்ந்து வந்தாள், இதுவே . . . அவளுடைய ஸுபாவ தோஷம். குழந்தைப் பருவத்திலிருந்தே, இந்த மனப்பான்மை அவள் வாழக்கையைப் பாழ்படுத்தி வந்தது. குழந்தைகளின் பாவச் செயல்களுக்குப் பெற்றோர்களே முக்கியக் கருவிகள் என்று சாதாரணமாக வழங்கும் கொள்கைக்கு உஷாவின் வாழ்க்கை ஓர் அத்தாக்ஷியாக இருக்கக்கூடும். அவள் தாயார் ஓர் பெரிய அழகி, கர்வியுங்கூட, தன்னைப் போல் தன் பெண்ணையும் பிரம்மா அழகாக சிருஷ்டிக்கவில்லையென்று அவளுக்குக் கர்த்தா மேல் வெகு நாட்களாகக் கோபம். அந்தக் கோபத்தை அவள் உஷாமேல் வைத்துத் தாக்கிக்கொண்டு வந்தாள். தன் பெண்ணின் காதுகளில் விழும்படியாக அவளுடைய அழகு குறைகளைப்பற்றி விஸ்தரித்துத் துக்கிப்பாள். உஷாவின் குழந்தை உள்ளத்தில் அவளுடைய அவலக்ஷணங்களே பெரிய பூதங்களாகத் தோன்றின. தாயாரே பார்த்து வெட்கப்படும்படியாய் ஏன் ஜன்மமெடுத்தோமென்று அவள் ஏங்கினாள். இதுபோதாதென்று அவள் தாய் "ஏதோ அழகைத்தான் ஈசன் கொடுக்கவில்லையென்றால், கொஞ்சம் சமர்த்தாவது இருக்கக் கூடாதா"வென்று அங்கலாய்த்துக் கொள்வாள். "உனக்கு எப்போது புத்திவரப் போகிறது. நீ எப்படி முன்னுக்கு வருவாயோ" என்று அவள் வாய்க்கு வாய் புலம்பிக்கொண்டேயிருப்பாள். பிறவியாகவே இயற்கைத் தோற்றத்தில் பற்றுக்கொண்டு படங்கள் வரையும், சிறு பெண்ணைப் பார்த்து "இது வேறா, உன்னுடைய லக்ஷணத்திற்கு" என்று அடிக்கடி தூஷித்து, அவள் ஆசைகளைப் பாழ்படுத்துவாள். இளம் மனதில் பூத்து மலரும் அவாக்களை உஷாவுடைய தாயார் அடிக்கடி கசக்கித் தவிடுபொடியாக்கிக் கொண்டு வந்தாள். இதனால் உஷாவுக்கு யௌவனப் பருவம் வருமுன், அவள், தன்னைப்போல் அசடோ, அவலக்ஷணம் கொண்டவளோ, இந்தப் பூலோகத்தில் பிறக்க முடியாது

என்ற திடநம்பிக்கை கொண்டுவிட்டாள். முதலில் இதைத் தடுக்க அவள் எத்தனையோ முயன்றாள். ஆனால் வரவரத் தன்னுடைய அறியாமையை அவள் இயற்கையாகவே ஏற்றுக் கொள்ள ஆரம்பித்துவிட்டாள். தாயிட்ட பெயரை ஊரிட்டு அழைக்குமென்று பள்ளியிலும், ஊரிலும் அவளுக்கு எவரும் மதிப்பு வைக்கவில்லை. இகழ்ச்சியான சொல்லுக்கு அவள் ஆளானாள். பிறர் அவளைச் சொல்லிக்காட்டுவதில் என்ன பிசகு? அவளுக்கு அழகோ சமர்த்தோ அல்லது சுமுகமாகப் பேசிப் பிறர் அன்பைப் பெறவோ தெரிகிறதா? இப்படியே எண்ணித்தான் மட்டமாக இருப்பதை, தானாகவே ஒப்புக் கொண்டு அவளாகவே தன்னுடைய தாழ்மையான பதவியை ஏற்றுக்கொண்டாள். பள்ளித் தோழிகள் சிரித்தாலோ அல்லது தன்னைப் பார்த்துக் கேலி செய்தாலோ அவளுக்கு அவ்விதப் பரிகாசங்களை ஹாஸ்ய ரஸத்துடன் ஏற்கத் தெரியாது. அவள் உள்ளம் அவ்வார்த்தைகளைக் கேட்டுப் புழுப்போல் நெளியும். தாயின் சொல்லும், சிநேகிதிகளின் பரிகாசமும் அவள் மனதை மிகவும் புண்படுத்தின. அதுவும் புண்படுவது என்றால் எப்படி? மனதிற்குள் அதைக் குறித்துப் பன்னிப் பன்னி நினைத்து ஏக்கமுற்றாள். இதனால் அவள் உள்ளத்தில் ஒரு தழும்பு ஏற்பட்டுவிட்டது. அழகான ஜோடிப்புடன் வர்ண நூலால் பின்னப்பட்ட ஜமுக்காளத்தில், அதற்கு ஈடு இல்லாத நிறமோ கரையோ வந்துவிட்டால் அதை எடுக்க முடியுமா? அதுபோலவே உஷாவின் உள்ளத்தில் நேர்ந்த இந்த புண்ணின் வடு மறைய வில்லை. இதனால் அவள் ஸுபாவத்திலேயே ஒருவிதத் தயக்க மும், பின்வாங்கலும் இருந்து வந்தது. தான் எத்தனை நன்றாகச் சித்திரம் வரைந்தாலும், அது நன்றாக இருக்கென்று ஒப்புக் கொள்ள அவளுக்குத் தைரியமில்லை. பிறர் அவளைப் புகழ்ந்தா லும், அது ஒரு வீண் பாசாங்கோவென்று ஐயமுறுவாள்.

முதல் முதல் தன்னைப் பற்றிய சந்தேகங்களையும் அதைரியச் சிந்தனைகளையும் அவள் மனதிலிருந்து எடுக்க யத்தனித்தவன் டாக்டர் ஸ்ரீராமே ஆவான். அவனுடைய சாதுர்யப் பேச்சும் கருத்துள்ள பாவமும் அவளை முற்றும் வென்றுவிட்டன. மெதுவாக சந்தேகங்கள் அகன்று அவள் அவன் முன்பு தன் ஸ்வய ரூபத்துடன் தோன்றத் துடங்கினாள்.

ஸ்ரீராமுக்கென்று அளித்த இந்த ரகசிய வடிவைப் பார்ப் போர்கள் அது உஷாவென்றே நம்பமாட்டார்கள். அவள் முகத்தில் ஓர் வசீகரிக்கும் தோற்றமும், நடையில் ஓர் அழகும், இதழ்களில் உல்லாஸச் சிரிப்பும் தோன்றின. பல நாட்களாக ஓவியத்தில் திறமை பெற்று உலகத்தார்களால் போற்றப்பட்டவள் போல், அவள் பெருமையுடன் தன் ஓவியங்களைப் பழகி வந்தாள்.

"இதைப் பார்த்தீர்களா, இன்று புதிதாக வரைந்தேன்?" என்பாள்.

ஸ்ரீராமோ அதைப் பார்த்துச் சொக்கியே போய்விடுவான். "அடாடா, என்ன மனோபாவம்... உஷா உன்னிடம் ஓர் தெய்வீகத் தன்மையிருக்கிறது. இந்த மூன்றே மூன்று கோடுகளால், அந்தப் பெண்ணின் உள்ளத்தில் குமிழும் அன்பு வெள்ளம், அந்தரங்க ஆர்வம், ஆனால், வெளிப்படையான லஜ்ஜை இவைகளை எப்படி எடுத்துக் காண்பித்திருக்கிறாய்? உஷா, நீ ஒரு கலைவாணியே!" என்று போற்றுவான் இதைக் கேட்டு வாடியிருந்த உஷாவின் ஹிருதயம் மலர ஆரம்பித்தது.

மற்றொரு நாள் ஸ்ரீராம் தான் காஜுராஹோவுக்குப் போனவுடன் எடுத்த போட்டோ படங்களை, மிஸ். உஷாவுக்குக் காண்பித்துக்கொண்டிருந்தான். அந்தப் படக்கூட்டத்தில் மிக்க அழகான இரு சிலைகள் ஒன்றையொன்று தழுவும் ஒரு படம் அவள் கண்களுக்குப்பட்டது. ஜகதாம்பா கோவில் பிரகாரத்திலுள்ள மிதுனச் சிலைகளில் அது ஒன்று.

அவன் "இதைப் பார்த்தாயா உஷா? இதைப் போல், நீயும் அன்புச் சுவையோடு, ஓவியம் எழுத வேண்டும். இந்த இரு உருவங்களுடைய அமைப்பு, பாவம், அழகு, ஆர்வம், இதுகளை நன்றாகப் பார்த்துக்கொள்" என்று சொல்லிக் குறிப்புடன் அவளைப் பார்த்தான்.

நாணத்தினால் உஷாவுடைய முகம் சிவந்துவிட்டது. அந்தப் படத்தை ஏறிட்டுப் பார்க்கவே அவள் அஞ்சினாள். தன் முகத்திலிருக்கும் உண்மை அந்தப் படத்தில் பிரதிபலித்து விட்டால்? ஆனால் ஸ்ரீராம் தன்னை இழிவாக எண்ணிவிடப் போகிறானே என்று பயந்தே, அவள் தன் முழுத் தைரியத்தையும் வரவழைத்துக்கொண்டு, அதை நிமிர்ந்து பார்த்தாள். ஆமாம் காதலியைக் காதலன் தழுவும் ஆனந்தக் களியை அது குறிப்பிட்டது.

"பார்த்தாயா, உஷா, இந்தச் சிலைகள், ரத்தமும் சதையும் சேர்ந்து உயிர்கொண்டு பேசுவது போலிருக்கின்றன! இதுவே வீரியக்கலை. நான் ஒரு போகி. இன்பத்தைத் தரும் போகமே கலை... நல்ல கீதம், நடனம், மாதர்கள் நகை முகங்கள் இதுவே போக வாழ்வு. இதுவே கலையின் எல்லை" ஸ்ரீராம் இப்படிப் பேசப் பேச நாளடைவில் அவன் மேல் உஷாவுக்குப் பரிபூர்ண நம்பிக்கை ஏற்பட ஆரம்பித்தது.

அவள் திண்ணையில் நின்றபடியே ஸ்ரீராமுடைய வீட்டுக் கதவையிடித்தாள். அவள் மனதில் சாந்தி ஏற்பட்டது. உள்ளத்தில்

ஜில்லென்ற ஓர் நிம்மதியான உணர்ச்சி பரவிற்று. வெகு நாட்களாகப் பட்டினி கிடந்து உண்டவன் அடையும் திருப்தி அவளுக்கு ஏற்பட்டது ... ஏன் இப்படி இங்கே ஒரே நிசப்தமாக இருக்கு? ஒருவேளை ஸ்ரீராம் வீட்டிலில்லையோ? மறுபடியும் கதவை இடித்தாள். சந்தேகங்கள் அவள் மனதை விட்டு விலகின. இனி இன்பமான வாழ்வே அவள் எதிர்பார்த்தாள்; அல்லல் ஒய்ந்தது. வெகுநேரம் காத்திருந்தாப்போல் உஷாவுக்குத் தோன்றிற்று. ஆனால் கடைசியில் ஸ்ரீராமே வந்து கதவைத் திறந்தான்.

ஸ்ரீராம்! அவனைக் கண்டதும் உஷாவுக்கு சந்தோஷம் ஒரு பக்கமும், பயம் ஒரு பக்கமும் தோன்றிற்று. "ஏன் கதவைத் திறக்க இத்தனை நாழியாச்சு?" என்று கேட்டாள்.

ஸ்ரீராம் முகத்தில் வரவேற்புக்குரிய குறிகளைக் காண வில்லை. ஆனால் மிக்கச் சிரமத்துடன் ஒரு புன்னகையை வரவழைத்துக்கொண்டு "ஆ ... உஷா", என்று ஒரு போலிக் குதூகலத்துடன் அவளை எதிர்த்தழைத்தான்.

'இதென்ன இன்று இவர் ஒரு தினுசாக இருக்கிறார்' என்று உஷா எண்ணினாள்.

'ஒரு தர்ம சங்கடத்தில் மாட்டிக்கொண்டு விட்டேனே! என்னுடைய சீட்டு அவளுக்குப் போய்ச் சேரவில்லை போலிருக்கு!' என்று ஸ்ரீராம் எண்ணிக்கொண்டான்.

"வா உள்ளே", என்று அவன் வாய் அழைத்ததே தவிர அவன் கண்களில் ஒளி இல்லை.

உஷா தயங்கித் தயங்கி அவன் உட்காரும் அறைக்குள் நுழைந்தாள். இத்தனை தூரம் பகல் கனவு கண்டுகொண்டே வந்த உஷாவுக்கு அவனுடைய வரவேற்பு, பச்சைத் தண்ணியை முகத்தில் தெளித்தாப்போல், ஜில்லிட்டிருந்தது. ஏன் ... என்ன வாச்சென்று அவள் கேட்டுக் கொண்டாள்.

ஸ்ரீராமோ, "வா உஷா உள்ளே வராமலே, ஏன் அப்படி நிற்கிறாய் ... வா ..." என்று அவளை உபசரித்தான்.

உஷா ஒரு நாற்காலியில், அசௌகரியத்துடன் பிரிய மில்லாமலே அமர்ந்தாள். அவன் தண்டுகளை எடுத்து உஷா முதுகுக்குத் தாங்கலளித்தான். அருகில் ஒரு சின்ன மேஜையை இழுத்துப் போட்டான். பக்கத்திலிருந்த தட்டிலிருந்து, ஒரு சிகரெட்டை எடுத்துப் புகைய வைத்துக்கொண்டான். அவன் அவளை நேருக்கு நேர் பார்த்து, எப்போதும் போல் சகஜமாகவும் உல்லாஸமாகவும் பேசாதிருந்தது, அவளுக்கு ஆச்சரியமாக

யிருந்தது. ஏன் இப்படி அவன் ஒரு விதமாக இருக்கான்? தனக்காக ஒரு தனி அபிநயம் காட்டுவது போலல்லவா நடிக்கிறான்? ஆனால் அவனிடமோ அந்த அறையிலோ அவள் ஒருவித மாறுதலையும் காண முடியவில்லை. அங்கே எப்போதும் போலவே ஊதுவத்தியின் வாசனை கம்மென்று வீசியது. அழகான பட்டுத் தண்டுகளையும், பொம்மை அலங் காரங்களையும் அவள் கண்கள் கண்டுகளித்தன. ஆனால்... ஆனால், அவன் முகத்தில் தோன்றிய ஏதோ ஒரு புதிய களை அவளை வருத்தியது. அவனை நிலைகுலைக்கும்படியாக, இங்கே என்ன நேர்ந்தது?

அவளுடைய முகத்தில் தோன்றிய அவநம்பிக்கைக் குறிகளை அவன் கண்டுகொண்டான். "உஷா"வென்று அன்பு டன் கூப்பிட்டு அவன், அவளுடைய அச்சத்தைப் போக்க முயன்றான். பல தினுசாக வேடிக்கை பேசிச் சிரித்தான். அந்தச் சிரிப்பில் கலகலப்பு இருந்தால்தானே! ஸ்ரீராம் என்ன முனைந்தும் அவர்களுடைய பேச்சில் ரஸமில்லை. அங்கே சம்பாஷணை கொழுக்க மறுத்துவிட்டது. உஷாவுடைய மூளை வேலை செய்தால்தானே! கடைசியில், இனிமேல் இங்கிருந்து பிரயோசனமில்லையென்று நினைத்து உஷா போக எழுந் திருந்தாள்.

"ஏன் உஷா, என்ன அவசரம்? பாட்டுக் கேட்க வேண் டாமா?" என்றான் ஸ்ரீராம்.

"இல்லை, இன்னிக்கு என்னமோ என் மனம் நிலையில்லை. நான் அப்புறம் வருகிறேன்" என்று சொல்லி அவள் நகர்ந்தாள். எதற்காக வந்தோம்... எதற்காகப் போகிறோமென்று தெரியா மலே, அவள் விடை பெற்றுக்கொண்டாள்.

டாக்டரோ, வாயிலண்டை வரையில் அவளுடன் போய், தளுக்காகப் பேசி வழியனுப்பினான்.

உஷாவுக்கு ஒரே குழப்பமாக இருந்தது. தான் கண்ட கனவென்ன? அங்கே நடந்ததென்ன? அன்று ஸ்ரீராமுடைய போக்கையோ, அந்த அறையைச் சூழ்ந்த அமுக்கலையோ, அவளால் விவரிக்க முடியவில்லை. யோசித்தபடி மெதுவாக அவள் பஸ் நிற்குமிடத்தை அடைந்தாள். அது ஸ்ரீராம் வீட்டுத் தெருக்கோடியிலிருந்ததால் அங்கே போக அதிக நேரம் பிடிக்க வில்லை. உஷா பஸ்ஸுக்காகக் காத்திருந்தாள். அவள் நின்று கொண்டிருந்த இடத்திலிருந்து ஸ்ரீராம் வீட்டுவாசல் தெரிந்தது. உஷாவுடைய கண்கள் அதை நோக்கியபடியிருந்தன. ஆனால் அவள் மனமோ எதையோ ஆராய்ந்த வண்ணம், சுற்றிச் சுற்றி வட்டமிட்டது.

அப்போது டாக்டர் வீட்டுக் கதவு திறந்துகொண்டது. ரொம்ப அழகான ஒரு பெண்மணி வெளியே வந்தாள். அந்திக் காலச் சமய வெளிச்சத்தில் அவளுடைய முகச்சாயல் உஷா வுக்குத் தெரியவில்லை. அந்தப் பெண்ணின் ஒய்யார நடையும், மொத்தமான அழகுத் தோற்றமுமே அவளுக்குப் புலப்பட்டது. ஆனால் அவள் கூந்தலிலிருந்த ரோஜாப்பூ உஷாவின் கண்களில் பட்டது. ஆ . . . ஆ . . . அந்த அறையில் . . . ஸ்ரீராமின் அறையில் வீசின நறுமணம் என்னவென்று உஷாவுக்கு இப்போது விளங்கிவிட்டது. அப்போது, அவள், எங்கிருந்து ரோஜாப்பூ வாசனையென்று நினைத்து, திரும்பித் திரும்பிப் பார்த்தாள். ஆனால் பூவை அங்கேயெங்கும் காணவில்லை. இப்போது அதனுடைய மர்மம் விளங்கிவிட்டது. அவள் பார்த்துக்கொண்டு இருக்கும்போதே, அந்தப் பெண் உள்ளே யாருடனோ சொல்லிக் கொண்டாள். மங்கின நிலா நிழலில், ஸ்ரீராமின் சாயை கதவோரத்தில், நின்றதை உஷா பார்த்துவிட்டாள்.

படீரென்று, அவள் மண்டைக்குள், பலவிதச் சிந்தனைகள் வேலை செய்தன. அவளுக்கு எல்லாம் புரிந்துவிட்டது. அவனுடைய முகம், அவனுடைய பேச்சு, தளுக்காக சங்கதி களை மூடிப் பேசினதின் காரணம் . . . எல்லாவற்றையும் இப்போது அவன் புரிந்துகொண்டான். உஷாவின் ஹிருதயம் துணுக்குற்றது. அவளுடைய நெஞ்சின் அலைகள் மாறி மாறி மோதிக்கொண்டன. அவன் ஒரு ஜாலக்காரன். அவளை ஏமாற்றுவதற்காக எத்தனை சிரித்து வழூ மூட்டினான்! அத்தனை போதும், அந்தப்பெண் அங்கே ஒளிந்துகொண்டா இருந்தாள்? தன்னுடைய பேதைமையை நினைக்கும்போது உஷாவுக்கு அவமானமாக இருந்தது. ஸ்ரீராம் அவள் மானத்தை வாங்கிவிட்டான். அவளுடைய ஹிருதயத்தின் ரத்தத்தை உறிஞ்சிவிட்டான். இதை நினைத்ததும் உஷாவுடைய முகம் வெளுத்து விகாரமடைந்தது. அவள் உடம்பு வெடவெடத்தது. குளிர் காலத்தினாலா? இல்லை பயத்தினால்! சதா சந்தேகத் தினால் குமுறும் உஷா, அப்போதுதான் டாக்டர் ஸ்ரீராமிடம் பூர்ண நம்பிக்கை கொண்டாள். விசுவாஸம் வைத்தவிடத்தில் துரோகத்தைக் காணும்போது அவளுக்கு எப்படியிருக்கும்! அவள் உள்ளூர விம்மினாள். அந்த விம்மல் அவளுடைய மனதைக் கல்லாக்கியது போலும். பஸ்ஸும் வந்தது. பேசாமல், ஸ்வப்பன உலகில் நடப்பதுபோல், அவள் போய் அதில் ஏறிக்கொண்டாள். அவளுக்குத் தன் ஸ்வய நினைவு இருந்தால் தானே! அந்திக் காலத்து மூடுபனியும், இருளும், அவளுடைய உருவத்தைத் தன் அந்தரங்கத்தில் ஏற்றுக்கொண்டன.

●

அத்தியாயம் 10

மிஸஸ். சுசீலா வாட்டுக்கு ஓயாமல் பேசிக் கொண்டிருப்பதில் மிகவும் பிரியம். யோசித்துப் பேசினால் இத்தனை வேகமாக வார்த்தைகளைக் கொட்ட முடியுமா? அப்போது அவள் அதிகமாக யோஜியாமலே பேசிக் கொண்டு போவாள் என்று பார்ப்போர்கள் ஊகிப்பார்கள் அல்லவா? வேண்டுமென்று செய்யாவிட்டால்கூட இப்படிப் பேசுவதில் பிறரை நோகும்படி செய்யும் பல விஷயங்கள் இருக்கும். அதனால் அவளுக்குப் பார்லிமெண்டில் வாயாடி என்ற பெயர் முழங்கி வந்தது.

"இன்று நீங்கள் மந்திரியைக் கொஞ்சம் அலசி விட்டாப்போலிருக்கே" என்றாள் அவள் ரவீந்திரனைப் பார்த்து. அப்போது சட்ட சபையோர்கள் சிலர் தினப்படி வேலைகளை முடித்துவிட்டு மாடி ஹோட்டலில் டீ அருந்திக்கொண்டிருந்தார்கள். மிஸஸ் சுசீலா எப்போதுமே தாறுமாறாகப் பேசுவாள் என்று அவளைப் பார்த்துப் பரிகாசமாகவும், குத்தலாகவும் வேடிக்கை செய்வதே ரவீந்திரனுக்கு வழக்கம். இன்று அவள் தன்னை ஸ்துதிக் கவே சற்று உச்சி குளிர்ந்து இளப்பமாகப் பேச மறந்து விட்டான்.

"ஆமாம் இன்னுங்கூட மாட்டி விட்டு வேடிக்கை பார்த்திருப்பேன், ஆனால் மேலே இருந்து 'போரும் இந்தப் பேச்சு' என்று ஒரு சீட்டு வந்தது. அதைப் பார்த்துப் போனால் போகட்டுமென்று விட்டுவிட்டேன்" என்றான் ரவீந்திரன்.

"நீ கூட இந்தச் சீட்டுகளுக்குப் பயப்படுவாயா என்ன?" என்று ஸ்ரீனிவாசன் கேட்டான்.

சந்தோஷ் லால் முகத்தில் மிருதுவான ஒரு புன்னகை பூத்தது.

"இதென்ன கேள்வி?" என்றாள் மிஸஸ் சுசீலா, கோபத்துடன். முதல் நாள் சட்டசபையில் நடந்த ஓர் பெரிய தர்க்கத்தில், இவள் ஏதோ அசட்டுத்தனமாகப் பேசியதற்காக அவளுக்கு மேலே இருந்து ஒரு குட்டு விழுந்திருந்தது. அந்த வலியின் ஞாபகம் அவள் மனதிலிருந்து மறையவில்லை. "நேற்று இவர் களும் நம்மைப் போலிருந்தவர்கள் தானே! ஆனால் இன்று ராஜீய பதவி கிடைத்தவுடன் அவர்களுக்கு என்ன அகம்பாவமும் இறுமாப்பும் ஏற்பட்டுவிடுகின்றன . . . பார்த்தீர்களா!" என்று ஆச்சர்யப்பட்டாள்.

"இருந்தாலும் ரவீந்திரா! நீ ராஜீய விஷயங்களைப் பற்றி யும், பொருளாதார சாஸ்திரத்தையும், வியாபார விருத்தியைப் பற்றியும், இவ்வளவு தூரம் எங்கே கற்றுக்கொண்டாய்" என்றான் ஸ்ரீனிவாசன் அசூயையுடன்.

"ஓகோ, ரவீந்திரா! நீ மந்திரிப் பதவிக்கு ஆசைப்படும்போது உனக்கு ஒரு வோட்டு நிச்சயம்" என்று லால் சிரித்தான்.

கனம் மந்திரியுடன் நான் தர்க்கம் செய்தேனே தவிர, அவர் சொன்னதில் எவ்வளவோ நிஜமிருக்கிறது. முன்னைவிட நம் பொருளாதார நிலைமை கொஞ்சம் ஸ்தாவரமாகத்தான் ஆய்க்கொண்டு வருகிறது. எப்படி ஆனாலும் அதிக நோட்டுகள் பதியவில்லை. விலைவாசி குறையாவிட்டாலும், அதிகமாக வில்லையல்லவா? மொத்தமாக உலக நிலைமையை உத்தேசித் தோமானால், நாம் ரொம்ப, தீவிரமாகத்தான் வேலை செய்கிறோமென்று சொல்லவேண்டும்.

"அப்படியா?" என்று சுசீலா வியப்புடன் கேட்டாள்.

"ஆமாம், தற்போதைய உலக நிலைமை ஓர் பயங்கரத் தோற்றம்தானே அளிக்கிறது. உலக யுத்தம், அழிவு, வறுமை, நோய் . . . மொத்தத்தில் பிரளயத்தின் பயமே எல்லோருடைய சிந்தனைகளையும் கலக்குகிறது. கடைசிக் காலத்தை எதிர் நோக்கும் மனிதனுக்கு, நாடோடி காலக்ஷேபத்தைப் பற்றி யோசனை போகுமா? இப்படி அஸ்திவாரங்கள் அதிரும் உலகில், நாம் சாவகாசமாக கிராம உத்தாரணம், கல்விப் பயிற்சியென்று தினப்படி விஷயங்களைப் பற்றி யோசிக்கிறோமே அதுவே பெரிதல்லவா?"

"ஆமாம் நம்மால் என்ன முடியும்? பேசத்தான் முடியும் . . ." என்று சந்தோஷ் விசனப்பட்டான்.

“அப்படி ஒரேயடியாய்ச் சொல்ல முடியுமா என்ன? நம் பாரததேவி இப்போது புனர்ஜன்மமெடுத்திருக்கிறாள். யௌவனத்தின் ஆர்வமே வேறல்லவா?” என்றான் ஸ்ரீனிவாசன்.

“நீங்களெல்லோரும் சொல்லி வருவது சகலமும் வாஸ்தவமே... ஆனால் வீண் பேச்சில் மாத்திரம் காரியங்கள் சாதிக்குமா? நீங்கள் இப்படிப் பேசிக்கொண்டேயிருக்கும்போது வேறு ஒரு இடத்தில் உங்களை விநாசனம் செய்ய ஏற்பாடுகள் நடந்து கொண்டிருக்கின்றன” என்றான் லால்.

இதைக்கேட்டு அங்கிருப்பவர்கள் எல்லோரும் இதென்ன சதியாலோசனை என்று பிரமித்து, அவனை மேலும் விளங்கச் சொல்லும் என்றபடி, குறிப்புடன் நோக்கினார்கள்.

“ஒன்றுமில்லை, இந்தக் கம்யூனிஸ்டுகளைப் பற்றித்தான் சொல்ல வந்தேன்” என்று லால் ஆரம்பித்தவுடன்...

“இதுதானே”யென்று எல்லோரும் ஆசுவாஸத்துடன் பெருமூச்சு விட்டார்கள்.

“இந்தக் கம்யூனிஸ்டுகள் நம் தேசத்தில் இப்போது மிகத் தீவிரமாக வேலை செய்கிறார்கள். போன மாதம் நான் ஊருக்குப் போயிருந்தபோது அவர்கள் வேலை செய்வதைக் கூர்ந்து கவனித்தேன். நம் பசங்களெல்லோரும் அவர்கள் கக்ஷியாகவே இருக்கிறார்கள். காலேஜில் படிக்கும் மாணவர்கள், கம்யூனிஸமே தினப்படி பயிலுகிறார்கள். கிராமக் குழந்தைகளும் அவர்கள் சார்பாகவே பேசுகிறார்கள். இந்தப் பச்சைக் குழந்தைகள், ஜெயிலுக்குப் போவதைப்பற்றி யோசிப்பதேயில்லை. தியாகமென்பதை அலக்ஷியமாக மித மிஞ்சிச் செய்ய அவர்கள் தயாராக இருக்கிறார்கள். ஏன்? வைராக்கியமும், திடச் சித்தமும் அளிக்கக்கூடிய சில கொள்கைகளை அவர்கள் பயிலுகிறார்கள்— அதுனாலேதான்.”

“சர்க்கார் கடமைகளைச் சிதைய அழிப்பதுதான் இந்த மேன்மையான கொள்கைகளோ?” ரவீந்திரன் குரலில் கடுமை மேல்பட்டது.

“ஏன் பண்டைக் காலத்தில் நாம் தொண்டு செய்தது உனக்கு ஞாபகமில்லையா? அது மாத்திரம் என்னவாம்? ஆர்வமும் ஊக்கமும் அதிகப்பட்டால் தான் மனப்பூர்த்தியான தேச சேவை செய்யமுடியும். ஜனங்கள் நம் சேவைக்காக நம்மை எத்தனை மதித்து வந்தார்கள். நம்மை எவ்வளவு தூரம் கொண்டாடி, சர்க்காருக்குத் துரோகம் செய்தாவது,

நம்மைப் பாதுகாத்தார்கள்? பூர்ண விசுவாஸம் வைத்த இடங்களில் நாமும் மனத் திருப்தியுடன் தொண்டு செய்தோ மல்லவா? அதனால் இது இயற்கையே! உயர்தர லக்ஷியங்களும், யௌவன ஆர்வமும் ...”

லாலை மேலே பேசவிட சுசிலா பயப்பட்டாள். “இதென்ன ... நீங்கள் சொல்லிக்கொண்டு போவதைப் பார்த் தால், கம்யூனிஸ்டு ராஜியமே தேவலையென்று சொல்லுவீர்கள் போலிருக்கே! அவர்கள் வந்தால், உங்கள் கதியென்னவாகு மென்று கொஞ்சம் யோசித்திருந்தால், இப்படிப் பேசமாட்டீர் கள். கலிகாலம்! நாடு வரவரக் கெட்டுக்கொண்டு வருகிறது என்று சொல்லுவதை விட்டு ... இப்படி ...” சுசிலாவுடைய தொண்டை அடைத்துக் கொண்டது.

“அப்படி ஒன்றுமில்லை. லாலுக்கு அந்தக் கக்ஷியைச் சேருவதாக உத்தேசம் போலிருக்கு. அதுதான் அப்படிப் பேசுகிறார். இல்லாவிட்டால் இத்தனை தூரம் எடுத்துப் பேசுவானா?” என்றான் ரவீந்திரன் குத்தலாக.

“அதிருக்கட்டும், யோக்கியமுள்ளவர்களாகவும், கருத் துள்ளவர்களாகவும், நீங்கள் எப்படிச் சொல்ல முடியும்? சதா கலகத்தையும், குழப்பத்தையும் உண்டாக்கிக்கொண்டு, ஜனங்களைப் படுகுழியில் இறங்க அல்லவோ தூண்டுகிறார்கள்? இவர்களா பொது ஜன சேவை செய்பவர்கள்?” என்று ஸ்ரீனிவாசன் கேட்டான்.

இவர்களுடைய பேச்சைக் கேட்டு சந்தோஷ்லால் கொஞ்ச மும் ஆத்திரம் கொள்ளவில்லை சாந்தமாக அவர்களுக்குப் பதிலுரைக்க ஆரம்பித்தான்.

“நான் ஒரு கம்யூனிஸ்டு அல்ல. ஆவதாக உத்தேசமுமில்லை. ஜீவன்களை அழித்துக்கொண்டு ஸ்தாபிக்கப்படும் லக்ஷியங்கள், ஒருநாளும் நீடித்து நில்லாது. அவ்விதத்தினால் ஒருபோதும் நமக்கு முக்தி கிட்டாது. ஞான மார்க்கமோ, பக்தி மார்க்கமோ, கர்ம மார்க்கமோ மேற்கொண்டால் தான் முக்தியடைய முடியுமென்று பெரியோர் சொல்லியிருக்கிறார்கள். கொடும் தீவினைகளைச் செய்தாவது முக்தி என்னும் நல்ல பதத்தை அடையலாமென்பது கம்யூனிஸ்டின் கொள்கை. இது என் இச்சைக்கு நேர் விரோதமானதால் நான் அவர்களுடன் எப்படிச் சேருவேன்? உங்களைப் போலுள்ளவர்களை எச்சரிக்கவே இப்படிச் சொன்னேன்; அவர்களுக்குள், ஒற்றுமை, மரியாதை, நல்லொழுக்கம் என்பது அதிகமாக இருக்கு. சின்னஞ்சிறு

பையனிலிருந்து கட்டுப்பாட்டுக்கு அடங்கி, அதிகாரத்திற்குக் கும்பிடு போடுகிறார்கள். அதனால் அவர்கள், தங்கள் காரியங் களை லகுவில் சாதித்துக்கொண்டு ஜனங்களைப் பிரமிக்கச் செய்துவிடுகிறார்கள். அவர்கள் கையாளும் சாஸ்திரங்களையும் வழிகளையும் நாம் பழகாவிட்டாலும், அவைகளை அலக்ஷியம் செய்ய முடியாது. அப்படிச் செய்தோமானால் நம் தலைகளை அவர்கள் சீக்கிரமாகத் தடவிவிட்டு விடுவார்கள்."

"அதற்காக இன்னும் எத்தனை பேர்களைத்தான் ஜெயிலில் போட முடியும்?" என்றாள் மிஸஸ் சுசிலா.

"ஜெயிலில் அவர்களை அடைத்து ஒரு பிரயோசனமு மில்லை. வேறு வழிகள் கண்டுபிடிக்கவேண்டுமென்றுதான் லால் சொல்லுகிறான்", என்று ரவீந்திரன் அவளுக்கு விளக்கி னான்.

"அதெல்லாம் ஒன்றுமில்லை. சுத்தக் காவாலிப்பசங்கள் – லாக் அப் தான் அவர்களுக்குச் சரியான இடம்" என்று ஸ்ரீனிவாசன் கர்ஜித்தான்.

"அதென்னமோ மெச்சத்தக்க சில குணங்கள் அவர்களிடம் பொருந்தியிருக்கின்றன. அவைகளை நாம் கவனியாமல் போனோ மானால் நமக்குத்தான், பிறகு திண்டாட்டமாகும். மனிதனிடத் தில் நாம் எதை எதிர்பார்க்கிறோமோ, அதுவே நமக்குக் கிட்டும். கம்யூனிஸ்ட்டுகளை நாம் ராக்ஷஸர்களாக நினைத்து அவர்களிடமிருந்து தீங்கையே எதிர்பார்க்கிறோம். அதனால் அவர்களுடைய துர் சுவபாவமே நமக்குப் புலப்படுகிறது . . ."

"சரியாப் போச்சு . . . சத், அசத் என்று பிரிவினையே கிடையாது . . . நம் மனமே சகலத்துக்கும் காரணப் பூதமென்று சொல்லுவாய் போலிருக்கே?" ரவீந்திரனுடைய ஏளனம் அதிகப்பட்டது.

இதற்குள் லாலை டெலிபோனில் யாரோ கூப்பிடுவதாகச் சொல்லிக்கொண்டு அங்கே ஒரு சப்ராஸி வந்து சேர்ந்தான்.

சந்தோஷ் டீயை அவசரமாகக் குடித்துவிட்டு, கீழே போய் விட்டான். அவன் மறைந்ததும் அங்கே இருந்தவர்களுடைய மனங்கள் சற்று சாந்தி பெற்றன.

"சந்தோஷ் லாலுடைய மனப்போக்கே ஒரு விதமாய் இருக்கல்லே . . . எப்போதுமே அவன் மனப்பான்மை எனக்கு விளங்குவதில்லை. சில சமயங்களில் கம்யூனிஸ்ட்டு சார்பாகப்

பேசுகிறான். மற்ற ஒரு சமயத்தில் தத்துவோபதேசம் செய்கிறான். எனக்கு ஒன்றும் புரியவில்லை ...” என்றாள் மிஸஸ் சுசிலா வாட்.

“அதெல்லாம் ஒன்றுமில்லை. அவனுக்கு எப்போதுமே தேசாபிமானம் அதிகம். அதைச் சாக்கு வைத்துக்கொண்டு, உற்சாகம் மேலிட்டால் இதிலோ ... எதிலோ இறங்க அஞ்ச மாட்டான். மொத்தமாக அவனிருக்கும்போது நாம் கொஞ்சம் ஜாக்கிரதையாக நடந்து கொள்ள வேண்டும். யார் கண்டார்கள் ... என்ன நடக்குமோ?” ரவீந்திரனுடைய வார்த்தைகள் நேராக சந்தோஷைப் பழி சொல்லாவிட்டாலும், அவைகளுடைய உள்கருத்து எல்லோருக்கும் விளங்கிவிட்டது.

இயற்கையாக இளகின மனம் படைத்திருந்த ஸ்ரீனிவாசனுக்கு இதைக் கேட்டவுடன் கஷ்டமாக இருந்தது. சந்தோஷ் லாலுக்கும் அவனுக்குமிடையே பல வருஷக் காலங்களாக வளர்ந்திருந்த அந்த நட்பும் அவனை இப்போது தட்டி எழுப்பியது. அவனுக்கு சந்தோஷிடம் அத்தியந்த நம்பிக்கையும் உண்டு. அதனால் கம்மிய குரலில் வார்த்தையாட முன் வந்தான். “துரோகமுள்ள சிந்தனை என்பதே சந்தோஷிடம் கிடையாது. அவனுக்கு நம் கொள்கைகள் பிடிக்காத பக்ஷத்தில் அதை வெட்ட வெளிச்சமாகச் சொல்லிவிடுவான். அதனால் அவனிடம் சிறிதளவு சந்தேகமும் படவேண்டாம்.”

இவை தன்னைக் கண்டித்துச் சொன்ன வார்த்தைகள் என்று எண்ணி ரவீந்திரன் அவைகளை ஏற்க சம்மதப்படவில்லை. “உனக்கு மனுஷாளுடைய தராதரம் அறியவே தெரியாது. இப்படித்தான் எப்போதும் வெளிக்கு ஜாலம் செய்பவர்களைக் கண்டு ஏமாந்து போவாய்!” என்று சொல்லித் தன் மனதில் குறுகுறுவென்ற வேதனையைச் சமாதானம் செய்ய முயன்றான். தான் செய்த குற்றங்களுக்குப் பிறரை அவதூறு சொல்லி ஆற்றல் அடைவதுதானே மனிதனின் குணம்? அவன், தான் சொல்லுவது பிசகென்று அறியும்போது, பிறரைப் பழிப்பதில் கொஞ்சங்கூட ஊக்கம் அதிகமாகக் காண்பிப்பான்.

மிஸஸ் சுசிலாவுக்கோ சாரதா பேரில்தான் அகங்காரமாக இருந்தது. அவளை அவமதிக்க எப்போது சந்தர்ப்பம் வாய்க்குமென்று நினைத்திருந்தாள். மனதிலிருந்தது, சட்டென்று வெளிக்குப் பாய்ந்துவிட்டது. “சந்தோஷைச் சொல்ல என்ன குற்றம். எல்லாம் அந்த சகதர்மிணி போதனை போலும். அன்னிக்கு மகாத்மா இறந்த தினம் ...” என்று இழுத்தாள். அனாவசியமாக ஏன் சாரதாவை இதில் இழுக்கவேண்டும்

என்ற ஸ்ரீநிவாஸன் அவனுடைய சகஜமான தொனியில் கேட்டான். மிஸஸ் சுசீலா அவள் வாய்க்குப் பயந்தாளோ என்னமோ, ரவீந்திரன் பயப்படவில்லை.

"மிஸஸ் வாட் சொல்லுவதில் என்ன பிசகு? மகாத்மாவைக் கொலை செய்த தினத்தன்று, நான் அவர்களுடனிருந்தேன். தம்பதிக்குள் நடந்த மனஸ்தாபத்தைப் பற்றி எனக்கு நன்றாகத் தெரியும். இன்றைக்கு சந்தோஷுக்குத் தகுந்த பதவி கிடைக்க வில்லை என்பதற்கு மூலக்காரணம் சாரதாவே. அவள்தான் அவனை ராஜத் துரோகி ஆகத் தூண்டுகிறாள்."

"சீ . . . சீ . . . ஒரு போதும் இல்லை", ஸ்ரீநிவாஸனுக்கு மேல்மூச்சும் கீழ்மூச்சும் வாங்கிற்று. உணர்ச்சி மேலிட்டது.

"உனக்கு வெளுத்ததெல்லாம் பால்போல் தோற்றமளிக்கும். அந்த நாளில் காந்திய வாழ்க்கையே சுவர்க்கமென்று தலை மேல் கை கூப்பி நின்ற சந்தோஷ் எங்கே . .? இப்போது கம்யூனிசம் பேசிய லால் எங்கே . .? சாரதாவே அவன் மனதைக் கலைத் திருக்கிறாள் . . . இதில் சந்தேகமேயில்லை" என்றான் ரவீந்திரன்.

"உனக்கு இது தெரியுமோ? 'தன் வினை தன்னையே சுடும்' என்பது போல் காந்திய லக்ஷியங்கள் நம்மையே கொளுத்தி விடுமென்று சந்தோஷ் வெகுநாட்களாகச் சொல்லி வருகிறான்" என்றான் ஸ்ரீநிவாசன்.

சந்தோஷ் லாலோ சாவதானமாகப் படியிறங்கிப் போய்க் கொண்டிருந்தான். அவனுக்குத் தன்னைப் பற்றி மேலே டீ அறையில் நடக்கும் தர்க்கம் எப்படித் தெரியக்கூடும்? தலை குனிந்துகொண்டு யோசனையில் ஆழ்ந்தபடியே நடந்தான். அடிமைத் தனத்திலிருந்து விடுதலையாய் வெளியேறிவிட்டோம். இப்போது சுதந்திரத்தின் தாங்கொண்ணாப் பாரம் நம்மை இருத்துகிறது. அந்தப் பாரத்தை ஏற்றுக்கொண்டு ஒன்று இரண்டு பேர்கள் தலைமை வகித்தால் போதுமா? பொதுவாக ஜனங்க ளுக்கு நம் தேசிய நிலைமையைப் பற்றி ஒரு பொறுப்பு எப்போது வரும்? நம்மைச் சேர்ந்த சட்ட சபையோர்களே இப்படிப் பேசினால் . .? இவர்களிடமே, நம் முன்னேற்றத்திற்கு அறிகுறி களைக் காணாவிட்டால்?

எதிரே வந்த ஒருவனுடன் மோதிக்கொண்டவுடன்தான் சந்தோஷ் லாலுக்குத் தன் நினைவு வந்தது. ஆனால் அந்த மனுஷனோ இவரை விட அதிகமாகத் தன் சிந்தனைக் கலயத்தில் குழம்பிக்கொண்டிருந்தான் போலும். மோதிக்கொண்டதைக்

கூடக் கவனிக்காமல் அவன் மேலே நடந்தான். ஆனால் சந்தோஷ் அவன் தோள்களைப் பிடித்துக் குலுக்கியவாறு, அவனைப் பலாத்காரமாக நிறுத்தினான்.

“என்ன சத்தியா, நானிருப்பது உனக்குக் கண் தெரிய வில்லையா..! நான் கூப்பிடுவதும் உன் காதுகளில் விழவில்லை போலிருக்கு!” சத்தியனுடைய முகத்தைக் கண்டதும் சந்தோஷ் திடுக்கிட்டான். இதென்ன இவன் முகம் இப்படி வெளுத்து மாம்பட்டையாக விகாரமடைந்துவிட்டது? என்று தனக்குள் கேட்டுக்கொண்டான். சில நாட்களாகவே சத்தியன் இராத் தூக்கமில்லாமல் கஷ்டப்படுவது அவனுக்கு எப்படித் தெரியும்?

“என்ன சத்தியா ... ஒரு மாதிரியாக இருக்காய்?” என்றான் சந்தோஷ்.

மறுபடியும் லாலுடைய கை அவன்மேல் பட்டவுடன் சத்தியன் கோலால் ஆட்டின பாம்பைப்போல் அவனைச் சீற்றத்துடன் பார்த்தான். “என்னை ஏன் இப்படி வற்புறுத்தி ஹிம்ஸிக்கிறாய்?” என்று கேட்டான்.

இதைக்கேட்டு லாலுக்குக் கவலையுண்டாயிற்று. “இதென்ன சத்தியா, இப்படிக் கேட்கிறாய்? உன் முகத்தில் கவலைக் குறிகள் தோன்ற என்ன காரணமென்று விசாரித்தேன்.”

“என்னிடம் வந்து விசாரிக்க என்ன சங்கதிகளிருக்கப் போகிறது? என் வேலைக்கு நான் அருகதையில்லையென்று தள்ளப்பட்ட பின்பு, நான் பிறருக்குச் சொல்ல என்ன இருக்கு!” அவன் தொனியில் கசப்பு மேலிட்டது.

“சத்தியா, இது சிறு பிள்ளைத்தனமாக அல்லவா இருக்கு? எப்போதும் தொட்ட காரியத்திலெல்லாம் ஐயம் கிட்டுமா? அதற்காக நீ உன் தைரியத்தை இழக்கலாமா?”

“சந்தோஷ், ஏன் என்னையிப்படி தட்டிக் கொடுக்கிறாய்? உன் மனதிலிருப்பது எனக்குத் தெரியாதா? உன்னைப் போல் மற்றவர்களும் நினைப்பது சரிதானே? என்னுடைய அசட்டுத் தனத்தைப் பார்த்துத்தானே நீ இப்போது சிரிக்கிறாய்?”

“இல்லை ... நீயாக இதையெல்லாம் கற்பனை செய்து கொண்டிருக்கிறாய்.”

“இல்லவேயில்லை. இருபது வருஷமாக உத்தியோகம் பார்த்துக்கூட இவனுக்குக் கொஞ்சம்கூடத் துப்பில்லையே ... இவனை யார் லட்சியம் செய்வார்கள் என்று நீ நினைக்கிறாய்.

இது கற்பனையா? இது பிசகா? நீ நினைப்பது சரிதானே! எனக்குத் தைரியங்குறைவு என்பது வாஸ்தவம்தானே! நிச்சயமாகத் தெரிந்த விஷயத்தில்கூடத் திடச் சித்தத்துடன் ஒரு பைலில் ஆர்டர் போடக் கூசுவேன். இந்தத் தோஷமென்பது என்னிடம் இருக்கும்போது, நான், பிறர் என்னைப் பற்றிச் சொன்னால் எப்படிக் கோபம் கொள்வது? இதைத்தானே பத்ரி செக்ரட்டரியிடம் சொன்னான்? நீயும் இப்போது மனதில் நினைத்துக்கொண்டிருக்கிறாய்?"

சத்தியனுடைய விரிந்த கண்கள் சோபையை இழந்தன. அவன் பார்த்துக்கொண்டேதானிருந்தான். ஆனால் அவன் கண்களில் பிரதிபிம்பம் தென்படவில்லை.

இதைப் பார்த்து சந்தோஷ் கிலேசம் கொண்டான். "சத்தியா என்னுடன் வீட்டுக்கு வா போகலாம். உன்னிடம் கொஞ்சம் சாவகாசமாகப் பேச வேண்டும்" என்று அழைத்தான்.

"இருக்கட்டும், என்னிடம் அன்புடன் நடந்து கொள்ள வேண்டுமென்ற கட்டாயமில்லை." அவன் பேசுவதைக் கேட்டு சந்தோஷ் மேலும் மேலும் கவலைகொண்டான்.

சத்தியனோ வெறுப்புடன் மேலே பேச ஆரம்பித்தான். "உனக்கு என் மனம் படும் வேதனை எப்படித் தெரியும் சந்தோஷ்? என்னை ஆபீஸில் எப்படி அலக்ஷியம் செய்கிறார்கள் தெரியுமா? சப்ராஸிகளும் கிளார்க்குகளும் என்னைப் பார்த்துச் சிரிக்கிறார்கள். அப்படியான நீசக் கதி எனக்கு இப்போது கிடைத்திருக்கு. அவர்கள் என்னைப் பரிகாசம் செய்கிறார்களா என்று ஆராய்வதிலேயே என் புத்தி செல்லுகிறது. இப்போதெல்லாம் பைலில் நன்றாக எழுதக்கூடத் தெரியவில்லையே!"

"சத்தியா, இது ஒரு பிரமை . . . உன் மனதை நீ கொஞ்சம் அடக்க வேண்டும்."

சத்தியன் சிரித்தான். "எதற்காக என் மனதை அடக்க வேண்டும் . . . அது தன் இஷ்டப்படி போகட்டுமே. இனிமேல் நான் ஏன் சிரமப்பட்டு என் மூளையை வழிக்குக் கொண்டு வர வேண்டும். என்னிடம் உள் அன்பு கொண்டு என் விஷயத்தில், யார் அத்தியந்த கவனம் காண்பிக்கிறார்கள்? என் நண்பர்களா . . . என் மனைவியா . . . அவளைப் பற்றிப் பேச்செடுக்கக்கூட எனக்கு வெட்கமாக இருக்கு! என்னை அவதூறு சொல்லும் ஆபீஸர்களுக்காவது கொஞ்சம் புத்தியென்பதிருக்கு. ஆனால் நிர்மலாவைப் போலுள்ள அசடுகள்

உதாசீனமாகப் பேசினால் அதையெப்படிப் பொறுப்பது, நீ சொல்லு... விதி என்னை இப்பேர்ப்பட்ட குழியிலா தள்ள வேண்டும்?"

"சத்தியா, உனக்கு அப்படி என்ன விபத்து வந்துவிட்டது என்று எனக்குப் புரியவேயில்லை."

சந்தோஷ் லாலுடைய வார்த்தைகளைக் கேட்டு சத்தியன் மறுபடியும் ஒருவிதமாகச் சிரித்தான். "வேண்டாம், உனக்கேன் இந்தத் துன்பம்... என்னை எதற்காக ஆசுவாஸப்படுத்துகிறாய். நீ சும்மா நிம்மதியாக வீட்டுக்குப் போய்ச் சேரு" என்று சந்தோஷை அனுப்ப முயன்றான்.

இதைக் கேட்டு லாலுக்குக் கோபமே வந்துவிட்டது. சத்தியனைப் பிடித்து ஒரு குலுக்குக் குலுக்கினான்.

"கண்டிக்கப்பட்ட குழந்தை ஏமாற்றத்துடன் உதட்டைப் பிதுக்குவது போலல்லவா நீயும் நடந்துகொள்ளுகிறாய்? ஒருவனுக்கு வேலை விஷயமாகக் கொஞ்சம் தடங்கல் ஏற்பட்டால் அதற்காக இப்படியா மனதை அலட்டிக்கொள்வது? ரொம்ப நன்றாயிருக்கு, உன் சமர்த்து! இப்பேர்ப்பட்ட சின்ன விஷயத்திற்காக முகத்தைத் தொங்கப் போடுவது ஆண்மையா? வா, நிமிர்ந்து நட, நேர் கொண்டு என்னைப் பாரு... உன் மானத்தை ரக்ஷிக்கவேண்டியது உன் கடமை" என்றான் சந்தோஷ்.

"சந்தோஷ்... என்னைச் சுற்றியிருப்பவர்கள் என்னை அசட்டை செய்வது எனக்கு அல்லவோ தெரியும்? அதைக் கவனிக்காமல் நான் எப்படி இருப்பது? ஆபீஸுக்குப் போனாலும் சரி, கிளப்புக்குப் போனாலும் சரி, அல்லது வீட்டிலானாலும் சரி, என்னை இந்த வேதனையே சதா வாட்டுகிறது. இவ்விடங்களில் பார்ப்போர் எல்லோரும் என்னை ஏசுவது என் உடம்பில் ஈயத்தைக் காய்த்து ஊற்றுவது போல் ஏறுகிறது. இந்த அவமானத்தை என்னால் தாங்க முடியவில்லை. இனிமேல் இந்த வாழ்க்கையை நான் எப்படித் தள்ளப்போகிறேன் என்று நினைக்கும் போது எனக்குப் பெரிய ஏக்கமாக இருக்கு."

"எல்லோருக்குமே வாழ்க்கையில் லக்ஷியங்களுக்குத் தகுந்தாற்போல் வெற்றி ஏற்பட்டுவிடுமாவென்ன? நாம் நினைத்துக் கொண்டிருந்தபடி மனம் திருப்தியடையவில்லை யென்று இப்படி உருகினால் அப்புறம் வாழ்க்கையை எப்படி நடத்துவது? என்னுடைய சுவதந்திரக் கனவு ஒன்று, இப்போது

நடப்பது வேறு விதமாக இருக்கிறது. இருந்தாலும் நான் தேச சேவையை விடவில்லை . . . தாய் நாட்டையும் விட்டுக் கொடுக்கவில்லை . . .”

“உன்னைப் போலவா நான்? நீ ஓர் உயிரில்லாத தர்மத்தில் மனதை வைத்திருக்கிறாய். அதனால் காதல் என்னும் ஜீவ உணர்ச்சியுடன் உன் மனம் போராடவில்லை.”

இதைக் கேட்டவுடன் லாலுடைய ஹிருதயம் ஒரு குட்டிக் கரணம் போட்டது. அப்போது ஊரில் நடக்கும் பேச்சுகள் நிஜமானவைதாமோ? சந்திராவதியா?

சத்தியனுடைய கண்கள் அவனை வெறித்துப் பார்த்தன.

“சந்தோஷ் . . . தியாகமே எல்லாவற்றையும்விட மேலானது என்று சிரஸில் கொண்டு, சத்தியாக்கிரகம் செய்த உனக்கு இது விஷயம் எப்படிப் புரியப்போகிறது? என்னைப் போலுள்ள அற்ப ஜீவன்கள் கூழுக்கும் அன்புக்குமே ஆசைப்படுகின்றன. என்னுடைய விதிவசத்தினால் எனக்கு இது இரண்டு ஆசையிலும் ஏமாற்றமேற்பட்டுவிட்டது.”

“சத்தியா, உன்னுடைய அமைதியான சாந்தமான மனோபாவம் . . . ஏன் இப்படித் துடிதுடிப்பாக மாறிவிட்டது?” சந்தோஷ் உருக்கத்துடன் கேட்டான். அவனுடைய சிவந்த கண்களைக் கண்டு பயந்தான். என்ன வற்புறுத்தியும் சத்தியன் அவன் பின்னோடு வர மறுத்துவிட்டதால், தயக்கத்துடன் வீடு சென்றான்.

சாரதாவிடம் சத்தியனுடைய விஷேசப் பாவங்களைப் பற்றிச் சொல்லி சந்தோஷ் கவலை கொண்டான். ஆனால் அவள் அதை அவ்வளவு பெரிய ஆபத்தாக மதிக்கவில்லை.

“உங்களுக்குத் தெரியாதா? சத்தியனுடைய சுவபாவமே ரொம்ப இளகினது என்று சொல்ல வேண்டுமா? ஆபீஸில் ஏற்பட்ட சச்சரவுகள் அவனைக் கொஞ்ச உற்சாகக் குறைவாகக் காண்பித்திருக்கலாம். அதனால் சத்தியனுடைய மூளையே குழம்பியிருக்கென்று சொல்ல முடியுமா என்ன?”

சந்தோஷ் யோசனையுடன் தலையைத் தடவிவிட்டுக் கொண்டான். சாந்தமே குடியிருக்கும் அவன் முகத்தில் கவலை ரேகைகள் படர்ந்தன.

“நீ வேணுமானால் கொஞ்சம் நிர்மலாவிடம் பேசிப் பாரேன். எனக்கென்னமோ நீ நினைப்பது போல் இது விஷயத்

தில் நம்பிக்கை பிறக்கவில்லை சத்தியனை நேரில் சந்தித்தாயானால் நீயும் அப்படிச் சொல்லமாட்டாய்."

அவசரப்பட்டு சந்தோஷ் எதுவும் சொல்லமாட்டானென்று சாரதாவுக்கும் தெரியுமல்லவா? அதனால் அவள் அவன் சொல்லுவதைச் சிரத்தையோடு ஏற்றுக்கொண்டாள்.

"சந்தோஷ், பெண்கள் வம்பைப் பற்றிப் பேசினாலே உங்களுக்கு எரிச்சலாக இருக்குமென்று நான் இதுவரையில் உங்களிடம் விஷயங்களைச் சொல்லவில்லை. ஆனால் ஊரில் சந்திராவதியையும் சத்தியனையும் சேர்த்துப்பேச ஆரம்பித்து விட்டார்கள். அன்று ஒரு நாள் கூட நான் இதைப் பற்றிச் சொல்ல வாயெடுத்தேன். ஆனால் பிறர் விஷயத்தில் நாம் தலையிடக் கூடாது என்று சொல்லி நீங்கள் என்னைத் தடுத்து விட்டீர்கள் ..." என்றாள் சாரதா.

"ஆமாம், வாஸ்தவம்தானே! ஆனால் ஒன்று சொல்லுகிறேன் ... கேளு ... வீண் வம்புப் பேச்சுக்களைக் கேட்டு நம்புவது ஒன்று ... இவ்விதமாக சத்தியன் உடம்பைக் கெடுத்துக் கொண்டு அலட்டுவது வேறு இல்லையா? அவன் எதையோ நினைத்துக் கொண்டு உருகுகிறான் என்பது நிச்சயம். அதனால் தான் நிர்மலாவுடன் பேசி, அவனுக்கு ஆசுவாஸமளிக்கக் கூடிய வழியில் நடந்துகொள்ளப் போதனை செய்தால் தேவலை யென்று நினைத்தேன்."

"எதைப் பற்றி அவன் இப்படி நினைத்து நினைத்துத் துன்புறுகிறான்?"

"எனக்கென்னமோ ஒரு சொல்ப உத்தியோக விஷயம் அவனை இந்த ஸ்திதிக்குக் கொண்டு வந்திருக்குமென்று தோன்றவில்லை. அதனால் தான், வேறு எந்த விஷயமாக இருக்கலாமென்று ஊகிக்கும்போது கொஞ்சம் பயமாக இருக்கு."

"நிர்மலாவிடம் இப்பேர்ப்பட்ட சங்கதிகளை எப்படி எடுத்துப் பேச முடியும்?"

"அப்போ, சந்திராவதியிடமாவது பேசிப் பாரேன்" என்றான் சந்தோஷ்.

"சந்தோஷ்!" சாரதா அவனை ஆச்சர்யத்துடன் பார்த்தாள். "சந்திராவதி எனக்கு மிகவும் பிரியப்பட்ட தோழி. அவளிடம் போய், நீ சத்தியனுடன் பழகாதேயென்று சொன்னால் அவள் என்ன அர்த்தம் பண்ணுவாள் தெரியுமா? இவளும் மற்ற

பெண்களைப் போல்தான். யாராவது ஒரு பெண் ஒரு புருஷனுடன் பேசினால் உடனே அவளைத் தூற்றுவதுதான் சாரதாவுடைய சுவபாவம் போலிருக்கு என்று எண்ணுவாள். சந்திராவதியுடைய மனதை நான் நன்கு அறிவேன்... அப்போது இவ்விஷயத்தைப் பற்றி நான், அவளிடம் எப்படிப் பேசுவது... எப்படிச் சொல்லுவது?"

"ஏதோ சத்தியனைப் பற்றி அதிகக் கவலை ஏற்பட்டதால் சொன்னேன். நீ சொல்லுவதுதான் சரி சாரதா. நாம் பிறர் விஷயங்களில் தலையிடக்கூடாது. ஆனால் என் வார்த்தைகளை ஞாபகம் வைத்துக்கொள். சத்தியன் ஏதோ ஒரு பெரிய கஷ்டத்தில் அகப்பட்டுக்கொண்டிருக்கிறான். அது மாத்திரம் நிச்சயம். புலிவாயில் தலையிட்ட மனிதனைப் போல் அவன் தனக்குள் ஒரு பெரிய போராட்டத்தை நடத்திக்கொண்டிருக்கிறான். அந்தப் பெரிய பிரச்சனை எப்படி முடியுமோ என்று எனக்குத் திகிலாக இருக்கு."

சுலோசனாவும் சாந்தியும் முதல் நாள் தன்னிடம் வந்து சொல்லிவிட்டுப் போன சங்கதிகளை நினைத்து சாரதாவும் வருத்தப்பட்டாள். இந்த வம்புப் பேச்சுக்கு ஏன் சந்திராவதியும் விதர்பனும், சத்தியனும் இடங்கொடுக்க வேண்டும்? அவள் ஒரு பெருமூச்சு விட்டாள்.

•

அத்தியாயம் 11

சந்திராவதியிடம் தனக்கு உள்ள அன்பு எவ்வித மானது என்று நன்றாகத் தெரிந்த பின்பு, சத்தியனுக்கு அவளிடம் முன்போல் போய்ப் பேச இஷ்டமில்லை. தன் உணர்ச்சியின் வேகத்தை அவன் புரிந்துகொண்டான். ஒரு வேளை தன்னையும் அறியாமல் அவன் தன் மனதை வெளியிட்டுவிட்டால்? உணர்ச்சிகளுக்குத் தன்னை அடிமையாக்கிக் கொள்ளுவது சத்தியனுடைய வழக்கம். நண்பர்களுடைய பாராமுகங்களையோ, அன்பர் களுடைய அலக்ஷிய சொற்களையோ, அவனால் பொறுக்க முடியாது. போன செய்திகளைப் பற்றிப் பன்னிப் பன்னிப் பேசித் தனக்குள் உருகுவான். ஒவ்வொரு சமயம் மனதில் அடக்கி வைத்துக்கொண்டு இருக்கும் இந்த வாதை அவனை நோய்க்குக்கூட உள்ளாக்கிவிடும். கோபம், துக்கம், அகங்காரம் இவைகளை மனதிற்குள் அடக்கி னால், அவை நம்மையே சுட்டுவிடுமல்லவா?

"சத்தியா! நீ சொல் கேட்கப் பொறுக்க வேண்டும். ஒன்றைக் கேட்டவுடன் துள்ளக்கூடாது. நீ உன் உணர்ச்சி களை அடக்கி ஆளவேண்டும். அவை உன்னை ஆளக் கூடாது." இது போன்ற புத்திமதிகளை சத்தியனுடைய தாயார் அவனுக்கு அந்த நாளிலிருந்தே சொல்லி வருவது வழக்கம். இப்போதும் அவள் உயிருடன் இருந்திருந்தால் சத்தியனுக்கு இன்னமும் அப்படியே சொல்லியிருந் திருப்பாள். அவனும் ஒருவேளை அவள் சொல்லை மதித்திருக்கலாம். ஏன் என்றால் சத்தியன் அவன் தாயார் பேரில் தன் உயிரையே வைத்திருந்தான். பெண் குலத்தின் சகல அரிய குணங்களையும் அவளிடத்திலேயே அவன் கண்டான். பெண்மையின் சக்தியெல்லாம் திரண்டு அவளிடம் ஒன்று சேர்ந்திருப்பதை அவன்

அறிவான். அவளைப்போல் யாருமிருக்க முடியாது என்பது அவனுடைய திடமான நம்பிக்கை. ஆனால் அவளுக்கு அடுத்த படியாக இப்போது சந்திராவதி தோன்றியிருக்கிறாளே! பெண் குலத்திற்கே வெற்றி விளக்குகளாகத் தோன்றும் இவ்விரு பெண்மணிகளே அவனுக்குப் போதுமானது. இவர்களையே அவன் தெரிந்து கொள்ள ஆசைப்பட்டான். வேறு பெண்களைக் காணவோ பேசவோ அவன் விரும்பவேயில்லை. பால்ய வயதில் அவன் தாயாரும், இப்போது சந்திராவதியுமே அவனுடைய வாழ்க்கையில் முக்கியப் பாத்திரங்களாக அமைந்து விட்டார்கள்.

அவன் தாயாரை ... ஆசையுடன் அவனை அணைத்து, அன்புடன் அன்னமூட்டிய அந்தத் தவமணியை அவனால் மறக்க முடியுமா? அறிவுடன் சேர்ந்த அவளுடைய கனிவுதான் என்ன? சத்தியனுடைய உள்ளத்தை ஊடுருவிப் பார்த்து, அவனிடம் எப்படிப் பேசவேண்டுமோ, அப்படியே சொல்லி அவனை நல்வழியில் திரும்ப, அவளிடம் சக்தியிருந்தது. அது ஒரு அபூர்வத் தெய்வீகச் சக்தியென்றே சொல்ல வேண்டும். இது போலவே அவள் தன்னைச் சுற்றியிருப்பவர் களிடம் அன்பு கொண்டு, அவர்கள் மனதைக் கவர்ந்து, ஹிருதயத்தில் பீடம்கொண்டுவிடுவாள். வித்தியாஸம் பாராட் டாமல் அன்பென்னும் பாலை அவள் எல்லாரிடமும் பொழிந்து வந்தாள். தன்னிடம் அன்பு காண்பிப்பது போல், குதிரைக்காரக் குப்புவிடம் இவள் ஏன் பிரியம் செலுத்த வேண்டுமென்று சத்தியன் அடிக்கடி பொறாமைப் பட்டதில்லையா?

“சத்தியா ... பாவம் குப்புவை, குதிரை காலால் உதைத்து விட்டதாம் ... போய்ப் பார்த்துவிட்டு வரலாம் வா” அவன் தாயார், இவ்விதத் துக்கங்கள் உலகத்திலிருக்கின்றனவென்று அவனுக்கு அறிவிக்க முயன்றாள். இருந்தும் பச்சை ரணங்களான வாழ்க்கை துக்கங்களைக் கண்டு அவன் இன்னமும் பயப்படு கிறானே! அவ்விதத் துக்ககரமான உலகில் ஏன் வாழ வேண்டு மென்றுகூட நினைக்கத் துடங்குகிறானே!

தாயாருடன், குப்புவைப் பார்க்க மனமில்லாமலே, அவனும் அன்று போனான்.

கோச்சு வண்டிக்காரக் குப்பு அவர்கள் வீட்டுத் தோட்ட ஓரத்தில் ஒரு குடிசை போட்டுக்கொண்டு இருந்து வந்தான். எளிய வாழ்க்கையைத் திருப்தியுடன் நடத்தும் அந்தச் சிறு பகுதியைச் சேர்ந்தவன் குப்பு; பரம சாதுகூட, கூப்பிடுவதற்கு முன் ஓடி வந்து கை கூப்பிப் பல்லை இளித்துக்கொண்டு நிற்பான். அவன் பற்கள் வரிசையாகத் தந்தத்தால் செதுக்கி

விட்டாப்போல் இருந்தன. இவ்வளவு ஏழைக்கு இத்தனை சந்தோஷம் ஏன் என்று கூட சத்தியன் எண்ணுவான். ஆனால் குப்பு முகத்தைச் சிணுங்கின நாளே கிடையாது. அவனுக்கு எத்தனை வேலையிருந்தாலும் ஓயாமல் ஓடி ஓடி உழைப்பான். சத்தியனுடைய தாயார் குப்புவிடத்தில் அதிக விசுவாஸம் வைத்திருந்தாள். அன்பை வைத்தால் அன்பு தானே வளரும்? சதா சிரித்த முகத்துடன் சேவையளிக்கும் அந்தக் குப்புவின் ரகசியம் இதுதான், என்று சிறுவனான சத்தியனுக்கு அறிந்து கொள்ளத் தெரியவில்லை.

குடிசைக்குள் புகுந்தவுடன் துர்நாற்றம் சத்தியனின் மூக்கைத் துளைத்தது. அவன் தன் தாயாருடைய கையை இறுகப் பிடித்துக்கொண்டான். 'அம்மா ஆத்துக்குப் போகலா' மென்று சொல்ல வாயெடுத்தான். ஆனால் அவன் குரல் வெளியே எழும்பவில்லை.

"குப்பு, இப்போது எப்படியிருக்கு" என்று அவன் தாயார் அன்பு ததும்பும் குரலில் கேட்டுக்கொண்டு அவன் அருகில் போய் உட்கார்ந்துகொண்டாள். காலையில் வந்திருந்த டாக்டர், குப்பு பிழைக்கமாட்டான் என்று சொன்னது சத்தியனுக்குத் தெரியாது. அவன் தாயார், குப்புவை மெதுவாக நிமிர்த்துப் போட்டாள் – குப்பு ஒரு கிழிந்த ஓலைப்பாயில் கிடந்தான். அவன் கண்கள் மிரண்டன. ஜீவனுக்காக அவன் தெய்வத் தினிடம் மன்றாடிக்கொண்டிருந்தான். அப்போதுகூட அம்மா வைப் பார்த்தவுடன் அவன் முகத்தில் நன்றி அறிவுடைய ஒரு களை தோன்றிற்று. ஒரு மூலையில் இரண்டு மூன்று குழந்தைகள் அழுதுகொண்டிருந்தன. கந்தைத் துணி மூட்டை கள் அங்குமிங்குமாகச் சிதறிக் கிடந்தன. அடுப்பில் கஞ்சி பொங்கி வழிந்த வாசனை மூக்கைப் பிடித்தது. குப்புவுடைய பெண்டாட்டி இடுப்பில், ஒரு சின்ன குழந்தை வீறிட்டு அலறியது. அதனுடைய கண்கள் புண்ணால் கசிந்தது . . . மூக்கிலோ சளி வழிந்து ஓடிற்று.

சத்தியனால் அந்தக் குடிசைக்குள் மூச்சுக்கூட விட முடியவில்லை. ஆனால் அவன் தாயார் குப்புவுக்கு சிசுருஷை செய்வதில் முனைந்தாள். வேதனையால் அவஸ்தைப் பட்டுக் கொண்டிருந்த அவனுக்கு விசிறினாள். ரத்தப் பிரளயமாக அவன் வாந்தியெடுத்தபோது அதிர்ச்சி கொள்ளாமல் ஓட்டைக் கையில் ஏந்தினாள். ஆதரவு நிரம்பிய அவள் குரலைக் கேட்டுக் குப்பு ஆசுவாஸமடைந்தாள்.

"இந்த அம்மா இதைவிட்டு எப்போது வரப்போகிறாள்" என்று சத்தியன் மனதிற்குள் முணுமுணுத்தான். எளிய

வாழ்க்கையின் துர்க்கந்தத்தை அவனால் பொறுக்க முடிய வில்லை. "எத்தனை சுத்தம் செய்தால்தான் என்ன? பத்துப் பதினைந்து அடிக்குடிசையில் எட்டு ஜீவன்கள் வாழ வேண்டுமானால்? அவர்களுடைய மூச்சுக் காற்றே போருமே" என்று எண்ணினான்.

சத்தியனுடைய தாயார் குப்புவுக்கு மயக்க மருந்தைக் கொடுத்தாள். பிறகு அவன் பெண்ஜாதிக்குத் தைரியமூட்டினாள். குப்பு பார்த்துவிடப் போகிறானேயென்று அவள் முகத்தை அப்புறம் திருப்பிக்கொண்டே அழுதாள். முத்துமுத்தாக விழுந்த அவளுடைய கண்ணீரைக் கண்டதும், சத்தியனுக்கு வேதனை உண்டாயிற்று.

"சத்தியா, வாழ்க்கையைக் கண்டு அஞ்சாதே" என்று அவன் தாயார் அடிக்கடி சொல்லியிருப்பதை நினைவூட்டிக் கொண்டான்.

"அம்மா, பிழைச்சுடுமென்னு நெனச்சேனே, என்னை ஏமாய்ச்சுடுமோ! கொழந்தை குட்டிக்காரங்க அம்மா... என் கதி என்னங்க?" என்று குப்புவின் மனைவி மெதுவாக அம்மாவிடம் முறையிட்டது சத்தியன் காதில் விழுந்தது.

"சீச் சீ... அசடே... அவனைச் சரியாகக் கவனித்து, ஆகாரம் கொடு. ஸ்வாமி இருக்கிறார். எல்லாம் நல்லவழிதான் விடுவார். இல்லாவிட்டாலும், உன்னையும் குழந்தைகளையும் நான் என்ன கை விட்டுவிடுவேனா?"

"மவராசி... அம்மா... தாயே, நீ இருக்கும்போது அந்தத் தெய்வம்கூட இரங்குங்க".

அதே எண்ணம்தான் இப்போது சத்தியனுடைய மனதில் தோன்றிற்று. தன் தாயார் உயிருடன் இருந்த வரையில் அவனுடைய கோரப் பயங்கள் திருப்தியடைந்து, அவதி எடுத்துக் கொண்டிருந்தன. இப்போது அவைகள் தலை எடுத்து விஷப் பாம்புகளைப் போல் ஆட ஆரம்பித்தன. அம்மா இருந்திருந்தால் அவளிடம் முறையிட்டுக்கொண்டு தன் அவஸ்தைகளுக்கு சாந்தி அளித்திருப்பான்...

ஆனால் இப்போது..? ஏன் சந்திராவதியில்லையா? ஆனால் அவளிடம் அதிகமாகப் பழகுவதில் எத்தனை ஆபத்து இருக்கின்றது? இதை அவள் நன்றாக உணர்ந்துதான் அங்கே போக அஞ்சினான். இருந்தும் எவளை நினைத்து அவன் ராப்பகலாக உருகினானோ, அவளையே விதிவசத்தால் அவன் தற்செயலாகச் சந்திக்க நேரிட்டது. தன்னையும், சுடர்விட்டு எரியும் தன் எண்ணங்களையும் மறக்கும் பொருட்டு அன்று சத்தியன் பார்த்தசாரதியைப் பார்க்கச் சென்றான். பார்த்த

சாரதி அவனுக்கு ரொம்ப நாட்களாக தெரிந்தவன். சர்க்கார் உத்தியோகஸ்தன். சத்தியனுடைய மனதிற்கு ஆறுதல் அளித்துப் பேசக்கூடிய மனுஷன். மேலும் சந்திராவதிக்கும் விதர்பனுக்கும் அந்தக் குடும்பத்தில் அக்கறை உண்டு என்பதை அவன் அறிவான். சந்திராவதியைப் பற்றி பேசவும் அங்கே சந்தர்ப்பம் வாய்க்குமென்று எண்ணி சத்தியன் அங்கே சென்றான். வீட்டில் நுழைந்தவன் முன்கட்டில் பார்த்தசாரதிப் பெண்ணுடன் சந்திராவதி உட்கார்ந்திருப்பதைக் கண்டு தடுமாற்றமுற்றான். அந்த அறையில் நிலவிய மௌனமும், அந்தப் பெண்ணின் சோகப் பார்வையும் அவன் மனதைக் கலக்கின. இந்த இடத்தில் ஏன் வந்து அகப்பட்டுக்கொண்டேன் என்று சத்தியன் அச்சம் கொண்டு திரும்பிப் புறப்பட நகர்ந்தான்.

அந்தச் சமயத்தில் பார்த்தசாரதியும் அவன் அகமுடை யாளும் உள்ளே இருந்து வந்துவிட்டார்கள். பார்த்தசாரதி சத்தியனை வரவேற்றி உபசாரம் செய்தான். அவனைத் தட்டிக் கொண்டு எப்படித் திரும்புவது என்று நினைத்து வேறு வழியில்லாமல் சத்தியன் தங்கிவிட்டான். "பெண்டுகள், வேண்டு மானால் இங்கே பேசிக் கொள்ளட்டும். நாம் வேறு அறைக்குள் போகலாமா?" என்று சத்தியன் பார்த்தசாரதியைக் கேட்டான்.

"வேண்டாமே சத்தியா. இங்கேயே இருப்போமே... என் பெண்ணை உனக்கு அடையாளம் தெரியவில்லையா? நீ அப்போ பார்த்தபோது அவள் ரொம்பக் குழந்தையாக இருந்தாள். ஏதோ அப்பா, எங்களுக்கு இவள் ஒரு குழந்தை... அவள் சுகமாக இருந்தால்தானே எங்களுக்கு சந்தோஷம். ஆனால் தெய்வம் எங்களை ரொம்ப சோதனை செய்கிறது. இவளுக்கு ஐந்து குழந்தைகள் பிறந்து வளர்ந்து ஒன்றன்பின் ஒன்றாகத் தவறிப்போய்விட்டன. அதிலிருந்தே இந்தப் பெண்ணுடைய மூளைக்குக் குழப்பம் ஏற்பட்டுவிட்டது. நீயே பாரேன்... அவளுடைய கோலத்தை. இப்படி ஆடை ஆபரணங் களைக் கழற்றிவிட்டுக் குளிக்காமலும், சாப்பிடாமலும் பித்துப் பிடித்த மாதிரி சதா ஒரு இடத்தில் உட்கார்ந்து கொண்டு இருக்கா. எத்தனையோ நானும் அவ அம்மாவும்... அவ அகமுடையானும் சொல்லிப் பார்த்தாய்விட்டது. கொஞ்ச மாவது லக்ஷியம் செய்தால்தானே தேவலை... நாங்கள் இன்னது செய்வது? இவளை எப்படித் தேற்றுவது என்று தெரியாமல் தவிக்கிறோம். இதற்காகவேதான் நான் இன்று சந்திராவதியை வேண்டுமென்று அழைத்து வந்தேன். அவள் ஏதாவது எடுத்துச் சொன்னால் ஒரு வேளை இவள் புத்திக்கு அது தென்பட்டாலும் படுமென்று எனக்கு ஒரு நம்பிக்கை. நீயும் சொல்லிப் பாரேன் சத்தியா..."

இத்தனை பேச்சுக்கும் நடுவே, அந்தப்பெண் இந்த லோகத்தின் சிந்தனை இல்லாமல் வீற்றிருந்தாள். அவளுடைய ஒளி இழந்த கண்களும், கோதாத தலைமயிரும், உலர்ந்த உதடுகளும், சத்தியனுடைய மனக்கண்ணாடியில் ஒரு கோரக்காட்சியளித்தது.

கூண்டில் அகப்பட்டுக் கொண்ட பக்ஷியைப் போல் அவன் சந்திராவதியைக் கெஞ்சும் பாவனையில் பார்த்தான் 'சந்திராவதி, வா இந்த இடத்தை விட்டு மெதுவாக நழுவிவிடும்' என்றது அந்தப் பார்வை.

அம்மா, இவா உன்னைப் பார்க்க வந்திருப்பது உனக்குத் தெரியவில்லையா?" என்று பலமுறை அவள் தகப்பனார் கேட்ட பிறகு அந்தப் பெண் இவர்களை நிமர்ந்து பார்த்தாள். 'என் துக்கத்தைப் பார்த்தால் உங்களுக்கு வேடிக்கையாக இருக்கோவென்றாப்போலிருந்தது, அந்தப்பார்வையின் கடுமை சத்தியனுடைய தேகம் இதைக் கண்டு குன்றிப் போய்விட்டது. சந்திராவதி தைரியமாகப் பேச ஆரம்பித்தவுடன் இன்னும் எத்தனை விதமான உணர்ச்சியென்னும் சேற்றில் புரள வேண்டுமோ என்று அவன் பயப்பட்டான்.

"என்னம்மா, நீ இப்படித் துக்கப்பட்டுக் கொண்டிருப்பது அழகாயில்லேயே! உன் வருத்தத்தை நீ இப்படிப் பாராட்டி வளர்த்து வந்தாயானால் பிறகு உன்னைச் சுற்றியிருப்பவர்களின் கதியென்னவென்று நீ யோசித்தாயா?"

அந்தப் பெண் சந்திராவதியை நிமிர்ந்து அலட்சியமாக ஒரு பார்வை பார்த்தாள். அவளுடைய கண்களில் தேங்கி நின்ற கல்லைவிட உயிரற்ற சாயல் சத்தியனுடைய நெஞ்சைச் சுட்டது. அவனுக்கு அந்த இடத்தில் இருப்பதே ரொம்பவும் கஷ்டமாக இருந்தது. 'வா, சந்திராவதி, நாம் இவ்விஷயத்தில் தலையிடக்கூடாது' என்று சொல்ல வாயெடுத்தான்.

ஆனால் சந்திராவதியோ அந்தப் பெண்ணை வழிக்குக் கொண்டுவரும் வேலையில் மும்முரமாக ஈடுபட்டாள். அந்தப் பெண்ணுடைய முகம் உணங்கியிருந்தது. சந்திராவதியுடைய இரக்கமுள்ள பேச்சு அவளுக்குப் பிடிக்கவில்லை.

"எனக்கு ஒருவிதத் துக்கமும் இல்லையே. நான் இப்போது கிண்டானைப் போலத்தானே இங்கே உட்கார்ந்துகொண்டிருக்கிறேன். என் கண்களைப் பாருங்கோ. ஒரு சொட்டுக் கண்ணீர் விழுகிறதா? என்னைத் தேற்ற வேண்டிய அவசியம் இல்லையே . . ."

அவளுடைய வார்த்தைகள் சத்தியனைப் பாதித்தன.

ஆனால் சந்திராவதி அதைக் கவனிக்காமல் பேசிக் கொண்டே போனாள்.

அவளுடைய அமிர்த வாக்குகளைக் கேட்டு சத்திய னுக்குத் தன் தாயார் ஞாபகம் வந்தது. இது என்ன இது? இவ்விரு பெண்களிடமும் அதே விசேஷச் சக்தி . . . அதாவது பிறரை வசப்படுத்தும் ஒரு காந்தம் என்று அவன் வியந்தான்.

பிறருடைய விசுவாஸத்தைப் பூர்ணமாகப் பெறும் சந்திரா வதியின் மந்திரச் சக்திக்கு அவன் உட்பட்டான். ஆனால் "என்னைத் தொந்தரவு செய்யாதீங்கோ... அம்மா. இவ்வுலகத் தில் உணர்ச்சிகளுக்கு இடம் கொடுத்தால் என்னவாகுமென்று நான் புரிந்துகொண்டுவிட்டேன். இனிமேல் என் வாழ்க்கை உணர்வில்லாமலே நடக்கும். அதுதான் என்னுடைய சங்கற்பம்" என்றாள் அந்தப் பெண்.

சத்தியனோ சந்திராவதியுடைய முகத்தைத் தன் மனோ புஷ்பத்தினால் பூஜித்துக்கொண்டிருந்தான். அவளுடைய வார்த்தைகளை அப்படியே தன்னுள் ஏற்றுக்கொண்டான்.

"இதென்னம்மா நீ இப்படிச் சொல்லுகிறாய்? உணர்ச்சி யில்லாதவர்கள் மானிட ஜன்மமில்லை. அவர்கள் மிருகங் களுக்குச் சமானமானவர்கள். வாழ்க்கையில் பகுத்தறிவு விளங்கு வதற்காகவே தெய்வம் நமக்கு உணர்வை அருளியிருக்கிறது. இதை அறியாமல் ஜனங்கள், உணர்ச்சியென்பதை, வீண் சுக துக்கங்களில் சிலவிடுகிறார்கள். உணர்ச்சியின் உதவியால், நாம் வாழ்க்கையை அனுபவித்து, இவ்வுலகத்தின் மாயையை விண்டு நம் அந்தராத்மாவைத் தெரிந்துகொள்ள வேண்டும். மானிட ஜென்மத்திற்கு இந்த மேலான அந்த உள்ளத்துடிப்பு இல்லாவிட்டால், பின் நம் பிறவியின் தாத்பரியம் என்ன?"

சந்திராவதியின் சொற்கள் சத்தியனுடைய மனதில் ஒருவித மிருதுவான சுருதி இயற்றியது. அம்மாவுடைய அதே வார்த்தைகள் என்று சத்தியன் எண்ணினான். அம்மா அடிக்கடி "சத்தியா, எல்லாக் குற்றங்களைவிடக் கோழைத்தனமே மனித னுடைய தீராத குற்றமாகும். அதனால் நீ உன் உணர்ச்சிகளைப் பார்த்து, பயந்து தயங்காதே. அவைகளை அடக்காதே! உன் மனதில் என்ன வேதனை? என்னிடம் ஒளியாமல் சொல்லு" என்பாள். அதுவேதான் இப்போது சந்திராவதி அந்தப் பெண்ணிடம் சொல்லிக்கொண்டிருந்தாள். அவள் நெடுநேரம் பேசிக்கொண்டு போனாள்.

அம்மாவைப்போல் மனித உள்ளத்தை அறியும் திறம் இவளிடம் இருக்கிறதே . . . எவ்வித மானசீக அரண்களையும் இடித்துக்கொண்டு நம்முடைய ஆத்மாவின் நுண் பொருளை

அறிந்துவிடுவாள் போலிருக்கே. அவள் பேசும்போது எங்கே நம் மனதைத் தொட்டுவிடுவாளோ என்ற பயம் அல்லவோ உண்டாகிறது? சத்தியனுக்குத் தன்னுடைய அருமை அன்னையின் நினைவு வந்தது. குதிரைக்காரக் குப்புவிடம், அவள் அன்று உபயோகித்த அதே கனிவான தொனியை, இன்று அவன் சந்திராவதியிடமிருந்து கேட்டான். அம்மாவுடைய குரலில் நிலையான உறுதி உண்டு. ஆதரவுண்டு... அதுபோல இப்போது... சந்திராவதி...

"அன்பே பிரதானம், ஜோதிமயமாக ஜகமெல்லாம் பரவி விளங்கும் பராசக்தியை நீ அறியாயா? அந்த அருளே சக்தி. சக்தியே இன்பம். சக்தியே நமக்கு ஜீவன் அளிக்கும், அகத்தின் பிரம்மப் பொருள். அந்தச் சக்தியே, அன்பின் பெருக்கு. கருணையின் சுடர் விளக்கு. அதனால் அன்பின் மிகுதியினால் பராசக்தி உன் குழந்தைகளைத் தன்னுள்..." சந்திராவதி பேசிக் கொண்டே போனாள்.

சத்தியனுடைய மனம் குமுறிற்று. அவன் அவளுடைய அகக்கண்களால் பாரின் ஒளியைக் கண்டான். வெகுநேரம் கழிந்துக் கடைசியில் அங்கே அழுகை சப்தம் கேட்டது. அந்தப் பெண் அழுதுகொண்டிருந்தாள். சந்திராவதி அவளைச் சமாதானம் செய்யவில்லை; பேசாமல் உறுதியுடன் எழுந்து வாசலுக்குச் சென்றாள். சத்தியனும் அவளைப் பின்பற்றி அவளுடைய வண்டியில் ஏறிக்கொண்டான். சந்திராவதி அவனுடைய செய்கையைக் கவனித்தாளோ என்னவோ, அவள் ஒன்றுமே சொல்லவில்லை.

வண்டிக்குள் அமர்ந்த சத்தியனுக்குத் தன் மண்டைக் கொதிப்பை அடக்க முடியவில்லை. சந்திராவதியுடைய அந்த நூதனமான காந்தம் அவனை ஆகர்ஷித்துவிட்டது. அவன் மேனி கொதித்தது. உணர்ச்சி வேகத்தினால் அவன் முகத்தி லுண்டான உஷ்ணத்தை அவனால் பொறுக்க முடியவில்லை. மானமென்னும் அணையை உடைத்துக்கொண்டு காதல் என்னும் வெள்ளம்பெருக்கெடுத்தது. சந்திராவதியின் அன்பென் னும் ஹிருதய மாளிகையில் சதா விதர்பன் காவல் என்பதை அவன் மறந்தான். அருகே இருந்த அவளைச் சட்டென்று மருவ அவன் இச்சை கொண்டான். அவன் விரல்நகக்கண்கள் அவளைத் தொட ஆசை கொண்டு புல்லரித்துக், கூசின.

"சந்திராவதி உன்னைப்போல் வேறு ஒரே ஒரு புண்ணிய வதியைத்தான் நான் பார்த்திருக்கிறேன். அந்தோ அவள் இந்த உலகத்தைவிட்டுப் பிரிந்து வெகு நாட்களாகின்றன!" என்றான். அவன் மூச்சுத் திணறிற்று.

சந்திராவதி இதைக் கேட்டு மெதுவாகச் சிரித்தாள். "என்ன சத்தியா, இதென்ன நாடக மேடையா, இத்தனை மனக் கிளர்ச்சியும், கொந்தளிப்பும் எதற்காக?" அவள் சாந்தமாகப் பேசி அவனைத் தணிக்க முயன்றாள்.

"சந்திராவதி உன்னைப் போல் இவ்வுலகத்தில் வேறு பெண் உண்டா? திக்குத் தெரியாமல் தவிக்கும் எனக்கு நீதான், அகக் கண்களாக விளங்குகிறாய். மனதில் சஞ்சலம் ஏற்படும் போதெல்லாம் நீயே எனக்கு ஞானம் ஊட்டுகிறாய். உன்னால் தான் இந்த அல்ப ஜன்மம் தனித்தனியாக விண்டு காற்றில் லேசாகப் பறந்து போகாமல் ஒன்று சேர்ந்திருக்கு. உன்னைச் சந்திக்கும் இந்த அருமையான பாக்கியம் எனக்குக் கிடைத்திராவிட்டால் நான் அன்றைக்கே காற்றுடன் ஐக்கிய மாயிருப்பேன். சந்திராவதி, உன்னால்தான் நான் என் ஆத்மா வின் உறுதியான தோற்றத்தைக் கண்டேன். என் உள்ளத்தில் பொங்கி நிற்கும் அன்பை நான் உன்னிடமே... கொட்டுகிறேன்... என்னை நீ என்ன சொன்னாலும்..."

"ஊச்... ஊச்... சத்தியா" கடைசியாக அந்த அருவியை நிறுத்தினாள் சந்திராவதி. அவள் உள்ளத்தில் பொருமிய கலவரத்தை வெளிக்காட்டிக்கொள்ளாமல் நிதானமாக "நீங்கள் இப்படிப்பேசுவது தப்பு. நான் இதற்கு இடமே கொடுக்க மாட்டேன். தயவு செய்து சத்தியா... கொஞ்சம் நிறுத்திக் கொள்ளுங்கள்...

"எப்படி... எப்படி என்று எனக்குக் கொஞ்சம் சொல்லித் தாயேன்." அவன் குரலில் ஆத்திரமும் ஏமாற்றமும் பொங்கிற்று. "என்னுடைய உறுதியான கோட்டைகளை இடித்துக் தள்ளி, என் ஹிருதயத்தையே பிளந்து அதனுள் உள்ள ரகசியங்களைப் பகிரங்கமாக அலசி எறிந்த பிறகு... நீ இப்படிச் சொன்னா யானால்..?" அவன் கேள்வியில் அடங்கிய உண்மை அவளுக்குப் புலப்பட்டது.

"வாஸ்தவம் சத்தியா. நீங்கள் சொல்லுவது நிஜம். நான் செய்தது மிகவும் பிசகு. சகோதர வாஞ்சையுடன் ஒரு பெண்ணும் ஆணும் பழக முடியாது என்ற உண்மையை நான் அறிந்து கொள்ளவில்லை. பரஸ்பர அன்பும் சிநேகிதமும் சகோதரப் பிறப்பில் தான் பொருந்தும். மற்றபடி பழகுவதற்கு ஆண் பெண் என்ற வித்தியாசத்தை நன்கு ஆலோசித்துக் கொண்டே இவ்வித நட்பைத் தொடங்க வேண்டும். முன்னாலேயே இதைப்பற்றி யோசித்திருந்தால் இப்போது உங்களை இவ்வளவு துன்பத்திற்கு ஆளாக்கியிருக்க மாட்டேன். சத்தியா, என்னுடைய மதியீனத்தை மன்னித்துவிடுங்கள். ஆனால் ஒன்று மாத்திரம்

நிச்சயம். ஒன்றில் நீங்கள் இந்தப் பேச்சை அடியோடு மறக்க வேண்டும், அல்லது நாம் முன்னைப் போலச் சந்திக்க முடியாது. இது என்னவோ திண்ணம்."

சந்திராவதியுடைய முடிவான வார்த்தைகளைக் கேட்டு சத்தியன் அச்சமுற்றான்.

"சந்திராவதி ..." அவன் தொண்டை அடைத்துக்கொண்டது. குரல் தடுமாறிற்று. "என்னை மன்னித்துவிடு. என் உயிர் உள்ளவரைக்கும் இவ்வெண்ணங்களை என் உள்ளத்திலேயே அடக்கி வைத்து அவை என்னுடனேயே மடிய வேண்டுமென்று நினைத்திருந்தேன். ஆனால் இன்று ... என்னையும் அறியாமல் ... உஹூம் ... எப்போதுமே உள்ளக்கிளர்ச்சி என்னை வென்று விடுகிறது!" அவன் பெருமூச்சு விட்டான்.

சந்திராவதி நன்றியுடன் அவனை நோக்கினாள்.

சந்தியனுடைய மூளை தீவிரமாக வேலை செய்தது. அவன், முன்பக்கத்திலிருந்த டிரைவர் பக்கமாகக் குனிந்து ஏதோ சொன்னான், உடனே வண்டி வழியில் நின்றுகொண்டது. சத்தியனும் சட்டென்று வெளியே குதித்தான்.

"என்னை மன்னித்து விடு சந்திராவதி. தயவு செய். வியாகூல மிகுதியினால் என் மனம் சரியான நிலையில் இல்லை. நான் உன்னைப் பார்க்க அப்புறம் ஒருநாள் சாவகாசமாக வருகிறேன்" என்று சொல்லி, சந்திராவதி பதில் சொல்லுவதற்குள் விறுவிறு வென்று நடந்து போய்விட்டான்.

சந்திராவதியோ மோட்டார் கைத் தண்டின் மேல் ஆசுவாஸத்துடன் சாய்ந்துகொண்டாள்.

●

அத்தியாயம் 12

ஒரு தடவை விதர்பன் சுலோசனாவைப் பார்த்துக் குறும்பாகக் கேட்டதுண்டு, "ஆமாம், நீங்கள் இரண்டு பேருமே வாக்குவாதத்தில் இவ்வளவு சாதுர்யமாக இருக்கிறீர்களே..! தனித் தனியாக நீங்கள் சபையில் ஜனங்களைத் தாக்கும்போது இருவருக்கும் ஜெயமென்று ஒப்புக் கொள்கிறேன். ஆனால் நீங்கள் தனிமையில் ஒருவருக்கொருவர் பேசிக்கொள்ளும்போது யாருக்கு வெற்றி? உங்களுக்கா... பத்ரிக்கா... இதை அறிய ஆவலாயிருக்கிறேன்" தண்ணென்றிருந்த சாந்தமான கண்களுடன் விதர்பன் அவளைப் பார்த்தான். சிறு பிள்ளை எறும்பை நசுக்கிவிட்டுப் பிறகு அதற்கு என்ன வாகிறது என்று வேடிக்கை பார்ப்பது போல், அவனும் சுலோசனாவைத் தூண்டிவிட்டுப் பரிட்சை பார்த்தான். அவளுடைய முகம் கோபத்தால் உடனே சிவந்ததை அவன் கவனித்தான். சின்ன விஷயங்களைப் பெரிதாக்கி, அல்ப சங்கதிகளைப் பற்றிப் பரிகாசம் செய்து, பிறர் மனதை வருந்தச் செய்வது என்பது விதர்பனிடம் கிடையாது. இதனால் ஜனங்கள் அவனுக்குக் கவனக் குறைவென்ற தப்பெண்ணம் கொண்டிருந்தார்கள். அதுவும், அவனுக்கு ஒரு விதத்தில் சௌகர்யமாக இருந்தது. அந்தந்தச் சமயங்களில் அவன் கண்முன் தோன்றின காக்ஷிகளைப் படங்களெடுத்து, தன் மூளையில் ஒரு ஓரத்தில் முத்திரை போட்டு வைப்பான். வேண்டுமென்கிற சமயத்தில் அவைகளை எடுத்து எல்லோரும் வெட்கப் படும்படி உதற ஆரம்பிப்பான். பார்ப்பவர்கள் இவன் இந்த விஷயத்தை எப்போது தெரிந்துகொண்டானென்று வியப்படைவார்கள்.

பத்ரியும் சுலோசனாவும் தனிமையில் பேசுவதைக் கேட்க ஆசைப்பட்ட விதர்பன் அன்று காலமே அவர்கள்

பேசிக்கொண்டதைக் கேட்டிருந்தால் ரஸித்திருக்க மாட்டான். ஆபீஸ்க்குப் போவதற்காக உடைகள் அணிந்துகொண்டிருந்த பத்ரியிடம் சுலோசனா வெத்திலைத் தட்டை நீட்டினாள்.

"இருந்தாலும் நமக்கு ரொம்ப வேண்டிய மனுஷர்கள் இப்படி நடந்துகொள்ள வேண்டாம். ஊம்... இந்த ஊரே வரவர மோசமாகிக்கொண்டு வருகிறதே..." என்று சுலோசனா தன் கணவனிடம் அங்கலாய்த்துக்கொண்டாள்.

"யாரைச் சொல்லுகிறாய்? சந்திராவதியையா, சத்திய னையா அல்லது ஸ்ரீராமையா?" என்று அவன் கேட்டான்.

"எல்லோரையும் தான் – இந்த விஷயம் உங்களுக்குத் தெரியுமோ..? சத்தியனுக்கும் நிர்மலாவுக்கும் இடையே... ஏதோ பெரிய தர்க்கமாம். நேற்று கிளப்பில் கேள்விப்பட்டேன்."

"ஓகோ... அதுவா... நான், நீ மிஸ்.உஷாவைப் பற்றித் தான் சொல்ல வந்தாயோவென்று பார்த்தேன்... அந்த சூரியைப் பார்த்தால்..."

அதெல்லாம் பழங்கதையல்லவா ..? இப்போது டாக்டர் ஸ்ரீராம் அல்லவா அவளைப் பிடித்து ஒரு ஆட்டம் ஆட்டுகிறான்" என்றாள் சுலோசனா.

"அடடா... பாவமே... அவன் கையிலா அகப்பட்டுக் கொண்டாள்? பாவம், அந்த லக்ஷ்மியைப் போல ஒரு பதி விரதையை..." என்று பத்ரி முடிப்பதற்குள் சுலோசனாவுக்குப் பொறுக்கவில்லை. 'அசடு என்று சரியாகச் சொல்லாமல் பாவம்... அது, இது என்று என் மழுப்புகிறீர்கள்? லக்ஷ்மியைப் பார்த்தாலே 'என்னை வைத்துத் தரையில் தேய்' என்று சொல்லுவது போலிருக்கிறாளே!" சுலோசனா வார்த்தைகளில் சூடு இருந்தது.

"எல்லாத்தைவிட ருசியான சமாசாரம் என்ன தெரியுமா சுலோ?" பத்ரி கொஞ்சம் கொஞ்சலாகப் பேசும்போதே சுலோசனாவுக்கு விஷயம் சுவாரஸ்யமானது என்று தெரிந்து விடும். அவள் ஆவலுடன் அவனை என்னவென்று கேட்கும் பாவனையில் பார்த்தாள்.

"நேற்றுத்தான் கவுன்சில் ஹாலில் மிஸஸ் சுசிலா வாடைப் பார்த்தபோது, அவள் சொன்னாள். சத்தோஷ் லாலுக்குக் கம்யூனிஸ்ட் பார்ட்டியில் சேருவதாக உத்தேசமாம். இது சாரதாவுக்குப் பிடிக்காது என்றுதான் எல்லோருக்கும் தெரிந்த விஷயம் ஆச்சே. அவள் சந்தோஷிடம் கோபித்துக்கொண்டு

விதர்பனுடன் அதிகப் பழக்கம் கொண்டாடுவதாகக் கேள்வி. எப்படி சங்கதி?" பத்ரி, வெற்றியும் ஆகாத்திரமும் சேர்ந்த சிரிப்பு ஒன்று சிரித்தான். "கெ . . . கெ . . . கெ . . . கெ . . ."

"எனக்கு அப்போதே முதல் சாரதா விஷயத்தில் கொஞ்சம் சந்தேகம்தான். ஊரில் சொல்லுவதில் பிசகில்லை. தீயிருக்கும் இடத்தில்தானே புகை இருக்கும். சும்மாச் சொல்லுவார்களா என்ன? மேலும் அவா அகமுடையான் பெண்டாட்டி சண்டை இன்னிக்கு நேத்திக்கு ஆரம்பித்ததா?" தன்னுடைய சந்தேகங்கள் ருசுவானதைப் பற்றி சுலோசனாவுக்குப் பரம திருப்தி.

"இருந்தாலும் விதர்பனைத் தெரிந்தவர்கள் அவன் இப்படி ஒரு பெண்ணுக்கு அடிமையாவான் என்று சொல்லு வார்களா?" பத்ரிக்கு இது வீண் வம்புப் பேச்சுத்தானோ என்று கொஞ்சம் ஏமாற்றமாக இருந்தது.

"நீங்கள் விதர்பனைக் கண்டு மலைக்காதேங்கோ . . . வெளிக்கு வேஷம் போடும் இந்த ருத்திராக்ஷப் பூனைகளை நம்பலாமா?" என்று சுலோசனா அவனை உற்சாகப்படுத்தி ஆபீஸுக்கு அனுப்பினாள்.

பத்ரியுடைய தலை மறைந்தாலும் சுலோசனா சாந்திக்குப் போன் செய்தாள். "சாந்தி, அவர் ஆபீஸுக்குப் போயாச்சா?" என்று அவசரமாகக் கேட்டாள். தான் கேள்வியுற்ற இந்த நூதன சங்கதிகளை சாந்தியிடம் சொல்ல அவள் துடியாய்த் துடித்தாள்.

ஆனால் சாந்தியுடைய பதிலில் அன்று அத்தனை அவா எதிர் ஒலிக்கவில்லை.

காரணம் அன்று காலமே அவளுக்கு வாஸனிடமிருந்து கிடைத்த ஒரு குட்டிப் பிரசங்கமே. ஆபீஸில் அவன் கீழிருப் போர் வாஸனுக்குப் பயந்து அவன் பிரசன்னமாக இருக்கும் சமயங்களை எதிர் நோக்குவது போலவே சாந்தியும் அவன் சுமுகமாக இருக்கும் சமயங்களைப் பார்த்தே தனக்கு வேண்டி யதைக் கேட்டு வாங்கிக்கொள்வது வழக்கம். இது வீட்டிலுள்ள குழந்தைகள் முதல் சகல பேருக்கும் தெரிந்த விஷயமே. வாஸன் முகத்தை 'உர்ரென்று' வைத்துக்கொண்டிருந்தால் அந்த இடத்தில் அவர்கள் வீட்டுப் பூனைக்குட்டி கூட எட்டிப் பார்க்காது. சிரித்துச் சிரித்துப் பெண்கள் கூட்டத்தில் வம்பு பேசும் சாந்திக்கு வாய் அடைத்துப் போய்விடும்.

அன்று என்னமோ சாப்பிடும் போது வாஸன் எதையோ சாக்கிட்டு உரக்கச் சிரித்துவிட்டு வேடிக்கையாகப் பேசினான்.

இதைக் கண்டு சாந்தியும் தைரியம் கொண்டு வெகுநாட்களாகத் தன் மனதிலிருக்கும் ஆசையை வெளிப்படுத்த ஆரம்பித்தாள். மென்று விழுங்கிக்கொண்டே மெல்ல மெல்லக் கேட்கத் தொடங்கினாள். "இல்லை ... நாங்கள் எல்லோருமாகச் சேர்ந்துகொண்டு கட்டுச் சாதத்துடன் யமுனைக்குப் போகலாமென்று ரொம்ப நாளாக ஆசைப்பட்டுக்கொண்டிருக்கிறோம். கொஞ்சம் ... பெட்ரோல் கூப்பன்கள் ... கொடுப்பீர்களா ..?"

இதைக் கேட்டவுடன் வாஸனுடைய முகத்தில் திடும் என்று கருமேகங்கள் சூழ்ந்துகொண்டு புயல் அடிக்க ஆரம்பித்தது.

"நீங்கள் எல்லோரும் என்றால் ..? யார் ... யார்? அந்த வம்புக்காரி சுலோசனா ஒருத்தியாக இருப்பள். இது நிச்சயம் ... சாந்தி, நான் எத்தனை முறை உனக்கு இதைப்பற்றி எடுத்துச் சொல்லியிருக்கிறேன். சுலோசனாவுடன் சேர்ந்துகொண்டு நீ வர வர ரொம்பக் கெட்டுப் போகிறாய் ... குழந்தைகளைக் கவனிப்பதிலும் வீட்டு வேலைகளைச் செய்வதிலும் ஏன் உன் மனம் செல்ல மாட்டேன் என்று இடக்குப் பண்ணுகிறது? நான் வீட்டுக்கு வரும் சமயங்களில், உனக்கு ஒரு நாள் போல், தினம் வெளியில் என்ன அவசர அலுவல் இருக்க முடியும்? பிறர் விவகாரங்களில் இத்தனை சிரத்தை எடுத்துக் கொள்கிறாயே? உன் வீட்டுக் காரியங்களைப்பற்றி அவர்களும் பேச மாட்டார்களா? இந்த வீட்டின் அலங்கோலக் காக்ஷியைக் கண்டால் ..." என்று சொல்லி வாஸன் முகத்தை அருவருப்புடன் சுளித்துக்கொண்டான்.

துவர்ப்பும் இனிப்பும் கலந்து எதிர்பார்க்க முடியாத விதத்தில் அமைந்திருந்த அவன் சுவபாவத்தை சாந்தி நன்கு உணர்ந்திருந்தாள். அதனால் சட்டென்று தன் ஆசைகளை அடக்கிக்கொண்டு, அவன் போக்கில் பேச்சைத் திருப்பி விட்டாள். மேலே சொன்ன வார்த்தைகளின் சூடு இறங்கும் முன் சுலோசனா அவளை போனில் கூப்பிட்டுவிட்டதால், அவள் அதிகமாகத் தன் மனதை விட்டுப் பேச தயங்கினாள்.

ஆபீஸை அடைந்த பத்ரியும் வாஸனும் காலை பதினொரு மணி சமயத்தில், ஒரு முக்கிய பைல் விஷயமாகத் தீவிர யோசனைகள் செய்தபடி, வாஸன் அறையில் வீற்றிருந்தார்கள். பேசிப் பேசி வறண்டிருந்த அவர்கள் தொண்டைகளுக்கு ஆசுவாஸமளிக்க எதிரே, மேஜை மேல் சூட்டுடன் ஆவி பொங்கி வரும் காப்பிக் கோப்பைகள் காக்ஷி அளித்தன.

"இது விஷயம் ரொம்ப இம்பார்ட்டெண்ட் என்றுதான் உன்னைக் கூப்பிட்டேன்" என்றான் வாஸன்.

"ஊஹூம் ... இதுவரையில் சத்தியன்தான் இந்த சப்ஜெட்டை கவனித்து வந்தான் ... அவன் லீவில் போனது சில சமாசாரங்களுக்கு ரொம்பக் கஷ்டமாயிருக்கு ..." என்று பத்ரி முணுமுணுத்தான்.

அப்போது, பிறருக்கு ஒத்தாசை செய்யவேண்டுமென்ற நடையை ஒத்திருந்தது வாஸனுடைய மனோபாவம். அதனால் அவன், "ஆமாம் பத்ரி ... நான் அப்போதே கேட்கணுமென்று இருந்தேன். நீ சத்தியனைப் பற்றி நல்ல வார்த்தைகள் சொல்லி உங்கள் செக்ரெட்டரி மனதை ஏன் திருப்பக்கூடாது.

"நானா..? என்னால் என்ன முடியும் அப்பா, நானும் அவனைப் போல ஒரு எளிய ஆபீஸர். என் பேச்சை அவர் கேட்பாரா? நானும் சொல்லாமலிருந்துவிட்டேன் என்று நினைச்சயா என்ன?" தன்னைக் குற்றம் சொல்வதாகப் பத்ரி எண்ணலுற்றான்.

"இல்லை ... இல்லை ... பத்ரி நீ நான் சொல்வதை வித்தியாசமாக நினைக்காதே. ஊரில் பேசுவதைப் பற்றி உன்னை எச்சரிக்கவே இப்படிச் சொல்லத் துடங்கினேன். 'சத்தியனை அநியாயமாகத் தொலைத்துவிட்டாளாமே சார்!' என்று என்னை யார் யாரோ கேட்டார்கள் இன்னும் அவனைப் பற்றி என்னல்லாமோ வதந்திகள் கிளம்பி இருக்கின்றன ..." என்று வாஸன் மழுப்பினான்.

மதில் மேல் பூனையைப் போல் வாஸன் சமயம் வாய்த்தால் எதிர்க் கக்ஷியைச் சேரக்கூடுமென்று பத்ரி அறிவான். அதனால் அவன் தன்னைக் காப்பாற்றிக்கொள்ளப் பேச்சை நுணுக்கத் துடன் வேறுவழியில் திருப்பினான்.

"என்ன விதமான பேச்சுக்களை நீ குறிப்பிடுகிறாய்? சத்தியனுக்கு எப்போதுமே ஸ்திரீகள் விஷயத்தில் கவனம் அதிகமுண்டு ... அதையா ... அவர்கள் சொல்லிக் காண்பிக் கிறார்கள் ...? அவ்வித வதந்திகளில் நிஜமும் கலந்திருக்கக் கூடும்.

அவர்கள் பேச்சைக் கலைத்துக்கொண்டு யாரோ அறைக் கதவை இடிக்கும் சப்தம் கேட்டது. விதர்பன் உள்ளே நுழைந்தான். வெண்ணெய் விழுங்கியது போல் அச்சங்கொண்டு விளங்கிய அவர்கள் முகங்களைக் கண்டவுடன், அவன் அவர்கள் தன்னைப் பற்றித்தான் பேசிக்கொண்டிருந்திருக்க வேண்டுமென்று ஊகித் தான். மேஜைமேல் ஓர் முக்கியமான காகிதக்கட்டு, அருகில் காப்பிக் கோப்பைகள் ... ஆனால் அவர்கள் வாயிலோ அருசி

கரமான பேச்சு ... இவைகளை நினைத்துப் பார்க்கும்போது விதர்பனுக்குச் சிரிப்புத்தான் வந்தது. அவர்களோ, மனோதிடம் படைத்த இந்த எதிரியை மடக்கத் தங்களுக்குள் தோள்களைத் தட்டி விட்டுக்கொண்டார்கள். கெ... கெக்கெ...யென்று பத்ரி இலேசாக நகைக்க முயன்றான். வாஸனோ, தன் தொண்டையைக் கனைத்துவிட்டுக்கொண்டான்.

“வா, விதர்ப்! உட்காரு. உன்னைக் கேட்டால் விஷயங்கள் புரிபடலாமென்று இப்போதுதான் நாங்கள் சொல்லிக்கொண் டிருந்தோம். சத்தியனைப் பற்றி ஊரில் ஏகப்பட்ட வதந்திகள் கிளம்பியிருக்கின்றனவாம். ஏதோ ஸ்திரீ விஷயமான தகராறில் மாட்டிக்கொண்டு, அது மூல்யமாக அவன் வேலைக்கே ஹானி வந்துவிட்டதாக ... ஒரு வதந்தியை, இதோ வாஸன் கேட்டு வந்து சொல்லுகிறான். எப்படியிருக்கு பாரு சங்கதி ..? நீ ஏதாவது கேள்விப்பட்டாயா விதர்ப் ..?” பத்ரி மெதுவாக விஷயங்களை மழுப்பியே பேசினான்.

இதைக் கேட்டவுடன் படீர் என்று விதர்பன் மண்டையில் ஒரு கதவு திறந்துகொண்டது. ஒரு க்ஷண நேரத்திற்கு அவன் உள்ளத்தில் சந்தேகம் பிறந்தது. ஆனால் ஒரு விநாடிக்கு மேல் அது அங்கே தங்கவில்லை. மறு கணமே அதை அவன் வேரோடு அறுத்துத் தூரத் தள்ளிவிட்டான்.

“சத்தியனுக்கு இப்போது கொஞ்சம் போராத காலம் என்பது தெரிகிறது. பட்டகாலிலே படும் என்றபடி உலகம் அவனை நிந்தனைக்கு ஒரு சரியான பாத்திரமாகத் தேர்ந் தெடுத்திருக்கிறது. இது இயற்கையின் ரீதி. அவனைச் சுற்றி வளர்ந்த கெட்ட பெயரே அபக்கியாதிக்கி போதுமான காந்தம். ருதுக் காலத்து நாயைச் சுற்றி மற்ற நாய்கள் வட்டமிடுவது மிகவும் சகஜம். அதைப் போலவே கெட்ட பெயர் என்பது மற்ற துர்க்கந்தங்களைத் தன் இருப்பிடத்திற்கு இழுத்து ஆகர்ஷித்துக்கொள்ளச் சக்தி வாய்ந்தது. இப்போது நம்முடைய நோக்கங்களையே எடுத்துக்கொள். எத்தனை இன்பத்துடன் நீண்ட சுவாஸங்கள் விட்டுக்கொண்டு, நாம் இந்தத் துர்நாற்றங் களை உட்கொள்ளுகிறோம். பார்த்தாயா?” விதர்பனுடைய வார்த்தைகளைக் கேட்டுக் கோபத்தினால் வாஸனுடைய முகம் சிவந்தது.

“ஒருவரைத் தூஷிக்க வேண்டுமென்று நான் இப்போது புறப்படவில்லை. மனமேங்கிச் சோர்வடைந்திருக்கும் சத்திய னைக் குறித்து நான் கவலையுடன்தான் பேசினேன். அவனு டைய நிலைமையைப் பற்றி சந்தோஷலால் நேற்று ரொம்ப விசாரப்பட்டான். நாம் அவனைப் போய்ப் பார்த்துத் தேறுதல்

சொல்ல வேண்டியது முக்கியமென்று நான் பத்ரியிடம் சொல்லிக்கொண்டிருந்தேன்."

பேச்சில் இவர்களைப் போல் முடிச்சுகளும், முறுக்கல்களும் போட யாரால் முடியுமென்று விதர்பன் எண்ணலுற்றான். எதற்காக சத்தியன் விஷயத்தில் இவன் இத்தனை அக்கறை காண்பிக்கிறான். சாந்தியுடைய போதனையா? பிறர் துன்பத்தைப் பார்த்து எத்தனை இன்பம்? என்ன அடக்கி வைத்தும், அந்த இன்பம் வெற்றிக் கொடியுடன் வெளிக்கிளம்புகிறதே. எதனால் இவர்களுக்குப் பிறர் வாழ்க்கையில் இத்தனை கவனம் போகிறது? அவர்கள் உள்ளங்கள் வறட்சியால் புரண்டுகொண்டிருக்க வேண்டும். இந்த வறட்சியே குயுக்திகளை வளர்க்கிறது. நிர்மலமான முகம், தளதளப்பான வனப்பு, யௌவனம் பிரதிபலிக்க வேண்டிய இவர்கள் முகங்களைப் பாரு! பிறர் சந்தோஷத்தைப் பார்த்து சகியாமல் அவை வறண்டு சுருங்கி வார்த்திகப் பார்வை அளிக்கின்றன. விதர்பனுக்கு அவர்களைக் கண்டு பரிதாபமேயுண்டாயிற்று.

ஆபீஸை விட்டு வீட்டுக்குப்போன விதர்பன் அன்று என்றைக்குமில்லாத குஷியுடன் விளங்கினான். இப்பொழுது சில தினங்களாக மித்திரனுக்குக் கொஞ்சம் உடம்பு தேறிக் கொண்டு வந்ததால் சந்திராவதியும் அதிக உற்சாகத்துடன் இருந்தாள். "மித்ரா" என்று குழந்தையை அன்புடன் அழைத்தான். அவன் தொனியில் ஒலித்த கனிவைக் கேட்டுச் சந்திராவதி புளகாங்கிதம் அடைந்தாள். மித்திரனும் இதுதான் சாக்கென்று நினைத்துத் தன்னுடைய மெல்லிய கரங்களால் அவன் கழுத்தை இறுகக் கட்டிக்கொண்டான். "அப்பா ஒரு கதை" என்று மன்றாடினான். விதர்பனுக்கு அன்று ஐந்து மனமும் குளிர்ந்து இருந்ததால் கதை சொல்ல உட்கார்ந்தான். அவனுடைய கற்பனா சக்தியிலிருந்து அற்புதமான போர் வீரர்களும், யானை, குதிரை, சிங்கங்களும் உருவெடுத்து வந்ததைக் குழந்தை வாய் திறந்து கேட்டுக்கொண்டிருந்தான். நாழிகை ஆக ஆக அவனுக்குத் தூக்கம் கண்களைச் சுழற்றியது. இருந்தாலும் கதைகளைவிட இஷ்டமில்லாததனால் உம் . . . உம் . . . என்று சொல்லிக்கொண்டே இருந்தான். கடைசியில் அவனையும் மீறிக்கொண்டு வந்த தூக்கத்திற்கு அவன் உடன்பட்டான். இதைக் கண்டு சந்திராவதி கல கலவென்று சிரித்தாள். விதர்பனுக்கு அவளுடைய இனிமையான நகைபிடித்திருந்தது போலும். அவனும் அதில் கலந்துகொண்டான். இதென்ன! அன்று புயலாக இருந்த இவன் மேனி இன்றைக்குப் பூவை ஒத்திருக்கிறதே என்று அவள் எண்ணமிட்டாள். ஒரு வேளை என் மனதின் தாபமே ஒரு பிரமையாக இருக்கக்கூடுமோ?

அவள் தன் சந்தேகங்களை ஒரு புறமாக ஒதுக்கி வைத்தாள். அவள் உள்ளம் தற்போதுக்கு சாந்தியையடைந்தது. சாப்பா டான பிறகு அவள் வேடிக்கையாக விதர்பனுடன் பேச்சுக் கொடுத்தாள். அன்றைய சங்கதிகளைச் சொல்லி வரும்போது, அவள் பார்த்தசாரதிப் பெண்ணைப்பற்றிச் சொல்ல நேர்ந்தது. விதர்பன் சந்திராவதியுடைய சாதுர்யத்தைப் பற்றி வேடிக்கை செய்யத் தொடங்கினான். அவளுடைய அசாதாரணமான சக்தியை அவன் நன்றாக அறிவான். அவன் வாய் அடைத்து நிற்குமிடத்தில் அவள் வெற்றி பெறுவாள், என்று அவனுக்குத் தெரியாமலா? இருந்தாலும் அன்று அவன் இருந்த பாவத்தில் அவளைக் கிண்டி விட்டு வேடிக்கை பார்க்கவேண்டுமென்று அவனுக்குத் தோன்றிற்று.

"இதென்ன சந்திராவதி, உனக்கு இதுகூடத் தெரிய வில்லையா? துக்கமென்னும் சேற்றில் அவள் இன்பமாகப் புரண்டு பரவசமடைந்திருக்கும் போது நீ போய் அவளைத் தடுக்கலாமா?" என்றான்.

"ஆமாம். இப்பொழுது அவள் துயரமென்னும் போகத்தை அனுபவித்துக்கொண்டிருக்கலாம்... ஆனால் அதன் முடிவு என்ன? இப்படியே பிதற்றிக்கொண்டேயிருந்து கடைசியில் அவளுக்குப் பைத்தியம் பிடித்துவிட்டால்? பார்த்தசாரதிக்குப் பாவம், அவள் ஒரே ஒரு பெண் தான் உண்டு... ரொம்பவும் அவர்கள் விசாரப்படுகிறார்கள்" சந்திராவதி அவனுடைய ஏளனத்தைக் கவனியாமல் அனுதாபத்துடன் பேசினாள்.

"இந்த ஒரே ஒரு குழந்தைக்காரர்களைக் கண்டாலே எனக்குக் கோபம் வருகிறது. ஊச் ஊச்சென்று அவைகளைப் பொத்திப் பொத்தி வளர்த்துக்கொண்டு, தாங்களும் கஷ்டப் பட்டுக்கொண்டு... அவைகளையும் இம்சித்துக்கொண்டு..."

"என்னையும் தானே சொல்லுகிறீர்கள்" என்று அவள் குறுக்கிட்டாள்.

"ஆமாம்... நீயும்தான் மித்திரனை அவன் இஷ்டம் போல் விடாமல் அவனைப் பிடித்து அமுக்கித் திக்குமுக்காடச் செய்கிறாய்" என்றான் விதர்பன். இது நிஜமென்று சந்திராவதி அறிந்திருந்த போதிலும் அவளுக்கு விதர்பன் தன்னைச் சொல்லிக் காட்டுவது பிடிக்கவில்லை.

"மித்திரனுக்கு உடம்பு சரியாக இல்லை. மற்ற குழந்தை களைப் போல் அவனிருக்கிறானா? அவனை நான் இஷ்டம் போல் விட்டால், எங்கேயாவது விழுந்து கிடந்தால், என்ன

செய்வது?" சந்திராவதியுடைய தொண்டை அடைத்துக் கொண்டது.

தான் இறங்கின பாதையில் குழியிருக்கென்று அறிந்து கொண்ட விதர்பன், மேற்சொன்ன பார்த்த சாரதிப் பெண்ணைப் பற்றியே மறுபடியும் பேச ஆரம்பித்தான். "அது சரி, சந்திராவதி, நீ ஸ்வாமிஜீ வேஷம் போடுவாயென்று எனக்கு இன்னிக்குத் தான் தெரிந்தது" என்றான்.

"அப்படியொன்றுமில்லை, துக்கமென்பது மகா கடூரமானது என்று உணர்ந்தே, நான் அந்தப் பெண்ணுக்குப் பலவிதமாகப் புத்தி சொன்னேன். நான் சொன்னது அவள் மூளைக்கு எட்டிற்றோ என்னமோ."

"துக்கமென்பது என்ன? தன்னைக் குறித்துத் தனக்குத் தானாக ஏற்படும் சபலமேயாகும். ஒருவன் போனதைக் குறித்தா நாம் வருந்துகிறோம். இல்லவேயில்லை. ஆகா, அவன் போய் விட்டானே... அவன் இல்லாமல் நம் கதியென்ன ஆகும் என்று நம்மைக் குறித்துதான் வருந்துகிறோம். போன உயிரைத் திரும்பி அழைத்து வரமுடியாது என்று தெரிந்தும் நாம் ஏன் வருந்துகிறோம்? இருப்பவர்களைக் குறித்துத்தான் இத்தனை துக்கமென்று தெரிந்தால் மொத்தமாகக் கொஞ்சம் விவேகம் ஏற்படலாம். இந்த உண்மையை உணர்ந்தால், நாம் நம் துக்கங் களை அதிகமாக வளர்க்க மாட்டோம். தன்னைத் தானே வதைக்கும் இந்தத் துன்பத்தை அதிகமாகக் கொண்டாடுபவர் களே இதில் ஒருவித இன்பமும் பலமும் அடைகிறார்கள். பாவம், அவளுக்கு எத்தனையோ துக்கங்கள் என்று உலகத்தார் அனுதாபப்படும்போது, அவள் ஓர் விஸ்தரிக்க இயலாத பெருமையை அடைகிறாள். இவர்களைக் கண்டால் எனக்கு அதிக ஆசையால் மிகுதியாக உண்பவர்களிடம் தோன்றும் அருவருப்பு உண்டாகிறது. ருசியுடன் சுவைத்துச் சாப்பிடும் போகம் என்பதை வளர்க்க வேண்டுமென்றுதானே நாம் அதிகமாகச் சாப்பிடுகிறோம்! அதைப்போலவே ஒருவித அலாதி உணர்ச்சிகளை விருத்தி செய்துகொள்வதற்காகவே நாம் துயரத்தை அதிகமாக்கிக்கொள்ளுகிறோம்."

"அதிருக்கட்டும்... சத்தியனும் உன்னுடன் திரும்பி வந்தான் என்றாயே... அவன் ஏன் வீட்டிற்கு வரவில்லை? அப்படியே ஆத்துக்குப் போய்விட்டானா?" என்று விதர்பன் கேட்டான்.

'அப்பா... என்ன கூர்மையான கத்தியைப் போன்ற புத்தி?' என்று அவன் பேசும்போது தனக்குள் சந்திராவதி

எண்ணலுற்றாள். துயரத்தைப் பெரிதாக்கக் கூடாது என்பதற்கு இத்தனை விவரிப்பா? இத்தனையும் பேசியாகிறதே தவிர ஒருவர் துக்கப்பட்டுக்கொண்டிருந்தால் அவரை சமாதானம் செய்யத் தெரியாது. தன் புத்தியைக்கொண்டு அம்மனதின் நுண்பொருளை அறிந்தாலும், அவ்வுள்ளத்தின் விஸ்வாசத்தைப் பெறத் தெரியாதே! அகத்தின் உணர்ச்சிகளைப் பற்றி ஆராயத் தெரியும். ஆனால் அவைகளுடன் போராடி மல்யுத்தம் நடத்தத் தெரியாது. இயலவும் இயலாது. இப்படியே தனக்குத்தான் சொல்லிக்கொண்டு வந்தவள், அவன் கடைசிக் கேள்வியைக் கேட்டவுடன் திடுக்கிட்டாள். அவனிடம் விஷயத்தைச் சொல்லுவோமா வேண்டாமாவென்ற பிரச்சனை அவள் உள்ளத்தில் அப்போது எழுந்தது. சொல்லுவதில் பிசகொன்றுமில்லை. அவன் அவளிடம் கோபமோ சந்தேகமோ கொள்ளமாட்டான். அப்படியானால் அது அவளுக்குத் திருப்தியை அளிக்குமா? மற்ற புருஷர்கள் அவளைக் கொண்டாடுவதைக் கண்டு அவன் பொறாமைப்பட்டால், சந்திராவதி சந்தோஷமடைந்திருப்பாள். ஆனால் அவனோ இவளுடைய நடவடிக்கைகளில் எவ்வித அக்கறையும் காண்பிப்பதாகத் தெரியவில்லை. நடந்ததை அவனிடம் இப்போது சொன்னால் ஒரு வேளை சிரித்தாலும் சிரிப்பான், அல்லது அவளையோ சத்தியனையோ பரிகசிப்பான். என்னவானாலும் சொல்லித்தான் பார்ப்போமே! இது விஷயம் விளையாடக் கூடியதாக இல்லையென்று அவனுக்குப் படும்படி சொன்னால் ஒரு வேளை முழித்துக்கொள்வானோ? எவ்வித மாகத் தாக்கினால் விதர்பனுடைய உணர்ச்சிகளை இளக்கலாம்?

"என்ன சந்திராவதி, யோசிக்கிறாயே! ஏன் சத்தியன் உள்ளே வராமல் போய்விட்டான்?" என்று விதர்பன் மறுபடியும் கேட்டான்.

அவளை அறியாமலே நிஜம் வெளியே வர ஆரம்பித்தது. "அதுவா... சத்தியனுக்கு இன்று மனசு சரியாகயில்லை."

"ஏனோ?"

"ஒன்றுமில்லை... அவாத்திலிருந்து திரும்பி வருகிற வழியில்... வண்டியிலே... சத்தியன்... அவனுக்கு என்னிடமிருக்கும்... அன்பை வெளியிட்டான்..." இதைக் கேட்டு விதர்பன் ஓகோவென்று சிரித்தான்.

"சந்திராவதி... அட அசடே... இன்னிக்குத்தான் உனக்கு இவ்விஷயம் தெரியுமா? அதுதான் இத்தனை தயக்கமா? எனக்கு இது எப்பவோ தெரியுமே!" என்றான். சந்திராவதிக்கு இதைக் கேட்டவுடன் சற்றுத் தூக்கி வாரிப் போட்டது.

கிருத்திகா

“அதெப்படி”?

“சத்தியனுடைய முகத்தைப் பார்த்தாலே விஷயம் புலப்பட்டு விடுமே! மேலும் அவன் நாயைப் போல் வாலைக் குழைத்துக் கொண்டு விசுவாஸத்துடன் உன்னைப் பார்ப்பதைக் கண்டால், யார் தான் தெரிந்துகொள்ளமாட்டார்கள்?”

“அப்போது, உங்களுக்கு அவன் பேரிலோ என் பேரிலோ கோபமில்லையா? வருத்தமில்லையா?” என்று அவள் கேட்டாள்.

“கோபமென்ன? நீ உன் உயர்ந்த சித்தாந்தங்களை விட்டு இவ்வித உணர்ச்சிகளுக்கு உடன்படமாட்டாய் என்று எனக்கு நன்றாகத் தெரியும். சத்தியனும் ஒரு பெரிய மனிதன் என்று நான் உணர்வேன். அதனால் இவ்விஷயம் எனக்குக் கொஞ்சம் வேடிக்கையையே அளித்தது” என்றான் விதர்பன்.

“என்ன இறுமாப்பு உங்களுக்கு? என்னை நன்றாக அறிவீர் என்றால் கூட, முடிவாக நீங்கள் அப்படி என்னமாக நினைக் கலாம்? ஒரு வேளை நான் சத்தியனுக்கு வசப்பட்டுவிட்டால்?”

“நீ ஒரு போதும் அப்படிச் செய்யமாட்டாய் என்று தான் நான் உறுதியாகச் சொல்லிவிட்டேனே. உன்னுடைய விவேகம் – ஸ்வபுத்தி . . . அதற்குக் குறுக்கே நிற்குமே!”

இதைக் கேட்டுச் சந்திராவதிக்கு ஆச்சர்யம் பொறுக்க முடியவில்லை. தன்னை அவன் இத்தனை தூரம் அறிந்து கொண்டிருக்கிறானா? அப்படியானால் தன் உலர்ந்த மனதிற்கு ஏன் மகிழ்ச்சி அளிக்கவில்லை? இதிலிருந்து அவன் வேண்டு மென்றே சும்மாவிருக்கிறான் என்று ருசுப்பட்டுவிட்டதல்லவா? சந்திராவதிக்குக் குபுகுபுவென்று கோபம் தலைக்கு ஏறிற்று.

“ஆமாம், நீங்கள் என் மனதை ரொம்ப அறிவீர்களாக்கும்! உண்மையில் எனக்கு சத்தியனுடைய அன்பை ஏற்றுக்கொள்ள வேண்டுமென்று கூடத் தோன்றிற்று. உங்களை நம்பி நான் என்ன சுகம் கண்டுவிட்டேன்?” இப்படியே சொல்லிவிட்டு, வருத்தமும் ஏமாற்றமும் தொண்டையை அடைக்க, கண்களில் நீர் தளும்பச் சந்திராவதி, பரபரவென்று எழுந்து தன் அறைக்குள் போய்விட்டாள்.

அவள் போவதை விதர்பன் கொஞ்சங் கவலையுடன் பார்த்துக்கொண்டிருந்தான். ஆனால் அவளைப் போகவிடாமல் தடுத்து சமாதானம் சொல்லவில்லை. அவளுக்கு ஆறுதல் அளிக்கக்கூடிய சில வார்த்தைகள் தான் சொல்ல வேண்டு

மென்று அவனுக்கு நன்றாகத் தெரிந்தது. இருந்தாலும் தான் சொன்னதில் என்ன பிசகு என்றே அவன் எண்ணலுற்றான். மற்றும் சில பெண்களைப் போல், சந்திராவதி, நாலு பேர்கள் தன்னை ஸ்துதித்தவுடன் ஈ ஈயென்று இளிப்பவளல்ல. அவள் திடமனம் படைத்தவள்: மேலும் தன்னைத் தவிர வேறு ஒரு புருஷனையும் கண்ணெடுத்துப் பார்க்கமாட்டாள். இதுவும் அவனுக்குத் தெரிந்த விஷயமே. இருந்தாலும் இதை அவன் கண்டுகொண்டதைப் பற்றி அவளுக்கு ஏன் இத்தனை கோபம்? உள்ளே போய்ச் ‘சந்திராவதி, உன்னைத் தவிர வேறு கதியில்லை – நீ என்னைத் தவிக்கவிட்டால் நான் உயிர் வாழ மாட்டேன்’ என்று ஒரு சினிமாக் காட்சி நடிக்க வேண்டுமோ! அதை நினைத்தாலே விதர்பனுக்கு அருவருப்பாக இருந்தது. இந்தப் பெண்களே சதா உணர்ச்சி வெள்ளத்தில் முழுகிக் கிடக்கிறார்கள். அந்த ஜலப் பிரளயத்தில் நம்மை இழுத்துத் திக்கு முக்காடச் செய்வதுதான் அவர்கள் முக்கியத் தொழில். தான் அவளிடம் வைத்திருக்கும் அன்பைப் பற்றி, சந்திராவதி அறியாளா என்ன? இருந்தாலும் அடிக்கடி அதைப் பற்றி விஸ்தரித்துப் புகழ்ந்தால்தானே அவளுக்குத் திருப்தி யாகிறது? இல்லாவிட்டால் அவளைத் தான் லக்ஷியம் செய்ய வில்லையென்றல்லவா நினைத்துவிடுகிறாள். இந்த ஒரு குற்ற மில்லாவிட்டால் சந்திராவதியென்ன அருமையான பொருளாக இருப்பாள்? அவளுக்கு ஈடு இந்த உலகத்தில் எவளுமில்லை. ஆனால் அவள்கூட உண்மையை விடக் கபட நாடகத்தை விரும்புகிறாளே! அவள் மனதிலுள்ளதை நான் தெரிந்து கொண்டுவிட்டதைப் பற்றி அவளுக்கு ஏன் இத்தனை மனஸ்தாபம். இல்லை ... அதை அறிந்துகொண்டும் அவளுக்குத் தாஸாதி தாஸனாக சேவை அளிக்கவில்லையென்று கோபமா? பெண்களோ ஆண் மக்களை, என்றும் அடிமைகளாக இருக்க விரும்புகிறார்கள். ஆண்களாகிய நாம் தெரியாமல் அவர்கள் வலையில் சிக்கிக்கொண்டு எப்போதும் தவிக்க வேண்டியிருக் கிறது. தனக்கு அடிமையாக இருக்கும் ஒரு புருஷனைப் பார்த்து அந்தப் பெண் வெட்கப்படமாட்டாள். ஆனால் அவனோ மற்ற ஆண்களைக் காணக் கூசி ஓடி ஒளிந்து கொள்வான். தன் ஆண்மையை இழந்துவிட்டதை அவன் நன்கு உணர்வான். ஆனால் புத்திசாலியாகிய சந்திராவதியைத் திருப்தி செய்வதால், நாம் நம் ஸ்வமரியாதையை இழந்து விடுவோமாவென்ன என்று விதர்பனுடைய உள்ளம் கேட்டது. ‘மெல்லினல்லாள் தோள் சாய்.’ தன் கணவனுடைய நலத்தையே சதா கோரி, அவன் மனதை அறிந்து நடந்துகொள்ளும் ஒரு மனைவியை ஆதரிப்பதால், ஒருவன் மானத்துக்கு ஹானி

ஏற்படுமா? இப்படித் தன்னைத் தானே கேட்டுக்கொண்டானே தவிர, விதர்பன் எழுந்து சென்று சந்திராவதியை சமாதானம் செய்யப் போகவில்லை. தானாகவே சரியாய்ப் போகும்... எனக்கு மாத்திரம் சமாதானம் செய்ய யார் இருக்கிறார்கள் என்று எண்ணினான். விதர்பனுக்கு அப்பேர்ப்பட்ட துடி துடிப்பைத் தெய்வம் அளிக்கவில்லையே! அவன் நேரே புராதன நூல்களிலிருந்தும், சாஸ்திரங்களிலிருந்தும், அத்வைதச் சாரத்தைப் பருகிவிடுகிறானே! சமமான மனோபாவமுடைய வனுக்கு மனஸ்தாபமேது? ஆறுதல் எதற்கு? அவனுக்குச் சந்திராவதியும் பொதுவான பெண் தெய்வமாகத் தோன்று கிறாள் என்றால்? விதர்பன் உள்ளத்தில் அன்பே குடிகொண் டிருந்தது. அவன் உலகத்தையே தன் அன்புக் கரங்களால் அணைத்துக்கொள்ளுகிறான். ஆனால் தனி ஒருவளிடம் தன் காதலைக் காட்டி அன்புருக அணைத்துக்கொள்ள அவனால் இயலவில்லை. இது விஷயம் சந்திராவதியும் அறிவாள். ஆனாலும் அடிக்கடி அவனை நாடோடி உலக ரீதியில் இழுக்க அவள் முயன்றாள்.

●

அத்தியாயம் 13

தொட்டும் தொடாமல் வாழ்க்கையை நடத்தும் விதர்பனுக்குக்கூட மேற்சொன்ன சம்பவத்திற்குப் பிறகு ஒருவித மன சஞ்சலம் உண்டாக ஆரம்பித்தது. அதனால் அவன் அதிகக் கிலேசம் அடைந்தான் என்று சொல்வதற்கில்லை. இருந்தாலும் 'நீ சொல்வது சரில்லை'யென்று ஏதோ ஒன்று அவன் மனதை உறுத்தி அசந்துஷ்டியை வர்த்தனை செய்து கொண்டு வந்தது. மித்திரனுக்கு மறுபடியும் உடம்பு அதிகமாகவே, சந்திராவதி அவனுக்கு சிசுருஷை செய்வதில் ஈடுபட்டாள். வேண்டுமென்றே பாராமுகமாக இருந்தவளுக்கு இப்போது ஒரு நல்ல சாக்கும் கிடைத்தது. அவள் விதர்பன் இருக்கும் பக்கம் திரும்பிக்கூடப் பார்க்கவில்லை. விதர்பன் தனிமையில் விடப்பட்டான். சாதாரணமாக இவ்வித நிலைமையை எப்போதும் கோரும் அவனுக்கு அன்று ஏனோ அது ரஸிக்கவில்லை. யாரையாவது கண்டு பேசலாமென்று கிளப்பை நோக்கி நடந்தான். உள்ளே நுழையும்போது கதவண்டை அவன் சத்தியன்மேல் மோதிக்கொண்டான். சத்தியனைக் கண்டு சில நாட்கள் ஆகிவிட்டதால் விதர்பனுக்கு அவன் தேக நிலைமை ஆச்சர்யத்தைத் தந்தது.

"என்ன சத்தியா உன் உடம்புக்கு என்ன?" என்று பரிவுடன் விசாரித்தான்.

"இதென்ன கேள்வி? எல்லோரும் ஒரு வாய்க்கொண்டாப்போல் இந்த ஒரு பிரச்னையைத்தான் கேட்க வேண்டுமா?" என்று சத்தியன் அலுத்துக்கொண்டான்.

"இல்லையடா . . . இதென்ன இப்படி இளைத்து வெளுத்து . . ."

“போரும் போரும். என் உடம்புக்கு ஒன்றும் கெடுதியில்லை. நீயும் மற்றவர்களைப் போல் உளற ஆரம்பித்துவிடாதே!”

விதர்பன் கையில் அகப்பட்டுக் கொண்டவர்களை அவன் எளிதில் விடுவானா? சத்தியனைப் பலாத்காரமாக இழுத்துச் சென்று ஏகாந்தமான ஒரு இடத்தில் உட்கார வைத்து அவனிடம் வார்த்தையாடத் தொடங்கினான். தன் மேடான நெற்றியில் புரண்டோடும் மயிரை விதர்பன் கை விரல்களால் ஒதுக்கி விட்டுக்கொண்டான். அவனுடைய அகல அன்பு நிறைந்த கண்கள் சத்தியனை அனுதாபத்துடன் நோக்கின. ஒரு பெண்ணின் அதரங்கள்போல் மிருதுவாக இருந்த அவன் உதடுகள், மெல்லிய ஒரு புன்னகையால் விரிந்து கொண்டன. சூரியகாந்தியை விட ஒளி பெற்ற அவனுடைய கண்களின் பார்வையை, சத்தியனால் தாங்க முடியவில்லை. யுக யுகமாக மனிதனுக்குள் ஏற்படும் அதே போராட்டம்தான் இப்போது அவனுடைய அகத்திலும் முண்டியிட்டுக்கொண்டிருந்தது. தாகத்தினாலும் பசியாலும் அவதிப்படும் பாலைவனத்து அகதியின் கண்ணுக்குத் தூரத்தில் பச்சிலையும் ஜலமும் தென்படுவது போல், சத்தியனுக்கு ஒவ்வொரு சமயங்களில், சத்தியம் அசத்தியமென்பது வெட்ட வெளிச்சமாகப் புலப் படுவது போல் தோன்றிற்று. ஆனால் அருகே வந்து சோதனை போடும்போது அதே பாலைவனம்தான் வறட்சியுடன் காக்ஷியளித்தது அவன் மனம் குழம்பிற்று. திடமான ஒருவித முடிவுக்கும் வரமுடியாமல் அவன் தவித்தான். அவனுடைய ஆதாரங்கள் கிடுகிடுத்தன. இந்தக் குழப்பத்தில் அவனுடைய வாழ்க்கையின் லக்ஷியத்தைப் பொறுக்கி எடுக்க முடியாமல் அவன் தத்தளித்தான். கேவலம் பெண்ணாசையினால் உண் டாகும் ஓர் அல்ப சந்தோஷம்தான் பிரதானமா? இல்லை... அப்படியானால் எதற்காக அவன் வருந்துகிறான்? எதைக் குறித்து அவன் ஏங்குகிறான்? அவன் பிறரைத் தெரிந்து கொள்ளவில்லையா... அல்லது தன்னை அறிந்து கொள்ளவில்லையா... ஆத்மாவின் தீபம் அணைந்துவிட்டால், எங்கும் அஞ்ஞான இருள்தானே இருக்கும்? தனக்குள் எழும்பின பிரச்னைகளில் ஒன்று அவனை அறியாமல் சத்தியனுடைய வாயிலிருந்து வெளிக்கிளம்பிவிட்டது.

“விதர்ப், நீ ஒரு பெண்ணிடத்தில் மிக்க காதல் வைத்து விட்டு, பிறகு அவள் உன்னை ஏற்காவிட்டால், நீ என்ன செய்வாய்?” என்று சட்டென்று தன் ஹிருதயத்தைத் திறந்து விட்டான்.

ஹிருதயத் திறப்பின் சாவி விதர்பன் முகத்தில் என்றைக்குமே யுண்டு என்று அவன் எப்படி அறியக்கூடும்? இதைக் கேட்ட வுடன் ‘ஓகோ, அப்போது சந்திராவதி அவனை ஏற்றுக்கொள்ள

வில்லை என்பது வாஸ்தவம்தான் போலிருக்கு!' என்று விதர்பன் தனக்குள் எண்ணிக்கொண்டான்.

பிறகு வெளிப்படையாக "இதென்ன இத்தனை அனுபவ முள்ள நீ கூட இப்படிச் செய்துவிட்டாய்? அந்தப் பெண்ணுக்கு இது விஷயத்தில் இஷ்டமுண்டாவென்று உன் மனதிற்கு தீர்மானமாகத் தெரியுமுன், நீ வெளிப்படையாக அந்த கேள்வி யைக் கேட்கலாமோ?" விதர்பன் சிரித்தவாறே சத்தியனைக் குறும்புடன் கவனித்தான்.

சத்தியனுக்கு வெட்கமாகப் போய்விட்டது.

"எவ்வளவு வாஸ்தவம், விதர்பா. ஆனால் நான் அவசரப் பட்டுவிட்டேன். உன்னைப்போல் எனக்கு அமைதியுடன் உட்கார்ந்து விஷயங்களை ஆராயத் தெரியாது. என் வாழ்க்கை முழுமையும் நான் உணர்ச்சிகளுக்கே முக்கிய இடமளித்து விட்டேன். அதனால் ஏதோ சில சம்பவங்களை முன்னிட்டு சட்டென்று என் உள்ளத்தைத் திறந்து கொட்டிவிட்டேன்."

"போனால் போகிறது போ. இந்தப் பெண் இல்லா விட்டால் வேறு எத்தனையோ ... அதற்காகவா உடம்பை இப்படி வீணாக்கிக் கொண்டிருக்கிறாய்" விதர்பன் லேசாகச் சிரித்தான்.

"சும்மா என் உடம்பைப் பற்றியே பேசாதே அதைக் கேட்டுக் கேட்டு என் காது புளித்துவிட்டது. விதர்ப், அதிருக் கட்டும் ஒரு விஷயத்தில் உன் அபிப்ராயத்தைக் கேட்க வேண்டு மென்று ரொம்ப நாளாய்க் காத்துக்கொண்டிருக்கிறேன். நீ சொல்லுவாயா? ஒருவனுக்குத் தன்னிடம் நம்பிக்கை குறைந்து விட்டது என்று வைத்துக்கொள், அதற்கு வழி?"

"சரியாய்ப் போச்சு போ. ஒரு பெண் உன்னை அங்கீகரித்துக் கொள்ளவில்லையென்பதால் நீ வாழ்க்கையிலேயே வெறுப்புக் கொள்ளுவதா? உன் புத்தியை என்னவென்று சொல்லுவது?"

"விளையாடாதே விதர்ப். நான் சும்மா சில சந்தேகங்களை நிவர்த்தி செய்துகொள்ளவே அப்படிக் கேட்டேன்."

"நல்ல சந்தேகங்கள்! உலகத்தைப் பழிப்பவர்களை நான் பார்த்ததுண்டு. இப்படித் தன்னைத் தானே தூற்றிக்கொள் பவர்களும் உண்டோ!" விதர்பன் ஆச்சர்யப்பட்டான்.

"இருக்கட்டும் சத்தியா, உன் பேரில் உனக்கேன் இத்தனை அவநம்பிக்கை? அதை விளக்கிச் சொல்லு. சங்கைளைப் பற்றி ஆராய்ந்தாலே மனோதிடம் உண்டாகும்; என்னவென்று என்னிடம் சொல்லு."

சத்தியன் தடுமாற்றத்துடன் பேச ஆரம்பித்தான்.

“ஹூம் . . . சந்தேகங்கள்! என்ன சந்தேகங்கள் என்றா கேட்கிறாய் விதர்பா? இவ்வுலகத்தில் நான் பார்க்கும் ஒரு அசந்தர்ப்பமான செய்தி போராதா? என்னை வாட்டப் பலவிதக் கருவிகள் தேவையில்லை. ஒன்றே போதும்! விதர்பா, சர்க்காரின் அலட்சியத்தை யோசித்துப் பார்க்கும் போது யார் பேரில் குற்றம் சொல்லத் தோணுகிறது? என்பேரில் தான்! அதனால் நான்தானே அக்கறையில்லாதவன் என்று ருசுவாகிறது . .?”

“ஹூம் . . . மேலே சொல்லு. அதற்காக . . . அதற்காக . . .” என்று விதர்பன் அவளை உந்திவிட்டான். “உன்னைவிட மட்டமானவன், உனக்கு மேல் போனதை நீ பெருந்தன்மை யுடன் ஏற்றுக் கொண்டாயே . . .”

இதைக் கேட்டு சத்தியன் கலகலவென்று சிரித்தான்.

“இல்லையே விதர்பா. என் மனம் அதை ஏற்றுக்கொண் டாலும் அந்தக் காயத்தை என் ஹிருதயம் தாங்கிக்கொள்ளக் கஷ்டப்படுகிறதே!”

“அதற்காக?”

“விதர்பா, வாஸ்தவமாகச் சொல்லுகிறேன். எனக்கு மாத்திரம் கொஞ்சம் தைரியமிருந்தால் . . ?”

“இருந்தால் என்ன செய்வாயாம்?” விதர்பன் லேசாக விஷயங்களை நீர்க் கொப்புளங்கள் போல் ஊதி அப்புறமாக்க முயன்றான்.

“அதுதான் எனக்கு என் மனதைத் தீர்த்துக்கொள்ளத் தைரியமில்லை . . . இப்போது நான் படும் ஜீவ ஹிம்சை தேவலையா . . ? அல்லது மரணாவஸ்தை தேவலையா? இந்தப் பெரிய கேள்வி என் மண்டையைப் பிளக்கிறது.”

இதைக் கேட்டதும் விதர்பன் முகம் மாறுதலடைந்தது. இந்தத் தடவை அவனுடைய முகத்தில் சிரிப்புக் கொஞ்சம் தயக்கத்துடன் வெளிக்கிளம்பிற்று.

“இதென்ன சத்தியா? ஏதோ வேலையில் ஏமாற்றம், காதல் வழி கரடுமுரடு, என்ற இப்பேர்ப்பட்ட சின்ன விஷயங் களை வைத்துக்கொண்டு, மூல விசாரணைகளைத் துடங்கி விட்டாய்?” என்று அவனை ஏசினான்.

“சீ . . . சீ. . . விதர்பா . . . காதல் உத்யோகம் . . . இல்லை அவைகளில்லை . . . எதோ ஒருவிதப் பாரம் என் ஆவியைப் பிடித்து அமுக்குகிறது. அந்தக் கனத்தை என்னால் தாங்க முடியவில்லை.”

விதர்பன் இதைக் கேட்டுத் தட்டுக்கிட்டுப் போய்விட்டான்.

"இதென்ன சத்தியா, சின்ன சங்கதிகளுக்கு மலைபோன்ற தோற்றமளிக்கிறாய்? எல்லா விஷயங்களையுமே வைக்கிற இடத்தில் வைத்துப் பார்த்தால் அவைகளுடைய திருஷ்டி அமைப்பு நமக்கு சரியான பாவத்தில் விளங்கும். இல்லா விட்டால் சில இடத்தில் பூதக்கண்ணாடித் தோற்றமும், சில இடத்தில் கடுகளவும், நம் மனக்கண் நமக்கு அளிக்கும்." இப்போது அவன் பரிகாசத் தொனியை விட்டுக் கொஞ்சம் நிதானித்துப் பேசினான்.

"விதர்பா பூதக்கண்ணாடியோ, கடுகோ இப்போதைய உலகம் என் கண்ணுக்குக் கொடுக்கும் கோரக்காட்சியைப் பற்றிச் சொல்லட்டுமா? இந்த உலகத்திற்குக் கண்கள் கிடையாது, காதுகள் செவிடு. ஆனால் அதற்குக் கெடுதியைப் பார்க்கத் தெரியும்... அவதூறும் அதன் காதில் விழும். உண்மை அன்பு அதனிடம் கிடையாது. நானே தூய்மையானவன் என்று கந்தை உடையை அணிந்து ஆடுபவனுக்கு அங்கே இடமுண்டு. இந்த உலகை நான் வெறுக்கிறேன்... ஆனால் என் மனச் சாக்ஷியே எனக்கு சத்துருவாக வந்திருக்கிறது. தைரியமாக என்னை மாய்த்துக்கொள்ள..." விதர்பன் சத்தியனுடைய பேச்சு வெள்ளத்தைத் தடுக்கப் பிரயத்தனப்பட்டான்.

"ஆகா... அதே மனசாக்ஷி, ஜீவனுள்ள ஒரு பொருளை இம்சிப்பது அடாத செய்கையென்று உனக்குப் போதிக்க வில்லையா? நீ இவ்வுலக விவகாரங்களைக் கண்டு பயந்து பலாத்காரமாக ஒரு ஆத்மாவுக்கு முக்தியளிக்க முயலுகிறாய்! இதென்ன அசட்டுத்தனம்? நீ பேசுவதைக் கேட்டால் எனக்கு சிரிப்பு வருகிறது."

"பயமா? எனக்கா பயம்?" சத்தியன் ஆச்சர்யத்துடன் கேட்டான்.

"ஆமாம் பயம்தான், சகலவித சஞ்சலத்திற்கும் மூலக் காரணம். நீ சதா பயத்தினால் தினம் நூறுதரம் சாகிறாய். பிறர் என்ன நினைப்பார்களோ, என்ன சொல்லுவார்களோ என்ற பயம். பிறகு காதலி கோவிப்பாளோ என்ற நடுக்கம். மேலதிகாரி என்ன சொல்லுவானோ என்ற திகில். சிநேகிதர்கள் அசட்டை செய்தால் என்று அச்சம். பணமில்லையே என்ற ஏக்கம். பணமிருந்தால் அதை எப்படி ரட்சிப்பது என்ற கவலை. பிறர் மனம் நோகச்செய்தோமே என்ற துன்பம். அல்லது ஏன் நன்றாக விலாசிவிட்டுச் சண்டை போடவில்லை என்று மனத்தாங்கல்... இப்படியே அடுக்கிக் கொண்டு போகலாம்... சத்தியா உன்னுடைய கோழைத்தனம்தான் உன்னை வதைக்கிறது" விதர்பன் அவனை விளையாட்டாக கடிந்துகொண்டான்.

“இல்லை, எனக்கு ஒன்றைப் பற்றியும் பயமில்லை. நான் வாழ்க்கையை இதுவரையில் சில லக்ஷியங்களைக்கொண்டு நடத்தி வந்தேன். திடீரென்று முன் அறிவில்லாமல் இவ் வாதாரங்கள் இடிந்து விழ ஆரம்பித்தன . . .”

“ஏன் எதற்காக என்று நீ கேட்டுக்கொண்டாயா? உன்னுடைய லக்ஷியங்களில் ஏதோ ஒரு பலஹீனம் இருக்கின்றது. அல்லது உன் மனசாக்ஷிக்கு விரோதமாக நீ ஏதோ செய்திருக்கிறாய் இல்லாவிட்டால் ஏன் இத்தனை தாபம்?”

இதைக் கேட்டு சத்தியன் துள்ளிக் குதித்து எழுந்தான். “விதர்பா, உனக்கு எப்படித் தெரிந்தது” என்று கேட்டான்.

விதர்பன் அவனை வியப்புடன் பார்த்தான். அவனுக்கு எல்லாம் ஒரே மர்மமாக இருந்தது. என்ன விபரீதமோ என்று கொஞ்சம் கவலை கூடப்பட்டான்.

“விதர்பா, நான் ஒரு மித்திரத் துரோகி, இந்த அபாரப் பாவத்தினால் என்னுடைய லக்ஷியங்கள் தடுமாறிச் சிதறி விட்டன. கேவலம் ஒரு பெண்ணின் பேரிலுள்ள பிரேமையினால் அவள் கணவன் என் நண்பன் என்பதை மறந்து அவளிடம் என் ஹிருதயத்தைத் திறந்துவிட்டேனே! என்னுடைய கொள்கை களை நானே கவிழ்த்துக்கொண்டுவிட்டேன். உன்னிடம் கூட இவ்விஷயத்தைச் சொல்லக் கூசி நான் பேசாமலிருந்தேன். நீ எப்படித் தெரிந்து கொண்டாய்?”

இதைக் கேட்டு விதர்பன் வேண்டுமென்றே நகைத்தான்.

“சரியாய்ப் போச்சுப் போ . . . முதலில் வேலையில் ஏமாற்ற மென்றாய். அப்புறம் காதலில் கலவியில்லையென்று நொந்தாய். இப்போது மித்திரத் துரோகமென்று புலம்புகிறாய். ஏன் வீணாக உன் மனதை அலட்டிக்கொள்கிறாய்? காதல் என்பது தடுத்தால் நிற்குமா? அதற்கு சாஸ்திரம் உண்டா? அதற்கு நியாயம் புகட்ட முடியுமா? பகைமை, மித்திரத் துரோகம் என்பது போன்ற கட்டுகளுக்கு அது அடங்கா. சீ . . . சத்தியா . . . நீ அனாவசியமாக மனதைப் புண்படுத்திக் கொள்கிறாய்.”

“அப்போது மித்திரத் துரோகம் மனிதனைப் பொசுக்கும் என்பதை நீ ஒப்புக்கொள்ளவில்லையா?” என்றான் சத்தியன்.

“சத்தியா, நீ சொல்லுவதிலிருந்து, உன் தோழனின் மனைவி தான் நீ காதலிக்கும் பெண் என்று நான் ஊகிக்கிறேன். ஏதோ அவன் மனைவியை உனக்குப் பிடித்துவிட்டதால், நீ அவனுக்கு வினை விளைத்ததாக ஆகுமா? சத்தியா, உன்னுடைய சோக நாடகம் ஒரு எல்லையை அடைந்தாய் விட்டது. போரும் . . . எனக்கு உன் வேஷத்தைப் பார்க்கக் களைப்பாக

இருக்கு" என்றான். வேண்டும் என்று விதர்பன் அப்படிப் பேசினான். சத்தியனைத் துரட்டியால் தூண்டி ஒரு ஆட்டு ஆட்ட வேண்டுமென்பது அவன் உத்தேசம். "அதிருக்கட்டும், உன்னுடைய இவ்வித சந்தேகங்களைப் பற்றி, நீ சொன்னாயே அந்தப் பெண்ணிடம் கேட்டாயோ?" என்று கொஞ்சம் அலக்ஷியத்துடன் கேட்டான்.

விதர்பனுடைய கேள்வி சத்தியனைத் திடுக்கிடச் செய்தது. ஒருவேளை அவனுக்கு அது யாரென்று தெரியுமோ?.. தெரிந்தும், வேண்டுமென்றே கேட்கிறானோ? அவன் தன் நண்பனைக் கூர்ந்து கவனித்தான். விதர்பனுடைய மாசற்ற முகத்தில் ஒருவிதக் கல்மிஷமுமில்லை. இதைப் பார்த்தவுடன் சத்திய னுக்குக் கொஞ்சம் தைரியம் பிறந்தது. அவன் துடுக்குடன் பேசத் தீர்மானித்தான்.

"அந்தப் பெண்ணைப் பற்றி, இனிமேல் பேசி என்ன லாபம்? அவள் என்னைத் திரும்பிக்கூடப் பார்க்கவில்லை..."

"அவள் ஒரு தரம் இல்லையென்று சொன்னதை வைத்துக் கொண்டு நீ அத்தனை நிச்சயமாக, சொல்ல முடியுமா என்ன?" என்று விதர்பன் கேட்டான்.

ஆப்பரேஷன் மேஜையில் நோய்ப்பட்ட உறுப்புகளைப் பற்றில்லாமல் தூண்டித் துலக்கும் டாக்டரைப்போல் விதர்பனும், விஷயங்களை அறிய அவனை நிஷ்சஞ்சலத்துடன் நோக்கினான்.

"உனக்குத் தெரியாது... ஆனால் அவள் தன் புருஷனையே உள்ளன்புடன் நேசிக்கிறாள்."

"உன்னிடம் சொன்னாளா?" விதர்பனுடைய கண்கள் அவனுடைய உள்ளத்தைத் துளைத்தன.

"இல்லை... இல்லை... ஆனால் நான் அவளிடம் பற்று வைத்திருக்கிறேன். அன்பு இருக்கும் இடத்தில் எல்லாம் சாதக மாகும் அல்லவா? அவளுடைய ஹிருதயத்தில் புதைந்து கிடக்கும் உணர்ச்சிகளை நான் என்னுடைய அன்பினால் கண்டுகொண்டுவிட்டேன். அவனிடம் தான்... அவளுக்கு எத்தனை நேசம்!"

"ஏன் இவ்வளவு காரமாகப் பேசுகிறாய்... உனக்கு அவளிடம் கோபமா?"

"இல்லை... கடைசி வரையில் எனக்கு அவள் பேரில் பிரியம் தான் இருக்கும். சொல்லப் போனால் எனக்கு ஒருவரிடமும் தாபம் இல்லை. என்னுடைய இந்த ஆதாரமற்ற

வாழ்க்கைதான் எனக்கு வெறுப்பைத் தருகிறது. நான், என்னைத் தான் நொந்துகொள்கிறேன்" இப்படிச் சொல்லிக்கொண்டே சத்தியன் வீட்டிற்குப் போக எழுந்தான்.

இனிமேல் அவனைப் போகவிடாமல் தடுத்துப் பிரயோசன மில்லை என்று நினைத்து விதர்பன் சும்மா இருந்தான். வாசல் வரையில் சேர்ந்து நடந்து வந்த இருவரும், அங்கே பிரிந்து, அவரவர்கள் வழியே போனார்கள்.

சத்தியா ... சத்தியத்தின் உண்மை இருப்பிடமான சத்தியா, வென்றது விதர்பனின் மனம். ஆனால் சத்தியனைப் பற்றிய எண்ணங்களை அவன் தன் உள்ளத்திலிருந்து கிழித்து வெளியே எறிந்துவிட்டு நடந்தான்.

வீட்டுக்குப்போகும் வழியெல்லாம் விதர்பன் சிந்தித்துக் கொண்டே தான் போனான். பாவம், சந்திராவதியைத் தான் கவனிக்காமல் விட்டதால் தானே அவள் சத்தியன் போல் உள்ளவர்களிடம் அகப்பட்டுக்கொள்ள நேர்ந்தது? இனிமேலா வது முன்போல் இல்லாமல் கொஞ்சம் நேர்மையாக நடந்து கொள்ள வேண்டும். வீட்டுக்குப் போனவுடன் அவளுடன் இவ்விஷயமாகப்பேசி, ஒரு முடிவிற்கு வரவேண்டுமென்று எண்ணிக்கொண்டான். ஆனால் அவன் அப்படி நினைக்கும் போதே அது நடக்கக்கூடிய காரியமில்லையென்று அவனுக்குத் தெரியும். இதுவரையில் அவன் எத்தனை தடவை தன் நடத்தை யைச் சீர்திருத்த முயன்றிருக்கிறான்? ஏதாவது பயனுண்டா? எப்படி இருக்கவேண்டுமென்று அவனுக்குத் தெரியாதா? இருந்தாலும் அவனால் அதைச் செய்ய முடியவில்லையே! ஏதோ ஒரு சக்தி அவனை அதிகமான பாசப் பந்தங்களிலிருந்து விலக்கிக்கொண்டே வருகிறது. எவரிடமும் வெளிப்படையாக அன்போ அனுதாபமோ காட்ட அவன் உள்ளம் கூசுகிறது. உணர்ச்சிகள் அதிகமாக விளையாடுமிடத்தில் அவனுக்கு இருப்புக்கொள்ளாதே! அவன் சமாதானத்திற்குப் புறப்பட்ட வுடன் சந்திராவதி அழ ஆரம்பித்துவிட்டால்? அதைப் பார்க்க அவனால் சகிக்காதே! அவளை உற்சாகப்படுத்தி அன்பு நிறைந்த வார்த்தைகள் சொல்ல அவன் நா எழும்பாதே. இருந்தாலும் பிரியத்துடன் ஆதரிக்க வேண்டியவளை இப்படி விட்டுவிடுவது நியாயமா? அதனால் என்ன கஷ்டமாய் இருந்தாலும் இனிமேல் நாம் குழந்தையையும், அவளையும் கவனிக்க வேண்டுமென்று விதர்பன் சங்கல்பம் செய்து கொண்டு வீடு போய்ச் சேர்ந்தான்.

'சந்திராவதி' அவன் குரலில் இன்பமூட்டும் ஓர் அபூர்வக் கனிவு இருந்தது. அதைக் கேட்டுக் கட்டிலருகே குனிந்து

குழந்தைக்கு ஏதோ சிகிச்சை செய்துகொண்டிருந்த சந்திரா வதியின் தேகம் புல்லரித்தது. பழைய நாட்களின் இன்ப நினைவுகள் அவளைச் சுழன்றன. தன் கணவன் தன்னிடம் இவ்வளவு அன்பாகப் பேசி எத்தனை நாட்களாகிவிட்டன. அப்படியே தாவி அவன் மார்பின் மேல் சாயவேண்டுமென்ற ஆவல் அவளை ஆட்டியது. ஆனால் அவள் அதைச் சட்டென்று அடக்கிக்கொண்டாள்.

சந்திராவதியுடைய வெளுத்த முகத்தைக்கண்டு விதர்பன் ஏமாற்றமடைந்தான். தான் எதிர்பார்த்த அந்த மோகனப் புன்னகையை அவ்விதழ்கள் இடையே அவன் காணவில்லை. கொஞ்சம் தயக்கத்துடனேயே அவன் அவள் தோள்களைப் பிடித்துக்கொண்டு "ஏன் இப்பொழுதெல்லாம் நீ முன்போல் உற்சாகமாகப் பேசிச் சிரிப்பதில்லை"யென்றான்.

"பேசுவதற்கு ஒன்றுமில்லை. அதுதான் பேசவில்லை" என்று அவள் நிதானமாகப் பதில் அளித்தாள்.

இதைக் கேட்டு விதர்பன் இன்னும் அதிகமாக வெட்கம் அடைந்தான். அவள் தன்னுடைய மௌனம், அசிரத்தை, பற்றில்லாத மனோநிலை, இவைகளைத் தான் லேசாகக் குறிப்பிடுகிறாளென்று தெரிந்துகொண்டான்.

இவ்வளவு நாட்களாக அவன் அன்புக்காகத் தபஸ¯ இருந்த சந்திராவதிக்கு இன்று அவன் வலுவிலேயே வந்தவுடன், ஏனோ அது பிடிக்கவில்லை. அவ்வளவு எளிதில் அவன் இச்சைக்கு ஒப்புக்கொள்ளக் கூடாது. தான் சற்று இறுமாப்புடன் இருக்க வேண்டுமென்று நினைத்துக்கொண்டாள். இன்னும் பத்து வார்த்தைகள் கூடச் சொல்லியிருந்தால் சந்திராவதியுடைய கோபம் சூரியனைக் கண்ட பனிபோல் மறைந்திருக்கும். ஆனால் அச்சங்கொண்ட விதர்பன் மேலே பேசப் பின்வாங்கினான். தன்னைப் புறக்கணித்துத் தள்ளிவிட்டாலுங்கூடச் சந்திராவதி யின் உள்ளம் அவனையே சேரத் துடித்ததென்று விதர்பன் அறியவில்லை. 'அப்பாடா பிழைத்தோம். நல்ல வேளையாக என்மேல் சாய்ந்துகொண்டு அழாமல் இந்த மட்டும் விட்டாளே', என்று எண்ணிக்கொண்டான் விதர்பன். அத்துடன் அவனை வேதனை செய்து கொண்டிருந்த குற்றமுள்ள நெஞ்சு தன் குறுகுறுப்பை அடக்கிக்கொண்டது. அவன் கவலையற்றுத் தன் அறைக்குள் பிரவேசித்தான். தான் செய்தது பிசகென்று அறிந்தும், கௌரவத்தினால் சந்திராவதி அவனைப் பின்பற்றிச் சென்று மன்னிப்புக் கேட்கவில்லை.

●

அத்தியாயம் 14

ஒரு நாள், டாக்டர் ஸ்ரீராம் உஷாவைத் தேடிக் கொண்டு அவள் வீட்டுக்குச் சென்றான். அன்று அவள் டாக்டர் வீட்டைவிட்டுப் போன பிறகு, உஷா ஸ்ரீராமைச் சந்திக்கப் பிரயத்தனமே படவில்லை. அதிலிருந்து அவள் தன் சூதை எப்படியோ கண்டுபிடித்துவிட்டாளென்று டாக்டர் ஊகித்தான். எப்படி? அவள் வெளியே போகும் போது பார்த்துவிட்டாளோ? கைக்கு எட்டியதை வாய்க்கு எட்டாமல் செய்துகொண்ட தன்னுடைய மடமையை வெகுவாக நொந்துகொண்டான். ஏதாவது சாக்குச் சொல்லி எப்படியாவது அவளைத் தனக்கு இணங்கும்படி செய்ய வேண்டுமென்று அவன் தீவிரமாகச் சிந்தித்தான். கடைசியாகத் தன்னுடைய முழு மனோபலத்தையும் வரவழைத்துக்கொண்டு, அவளை நேரில் பார்க்கத் துணிந்து அவள் இருப்பிடத்திற்குப் புறப்பட்டான்.

உஷாவுடைய வீடு என்றால் அது ஒரு பெரிய அரண்மனையல்ல. பல சௌகரியங்களை உத்தேசித்து அவள் லோடி எல்லையில் ஒரு சிறு அறையை வாடகைக்கு எடுத்திருந்தாள். காரணம் என்னவென்றால் இத்தனை தொலைவில் யாரும் வந்து அவளைத் தொந்தரவு செய்யமாட்டார்கள். அதனால் நிம்மதியுடன் அவளுக்குத் தன் வேலையில் கவனம் செலுத்திவர முடிந்தது. மேலும் கரோல் பாக்கிலிருந்த அவள் தாயாருக்கு அவள் லோடியில் இருப்பது பொருத்தமாக இருந்தது. எட்டு மைல் தள்ளியிருக்கிறாள் அல்லவா? அதனால் ஊருக்குள்ளேயே தனக்கு இப்பேர்ப்பட்ட பெண் இருப்பதைத் தன் சிநேகிதிகளிடமிருந்து மறைப்பது அவளுக்கு லகுவாகயிருந்தது. உஷாவுக்கும், தன் தாயாரை அடிக்கடி பார்க்காமல் இருப்பது சங்கடமில்லாமல் இருந்தது. ஆனால் முக்கியக்

புகை நடுவில்

காரணம் லோடித்தோட்டம் அடுத்தாப்போல் இருந்ததேயாகும். அவள் குதூகலத்துடன் அடிக்கடி ஓவியம் பழக அங்கே போய்விடுவாள். நாள் பூரா தோட்டத்தில் கழித்தாலும் அவளுக்கு அலுக்குமா? ஒவ்வொரு நாளைக்கு, இயற்கை அழகைக் கண்டு அவள் மயங்கி உட்கார்ந்தே போய்விடுவாள். வேலை எப்படி ஓடும்? மணிக்கணக்காக ப்ரமை கொண்டாப் போல் இருந்தபிறகு குபுகுபுவென்று அங்கிருக்கும் வர்ண அமைப்புகளும் ஒளியும் அவள் மனத்திரை மீது பாய்ந்து ஓடும். உடனே அந்த சூட்டோடு சூடாய்த் தூரிகையைக் கையில் எடுத்துத் தீட்ட ஆரம்பிப்பாள். மற்றும் சில சமயங்களில் அவள் வர்ணங்கள் சேர்ப்பதற்காகக் கூழாங் கற்கள், சிவப்புக் கற்கள், வெள்ளைச் சுண்ணாம்புக்கட்டி இவைகளைத் தோட்டத்தில் பொறுக்கியெடுப்பாள். இவைகளைக் கொண்டு உண்டாகும் வர்ணங்கள் சில படங்களுக்குப் பொது நிறமாக உபயோகப்பட்டன. தன் முழு ஆவியையும் ஊக்கத்துடன் ஓவியத்தில் முனைந்திருந்த உஷாவுடைய காதுகளுக்குத் தோட்டத்து இலைகளுடைய சலசலப்பும், பக்ஷிகளுடைய கூக்குரலும், ஆகாயத்திலிருந்து வரும் தெய்வீகக் கானமாகத் தோன்றிற்று.

அப்பேர்ப்பட்ட சமயங்களில் அவள் மெய்மறந்து தன் அந்தராத்மாவுடன் ஐக்கியமாய்விடுவாள்.

ஸ்ரீராமை விட்டுப் பிரிந்த பிறகு அவள் மேலும் மேலும் தன் இஷ்டமான தொழிலில் தன்னைப் புதைத்துக்கொண்டாள். அவளை வெளியே காணுவதே துர்லபமாகப் போய்விட்டது. தோட்டத்தில் தோன்றிய இன்பக் காக்ஷிகள்கூட அவளுக்கு வெறுப்பைத் தந்தன. அவள் வீட்டிலேயே அடைந்து கிடந்தாள். ஏன் இத்தனை துக்கம்? எதற்காக இத்தனை வருத்தம்? அவள் தன் ஹிருதயத்தைத் தானாகவே தொட்டுப் பார்த்துக்கொண் டாள். அதிக மமதையினால்தானே அவள் இப்படிக் கருகி விழ நேரிட்டது. 'நீ யார்? எதற்காக உன்னிடம் ஒருவன் அன்பு காட்ட வேண்டும்? மின்சாரச் சக்தியைப் போல் இந்தப் போலி ஆசையை ஏன் எழுப்ப வேண்டும்?' என்று தனக்குள் தன்னைக் கேட்டுக்கொண்டாள். பதங்கம் ஒன்று அக்னி ஜ்வாலையை அறிந்தும் அதனிடம் போய் முட்டிக் கொள்வது போலல்லவா இவளும் விழுந்துவிட்டாள்? 'இத்தனை அறிந்திருந்தும் அனுபவமில்லாத சிறு பெண்ணைப் போல் ஸ்ரீராம் வலையில் சிக்குண்டோமே' என்று நினைக்கும் பொழுது உஷாவுக்கு வெட்கமாகப் போய்விட்டது. அடக்கி வைத்திருந்த அவளுடைய ஆசைகளை வெளியாக்கிவிட்டாளே! இப்பொழுது அவைகள் அவளுக்குள் பொருமிக்கொண்டு

அவளைத் தீரா வேதனைக்கு உள்ளாக்குகின்றனவே! இந்த மனோவியாதியை அவள் தன் அகத்திலிருந்து பிய்த்து எறியப் பிரயத்தனப்பட்டாள். ஆத்ம சுத்தி செய்துகொள்ளத் தன் உள்ளத்தைப் பரிசோதனை செய்ய ஆரம்பித்தாள். தாங் கொண்ணாத் துயரத்துடன் தன்னை வதைக்கும் இன்ப எண்ணங்களை அகத்திலிருந்து பிய்த்துப் போட ஆரம்பித்தாள். பச்சாதாபமின்றி அவள், தன்னைத் தான் பக்குவம் செய்து கொள்ளும் வழியை ஏற்றுக்கொண்டாள். இவ்விதக் கிரமங்களை ஏற்றுக் கொள்ளுபவர்களுக்கல்லவா, இந்த மகத்தான செய்கை யின் கடினமான தோற்றங்கள் விளங்கும்?

தன் உள்ளத்தைச் சீர்திருத்த உஷா பல நாட்கள் தன்னைச் சித்திரவதை செய்துகொண்டு நினைக்க முடியாத துயரத்தை அனுபவித்தாள். சரி, விடுதலைச் சமயம் கிட்டிவிட்டது என்று அவள் நினைக்கும்போது மறுபடியும் ஸ்ரீராமுடைய இன்ப நினைவுகள் அவளை வருத்த ஆரம்பித்தன. திரும்பவும் தன் மார்பை அமுக்கிப் பிடித்த வண்ணம் அவள் தியானத்தில் அமருவாள். வரவர அவள் மனதில் விரக்தி உண்டாகத் துடங்கிற்று. அவள் உள்ளம் சாந்தியடைந்தது. கார்காலத்துப் பனியைப் போல் அவள் மனதிலுள்ள வேதனைப் படலம் மறைய ஆரம்பித்தது. இந்த அனுபவத்தில் இருந்து, உஷா ஒரு புதுக் காரிகையாக எழுந்துவிட்டாள். அவளுடைய உள்ளத்திலுள்ள கூச்சம் போய்விட்டது. புனிதமான ஒரு நூதன ஜொலிப்புடன் அவள் ஓவியம் எழுத ஆரம்பித்தாள். அவள் இதை அறியவில்லை. ஆனால் அவள் கண்கள் புதிய பொலிவுடன் பளபளத்தன. தன்னுடைய நவீன ஆத்ம வெளிச்சத் தின் எல்லையிலிருந்து, உஷா உலகத்தை மறுபடியும் பரிசோதிக்க ஆரம்பித்தாள். இதென்ன ஆச்சர்யம்? இந்தப் பிரபஞ்சமே இப்பொழுது வேறு விதமான தோற்றமல்லவா அளிக்கிறது? தன்னிடமேற்பட்ட மாறுதலை உஷா அறிந்துகொள்ளவில்லை. ஆனால் அவளுடைய படங்கள் மாறின. அவைகள் என்று மில்லாப் பிரகாசத்துடன் வளர ஆரம்பித்தன.

மிஸ். உஷாவுடைய அறைக்குள் நுழைந்த ஸ்ரீராமுக்குப் படீரென்று முகத்தில் அடித்தாற்போல் இது விஷயம் விளங்கி விட்டது.

அப்போது உஷா அங்கேயில்லை. காத்துக்கொண்டிருக்கும் படி சொல்லிவிட்டு வேலைக்காரப் பெண் அப்புறம் சென்று விட்டாள். அந்தச் சின்ன அறையில் வர்ணத் தட்டுகளும், ஓவியங்களும் பாதி வேலை செய்து விடப்பட்டிருந்த படங் களும் நிறைந்திருந்தன. கால் வைக்க இடமில்லாமல் சாமான்கள் படர்ந்திருந்தன.

மெதுவாக இதற்கிடையே வழி செய்து கொண்டு ஸ்ரீராம் ஒரு நாற்காலியை அடைந்தான். அதன் மேல் ஒரே தூசியும் வர்ணங்களும் படர்ந்திருந்தன. இதைத் துடைக்கத் துணி ஒன்றைத் தேடியபடி அவன் நாலாபுறத்தையும் அருவருப்புடன் பரிசோதித்தான். இந்த இடம் எத்தனை சின்னது? இப்படிக் கஷ்டப்பட்டுக்கொண்டு இந்த அலங்கோலத்துக்கு நடுவில் இருந்தால் இவளுக்கு எப்படிக் கலைவாணி வந்து உதிப்பாள்? அதுதான் அவள் படங்கள் உயிரற்று விளங்குகின்றன என்று ஸ்ரீராம் எண்ணிக்கொண்டான். பட்டுத் தண்டுகள் மேல் சாய்ந்துகொண்டு இன்ப லாகிரிகளை ஊட்டும் பானங்களைப் பருகும், அவனுக்கு இவளுடைய வாழ்க்கை எப்படிப் புரியும்? சதா சுக ஜீவனத்தையே கோரும் இவனுக்கு இவளுடைய எளிய செய்கையில் என்ன காண முடியும்? அவன் முகத்தைச் சுளித்துக்கொண்டான். எழுந்து முன்னும் பின்னுமாக நடக்க முயன்றான். உஷா எப்பொழுது வருவாள்? அவளைப் பார்த்து எத்தனை நாட்களாகின்றன? அவளைக் கண்டவுடன் முதன் முதல் என்ன சொல்ல வேண்டும்? எப்படித் தாக்கினால் அவள் தனக்கு மறுபடியும் வசப்படுவாள்? இப்படியே நினைத்த படியே அவன் எதிரில் இருந்ததைக் கவனிக்காமல் துணியால் மூடப்பட்டிருந்த ஒரு படத்தை அதனுடைய ஆசனத்திலிருந்து தட்டித் தள்ளிவிட்டான்; அது புரண்டு கீழே விழுந்தது. துணி அகன்றது. துணியைக் கிழித்துக்கொண்டு தன் எதிரே வந்து குதித்த அந்தப் படத்தைப் பார்த்தவுடன் ஸ்ரீராம் திகைத்து நின்றுவிட்டான்.

அந்தப் படம் என்னமோ ஒரு சாதாரண நாடோடி விஷயத்தைக் குறித்துத்தான், எழுதப்பட்டிருந்தது. அதில் குளத்தில் புடவையுடன் குளிக்க இறங்கிய மாது ஒருத்தி புடவை நழுவி விடவே லஜ்ஜையுடன் அதைத் தடுத்துக்கொண்டு நின்றாள். போலி உடைகளால் மூடப்பட்டிருந்தாலும் ஸ்ரீரா முடைய கலை உள்ளம் அதைப் பார்த்தவுடன் இது பழைய உஷா வரைந்த படம் இல்லையென்று கண்டு கொண்டது. அந்தப் படத்தில் ஓர் புதிய அழகும் சோபையும் இருந்தன. பெண்ணின் மொழுமொழுப்பான அங்க அமைப்புகளை உஷா ஒளிக்காமல் எப்படி இருக்க வேண்டுமோ அப்படியே எடுத்துக் காட்டியிருந்தாள். புடவை மறைவிலிருந்து வெளிக் கிளம்பிக்கொண்டிருந்த அவளுடைய அழகிய கொங்கைகளின் அமைப்பும், வனப்பும், லாவண்யமும் காளிதாஸனுக்குக்கூடப் பாடங்கள் கற்பிக்கும் முறையிலிருந்தன. இடுப்பு வளைவும், துடையின் மடிப்பும் அழுத்தமாக வரையப்பட்டிருந்தன. அவள் உடம்புச் சதையின் வர்ண அமைப்புத் தொட்டால்

அசைவாளோ என்று சொல்லும்படியாய் இருந்தது. அவள் முகத்தில் ஏறிய ரத்தத்தைக் கண்டு ஸ்ரீராம் அவளை விட லஜ்ஜையால் நாணினான். சுருசுருவென்ற வீரியத்துடன் ஜிவலித்த இந்தப் படத்தைக் கண்டு ஸ்ரீராம் பிரம்மித்துவிட்டான். என்ன அழகு! என்ன அழுத்தமான ரேகைகள்! ஜீவிக அருள் தான் அதில் எப்படி ஒழுகுகிறது? உண்மையாக உஷா மாறி விட்டாள். ஆனால் எல்லாத்தையும் விட அந்தப் பெண்ணுடைய முகம்தான் ஒரு விசித்திரத் தோற்றம் கொடுத்தது. லஜ்ஜையால் அதில் தோன்றிய ஆச்சர்யமும், உள்ளத்தில் ஆர்வமும் அவளை ஆகர்ஷித்து, தன்னிடம் இழுத்தது. இருந்தும் இன்னும் ஒரு விவரிக்க முடியாத 'கண்டு கொண்டேன்' என்ற குறும்புப் பார்வை அவனைப் பின்வாங்கச் செய்தது. கடைக் கண்ணால் அவள் அவனை ஏளனம் செய்து ஏறிட்டுப் பார்ப்பதைக் கண்டு டாக்டர் நிஜமாகவே விரீடமடைந்தான். இதென்ன, உஷா அவனைத்தான் கேலி செய்கிறாளா? ஆடைகள் அணிந்த போதிலும் அவனுடைய உண்மைத் தோற்றம் தெரிந்துவிட்டது என்கிறாளா என்ன? இதென்ன பிரேமை? மறுபடியும் படத்தை உற்று நோக்கினான். அந்த அப்சரப் பெண் சாதாரண வெட்கத் துடனே தான் காக்ஷியளித்தாள். இதென்ன விந்தை! இந்தப் படத்தை உஷா வரைந்திருக்க முடியுமா? எப்படி? எப்பொழுதுமே தன்னிடம் அவநம்பிக்கை காண்பித்து வந்த உஷாவுக்கு இத்தனை துணிவும், இத்தனை உறுதியான பிடிகளும் எங்கே யிருந்து வந்தன? அழகு, அமைப்பு, வர்ண ஜிவலிப்பு, இவை எல்லாவற்றையும் விட அந்தப்படத்திற்கு உயிர் அளித்தது அந்த மாதின் ஒய்யாரப் புன்னகையே! ஜய முழக்கத்துடன் பிரகாசித்த அந்தக் கடைக் கண்ணுடைய உதாசீனப் பார்வையை, என்னவென்று சொல்வது! சட்டென்று ஒரு நொடியில் உஷா க்யாதி அடைந்து விட்டதை ஸ்ரீராம் உணர்ந்தான். இதெப்படி? உஷாவுடைய ஓவியத் திறமையை அவன் நன்றாக அறிவான். அவள் அழகான சித்திரங்கள் வரைவாள். ஆனால் இதுவரை யில் அவைகளில் ஜீவன் ஒளியோ, கியாதி தரக்கூடிய உயர்ந்த லட்சியங்களோ கிடையா. ஆனால் இதெப்படி நடந்தது? உஷா மாறியிருக்க வேண்டும். சாத்தியிருந்த சொர்க்கக் கதவுகள் அவளுக்குத் திறந்துவிட்டன. இது எப்படி நடந்தது? யார் அவளுக்கு உதவினார்கள்? இந்தப் படத்தை எழுதினவள் என்னமோ உன்னதமான பக்குவ நிலையை அடைந்துவிட்டாள் என்பது திண்ணம். தான் வரைவது தப்போ, அந்த வர்ணம் சரிதானா, இந்த நிழல் எப்படி விழவேண்டும் என்று சதா சந்தேகப்படும் உஷாவா துணிச்சலுடன் இந்தப் பெண்ணை இங்கே நிற்க வைத்திருக்கிறாள்? டாக்டர் ஸ்ரீராம் மலைத்துப் போய்த் தன்னை மறந்து அங்கேயே வேரூன்றி நின்றாப்போல் நிலைத்துவிட்டான்.

அப்போது தடதடவென்று கதவு இடிக்கும் சப்தம் கேட்டது. உஷாதான் வந்துவிட்டாள் என்று நினைத்து ஸ்ரீராம் அவசர மாகப்போய்க் கதவைத் திறந்தான். சூரி வெளியே நின்றான். இரு புருஷர்களும் ஒருவருக்கொருவர் ஏறிட்டுப் பார்த்துக் கொண்டனர். டாக்டர் ஸ்ரீராம் சூரியைப் பார்த்து முறைத்தான். தன் எதிரே நின்ற ஸ்ரீராமை மெதுவாக முன்னே தள்ளிக் கொண்டு சூரி உள்ளே வந்தான். அவன் முகத்தில் தோன்றிய இளிப்பு ஸ்ரீராமுடைய கோபத்தை எழுப்பிற்று.

அவனோ ஒன்றுமறியாதது போல், “டாக்டர் ஸ்ரீராமா வாருங்கள் ... உங்களைப் பார்த்து ரொம்ப நாளாகிறதே!” என்று வரவேற்றான். சூரியுடைய சுருட்டைத் தலை மயிரும் ஆடைகளும், தளுக்கும் பழுது சொல்ல முடியாமல் அமைந் திருந்தன. அவனைக் கண்டதுமே டாக்டருக்கு வெறுப்புத் தட்டியது. உஷாவுடைய வீட்டிற்குத் தன்னை அவன் சுவா தீனத்துடன் வரவேற்பதைக் கேட்டு இன்னும் அதிகமாக வெகுண்டான்; சந்தேகத்துடன் சூரியை உற்றுப்பார்த்தான்.

சூரியோ தன் கையிலிருந்த பெட்டியிலிருந்து ஒரு சிகரெட்டை எடுத்து சாவதானமாகப் பற்றவைத்துவிட்டு அவனிடமும் பெட்டியை நீட்டினான். ஒருவிதமாக ஒழிந்து போனான் என்று சந்தோஷப்பட்டுக் கொண்டிருக்கும்போது திரும்பியும் எங்கிருந்தோ முளைத்துவிட்டானே என்று சூரி எண்ணலுற்றான். பத்திரிகைகளுக்கு எழுதினாலும் சரி, சம்பா ஷணை செய்தாலும் சரி, சூரியுடைய நடை ஒரு தனி விதத்தில் அமைந்திருக்கும். அவன் இல்லாத சமயங்களில், சூரியா, சுத்த தத்தாரியென்று இளப்பமாகப் பேசுவோர்கள், அவன் எதிரில் நடுங்குவார்கள். வாழ்க்கையை அவன் ஒருவிதக் குருட்டுத் தைரியத்துடனே நடத்தி வந்தான். அதற்குத் தகுந்தாப்போல் அவனுக்குக் குருட்டு அதிர்ஷடமும் இருந்து வந்தது. எப்படியோ தட்டிக் கழித்துக்கொண்டு மற்றவர் புகமுடியாத இடங்களில் புகுந்துகொண்டு சில காரியங்களைச் சாதித்து விடுவான். அதனால் உபயோகமில்லாதவன் என்று தெரிந்தும்கூட அவன் சகாக்கள் அவனைக் கண்டு பயப்பட்டார் கள். தோற்பதற்கு ஒன்றுமில்லையென்று அறிந்த அவன், எல்லோரிடமும் வீம்புடனும், வீறாப்புடனும் நடந்துகொண் டான். அவனுடைய ஜம்பப் பேச்சும், புளுகு கட்டுரைகளும் பிரசித்திப் பெற்றவை. உண்மையில், அவன் நடையே ஒரு தனி விதம்தான். அதே போக்குடன் அவன் உஷாவையும் காதலித்தான். அதாவது அவனுடைய தனி நடையில் காதல் நாடகத்தையும் நடத்தி வந்தான். உஷா எத்தனை உதாசீனம் செய்தும் அவளை விடாமல் சுற்றிக்கொண்டிருந்தான். பொறு

மையை இழக்காமல் சந்தர்ப்பத்தை எதிர்பார்த்துக்கொண்டிருந்த சூரிக்கும் சரியான வெகுமதி கிடைத்தது. ஸ்ரீராம் வீட்டிலிருந்து அலங்கோலமாக வீட்டிற்கு வந்த உஷாவுக்கு அவன் தான் அன்று அன்புடன் ஆறுதல் சொன்னான்.

தினப்படியாக அவன் அவளுக்காக அவள் வீட்டில் காத்திருப்பது வழக்கம். அன்றைக்கும் அப்படியேயிருந்தவன் எதிர்பாராமல் உஷா உள்ளே வருவதைக் கண்டு துணுக்குற்றான். அவளுடைய நிலைமையைப் பார்த்து மேலும் கவலைகொண்டான். சமயோசித யோசனையுடன் அவளை ஆசுவாஸப் படுத்திவிட்டு ஒன்றுமே கேள்விகள் கேட்காமல் இருந்து விட்டான். அவளே தானாகவே சொல்லுவாளே! தழுதழுத்த குரலுடன், விம்மல்களுக்கிடையே அவளுடைய சரிதம் வெளிவந்தது. எரிமலையைப் போல் பொங்கி வழிந்த அவளுடைய வார்த்தைகள் சூரியுடைய ஹிருதயத்தைச் சுட்டுவிட்டன. அன்று ஸ்ரீராமை அடியோடு தொலைக்க சபதம் செய்து கொண்டவன்தான்.

அதற்குப் பிறகு உஷாவுடைய மனதிலிருந்த ஸ்ரீராமைத் தோண்டி எடுக்கும் வேலையில் அவன் மும்முரமாக முனைந்தான். இது விஷயத்தில் உஷா அவனுக்கு வேண்டிய உதவிகள் செய்தாள். அவளிடம் ஒருவித நூதனக் கௌரவமும் தைரியமும் தோன்ற ஆரம்பித்தது. இதுவரையில் வாழ்க்கை இன்பத்தை, பெரிதாகவே கொண்டவள், இப்போது அது கடுகளவேயாகுமென்று புரிந்துகொண்டாள். தானும், இன்பத்தை, பூவின் நறுமணம் போல் பருகிவிட்டுக் கசக்கி எரிந்து விடுவோமென்ற எண்ணத்தைக் கைக்கொண்டாள். சூரி அவளை நாடுகிறான். அவளை உண்மையாகக் காதலிக்கிறான், ஏன் அவனை அவள் அங்கீகரித்துக் கொள்ளக்கூடாது? வாழ்க்கையே ஒரு நாடகம் தானே? இதில் என்ன பிசகு? அவளுடைய புதிய தோற்றத்தைக் கண்டு சூரிகூடத் திடுக்கிட்டுப் போய்விட்டான். அதைப் பார்த்து அவள் "நீ ஒரு பயந்தான் கொள்ளி" என்று அவனையே – சூரியையே – பரிகாசம் செய்தாள். ஆனால் திரையைப்போல் அடிக்கடி அவள் முகத்தில் தோய்ந்து மறையும் வேதனை நிறைந்த மேக தூதங்களைஅவன் பார்க்காமலா? அந்தச் சமயங்களில் அவன் டாக்டர் ஸ்ரீராமை நினைத்துப் பல்லை நறநறவென்று கடிப்பதுமுண்டு. உஷாவுடைய மனக் கலக்கங்களையும், அவள் மெதுவாகத் தன்னைத் தானே தேற்றிக் கொள்வதையும் சூரி அருகேயிருந்து கவனித்துவந்தான். தானாகவே அவள் தனக்கு விதித்துக்கொண்ட குறுக்கு விசாரணைகளையும் அவைகளைத் தாண்டி அவள் பரிசுத்த நிலைமையை அடைந்ததையும் அவன் நன்கு உணர்வான்.

மெதுவாகத் தன் ஸ்வய நிலையை அடைய அவன் அவளுக்குத் தக்க உதவி புரிந்தான். ஆனால், என்ன, ஏதுவென்று அவளைக் கேள்விகள் கேட்டு இம்ஸிக்கவில்லை. இதைக் கண்ட உஷா அவனிடம் நன்றியும் அன்பும் காண்பித்தாள். அன்பு வளர்ந்தது. எதிர்பாராத விதத்தில் உஷாவுடைய கலையும் விருத்தியடைந்தது. பழம் பக்குவமடையக் காத்திருப்பவன் போல், சூரியும் தனக்கு எப்பொழுது சமயம் வாய்க்குமென்று பொறுத்திருந்தான். அந்தச் சமயத்தில் இதோ டாக்டர் ஸ்ரீராம் வந்து விட்டான். சூரியுடைய உள்ளத்தில் கோபாக்கினி ஜிவலித்தது. ஆனால் அவன் அதை வெளிக் காட்டிக்கொள்ளவில்லை. அவன் கண்கள் சாவதானமாக அவ்விடத்தைச் சுற்றி வட்டமிட்டன. உஷாவுடைய படங்கள் கீழே சிதறிக் கிடப்பதைப் பார்த்து "இவைகளை யார் எடுத்தது?" என்று அதட்டலுடன் கேட்டான்.

தன் உள்ளத்தில் குமுறிக் கொண்டு வந்த கோபத்தை அடக்கிக் கொண்டு டாக்டர் நிதானமாகப் பதிலளித்தான், "நான் தான், அவைகளை எடுத்துப் பார்த்துக்கொண்டிருந்தேன். உஷாவுடைய கலை ... அடையாளம் தெரியாமல் மாறிவிட்டதே!" ஆச்சர்ய மிகுதியினால் அவனுடைய குரல் கம்மியிருந்தது. எப்போதும் தன் பெருமையைப் பற்றியே புகழ்ந்துகொண்டிருந்த ஸ்ரீராம்கூட உஷாவுடைய கலைத் திறமைக்கு எதிரில் நாணமுற்றான். சூரி இதைக் கவனித்தான் ...

"ஆமாம், நீ கவனித்துவிட்டாயா அதை? எப்படி என்னுடைய வேலை?" என்று ஏளனத்துடன் கேட்டான். ஸ்ரீராம் அவனைச் சுட்டு விடுபவன் போல் முழித்துப் பார்த்தான். இருவரும் நேருக்கு நேர் நின்றபடி முறைத்துப் பார்த்துக் கொண்டார்கள். டாக்டர் ஸ்ரீராமுடைய அழகிய மீசை துடித்தது. தீவிரக் கிளர்ச்சியின் காரணத்தினால் அவன் தன் கிராப்புத் தலை கலைந்திருப்பதைக் கவனிக்கவில்லை. தன்னுடைய முகவாட்டமும், தேக அலங்கோலமும், அவனுடைய மனோ வியாகூலத்தை நன்கு எடுத்துக் காட்டியது என்றும் அவன் தெரிந்துகொள்ளவில்லை. ஆனால் சூரியோ தனக்குள் சிரித்துக் கொண்டான். ஒரு க்ஷண நேரத்திற்கு இருவரும், ஒருவருக் கொருவர், அவரவர் மனதிற்குள் முழம் போட்டுப் பார்த்துக் கொண்டார்கள். அந்த நிமிஷத்திலேயே ஸ்ரீராம் தான் தோல்வி யுற்றதைப் புரிந்துகொண்டான். இருந்தாலும் அதை ஒரேயடியாக, அதுவும் சூரியிடம் ஒப்புக்கொள்ள அவனுக்கு மனமில்லை. தன்னுடைய பழைய உல்லாசச் சிரிப்பைக் கொஞ்சம் கஷ்டத் துடன் வரவழைத்துக்கொண்டு தைரியத்துடன் பேசவாரம்பித் தான். "ஹா ... ஹா... சூரி ... உனக்கு எப்போதுமே விளை யாட்டாகப் பேசப் பிடிக்கும். உஷாவுக்காக நான் செய்த

பிரயத்தனங்களைப் பற்றித்தானே இப்படிப் பரிகாசமாகச் சொல்லுகிறாய்? நீ சந்தேகப்படுவது மிகவும் சரி ... நான்தான் கலையின் நுண்பொருள் இன்னது என்பதை உஷாவுக்கு அறிவித்தேன். இதைப் பற்றி என்ன சந்தேகம்..?"

"அப்பப்பா, ஸ்ரீராம் ... உன்னுடைய கபடம் மெச்சத் தக்கதே..! இருந்தாலும், இத்தனை துணிச்சல் உனக்கு எங்கிருந்து ஏற்பட்டதுடா? உஷாவை வஞ்சகம் செய்தது மல்லாமல், இப்படி நாக்கில் நரம்பில்லாமல் வழவழத்துப் பேச உனக்கு எப்படியடா தைரியம் வந்தது?" சூரியுடைய இவ்வார்த்தைகளைக் கேட்டவுடன் ஸ்ரீராமுடைய முகத்திலிருந்த அந்தப் போலிச் சிரிப்பு மறைந்தது. மாறு வேடத்தைக் கழற்றி எறியும் காட்சி வந்துவிட்டது என்று அவன் புரிந்துகொண்டான்.

"சூரி, வீணாக வார்த்தையாடி என்னுடைய கையில் அகப்பட்டுக் கொள்ளாதே. எவருக்கும் தெரியாமல் ஒளித்து வைத்திருக்கும் உன்னுடைய அந்தரங்க வாழ்க்கையைப் பற்றி எனக்குப் பல சங்கதிகள் தெரியும்!" என்று அவனை மிரட்டினான்.

"வாஸ்தவம் ... என்னைப் பற்றிய பல விஷயங்கள் உனக்குத் தெரிந்திருக்கலாம் ... ஆனால் ... ஆனால்" அவன் தன் ஆள்காட்டி விரலை எச்சரிக்கையுடன் ஆட்டினான், "ஆனால் அது விஷயம் உஷாவுக்கும் தெரிந்ததே. உன்னைப் போல் அவளுக்காக ஒரு வேஷமும், உலகத்துக்கு ஒரு வேஷமும் நான் போடவில்லை. உஷா என்னுடைய பழைய அந்தரங்க வாழ்க்கைச் சம்பவங்களை, நன்கு உணர்ந்தபின்பே என்னை ஏற்றுக்கொண்டிருக்கிறாள்!" என்று வெற்றிக் குறி யுடன் கூறிமுடித்தான் சூரி.

இதைக் கேட்டவுடன் தொட்டால் சுருங்கி இலைகளைப் போல் ஸ்ரீராமுடைய முகம் சுண்டிவிட்டது. இருந்தாலும் அவன் நம்பிக்கையைக் கைவிடவில்லை.

"சூரி, நீதான் ஒரு பலே ஆசாமியென்று முதலிலேயே சொல்லிவிட்டேனே! பாவம்! உன் கையில் அகப்பட்டுக் கொண்ட உஷாவுக்கு இனிமேல் விமோசனம் ஏது? ஆனால் ஒன்று மாத்திரம் சொல்லுகிறேன், கேளு! நான் இது விஷயங் களில் மிகவும் அனுபவப்பட்டவன். உஷா உன்னுடைய வேண்டுகோளுக்கு இணங்கியிருக்கலாம், என்னை இனிமேல் கண்ணெடுத்துக்கூடப் பார்ப்பதில்லையென்று சபதம் செய் திருக்கலாம் ... ஏன் என்னை மனமார வெறுப்பதாகக் கூடச் சொல்லியிருக்கலாம். ஆனால் அவள் என்ன செய்தா லும்... என்ன சொன்னாலும் ஒரு விஷயம் மாத்திரம்

எனக்கு நிச்சயமாகத் தெரியும். அவள் என்னைத்தான் மனப் பூர்வமாக விரும்புகிறாள். அவள் மனதிற்கு இது தெரியாம லில்லை. அவள் என்னைத்தான் நேசிக்கிறாள். உனக்கும் இது தெரியாதா என்ன?" என்று டாக்டர் ஸ்ரீராம் கடைசியாக ஒரு போடு போட்டான்.

அப்போதுதான் சூரிக்கு முதல்முதலாகத் தடுமாற்றம் உண்டாயிற்று. ஸ்ரீராம் சொன்னது முற்றிலும் நிஜமென்று அவனுக்கா தெரியாது. இந்த அருகதையில்லாத மனுஷனிடம் அவள் எத்தனை பாசம் வைத்திருக்கிறாள் என்று அவனா அறியான்? அவள் அந்த ரகசியத்தை எவ்வளவு மறைக்க முயன்றாலும், அது எத்தனை முறை பீறிக்கொண்டு வெளிக் கிளம்பி இருக்கிறது? சூரிக்கு ஸ்ரீராம் பேரில் அடங்காக் கோபம் ஏற்பட்டது. எல்லாவிதத் தோல்வியைவிடக் காதல் போரில் தோல்வியுறுவது தானே மிகவும் கடினமானது? அப்பொழுதுதானே மனிதனுடைய மிருகக் குணங்கள் ஓங்கி வெளியாகத் துடங்கும்? இப்பொழுது அவனுக்கு உண்டான நீசமான விகாரமான எண்ணங்களை நினைத்து சூரியே வெட்கினான். மனிதன், தான் மிருகமாக மாறும் காலத்தில் என்ன கோரமான காட்சியளிக்கிறான்? உஷாவை சூரிதான் முழு மனதுடன் விரும்பினானே தவிரக் காதலிக்கவில்லை. அவன் அவளிடம் தூய அன்பு கொண்டிருந்தால் இப்படி அவளை மானபங்கம் செய்திருப்பானா? ஆனால் அப்பொழுது அவனுக்கிருந்த ஆத்திரத்தில், ஸ்ரீராமை நசுக்க வேண்டுமென்ற அவசரத்தில், அவன் இவ்விஷயத்தைப்பற்றி அதிகமாக ஆராய வில்லை . . . மோகம், ஆசை, தற்பெருமை இப்பேர்ப்பட்ட உணர்ச்சிகளே அவனிடம் மேலோங்கி நின்றன.

"ஸ்ரீராம் நீ வீணாக நேரத்தை இப்படிக் கழிப்பதில் ஒரு லாபமுமில்லை. உனக்கு எது பிடித்தமானது என்று எவருக்கும் அக்கறையில்லை. உஷா என் இச்சைக்குப் பூர்ண மனதுடன் சம்மதித்து விட்டாள். அப்பா . . . ஸ்ரீராம் காரியம் மிஞ்சிவிட்டது. இனிமேல் உன்னுடைய ஆட்டமெல்லாம் இங்கே பலிக்காது. பேசாமல் நீட்டு கம்பியை" என்று பச்சையாகச் சொல்லிவிட்டு, அந்தப் பொல்லாத போக்கிரி ஸ்ரீராமைப் பார்த்து இறுமாப்புடன் சிரித்தான்.

ஸ்ரீராமுடைய காதுகளில் அந்த மந்தகாஸத்துடைய ஒலி சிம்மக் கர்ஜனை போல் விழுந்தது. பளீர் என்று முகத்தில் அறைந்தாற்போல் உள்ள ஓர் உணர்ச்சி அவன் உடல் முழுவதும் பரவிற்று. மறு வார்த்தை பேசாமல் அவன் வந்த வழியே திரும்பிப் போய்விட்டான்.

உரியில் உள்ள தயிரை உறிஞ்சிவிட்டு உதடுகளை நக்கி விட்டுக்கொள்ளும் பூனையைப்போல், சூரி தான் ஸ்ரீராமைத் தாக்கிய சாதுர்யத்தை நினைத்து, நினைத்து மகிழ்ந்தான். குளிர்ந்த மனதுடன் உஷாவுக்காக் காத்திருந்தான். இனிமேல் அதிக நாட்கள் இப்படிக் காரியத்தை இழுத்துப் போடக்கூடாது. இப்பொழுதே இத்தனை மாதங்களாக ஒத்திப் போட்டதே பிசகு. இன்றைக்கே உஷாவை மடக்கி நம் எண்ணத்தைச் சாதித்துக்கொள்ள வேண்டுமென்ற உறுதியான முடிவுக்கு அவன் வந்தான். அப்போது அந்த அறையில் நடந்துவந்த யுத்தத்தை அறியாத பேதை உஷா உள்ளே நுழைந்தாள். பெண்ணான உஷாவையும், கலை மூலமாக அவளுக்கு உண்டாகப் போகும் கியாதியையும், ஒருங்கே விழுங்க எண்ணி சூரி அவளை அன்புடன் எதிர் கொண்டழைத்தான்.

"உஷா எத்தனை நாழியாக்கிவிட்டாய்! உனக்காகக் காத்திருந்து நான் அலுத்துவிட்டேன்" என்று கொஞ்சும் முறையில் அவளைக் கோபித்துக்கொண்டான். பிறகு இலேசாக அவள் இடக் கன்னத்தைத் தட்டினான். அதிக வேலையால் அவள் சோர்ந்திருப்பதைப் பார்த்து "இந்தா, இந்த வர்ணத் தட்டுகளையும் காயிதங்களையும் இப்படிக்கொடு. போரும், இன்றைய வேலை . . . வா . . . உன்னைக் கிளப்புக்கு அழைத்துப் போகிறேன். இன்று அங்கே டான்ஸ் இரவு, இதென்ன கவலை! இதென்ன சோர்வு! வா போவோம். கிளப்புக்கு வா உஷா. சோர்ந்திருக்கும் உன் மனதிற்குப் புத்துயிர் அளிக்க இதுதான் வழி. அங்கே போய்க் கவலையற்று நாட்டியம் பழகுவோம் . . . வா" என்று சூரி அவளை வற்புறுத்தி அழைத்தான்.

உஷாவும் வேறு கதியின்றி அவனுடன் கிளப்புக்குப் போவதற்காக, தன்னை சிங்காரித்துக் கொண்டு, கிளம்பினாள்.

●

அத்தியாயம் 15

அன்று கிளப்பில் டான்ஸ் இரவு. பாண்டு வாத்தியத்தின் முழக்கம் எங்கும் ஒலித்தது. ரஸ குண்டுகளைப் போல் தொங்கிக் கொண்டிருந்த மின்சார விளக்கடியில் நூற்றுக்கணக்கான ஆடவர்களும் பெண்களும் சேர்ந்து நடனமாடிக் கொண்டிருந்தார்கள். எத்தனை வர்ண ஆடைகள்! என்ன ஆபரணம்! அந்த விசாலமான அறையில் அழகிய பெண்மணிகள் பட்டுப் பூச்சிகளைப் போல் லேசாக அசைந்தபடி ஆடிக்கொண்டிருந்தார்கள். இந்த வருஷம் கொரநாட்டுச் சேலைகளுக்குத்தான் எத்தனை மவுசு? ஜார்ஜெட் வகைகள் தான் என்ன? ஐரோப்பியப் பெண்மணிகள் நம்மூர்ப் புடவைகளை நாகரிகமாகக் கத்தரித்து உடைகளாகத் தைத்து அணிந்து கொண்டிருந்தார்கள். ரத்தனங்களால் இழைக்கப்பட்ட கண்ணகியுடைய சிலம்புகள் இல்லையென்றாலும், சாதாரணப் போலிச் சிலம்புகளின் ஒலி அந்த அறையில் கேட்டது. நவநாகரிகத் தோற்றத்தில் இதுவும் ஒன்று. சில பெண்கள் கழுத்திலும் கையிலும் பூவால் செய்யப் பட்ட மாலைகளும், ஹாரங்களும் அணிந்திருந்தார்கள். சோளி ரவிக்கைகள் கொஞ்சம் பழைய காலத்து மோஸ்தராகப் போய்விட்டன. இப்போதைய டில்லி சமூகத்தில் குறத்தி ரவிக்கைதான் சரியான 'பாஷனாக' யிருந்தது. அந்த ரவிக்கைக்குக் கழுத்தென்று ஒன்று தனியாக வெட்ட வேண்டிய அவசியமில்லை. முதுகுப் பக்கத்திற்கும் துணி தேவையில்லை. டான்ஸு இரவன்று கிளப்புக்குப் போனால், எது 'பாஷன்' எப்படியெப்படி நடந்து கொள்ள வேண்டுமென்று, நாட்டுப்புறத்தான் கற்றுக்கொள்ளலாம். ஓ வென்று எல்லோரும் ஒன்றாகச் சிரித்துப் பேசினார்கள். எங்கும் கிளாஸ் டம்பளர்கள்

கிலுகிலுவென்று ஓசைப்படும் சப்தம் கேட்டது. நடுநடுவே பெண்கள் கிறீச்சிட்டுப் பேசும் ஒய்யார நாதமும் கேட்டது.

இந்தச் சடுதியில் விதர்பன் மாத்திரம், எதையோ நினைத்துக் கொண்டு தனியாக உட்கார்ந்திருந்தான். அவனைச் சுற்றியிருப் பவர்கள் உல்லாஸமாகச் சிரிப்பதும், களிப்பதும் அவன் கவனித்த தாகத் தெரியவில்லை. அவன், ஏதோ யோசனையில் ஆழ்ந்தபடி, மெய்மறந்து தன்னுடைய, ஒரு தனி உலகில், சஞ்சரித்துக்கொண் டிருந்தான்.

அப்போது, "என்ன விதர்பா, இந்தச் சந்தடியில் உனக்கு மனக்கோட்டைகளும் கட்டத்தோணுகிறதே?" என்று கேட்டுக் கொண்டே சாரதா அவன் பக்கத்தில் வந்து அமர்ந்தாள்.

விதர்பன் முகத்தில் ஒரு அழகான புன்னகை பூத்து மறைந்தது.

"சாரதாவா! உன்னைப் பார்த்து எத்தனை நாட்கள் ஆகின்றன? என்ன விசேஷம்?" என்று அவன் அவளை அன்புடன் எதிர்கொண்டு அழைத்தான்.

"ஒன்றுமில்லை, தூரயிருந்தபடி எனக்கு உன்னுடைய ஆழ்ந்த கருத்துத் தோய்ந்த முகம் புலப்பட்டது. உடனே நீ எதைப்பற்றி யோசிக்கிறாய் என்று கேட்க வந்தேன்!" என்றாள் சாரதா.

"... ஸாவித்திரி ... இல்லை, சாரதா ... இந்த பாண்டு வாத்தியத்துடைய பொருளைப் பற்றித்தான் ஆராய்ந்து கொண் டிருந்தேன் ... இது ஐரோப்பிய சங்கீதத்திற்கும் சேர்ந்திருக்க வில்லை, நம்முடைய சங்கீதத்திற்கும் ஒத்திருக்கவில்லை ... பின்பு இது என்ன விதமான நாத சாஸ்திரத்தையொட்டி அமைந்திருக்கு சொல்லு பார்ப்போம்!"

"ஏன் இந்த வீண் கவலை? உன்னைத் தவிர இங்கு, யாருக்காவது இந்த யோசனை போகிறதா பாரு? எல்லோரும் குஷியாக நாட்டியம் பயிலுகிறார்களே, உனக்கு மாத்திரம் ஏன் இந்தக் குருட்டு யோசனைகள் உதிக்க வேண்டும்?" சாரதா அவனைப் பரிவுடன் கடிந்து கொண்டாள்.

"நீயே யோசித்துப் பாரேன்! இந்த பாண்டு வாத்தியத்தின் முழக்கம் உன் காதுகளுக்கு இனிமையாக இருக்கா? எனக் கென்னமோ அந்த சப்தத்தைக் கேட்கும் போதே அடிவயிற்றில் புளியைக் கரைத்தால் போல் ஆகி விடுகிறது. ஒரு ஊது குழல் வழியாகப் பீ ... பீ ... யென்று ஒருவன் கதறுகிறானே ... பார்த்தாயா? அந்த சப்தம் என் காதுகளுக்கு நாராசம் ஊற்றினாப்போலாகிறது. இந்த வாத்தியத்துடைய பெயர்

'ஸாக்ஸப்போன்' என்று சொல்லுவார்கள். என்ன அழகான பெயர்! என்ன இனிமையான சுருதி! இதை சிருஷ்டித்தவன் தான் என்ன பாடுபட்டிருப்பான்? இல்லாவிட்டால் அவ னுக்கு இந்த அபூர்வ ஸ்தாயியில் சுருதி அமையுமா? வாத்தியம் தான் இப்படியென்றால் அதற்குத் தகுந்தபடி சங்கீதமும் அமைத் துள்ளார்களே. அதையல்லவா சொல்ல வேண்டும்? அதா வது . . . அது பீ . . . பீ. . .யென்றால், பின்னோடு ஒரு தோம் . . . தோம் துடங்குகிறது. முன்பெல்லாம் இவ்வித வாத்தியக் கோஷம் ஐரோப்பிய சங்கீதத்தையொட்டி இருந்தது. இப்பொழுது நாடு நம்முடையதல்லவா? அதனால் ஹிந்தி, கர்னாடக சங்கீதக்களையும் இதில் தோன்ற ஆரம்பித்துவிட்டன. ஒன்றில் 'மேரே ஜான் மேரேஜான் டா . . . டா . . . டு . . .' என்று அந்த பாண்டு கத்த ஆரம்பித்து விடுகிறது. இல்லாவிட்டால் 'எந்தன் கண்ணாட்டியே, எந்தன் வெள்ளாட்டியே . . . டடடா . . . டடடா . . . டுடு . . . டுடூ . . . டூ . . .' என்று கதற ஆரம்பித்து விடுகிறது. இந்த அதிர்ச்சியில் அறையின் அடிநிலமே ஆடத் தொடங்கிவிடுகிறது. இங்கேயுள்ளவர்கள் இந்த சப்தத்தின் வேதனையை மறக்க அதைவிட அதிகமாகக் கூச்சல் போட்டுப் பேசுகிறார்கள்... ஆடவும் செய்கிறார்கள் . . ."

"பேஷ் . . . பேஷ் . . . நன்றாய்ச் சொன்னாய் விதர்பா" என்று சாரதா கையைக் கொட்டிக் கெட்டியாகச் சிரித்தாள். விதர்பனுடைய உரைப்பான பேச்சும், போலி நாடகமும் சமிக்ஞைகளும் அவளுக்கு மிகவும் கிண்டலாகத் தோணிற்று. " இருந்தாலும் அவர்களைப் பார்த்தால் உனக்கு இத்தனை கோமாளியாகவா தோன்றுகிறது?" என்று கேட்டாள்.

ஒன்றும் தெரியாத சின்ன குழந்தையைப் போல் விதர்பன் தன் கைகளை அகல விரித்தான். "சாரதா . . . நான் சொன்னதை யெல்லாம் நீ பரிகாசம் என்றா நினைத்தாய்? இல்லவே இல்லை, நீ பார்த்துக் கொள். இப்படி இவர்கள் காலங் கழிப்பதால்தானே அவர்களுக்குப் பைத்தியம் பிடிக்காமலிருக்கு. இல்லாவிட்டால், பிரதி தினம் இவ்வுலகத்தில் சம்பவிக்கும் துன்பங்களைக் கண்டு ஏங்கிவிடமாட்டார்களா? மனிதன் தன் தலைமேல் தானாக வீழ்த்திக் கொள்ளும் தொல்லைகளை மறக்கப் பல கருவிகள் உண்டாக்கிக் கொள்ளுகிறான். கவலை யினால் மடிந்து போகாமல் இருக்க மனிதன் எவ்வித ஆதாரத்தை யும் பற்றிக் கொள்ள அஞ்சுவதில்லை" என்றான்.

"கவலையால் மடிந்து போகக்கூடாது என்பதற்காக அநாகரிகமான இந்த சங்கீதத்தைப் பழக வேண்டுமென் கிறாயா? ஏன் தூய்மையான கீதம், அல்லது வேதம் என்று கேட்கக்கூடாதா?" என்று சாரதா கேட்டாள்.

விதர்பன் மெதுவாக நகைத்தான். "சாரதா இன்னுமா உனக்குப் புரியவில்லை? வேதத்தை வாசித்தால் அது மறதியைக் கொடுக்குமா? படிக்கப்படிக்க அது நமக்குள்ள அறியாமையை அல்லவா ஞாபகமூட்டும்? சம்சாரம் என்ற கோரக் கடலில் அமிழ்ந்திருக்கும் பாமர ஜனங்கள் விடுதலையை நாடுகிறார்கள். எவ்விதமான வழியையும் அவர்கள் கைப்பற்றத் தயாராக இருக்கிறார்கள். பாண்டுவாத்தியமோ, நடனமோ அவர்களுக்குப் போதுமான கருவிகளேயாகும். கலை, கலை என்று ஜனங்களை ஏமாற்றி ஜீவிக்கும் சினிமா நிர்வாகிகள்தான் எத்தனை பேர்கள்?"

"அப்பப்பா ... பக்குவமில்லாத, கலை ஹீனமான ... நம் திரைப்படங்களை நினைக்கும் போது ..." என்று சொல்லி சாரதா சலிப்புடன் தன் கையால் தொண்டையைப் பிடித்துக் கொண்டாள்.

"வாஸ்தவம்தானே! இந்த வாத்தியக் கோஷத்தைக் கேட்கும்போது உனக்கு சினிமாப் படங்களின் நினைவுதான் உண்டாகும். தடார், படார் என்று இவ்வித சப்தங்கள் தானே நம் திரைப்படங்களிலும் நிறைந்திருக்கின்றன. சாரதா, நீ இந்த பாண்டைக் கேட்டு இத்தனை வெறுப்புக் கொள்கிறாயே அத்துடன் சேர்ந்த நாட்டியத்தையும் காண்பிக்கும் சினிமாக் களைப் பார்த்தால் எப்படி சகிப்பாய்? நடுநடுவே கொஞ்சம் கர்நாடகக் கீதமும் மத்தளச் சத்தமும் கேட்கும். திடீரென்று அதில் ஹிந்துஸ்தானி மெட்டுகள் கலந்திருக்கும். மணிப்புரி, கதக், பரத நாட்டியமெல்லாம் கலந்த ஒருவிதப் புதிய நாட்டிய மொன்று சினிமாவில் அரங்கேற்றியிருப்பார்கள். இத்தனை கோஷங்களுக்கிடையே அங்கே ஒரு கதாநாயகன் இளித்துக் கொண்டு வருவான். அவளோ நெளித்துக் கொண்டே பின்னே வருவாள். இருவரும் பாட ஆரம்பிப்பார்கள். கதை, புராண நூல்களை ஒட்டியிருந்தால் ஸ்ரீராமர், முகத்தில் ஓர் அகௌரவ இளிப்புடன் தோன்றுவார். தாடி மீசையுடன் போலித் தோற்றம் கொடுக்கும் தசரதரைப் பார்த்தால் நீ திடுக்கிட்டுப் போவாய். உன் மனதிலோ வேறு ஒரு தசரதர் புகுந்துகொண்டு இருக் கிறார். தீக்ஷை வளர்த்துக்கொண்டு சரையூ நதிக்கரையில் பரமேஸ்வரரை உத்தேசித்துக் கிருது யாகம் செய்யும் காளிதாஸ னுடைய தசரதர் அவர் ... கதை நவநாகரிக வாழ்க்கையை யொட்டி யிருந்தால் பொது நன்மையென்னும் வேஷத்தில் ஒரு தேச சேவகன் காட்சியளிப்பான். அவனைக் கெடுக்க அங்கே ஒரு மார்வாரியும் தோன்றுவான். பல கஷ்டங்களுக்கு ஆளாகிவிட்டு அந்த யுவன் கடைசியில் ஸ்வயநலத்தை அடை வான். ஆனால் திரையில் ராவணன் வந்தாலும் சரி, நவ நாகரிகப் பெண்மணி தோன்றினாலும் சரி, பாண்டு வாத்தி யத்தின் நாராச சப்தமும் நாட்டியமும் ஓயாது. ஒன்றில்

ரசிகர்கள் ராவண சபையில் நடக்கும் ஆடலையும் பாடலையும் பார்ப்பார்கள், அல்லது மார்வாடி வீட்டுக் கச்சேரிகளைக் கண்டுகளிப்பார்கள். இது திண்ணம். சினிமாக் கொட்டகைக்குள் போவோர்கள் இவ்விஷயத்தில் ஏமாற்றமே அடைய மாட்டார்கள்." விதர்பனுடைய சுடச்சுடப் பேச்சைக் கேட்டு சாரதா மேலும் களிப்புக்கொண்டாள்.

"நீ ரொம்பத்தான் கிண்டல் செய்கிறாய் விதர்பா. போன வாரம் நாம் பார்த்த பக்திரஸப் படத்தில் அந்த நடிகை என்ன பரிசுத்தமான தோற்றமளித்தாள் தெரியுமா?"

"ஊம், நீ யாரைச் சொல்லுகிறாய் என்பது எனக்குப் புரிந்து விட்டது. நீ சொல்லுவதும் சரி தான். அந்தப் பெண் முகத்தில் நிர்மலமான சாந்தியும் தேஜசும் இருந்தன என்பதில் ஐயமில்லை. இதிலிருந்து எவ்வித ஆத்மாவும் தூய்மை அடைய முடியுமென்று தெரிகிறதல்லவா? அந்தப் பெண்ணுடைய பூர்வீக விருத்தாந்தங்களை மறந்துவிட்டு அவளுடைய நடிப்பை மாத்திரம் எடுத்துப் பார்த்தால் அவள் ஓர் உண்மையான பக்தையாகப் புலப்படுகிறாள். திரையில் நடிப்பதற்காக அவள் பல நாட்கள் பகவத் தியானமும், பாராயணமும் செய்ததில் நிஜ பக்தையாகி விட்டாள். உண்மையான பக்தி சிரத்தையுடன் என்னைத் தியானிக்கும் ஸ்திரீகளையும், வைசியர்களையும் கூட நான் ஏற்றுக்கொள்வேன் ... அப்படியிருக்கும் பொழுது பிராமணனாகவோ ராஜ ரிஷியாகவோ இருந்தால் கேட்க வேணுமா? என்றார் பகவான் கீதையில். பக்தி என்று உண்டாய் விட்டால் எப்பேர்ப்பட்டவர்களும் புனிதமாகி விடுவார்கள். நீ சொல்வது மிகவும் சரி. நடிக்க வேண்டுமென்று பகவத் பஜனையை ஆரம்பித்த அந்த நடி இப்பொழுது உண்மையான பக்தையாய் விட்டாள்."

"அதிருக்கட்டும், நீ என்னை முதலில் சாவித்திரி என்று கூப்பிட்டாயே ... அது ஏன்? நீ யாரை நினைத்துக் கொண்டிருந்தாய்?" என்று சாரதா கேட்டாள்.

விதர்பனுக்கு இந்தக் கேள்வி ரொம்ப வேடிக்கையாகத் தோன்றிற்று.

"இது ஒரு பெண்ணுடைய கேள்வி என்பதில் என்ன சந்தேகம்? மற்றவர்களுக்கு இவ்வித யோசனை போகுமா?" என்று அவளைப் பரிகசித்தான்.

"இல்லை ... சொல்லேன்."

"சொல்லித்தான் ஆக வேண்டுமா ..." என்றபடி விதர்பன் கொஞ்சம் யோசித்தான் ...

"ஆமாம்" என்று சாரதா பிடிவாதம் செய்தாள்.

"உன்னைத்தான் என் மனதில் சாவித்திரியாகக் குறித் திருந்தேன். அந்த எண்ணம் என் உள்ளத்தில் மேலாக இருந்தால் வெளியே சட்டென்று குதித்துவிட்டது ..." சற்றுக் குழப்பம் கொண்ட அவன் முகம் சிவந்தது.

ஆச்சரியத்தினால் சாரதா தன் புருவங்களை உயர்த்தி னாள். "விதர்பா, உனக்குக்கூட இப்பேர்ப்பட்ட கிளர்ச்சிகள் உண்டாகுமா என்ன?" என்று கேட்டாள்.

"கிளர்ச்சியென்ன? உணர்ச்சிகள் அற்ற மரக்கட்டையென்று என்னை எண்ணினாயா என்ன? நான் நிஜமாகத்தான் சொல்லு கிறேன் ... உன்னை நன்றாகத் தெரிந்து கொண்ட நாளையி லிருந்து, உன்னை எப்போது சந்தித்தாலும், எனக்கு சத்திய வானுடைய சாவித்திரி நினைவே வருகிறது! அவளைப் போலவே உனக்கு மனித குணங்களை அறிந்து தக்காருக்குத் தக்கபடி அனுதாபம் செலுத்தத் தெரிகிறது. காந்தீய தேசாபிமானம் உன் உள்ளத்தில் விறுவிறுத்தாலும், பிறர் நோக்கங்களை ஒருவிதச் சமபாவத்துடன், பார்க்கிறாய். உன் முகத்தில் எப்போதும் சாந்திகூடிய ஒருவித தேஜஸ் ஒளிக்கிறது. உன் உள்ளத்திலோ அடக்கமும் ஒடுக்கமுமே பிரதிபலிக்கின்றன ..."

"போரும், போரும், இனிமேல் அடுக்கிக் கொண்டு போனால், நான் திணறிப் போய்விடுவேன் ..." என்று சாரதா உரக்கச் சிரித்தாள்.

விதர்பனோ அவளை சகோதர வாஞ்சையுடன் பார்த்தான். மேஜை மேலிருந்த அவள் கரத்தைத் தன் கையால் மெதுவாகத் தொட்டான். "இல்லை, நான் வேடிக்கை செய்வதாக எண்ணாதே. சாரதா, நீ தான் உண்மை சகோதரி ... இயற்கை ..."

சாரதா சட்டென்று தன் கையைப் பின் வாங்கிக்கொண் டாள். "விதர்பா, கவனமாக இரு. தூரேயிருந்து மிஸஸ் வாஸனும் மிஸஸ் பத்ரியும் நம்மையே பார்த்துக்கொண்டிருக்கிறார்கள்" என்று எச்சரித்தாள்.

"இங்கிதமாகப் பேசினால் பெண்கள் அதை அப்படியே முழுங்குவார்கள் என்று சொல்லிக் கேட்டிருக்கிறேன். நீ ஏதோ நிஜத்தைக்கூடக் காது கொடுத்துக் கேட்க மாட்டேன் என்று ஓடுகிறாயே!" விதர்பன் கோபத்துடன் பேசினான். தன்னு டைய பேச்சை அவள் ரஸிக்கவில்லையென்ற ஏமாற்றமும், தன்னையும் அறியாமல் தன் உணர்ச்சிகளை வெளியிட்ட அவமானமும் அவனை வாட்டியது. பேச்சை மாற்ற எண்ணி சாரதா திரும்பவும் அங்கிருக்கும் கூட்டத்தைப் பற்றி ஆராய ஆரம்பித்தாள்.

"இங்கே கூடியிருப்பவர்கள் முகங்களைப் பார்த்தால், நீ சொல்லுவதுபோல் கவலைகளை மறக்கவே இவர்கள் இங்கே வந்திருக்கிறார்கள் என்று நன்றாகத் தெரிகிறது. புருஷர்களு டைய முகங்களில் தான் எத்தனை ரேகைகள்! ஆபீஸில் தொல்லை, சச்சரவு — வீட்டில் பெண்டாட்டியிடம் மனஸ்தாபம், குழந்தைகளுக்கு ஒன்றில் உடம்பு, கல்யாணமல்லது மேலே படிப்பு — இப்படியே இவர்களுடைய கவலைகள் குவிந்து கொண்டேயிருக்கின்றன."

"ஆமாம்... பெண்களுக்கு என்ன கவலை என்கிறாயா, சாரதா? அவர்களுடைய முதல் கவலை சேலைக்கவலை தான்... பிறகுஅடுத்த வீட்டுக்காரி என்ன செய்கிறாள்... நம்மை விட உயர்ந்த புடவை அவளிடமிருக்கா என்ற விசாரம் அவர்களுக்குப் பெரிதாக இருக்கும். அது போனால் கணவன் நம்மை லக்ஷியம் செய்யவில்லையென்று ஒரு குறையைக் கிளப்புவார்கள். சதா வியாதி வியாதியென்று பலவித மனோ வியாதிகளைக் கற்பனை செய்துகொண்டு அவைகளைப் பொத்திப் பொத்தி வளர்ப்பார்கள்... என்ன? நான் சொல்லுவதில் ஏதாவது பிசகு இருக்கா?"

"ஊம்..." என்று சாரதா ஒரு பெருமூச்சு விட்டாள். "எங்களைப் பற்றி மிகவும் இழிவாகப் பேசுகிறாயே? இருந்தாலும் கணவன் நம்மை லக்ஷியம் செய்யவில்லை என்ற குறையில் மாத்திரம் சற்று உண்மை இருக்கத்தான் இருக்கு. டில்லிப் புருஷர்கள் தம் வேலைகளுக்குக் கொஞ்சம் மதிப்பு அதிக மாகவே கொடுக்கிறார்கள். இதில் சந்தேகமில்லை. மேலிருந்து கீழ் வரையில், எல்லோருக்கும் இங்கே ஒரே ஒரு கவலைதான் உண்டு அதாவது தன்வேலை நீடித்திருக்குமா? போய் விடுமா? அல்லது வேறு இடத்திற்கு மாற்றல் ஏற்படுமா? சமயத்தில் இவ்வித ஆபத்துக்களைத் தடுக்க என்னென்ன உபாயங்கள் தேட வேண்டும்? இவ்வித விசாரங்களே டில்லிப் புருஷர்களை சதா வாட்டுகின்றன. இவர்கள் எங்கே கூடினாலும் இதையே பேசுகிறார்கள். பெண்களுக்கு இந்தப் பழைய கதைகளைக் கேட்டுக் கேட்டு ஏன் காது புளித்து விடாது? அது தான் அவர்கள் சண்டைக்கு வருகிறார்கள்."

"பேஷ் சாரதா, நன்றாகப் போட்டாய் ஒரு போடு. நான் தோற்றேன்" என்று சொல்லி விதர்பன் குதூகலத்துடன் சிரித்தான்.

தூரத்திலிருந்து, இவர்கள் நெடுநேரம் இப்படி சம்பாஷித்துக் கொண்டிருப்பதைப் பார்த்து சாந்திக்கும், சுலோசனாவுக்கும் ஏகப்பட்ட மனத்தாங்கலாக இருந்தது. 'அவர்கள் எதைப்

பற்றிப் பேசி இப்படி விழுந்து விழுந்து சிரிக்கிறார்கள்? இப்படி அவர்களுக்குள் என்ன நட்பு?' சுலோசனாவுடைய மனதில் சட்டென்று இரண்டு முடிச்சுகள் விழுந்தன.

விதர்பன் கிளப்பிலிருந்து வீட்டிற்குத் திரும்பிப் போகும் போது ராத்திரி சாப்பிடும் நேரமாய் விட்டது. வெராந்தா வுக்குள் ஏறினவன், சட்டென்று சந்திராவதி அவன் மேல் வந்து சாயவே, திடுக்கிட்டு விட்டான்.

அவள் "குழந்தை... மித்திரனுக்கு உடம்பு அதிகமாக இருக்கென்று" தீனஸ்வரத்தில் முணுமுணுத்தவாறு அவனுடைய மார்பில் தன் முகத்தைப் புதைத்துக்கொண்டு விம்ம ஆரம்பித் தாள்.

"என்னம்மா! இருப்பதைப்பார்த்தால் உனக்கு அல்லவா உடம்பு வந்திருக்கு" என்று அவன் கவலையுடன் அவளைப் பார்த்தான். அன்புடன் அவளைத் தன்னுடன் சேர்த்து அணைத்துக் கொண்டே உள்ளே அழைத்துச் சென்றான். அந்த க்ஷண நேரத்தில் அவர்களுக்குள் ஏற்பட்ட பரஸ்பர அனுதாபத்தினால் சந்திராவதியுடைய கவலை கொஞ்சம் தணிந்தது. ஆகா, இப்படியே அவ்வப்போது சிறிதளவு அன்பும், கவனமும் அவன் காண்பித்து வந்தால், அவள் எவ்வளவு திருப்தியுடன் தன் வாழ்நாட்களைக் கழிப்பாள்? ஆனால் விதர்பனோ இத்துடன் தன் கடமை முடிந்தது என்று நினைத்துக் கொண்டானோ என்னவோ? அல்லது சந்திராவதியுடைய சிந்தனையை வேறு விஷயத்தில் செலுத்த முயன்றானோ! அவன் பேச்சை மாற்றிக் கொண்டு கிளப்பில் நடந்த சம்பாஷணையைக் குறித்து அவளிடம் சொல்ல ஆரம்பித்தான். சந்திராவதிக்கோ, அவன் சொன்னது ஒன்றுமே காதில் விழவில்லை. அவளுக்கு அவன் மேல் எரிச்சலெரிச்சலாக வந்தது. 'குழந்தைக்கு உடம்பு அதிகமாக இருக்கென்று ஒரு தாய் சொன்னால் தகப்பனானவன் அந்தச் செய்தியை இப்படியா ஏற்றுக்கொள்வான்? உடனே ஆ அப்படியா என்று ஓடிப்போய்க் குழந்தையை வாரியெடுக்க மாட்டானோ? இவனுக்கோ அந்த ஞாபகமேயில்லையே! மித்திரனைப் போய்ப் பார்க்க அவன் உள்ளம் அவனைத் தூண்ட வில்லையே! இதென்ன ஆச்சர்யம்! இப்படியும் ஒரு பிரகிருதியுண்டா? இல்லை... பாவம்... பார்த்தால் அவன் படும் அவஸ்தையைச் சகிக்க முடியாது என்ற பயமோ? ஏன் அவனுக்குப் பாத்தி யதையில்லையா? அது என்ன அசல் வீட்டுக் குழந்தையா? தான் பெற்ற குழந்தைக்குத் தன் கையால் செய்ய வேண்டிய கடமைகள் இன்னென்னவென்று சமூகச் சட்டங்களை அவன் பிறருக்குப் போதிக்கவில்லையா? அவள் மாத்திரம்தான்

புகை நடுவில்

அதற்கு உடன்பட்டவள் என்று எந்த சாஸ்திரத்தில் சொல்லி யிருக்கு?' இப்படியே நினைத்துக்கொண்டு சந்திராவதி, "வாருங்கள், மித்திரன் உங்கள் வரவை எதிர்பார்த்துத் துடித்துக்கொண்டிருக்கிறான்" என்று சொல்லி, மனமில்லாத வனை வலுவில் இழுத்துக்கொண்டு அறைக்குள் சென்றாள்.

'யானைக்கும் அடி சறுக்கும்' சலனமற்ற விதர்பனுடைய முகத்தில் புயல் கிளம்பிற்று. பூவைப் பொருந்தும் மித்திரனு டைய முகம் வலிப்பினால் கோரமடைவதைக் கண்டு, அவன் சகிக்கவொண்ணாத் துயரம் கொண்டான். துக்கமிருந்தால் தானே சகிப்புத் தன்மை வேணும்? துக்கமென்பதையே நான் அறியேன் என்று மனதிற்குள், மமதை கொண்டிருந்த விதர்பன், இப்போது விறுவிறுப்பான ஏக்கத்தினால் வாட்டப்பட்டான்.

விதர்பனைக் கண்டவுடன், வேதனையுடன் முனகிக் கொண்டு படுத்திருந்த குழந்தை "அப்பா" வென்று அவனை நோக்கித் தாவிற்று. அவனும் பிள்ளையை மார்புடன் அணைத்துக்கொண்டு உச்சி முகர்ந்தான். இந்தக் காக்ஷியைப் பார்த்துக்கொண்டிருந்த சந்திராவதியுடைய மனம் வெதும்பிற்று. அவள் தைரியத்துடன் தன் முகத்தில் ஒரு புன்னகையை வரவழைத்துக் கொண்டாள். "அப்பா நீ என் கிட்டேயே இருக்கணும் சரியா?" என்று மித்திரன் கெஞ்சினான். இதைக் கேட்டு விதர்பனுடைய நெஞ்சமும் உருகிற்று. அவனும் தன் தடுமாற்றத்தை வெளியில் காட்டிக் கொள்ளவில்லை. அவனு டைய உள்ளத்தில் பதைபதைத்த வேதனையை அப்படியே பிய்த்து எறிந்துவிட்டு, அமர்ச்சியான முகத்துடன் குழந்தையைப் பார்த்து மிருதுவாகச் சிரித்தான். "ஆகட்டும் கண்ணு – நீ படுத்துக்கொள்" என்று கனிவாகச் சொல்லிக் குழந்தையைப் படுக்கையில் கிடத்திவிட்டு, பக்கத்தில் உட்கார்ந்து கொண்டான். "அப்பா நீ சித்திரங்கள் கத்தரித்துக் காண்பித்தால்தான் நான் படுத்துக்குவேன்" என்று குழந்தை அடம் செய்தான். சமயோஜிதப் பரபரப்புடன் சந்திராவதி அவனிடம் வர்ணக் காகிதங்களை யும் கத்தரிக்கோலையும் கொணர்ந்து நீட்டினாள். உணர்ச்சி மிகைமையினால் அவன் கைகள் படபடத்தன. விதர்பனுடைய சித்திரங்கள் மிகவும் அபூர்வமானவை. அவனுடைய கை விரல்களின் திறமையாலும், கத்தரிக்கோலின் கூர்மையாலும் உயிர்பெற்று வெளிவரும் சித்திரங்களை என்னவென்று சொல்லுவது? விதர்பன் உண்டாக்கின காகிதப் பொம்மை களின் இன்பக் காட்சியில், சந்திராவதி குழந்தையின் ஜுர வேகத்தை மறந்துவிட்டாள். விசித்திரமான யானை, குதிரை, திமிங்கலம், ஒட்டகம் என்ற, ஒரு தனி மாயா உலகில் அவள் இறங்கிவிட்டாள். விதர்பன் சிருஷ்டித்த கோட்டைகளையும்

அகழிகளையும் சேனைகளையும் ராஜாக்களையும் என்னவென்று விவரிப்பது? வேட்டைப்புலிகளும் கரடிகளும் நிறைந்த காடு களைப் பார்த்துக் குழந்தை களி கொண்டான். காளைகளை ஒத்த வாலிப வீரர்கள் அகழிகளைத் தாண்டி அழகிய பெண்மணி களை விடுவித்தார்கள். அவர்கள் செய்த வீரச் செயல்களைக் கண்டு மித்திரன் படுக்கையில் உற்சாகத்துடன் குதித்தெழும்பி னான். காட்டு மிருகங்கள் ஒன்றுக்கொன்று வேட்டையாடின, சண்டைகள் போட்டன. மனிதர்கள் குஸ்தி போட்டார்கள். அரசகுமாரர்கள், அழகுடனும் தேஜஸுடனும் உருவெடுத் தார்கள். ராஜகுமாரிகள் எழிலுடன் நாணி நின்றார்கள்! இத்தனை விநோதப் படங்களையும் சித்திரங்களையும் விதர்பன் ஒரு நொடிப்பொழுதில் கத்தரித்துப் படுக்கை மேல் பரப்பி விட்டான்.

பைலில் வேலை பார்த்து, பார்த்து, அலுத்த ஒரு சாதாரண செக்ரட்டேரியட் உத்யோகஸ்தனுக்கு இப்பேர்ப்பட்ட கலை யொன்று தெரியுமென்றால் யார் நம்புவார்கள்? குழந்தைப் பருவத்திலிருந்து, தன் அகத்திலிருக்கும் கற்பனா வேகத்திற்கு, விதர்பன் இந்த விதத்திலேயே ஊக்கம் அளித்து வந்தான். அவன் பொம்மைகளை வெட்டிப்போடும்போதே மித்திரன் "அப்பா இதென்னது, இதென்னது?" என்று கேட்டுக்கொண்டே இருந்தான். விதர்பனும் சலிக்காமல், சித்திரங்களுக்குத் தகுந்தபடி, வினோதக் கதைகளைப் பின்னிக்கொண்டே வந்தான். அந்த மிருகங்கள் அபூர்வச் சக்தி வாய்ந்து, அதிசயத் தத்துவங்கள் பேசின. மித்திரனுக்கோ இவை யாவும் சர்வ சாதாரணமாகப் புலப்பட்டது. அவனுடைய குழந்தை மனதில் கற்பனா சக்திக்கு ஓர் தனிப் பலமும் இன்பமுமிருந்தது. இரண்டு யானைகள் துதிக்கைகளை உயர்த்திக்கொண்டு சண்டைக்கு ஆயத்தமாயின. "சண்டை போடச் சொல்லு அப்பா" என்று மித்திரன் கூச்ச லிட்டான். "இரு, இரு, கண்ணு" என்று சொல்லி விதர்பன் அந்த யானைகளுக்குச் சண்டை போட இரண்டு தடிகளை சாவதானமாகத் தயாரித்துக் கொண்டிருந்தான்.

சந்திராவதியோ, தனக்குத் தன் கணவனிடம் உள்ள அன்பைத் தடுக்காமல் மனோ வேகத்துடன் அவனிடம் போக அனுமதி கொடுத்துவிட்டாள். அது ஏதேச்சையாக அவனிடம் சென்று மனோ சக்தியால் அவனைத் தழுவிற்று. அவளுடைய உணர்ச்சியின் வேகம் அவனையும் தாக்கியிருக்க வேண்டும். அவன் ஒரு கணம் அவளை நிமர்ந்து பார்த்துவிட்டு மறுபடி யும் கதை சொல்லுவதில் முனைந்தான். சந்திராவதியோ, அவனுடைய முகச் சாயல், உதடுகளின் அழகு, கை விரல் களின் விறுவிறுப்பு, இவைகளைக் கண்டு மனமாரக் களித்தாள்.

அவளுடைய மனதால், அவனுடைய உள்ளத்தைப் பலமுறை தொட்டுவிட்டு வந்தாள். வேண்டாமென்று தன்னை அசட்டை செய்பவன்மேல் என்ன ஆசையென்று, ரோசப்பட்டுக் கொண்டு, அவள் வெளிப்படையாகத் தன் அன்பைக் காட்டாமல் அடக்கி வைத்திருந்தாள். ஆனால் அன்று, மனமுகந்து தன் ஹிருதயத் திற்குள் அவனை ஆயிரம் முறை தழுவிக் கொண்டாள்.

விளையாட்டும் ஓய்ந்தது. விதர்பன் நிமிர்ந்து சந்திரா வதியைப் பார்த்தான். உணர்ச்சிகளை அடக்கிய சிரமத்தினால் அவள் முகம் வெளிறியிருந்தது. அவள் இருப்பதே ஞாபக மில்லைபோல், விதர்பன் மெதுவாக அவ்விடத்தை விட்டுச் சொன்றான். சந்திராவதி, ஒரு நீண்ட பெருமூச்சு விட்டாள். அவன் எப்போதும் போல்தானிருக்கிறான். அவள் மனதில் தான் அனாவசிய சந்தேகங்கள் எழும்புகின்றன. இவள் ஏதோ ஒருவித லக்ஷியத்தை மனதில் நினைத்துப் புலம்பினால், அதற்கு அவன் என்ன செய்ய முடியும்? இதென்ன துக்கம் அவளைச் சுடுகிறது? அவன் தன் உள்ளத்தை அவளிடம் திறந்து கொட்டி, தன் மனோபாவங்களை வெளியிட்டு, அவன் உயிரை அவளு டையது என்று சொல்லித் தன்னுடன் அவளைப் பிணைத்துக் கொள்ளவில்லையென்ற துக்கம் தானே! இது எவருக்கும் நடக்க கூடிய காரியமா?

புருஷ ஜென்மமே கட்டுக்கடங்காதது, அதைப் போய் இவள் தன்னோடு, ஒன்றோடொன்றாக வேண்டுமென்றால், இது சாத்தியமான காரியமா? இப்படியே சந்திராவதி தன்னைத் தான் கடிந்து கொண்டாள்.

அவனோ சந்திராவதியைக் குழந்தையுடன் விட்டுவிட்டுத் தன் அறையில் போய் உட்கார்ந்து கொண்டான். அப்போது தான், இத்தனை போதாக அவளுக்காக மறைத்து வைத்திருந்த துக்கம் அவன் முகத்தில் பிரதிபலித்தது.

அவன் முகத்தில் என்றுமில்லாத ஒரு திரை விழுந்தது. தன் சஞ்சலத்தை மறக்க அவன் ஒரு புஸ்தகத்தை எடுத்து வைத்துக்கொண்டான் . . . என்ன புஸ்தகம்? கீதை . . . அதைப் புரட்டி விட்டான். அவன் கண்களோ பார்த்த எழுத்துக்களை உட்கொள்ளவில்லை. மொத்தத்தில் அவன் மனம் எதிலும் செல்ல மறுத்துவிட்டது. அடிக்கடி வியாதியினால் அவதிப்படும் குழந்தையின் கஷ்டமும், சந்திராவதியின் துயரமும் . . . அவன் உள்ளத்தை வாட்டியது. இத்தனை நாட்களாக, அவன், பற்றில் லாதவன், பந்தங்களை அறுத்துக்கொண்டவன், ஞானி, என்று நினைத்திருந்து, தவசில் இருந்து வந்தான். அவனைச் சுற்றி எவரும் அண்ட முடியாத ஒருவிதத் தெய்வீகச் சுடர் புற்றாக

வளர்ந்திருந்தது. இப்பொழுது அந்தப்புற்றில் தோன்றிய இடுக்கு வழியாக மித்திரனும் சந்திராவதியும் அவனுடைய ஹிருதயத்தைத் தாக்கி விட்டார்கள். புற்றுக்குள் இருந்த சியவன மகரிஷி யுடைய மர்ம ஸ்தானங்களான கண்களைக் குத்தினாள் சுகன்யா என்னும் ராஜகுமாரி. அது போலவே விதர்பனுடைய வைராக்கியமான ஞான மார்க்கத்தில் ஒரே ஒரு பலஹீனம் இருந்தது. பாசப் பந்தத்தில்அவனை இழுத்த அந்த மர்மம்தான் . . . சந்திராவதி . . . அதுதான் மித்திரன். அவர்களே தங்களுடைய அன்பாலும் சகிப்புத்தன்மையாலும் அவனுடைய ஞானப்புற்றை உடைத்து அதனுள் புகப் பார்க்கிறார்கள். ஆமாம், எல்லாப் பாசத்திலிருந்தும் விடுபட்டதாக எண்ணின விதர்பன் தான் இப்போது குழந்தையின் கஷ்டத்தை நினைத்து வருந்துகிறான். அதைப்பற்றி நினைக்க நினைக்க அவனுக்கு இருப்புக் கொள்ளவில்லை. அவன் எழுந்து முன்னும் பின்னு மாக நடந்து பார்த்தான். அப்போதும் அவன் மனம் நிலைக்க வில்லை. ஏன், என்றுமில்லாமல் இன்று இந்தப் பலஹீனம்? மித்திரனுடைய நோயைப் பற்றி அவன் அறியானா? அது ஒரு தீராத நோயென்று அவனுக்குத் தெரியாதா? பின் ஏன் இப்படி அவன் ஹிருதயம் அவமானப்பட முடியாய் அடித்துக் கொள்ளுகிறது? இன்று அவன் கண்ட காக்ஷி, நிஜத்தை அவன் மூளைக்குப் படீரென்று விளக்கிவிட்டது. மித்திரன் பிழைக்காவிட்டால் . .? சந்திராவதியுடைய துயரம் தோய்ந்த முகத்தை எண்ணும்போது அவன் உள்ளம் குன்னிவிட்டது. மித்திரன் பிழைக்காவிட்டால் . . ? அப்போது தகப்பனான அவன் இதுவரையில் செலுத்தவேண்டிய கடமையைச் சரிவர நடத்தினானா? அன்பு, கனிவு, பரிவு இவைகள் காண்பிக்க வேண்டிய இடங்களில் விதர்பன் தூய ஞான ஒளியை அல்லவோ வீசினால்? இது சரியா? இவைகளை நினைத்துப் பார்த்த வுடன் விதர்பனுக்கு வெட்கமாகப் போய்விட்டது. எல்லாப் பந்தங்களையும் உதறித் தள்ளிவிட்டதாகவும், தன் நிலைமை தாமரை இலைத்தண்ணீரை ஒத்தது என்று சொல்லிக் கொண் டான். ஆனால் செய்யவேண்டிய கருமாக்களைச் செய்யாமல் விட்டவன் எப்படி உண்மை யோகி ஆகமுடியும்? இதுவரை யில் அவன் தன் கடமைகளைக் கண்டு பயந்து ஓடி ஒளிந்து கொண்டதாகவல்லவா இப்பொழுது தெரிய வருகிறது. அப்படிப் பார்த்தால் உண்மை ஞானி, தத்துவத் தியாகி சந்திராவதியே ஆவாள். அவள், தன்னை வதைக்கும் துன்பத்தை ஏற்றுக்கொண்டு அதை வசப்படுத்தி ஆளுகிறாள். தன் கருமாக்களைக் கண்டு பயப்படாமல் அவள் அவை எத்தனை கடூரமாக இருந்தாலும் அதுகளை நடத்தி வருகிறாள். உணர்ச்சிகளுக்கு வசப்படக் கூடாதென்று அவைகளைத் தூரே ஒதுக்கினால், அது

தியாகமா? உண்மை யோகி, கருமாக்களால் கட்டுண்டாலும் அவைகளைச் சரிவரச் செய்தாலும், பற்றில்லாமல் செய்வான். தன் கடமைகளை உதறித் தள்ளுபவன் யோகியாக மாட்டான். இப்படி நினைத்துக்கொண்டு அவன் கீதையை மறுபடியும் புரட்டினான். அவனுடைய கண்கள் ஒரு பக்கத்தில் விழுந்தன. தன் மனதிலிருந்த பிரச்னைக்கு அது பதிலளித்தது 'தனக்கு நியமித்துள்ள கடமைகளைச் செய்யாமலிருப்பவன் உண்மைத் துறவியென்று சொல்ல முடியாது' என்கிறார் பகவான். விதர்பன் ஒரு இயற்கை ஞானி. தன்னுடைய உள்ளத்தைத் தானே பரிசோதிக்க, அவனிடம் சக்தி உண்டு. தன்மனதைத் தானாகவே கட்டி ஆள அவனுக்குத் தைரியம் உண்டு. தன் அகத்தினுள்ளிருக்கும் ஆத்ம விளக்கைத் தரிசித்து அதுடன் ஐக்கியமாக, அவனுக்கு ஞானம் உண்டு. உண்மை யில் அவன் தியான யோகம்... அல்லது ஞான யோகத் திற்காகவே பிறந்தவன். இருந்தாலும் அப்பேர்ப்பட்டவன் கூடக் கருமங்களால் கட்டுப்பட்டவனாகத் தான் காண கிறான். ஒருவித வசதிக்காக நாம் கர்மயோகி, ஞானயோகி யென்று சொல்லுகிறோமே தவிர... எல்லாம் கலந்து வழங்கும் மார்க்கமே கீதையில் சொல்லியிருக்கும் மேலான சாங்கிய மார்க்கம். சிலருக்குக் கர்ம மார்க்கத்தில் அதிக நாட்டமிருக்க லாம்... மற்றும் சிலருக்கு ஞான மார்க்கத்திலிருக்கலாம்... இவ்விரு வகையறாக்களையும், பிரித்துத் தனித்தனியாக்க முடியாது. ஞானமும் கர்மமும் ஒன்றாகப் பிணைத்து, அந்த இடத்தில் சத்தியத்தைக் காண்கிறவனே, உண்மைத் துறவி.

•

அத்தியாயம் 16

ஓய்வு எடுத்துக்கொண்டு சத்தியன் வீட்டில் உட்கார்ந்து கொண்டான். அவனுடைய நிலைமை நாளுக்கு நாள் மோசமாய்க்கொண்டு வருவதைக் கண்டு நிர்மலா பயங்கொண்டாள். ஆபீஸ் வேலை கூட இல்லை – அதனால் இப்போது சதா சந்திராவதி ஸ்மரணைதான் போலிருக்கு என்று அவள் எண்ணிக் கொண்டாள். எத்தனை தர்க்கம் செய்தும், அவன், சந்திராவதியிடம் தனக்குள்ள பிரேமையை, ஒப்புக்கொள்ள மறுத்துவிட் டானே! இப்போது அவன் படும் பாட்டைப் பார்த்தால், பச்சைக் குழந்தைகூட விஷயங்களைப் புரிந்து கொண்டு விடுமே! நிர்மலாவுக்கு எப்போதுமே பகுத்தறிவு குறைச்சல். சத்தியனுடைய சிக்கலான மனப்போக்கை, கடைசி வரையில் தொடர்ந்து செல்ல அவளால் இயலவில்லை. சந்திராவதியை நினைத்து, நினைத்துத்தான் அவன் இப்படி உருகுகிறான், என்ற திடமான தீர்மானத்துக்கு அவள் வந்து சேர்ந்தாள். அல்பமான பொறாமைத் தீயினால் அவள் உள்ளம் வெதும்பிற்று. சந்திராவதி பேரில் காரமும், ரோசமும் கொண்டாள். இருந்தாலும் ஒரு பெண்ணுக்காக ஒரு புருஷன் இத்தனை உன்மத்தம் கொள்ளுவானா என்று வியந்தாள்? சந்திராவதியுடைய அழகும், சத்தியனுடைய தாபமும், ஊர்ப் பேச்சுக்கு ஏற்றாப்போல் அமைந்திருந்தன. ஒவ்வொரு சமயம், அவனுடைய பேயான ஸ்வரூபத்தைக் கண்டு, இத்தனை யும் கேவலம் ஒரு பெண்ணுக்காக இருக்கக்கூடுமோ என்று சந்தேகப்படுவாள்! அவள் மனதில்தான் ஒன்றும் நிற்காதே ... சில சமயத்தில் அவன் நிம்மதியுடன் தென் பட்டால் அப்போது 'ஏது இன்னிக்கு, அவள் ஞாபக மில்லை போலிருக்கு!" என்று ஏளனம் செய்து அவன் உள்ளத் தீயைக் கிளறிவிடுவாள். சத்தியனும் இதைக்

கேட்டு வேண்டுமென்றே சந்திராவதியுடைய குணத்தையோ அழகையோ புகழ்வான். நிர்மலாவின் உள்ளம் பதை பதைக்கும். 'நான் சந்தேகப்பட்டது பிசகேயில்லை . . . அவள் மேல் கொண்டிருக்கும் இந்த மோகமே . . . அவரைப் பிசாசாக மாற்றி விட்டது . . . இதில் ஐயமேயில்லை' என்று தனக்குள் எண்ணிக் கொள்வாள். இருந்தாலும் இந்த அழகுள்ள பெண்களுக்குத் தான் எத்தனை துணிச்சல்? அவர்களுடைய மனோ தைரியம்தான் என்னவென்று நிர்மலா எண்ணியெண்ணி அகங்காரப்படுவாள். ஆனால் நாட்கள் ஆக ஆக சத்தியனுடைய விபரீத நடவடிக்கை அவளுக்கு அச்சத்தைத் தந்தது. ஒருவேளை வேறு காரணங்கள் இருக்கலாமோ. . ? என்று ஒரு சிறிதளவு சந்தேகம் அவளுக்கு உண்டாகலாயிற்று.

ஓய்வு எடுத்துக்கொண்ட சத்தியனுடைய மூளையில், எண்ணாத எண்ணங்களெல்லாம், தோன்றி மறையலாயின. அவன் தன் அறைக்குள் சென்று கதவைத் தாழிட்டுக்கொண்டு தனிமையில் இருக்க ஆரம்பித்தான். உணவை வெறுத்தான். அவனுக்கு உறக்கமே கொள்ளவில்லை. அவனுடைய மனம் எதிலும் நிலைக்க மறுத்துவிட்டது. மணிக்கணக்காகச் சுவரை நோக்கிய வண்ணம் மௌனம் சாதிப்பான். அல்லது திடீரென்று தலைமயிரைப் பிடித்துக்கொண்டு அலறுவான். தொப்பென்று சோர்வுடன் நாற்காலியில் விழுவான். தலைவிரிக் கோலமாக இருந்த இருப்பில் விழுந்துகிடப்பான். முனகுவான் முணுமுணுப்பான். ஹா, சந்திராவதியென்று உரக்கக் கூப்பிடுவான். நீயா என்னைக் கண்ணெடுத்துப் பார்ப்பாய் என்று சிரிப்பான். ஒரு குதி குதித்துக் கொண்டு சுவரைப் பார்த்து முஷ்டிகளை ஆட்டுவான். அதற்காக நான் ஏங்குகிறேன் என்று எண்ணினாயோவென்று இறுமாப்புடன் கேட்பான். கடகடவென்று தானாக நகைத்துக்கொள்வான். நிலை தடுமாறிய அவன் மனம், தன் வாழ்நாட்களின் முக்கிய அம்சங்களைப் பற்றி ஒன்றன்பின் ஒன்றாக யோசிக்கத் துடங்கியது. தான் சந்திராவதியிடம் வைத்திருந்த மாசு மறுவற்ற அன்பு, அவளுடன் தான் கழித்த இன்ப நாட்கள், பழி கூற முடியாத அவர்களுடைய நடத்தை, இதுகளை ஒன்றன்பின் ஒன்றாக நினைத்துப் பார்த்தான். சந்திராவதியுடைய பூ நகையும், கருணை பொங்கும் அவள் வதனமும் அவன் மனக்கண்முன் காக்ஷியளித்தன. அன்பு ததும்பும் அவளுடைய ஆறுதலான சொற்களும், பொருளடங்கிய போதனைகளும் அவன் காதுகளில் ஒலித்தன. அவர்களுக்குள் நடந்த அர்த்தமில்லாத சில்லரைப் பேச்சுக்களை நினைத்து நினைத்து அவன் சந்தோஷப்படுவான். அவள் தன்னிடம் சொன்ன வார்த்தைகளை எண்ணியெண்ணிச் சுவைத்து ருசி பார்ப்பான். துக்கடா சம்பவங்கள் அவனுக்கு

ஞாபகம் வரும். அப்போது பார்க்க வேண்டுமே, அவனுடைய முகம் மலர்ந்து மந்தஹாஸம் அடைவதை! கிரீச்சென்று மித்திரனுடைய சிறிய குரல், இவர்களிடையே ஓடும் இனிமைப் பாய்ச்சலைக் கிழித்துக்கொண்டும் வரும். சட்டென்று அவன் ஸ்வப்பன உலகை விட்டுக் கீழேயிறங்கிக் குழந்தையை ஆவலுடன் அணைத்துக்கொள்வான். இப்படியே சத்தியன் பல நாட்கள் ஊண் உறக்கமின்றிக் கனாக் கண்டுகொண் டிருந்தான். ஆனால் இந்த ஆனந்த ஸ்வப்பனங்களைக் கலைத்துக் கொண்டு சத்தியனுடைய தோல்விகள் முன் வந்து நின்றன. சந்திராவதி அவனைப் புறக்கணித்த அவமானத்தைக்கூட அவன் சகித்துக்கொண்டிருப்பான். ஆனால் தன்னைச் சேர்ந்த ஆபீஸர்கள் அவனை அவமதித்ததையும், நிர்மலாவுடைய கொடூர வார்த்தைகளையும் அவனால் எப்படி மறக்க முடியும்... என்ன மானபங்கம்! அதை நினைத்ததும் வெட்கத்தினால் அவன் உடல் சிலிர்த்தது. இனிமேல் உயிர் வாழ்வதா? அது ஒரு நாளும் முடியாத காரியம்? தன்னை ஏசிக் காட்டி, பரிகசித்துக் கை கொட்டிச் சிரிக்கும்... உலகத்தின் முகத்தில் அவன் எப்படி விழிப்பான்? சுலோசனாவுடைய ஏளனம், அவளுடைய கணவனுடைய பொடிபோட்ட வார்த்தைகள், இவைகளை அவன் தவிர்க்க முடியுமா? வாஸன், தனக்கு உதவி செய்வது போல் பாசாங்கு செய்தது அவனுக்கு விளங்க வில்லையா என்ன? இதையெல்லாம் அவனால் மறக்க முடியவில்லை. ஆயிரக்கணக்கான ஊசிகளைப் போல் அவர் களுடைய பாவங்களும், பார்வைகளும், பேச்சுக்களும், அவன் நினைவில் தோன்றி அவனைச் சித்திரவதை செய்தன. தொல்லை, தொல்லை... தொல்லை... இவ்வுலகத்தில் நமக்குண்டாகும் அல்லல்கள் ஒழிந்து நிம்மதியெப்போது உண்டாகும்... நிம்மதியென்னும் ஓர் ஸ்தாவர நிலையுண்டா? கிடையவே கிடையாது. வானத்தின் கீழ் குடியிருக்கும் வரையில் நாம் பிறர் சொல்லுக்கு அஞ்சி வாழ வேண்டும். நம் தொல்லை களும் பிக்குப் பிடுங்கல்களும் ஓயவே ஓயாது. பொறுப்பில்லாத உபத்திரவமில்லாத ஜன்மமென்பது மானிடப் பிறவிக்கு கிடையாது. அதனால்... அதனால்... இந்த அல்ப ஜன்மத்தை முடித்துக்கொள்வதே சரியான வழி... இதெல்லாம் ஒரு பிரமை... 'நீ அனாவசியமாக உன் துக்கங்களைப் பெரிதாக்கிக் கொண்டு வேதனைப்படுகிறாய்...' என்றான் சந்தோஷலால். அவன் சொன்னதை நினைத்துக்கொண்டதும் சத்தியனுக்குக் கோபம் வந்தது. நறநறவென்று தன் பற்களைக் கடித்தான். பிரமையாவது? என்னை வேலையை விட்டுத் துரத்தினது பொய்யாகுமா? சந்திராவதி சொன்ன வார்த்தைகள் கன வாகுமா? நிர்மலாவுடைய அலட்சியப் பார்வைகள் போலி

என்று சொல்ல முடியுமா? இடி இடியென்று அவன் தனக்குத் தான் சிரித்துக்கொண்டான். பாவம்... ஞானியான விதர்ப னுக்கு மேலான மார்க்கங்களைப்பற்றிப் பிரசங்கம் செய்யத் தெரிந்ததே தவிர அவனுடைய மனதைத் தேற்றத்தெரியவில்லை. சாதாரண மனிதனுக்கு ஞான யோகத்தின் விளக்கம் புரிபடுமா? பராசக்தியைத் தியானியென்றான் விதர்பன். என்ன பிரயத்தனம் செய்தாலும் கோர எண்ணங்களே அவன் மனதில் பறந்தன. இவ்வெண்ணங்கள் அவன் மூளையைக் குழப்பின. சதா அன்பும் அமைதியும் கூடியிருக்கும் அவன் முகத்தில் அவலட்சணமான பீதி தோன்றிற்று. கொதிக்கும் அவன் மூளையில் விகார ஆசைகள் உதித்தன. பல தினங்களாக அவன் ஹிருதயத்தில் அகப்பட்டுக் கொண்டிருந்த ஒரு விசாரம் இப்போது உச்சஸ்தாயியை அடைந்தது. அவன் கண்கள் கலங்கியிருந்தன. அவளுடைய ஆவியின் கொந்தளிப்பு அக்னி ஜ்வாலையைப்போல் கண்களிலிருந்து பிரகாசித்தன.

அவனுடைய அலங்கோலமான ஸ்திதியைக் கண்டு நிர்மலா தடுமாற்றம் அடைந்தாள். "என்ன உங்களுக்கு உடம்பு ஒருவிதமாக இருக்கு போலிருக்கே! டாக்டரைக் கூப்பிடட்டுமா..." என்று தயங்கித் தயங்கிக் கேட்பாள். அந்தச் சமயங்களில், அவள் கேள்வி காதில் விழாதது போல் அவன், தன் அறைக்குள் போய்க் கதவைச் சாற்றிக் கொள்வான்.

"போரும் உன்னுடைய இரக்கமும் அநுதாபமும்... என்ன எனக்குப் பைத்தியம் என்று நினைத்தாயோ?" என்று சீறுவான்.

"ஐயோ" என்று அலறும் தன் வாயைக் கைகளால் பொத்திக் கொள்வாள் அந்தப் பேதை... "நிர்மலா என் மூளை மிகவும் தெளிவாக இருக்கு... நீ கவலைப்படாதே... இருந் தாலும் என்றைக்கும் எனக்கு உன்னைவிட அதிக மூளை யுண்டு" என்று சொல்லி ஆகாவென்று உரக்கச் சிரிப்பான்.

இப்படியே வெகு தினங்களுக்கு சத்தியனுடைய மனதில் ஒரு பெரிய போராட்டம் நடந்தது. திடீர்த் திடீரென்று அவனுக்குத் தன் சுய நினைவு போய்விடும். கொஞ்சம் பிதற்று வான்... புலம்புவான்... கண்களை மூடிக்கொண்டு சுவரைப் பார்த்து உட்கார்ந்து விடுவான். பிறகு திடுமென்று ரௌத்திரா மூர்த்தி சுவரூபத்துடன் நிர்மலாவை இம்சிக்கத் துடங்குவான். சத்தியனிடமிருந்து கண்ணியமான வார்த்தைகளையே கேட் டிருந்த நிர்மலாவுக்கு இது மெத்த துன்பத்தை விளைத்தது. அவள் பொறி கலங்கிய வண்ணம் அவனுடைய கோபத்திற்கு ஆளாகாமல் எங்கேயாவது போய் ஒளிந்து கொள்வாள். இப்படி மாற்றி மாற்றி ரௌத்திரமும் ஏக்கமும் துக்கமும் தடுமாற்ற மும் காண்பித்து நிர்மலாவை மதிகலங்க அடித்தான் சத்தியன்.

ஒரு நாள் பக்கென்று அவனுடைய பாவம் மாறி விட்டது. அவன் அவளை இப்போதுதான் முதல் முதல் பார்ப்பது போல் கருத்துடன் கவனித்துக் கனிவுடன் நடத்தினான். அவளுடன் சாதாரணமாகவும் அன்பாகவும் பேசினான். நிர்மலாவுக்கு இந்த மாறுதலை நம்பவே முடியவில்லை. இதுவும் அவனுடைய பேயாட்டத்தின் ஒரு தோற்றமோவென்று அவள் பயந்தாள். இல்லை . . . இல்லை . . . அவன் நிஜமாகவே மாறிவிட்டான். ஒருநாள் காலையில் அவன் எழுந்தவுடன் குளித்து விட்டு நல்ல உடைகள் அணிந்துகொண்டு நிர்மலா முன் வந்து நின்றான். சாந்தமே உருவெடுத்தாப் போலிருந்தது அவனுடைய தோற்றம் . . . நிர்மலாவோ தயக்கத்துடன் கொஞ்சம் பின் வாங்கினாள். சத்தியனோ இதுவரையில் ஒன்றுமே நடக்காதது போல் அவளுடன் நிதானமாகப் பேசினான்.

"நிர்மலா, இன்று போன் செய்து வாஸனையும் பத்ரியையும் வரச் சொல்லட்டுமா? பொழுதே போகவில்லையே" என்றான்.

இதைக்கேட்டு நிர்மலா பிரமித்துப் போய்விட்டாள். அவளால் பதில்கூடப் பேச முடியவில்லை.

"என்ன நிர்மலா யோசிக்கிறாய்?" என்று அவன் மிருதுவாகக் கேட்டான். ஆனால் சென்ற சில தினங்களாக, அவன் செய்த ஆர்பாட்டங்களுக்கு நேர் விரோதமான இந்த நாடோடி வேஷம் அவளுக்குக் கவலையைத்தான் தந்தது. இதென்ன அசாதாரண அமைதி? நிர்மலாவுடைய உள்ளத்தில் பயமும் ஐயமும் உதித்தன. சந்தேகங்கள் ஒன்றுக்கொன்று மோதிக் கொண்டன. அவளால் சத்தியனுடைய அகத்தை ஆழம் பார்க்க முடியவில்லை. ஆனால் ஏதோ ஒரு எதிர்பாராத ஆபத்து விளையப் போகிறதென்று அவள் பேதை மனம் தவித்தது. அமைதியான வெளித்தோற்றம் கொடுக்கும் எரிமலையின் ரகசியத்தை யார் கண்டார்கள்? ஆழமான அதனுடைய அடி வயிற்றில் பொங்கும் தீக்குழம்பை யார் அறிவார்கள்? சுடச்சுட வென்று உருகும் அறிவு ஜ்வாலையை நாம் அப்புறம் தானே காண்கிறோம்? எரிமலை, அக்னியைக் கக்கும் முதல் நாளைக்கு அளிக்கும் நிம்மதியான காட்சியளித்தது, இன்றைய சத்தியனுடைய முகாரவிந்தமும். இயற்கையாகப் பெண்களுக்கு இருந்த ஒருவித விஞ்ஞான அறிவின் சக்தியால் நிர்மலா இதையறிந்து கொண்டாள். மங்கலான அவள் பார்வைக்குக்கூட மகத்தான ஒரு விபத்து, புலப்பட்டது. ஆனால் அவள் சக்தியற்றவளாக இருந்தாள்.

அன்று சாயங்காலம் வாஸன், சாந்தி, பத்ரி, சுலோசனா இத்தனை பேரும் வந்து சேர்ந்தார்கள். புருஷர்கள் இரு

வரையும் கூட்டிக்கொண்டு சத்தியன் தன் அறைக்குள் போய் விட்டான். பெண்களோ ... கூடத்திலிருந்த சோபாக்களில் உட்கார்ந்தபடி நிர்மலாவைத் தாக்க ஆரம்பித்தார்கள் ...

"என்ன, சத்தியனுக்கு உடம்பு கொஞ்சம் அதிகமாக யிருக்கோ!" என்று சுலோசனா அங்கலாய்த்துக்கொண்டாள்.

"அவருக்கு இப்போ என்ன உடம்பு? சொல்லும் படியாய் ஒன்றுமேயில்லையே!" என்றாள் நிர்மலா வெடுக்கென்று. தன் மனதிலிருக்கும் வேதனையை வெளிக் காட்டிக்கொள்ள அவளுக்கு இஷ்டமில்லை.

"இல்லை, உடம்பு என்றால் ... உடல் துர்பலம் என்று சொல்ல முடியுமா? சத்தியன் என்னமோ சிலநாட்களாகச் சோர்ந்திருப்பதாகக் கேள்விப்பட்டோம்" என்று சாந்தி சுலோசனாவுடைய வார்த்தைகளைச் சற்றுத் தணித்துப் பேசினாள்.

சுலோசனா மறுபடியும் சம்பாஷணையில் கலந்து கொண்டாள் ... 'இல்லை ... ஒருவரிடமும் அதிகமாகப் பேசாமல் தனியாக உட்கார்ந்து கொண்டிருந்தால் அலுப்பாத்தானே யிருக்கும்? அதுவும் ஓய்வு வேறு எடுத்துக் கொண்டிருப்பதால் பொழுது போவது கடினம் தானே" என்றாள்.

இவர்களுடைய பேச்சு நிர்மலாவுடைய வயிற்றெரிச்சலை மேலும் கிளப்பி விட்டது. "அவருக்கும் ஒருவித வியாதியும் இல்லை ... மூளைக்கும் ஒன்றும் கோளாறு இல்லை", என்று பதட்டத்துடன் பேச ஆரம்பித்தாள்.

"சே ... ச் ... சே ... நிர்மலா நாங்கள் அப்படியொன்றும் நினைக்கவேயில்லை ... சொல்லவும் இல்லை ... ஏதோ உங்கள் பேரில் எங்களுக்கு இருக்கும் விசுவாஸத்தினால் கருத்துடன் விசாரித்தோம்!" என்று சாந்தி அவளை சமாதானம் செய்யும் முறையில், பதில் சொன்னாள். ஆனால் சுலோசனாவுக்குக் குறும்புத்தனம் விடவில்லை. பேச்சை வேறு விதத்தில் திருப்பி விடுவதாகப் பாவனை செய்து கொண்டே, "சந்திராவதியுடைய குழந்தைக்குக் கூட உடம்பு சரியாக இல்லையாம் ... போய்ப் பார்த்து விட்டு வரவேண்டாமா சாந்தி?" என்று கேட்டாள். இந்தக் கேள்வி, சுடர் விட்டு எரியும் தீயில் எண்ணெயை வார்த்தாப்போல் ஆச்சு. நிர்மலாவுடைய முகம் சட்டென்று சிவந்தது.

"சந்திராவதியைப் பற்றி எனக்குக் கவலையேயில்லை. அவளைப்பற்றி ஏன் பேசவேண்டும்?" என்று கலவரத்துடன் கேட்டாள்.

சுலோசனாவும் சாந்தியும் ஒருவருக்கொருவர் ஜாடை யாகப் பார்த்துக் கொண்டார்கள். சுலோசனா, "நீ ஏன் கவலைப்பட வேண்டும்? அவள் அல்லவா தன் கணவனைப் பற்றி இப்போது விசாரப்பட வேண்டும்" என்றாள் தளுக்காக.

"இதென்ன விபரீதம்? விதர்பன் ஒரு சாத்வீக மனிதன் ஆச்சே? அவனைப்பற்றி அவதூறு சொல்லவே இடமிராதே!" நிர்மலாவுக்குக் கூட சாதுர்யமாகப் பேசத் தெரிந்துவிட்டது.

"ஸ . . . ஸ் . . . ஸோ . . . எல்லோரும் மனுஷாள் தானே! என்னமோ அம்மா யார் கண்டார்கள். ஊரில் என்னமோ அவனும் சாரதாவும் அடிக்கடி சந்தித்துக் கொள்வதாகப் பேச்சு" என்று சுலோசனா இதில் தனக்கு ஒருவித சம்பந்தமும் இல்லை என்றாப்போல் கைகளை விரித்தாள்.

சாந்தியோ தன் சிரிப்பையடக்கக் கையால் வாயைப் பொத்திக்கொண்டாள். நிர்மலாவுக்கு இந்தக் கதையை நம்புவதா வேண்டாமாவென்று புரியவில்லை. சற்று நேரத்திற்கு அங்கே மௌனம் நிலவியது. அப்போது அடுத்த அறையில் ஆண்கள் பேசிக்கொள்ளும் சப்தம் கேட்டது.

"அடடா இவர்கள் எல்லோரும் சேர்ந்து ஆபீஸ் விஷயங் களைப் பேசத் துடங்கி விட்டார்கள் போலிருக்கே! இனிமேல் நாம் வீட்டுக்குப் போனாப்போல்தான்!" என்று சுலோசனா பரிகாசமாகச் சொன்னாள்.

"இந்த டில்லி ஊரிலுள்ள புருஷாளுக்கு இதைத் தவிர வேறு ஏதாவது பேசத் தெரியுமா? ஒன்றில் நாள் பூரா ஆபீஸில் உழைப்பார்கள், அல்லது அதைப் பற்றிப் பேசுவார் கள். இதைக் கேட்டுக் கேட்டு எனக்கு அலுத்து விட்டது. இதோ பாரு சுலோசனா, இவர்கள் எல்லாம் ஏன் கல்யாணம் செய்து கொள்ளுகிறார்கள் என்றே எனக்குப் புரியவில்லை. நாடோடி வாழ்க்கையில், உண்டாகும் சுக துக்கங்கள்அவர்கள் மூளைக்கு எட்டா. சில்லறை இன்ப அனுபவங்களே நம் வாழ்க்கைக்கு ஜீவன் அளித்து நம்மை ரஸித்து வாழத் தூண்டு கின்றன. அவர்கள் கண்களுக்கோ இவைகள் தென்படுவ தில்லை. சீக்கிரத்தில் காது செவிடாய் விடுகிறது. சங்கீத மானாலும் சரி, நம்முடைய முணுமுணுப்பானாலும் சரி, அவர்கள் காதில் விழுந்தால்தானே! அதைப் போலவே கண்களும் சீக்கிரத்தில் குருடாய் விடுகின்றன. நாம் எதிரே நின்றால் நம்முடைய புடவை நிறம் தெரியுமா அவர்களுக்கு? தோட்டத்தில் பூக்கள் பூப்பது, காய்கள் வளருவது அல்லது பக்ஷிகள் பறப்பது அவர்கள் கண்களில் தென்படுகிறதா? செம்புத் தகடுகளைப் போல் பளபளத்து மினுமினுக்கும்

இளம் பச்சைத் துளிர்களைக் கண்டு அவர்கள் நிச்சயமாகப் பரவசப்படமாட்டார்கள். அடா, இயற்கை அழகு போகட்டும். வீட்டில் இருக்கும் கவலைகளைப் பற்றி அவர்களுக்கு அக்கறை உண்டா? பிள்ளை படித்தானா ... பெண்ணுக்குக் கலியாணமாக வேண்டுமே ... தகப்பனாருக்கு நோயாச்சே என்ற, இதுபோன்ற சாதாரணக் குடும்பக் கவலைகள் அவர்களுக்கு உண்டா என்ன? அவர்கள் பாட்டுக்கு வேளா வேளைக்குச் சாப்பிட்டுவிட்டுக் கம்பி நீட்டி விடுவார்கள். குடும்ப விவகாரங்களில் அவர்கள் கவனம் போனால்தானே! ஏதாவது சொன்னால் கோபம் வரும். இல்லாவிட்டால் சிவனே யென்று கேட்டுக்கொண்டு ஒரு ஆமாம் பாட்டுப் பாடுவார் கள். சொல்லுபவர்களுக்கு மாத்திரம் இவாளுக்கு ஓட்டைக் காதென்று தெரியாதா என்ன? ஆனால் ஒரு பைலைப் பற்றியோ வேறு ஆபீஸ் விஷயத்தைப் பற்றியோ நீ பேசு ... அப்போ பார்க்கணும் அவாளுடைய உற்சாகத்தையும், கேளிக்கையை யும் ... அப்பா ... வாஸ்தவமாகச் சொல்லுகிறேன் சுலோ ... எனக்கு இந்த ஊரைக் கண்டால் விஷமாக இருக்கு" என்றாள் சாந்தி, சாகஸத்துடன்.

"ஆமாம் சாந்தி, எனக்குக்கூட ரொம்பக் கஷ்டமாத்தான் இருக்கு. ஏன் நாமும் நாடோடி வாழ்க்கையில் பற்று ஒழித்து விட்டு நிச்சிந்தையாக இருக்கக்கூடாது? எனக்கு அப்படியிருக்க வேண்டுமென்று ரொம்ப நாட்களாக ஆசை!" என்று சுலோசனா தன் விருப்பத்தை வெளியிட்டாள்.

சாந்தி அநுதாபத்துடன் தலையை ஆட்டினாள். "ஆமாம் எனக்கும் அப்படித்தான் ரொம்ப வருஷமாக ஆசை. ஒரு நாளைக்குப் பார்த்துக்கோ! திடீரென்று எனக்கு ஞானோதயம் ஆய்விட்டது. அதிலிருந்து இந்த லௌகீக உலக வாழ்க்கை யையே நான் அடியோடு மறந்துவிட்டேன் ..."

"ஆமாம், சாந்தி ஆனால் உன்னைப்போல் எல்லோரா லும் இருக்க முடியுமா? எனக்கும் இந்தப் பந்தங்களை அறுத்துக் கொண்டு சுயேச்சையாகப் போக வேண்டுமென்று தோன்ற ஆரம்பித்துவிட்டது. நீயே சொல்லு ... இதென்ன வாழ்வு ...? இதென்ன சுகம்?"

"இப்படியும் உண்டா? இவர்கள் என்ன இப்படிப் பேசு கிறார்கள்" என்று நிர்மலா வியந்தாள். விதர்பன் அங்கு இருந் திருந்தால், தங்கள் வாழ்க்கையைப் பற்றி இழிவாகப் பேசுவது டில்லி பெண்களுக்கு ஒரு வழக்கம், இல்லை ... ஒரு வேஷம் கூட என்பதைப் பற்றி நிர்மலாவுக்கு விளங்கும்படி சொல்லி யிருப்பான்.

அடுத்த அறையில் பத்ரி கெக்கக்கேயென்று சிரிப்பது கூடியிருந்த பெண்களின் காதுகளில் ஒலித்தது.

"என்ன பத்ரி... நான் பாதியில் விட்டுவந்த அந்த மார்க்கெட் பைல் எப்படி நடக்கிறது" என்று சத்தியன் கேட்டான். அவனுடைய குரல் சாதாரணமாகத் தான் இருந்தது. அவன் கண்களில் உள்ள ஒரு விசேஷ ஒளியை யாரும் கவனிக்கவில்லை.

"ஓகோ அதுவா... நேற்று சந்தோஷுக்குப் போன் பண்ணிக் கேட்டேன். முக்கியமான வேலைகள் இருக்கும்போது இதைப்பற்றி யார் கேட்கப் போகிறார்கள் என்று சொல்லி விட்டான். உடனே அப்படியே நான், முன் தீர்மானம் செய்தபடி ஆர்டர் போட்டுவிட்டேன்." பத்ரியுடைய பிரதாபம் சத்திய னுக்கு வேடிக்கையாக இருந்தது. மேலும் அவன் கொடுத்த தீர்ப்பைப் பத்ரி தான் செய்ததாகச் சொன்னது அவனுக்குச் சிரிப்பாயிருந்தது. எல்லோர் கவனத்தையும் பத்ரி இப்படிக் கவர்ந்துகொண்டது வாஸனுக்குப் பிடிக்கவில்லை.

"எல்லா பைல்களும் இப்படிச் சீக்கிரமாவும் சுலபமாக வும் முடிவடைந்து விட்டால் நமக்கென்ன கவலை? அதுதானே யில்லை. நேற்றுப் பார்த்துக்கோ எங்க செக்ரெட்டெரி என்ன பாடு படுத்திவிட்டான் தெரியுமா? ஒரு நோட்டை வைத்துக் கொண்டு பத்துத் தரம் எழுதச் சொல்லி என் உயிரை வாங்கி விட்டான். கடைசியிலே அவன் மனசுப்படி எழுதிக் கொடுத் தேன். பாரு... என்னவாச்சு தெரியுமா? ஏதோ சாக்குச் சொல்லி அதைத் தள்ளி விட்டான். ஒரு நாள் வேலை பூரா வீணாகப் போச்சு" என்று தன் குறைகளைச் சொல்லிக் கொண்டான்.

"உம்... உம்... இந்த இடத்தில் வேலை செய்வதை விட வேறு எங்கே வேண்டுமானாலும் போய் உழைக்கலாம்... அப்பா... எனக்கு இந்தத் தொழிலில் மிக்க அலுப்புத் தட்டி விட்டது. தேமேயென்று லீவோ, ரிடயரோ செய்யலாமோ வென்றுகூட ஒவ்வொரு சமயம் தோணுகிறது!" என்று பத்ரி தன் மனதிலிருப்பதைத் தயக்கத்துடன் வெளியிடுவது போல் பாவனை செய்தான். ஆனால் மற்றவர்களும் சர்க்காரைச் சேர்ந்தவர்கள் தானே. இதுவும் ஒரு வேஷமென்று அவர்களுக்குத் தெரியாதா? அடிக்கடி இப்படிக் குறை கூறாவிட்டால் டில்லி வாழ்க்கையின் இன்பரஸத்தை எப்படிப் பூராவும் அனுபவிக்க முடியும்?" "குறை சொல்லுவதும் ஒரு பொழுது போக்குப் போலும்." வாஸன் பத்ரிக்கு ஒத்துப் பாட ஆரம்பித்தான்.

"ஆமான்னா... வரவர இந்த இடத்தில் வேலை செய்வது ரொம்ப அசாத்தியமாகப் போய்விட்டது. எப்போதும் மூக்கைப்

பிடிக்க வேலையிருந்து கொண்டேயிருக்கு. அப்படி விழுந்து விழுந்து வேலை செய்தால் கூட யார் கவனிக்கிறார்கள்? இதில் புகழோ கௌரதையோ உண்டாவென்ன? என்றான்.

"அதைச் சொல்லு, வாஸன். நன்றாக இன்னும் எடுத்துச் சொல்லு, 'குதிரை தூக்கி எறிந்ததும் அல்லாமல் குழியையும் வெட்டிற்றாம்' என்று ஒருவனுடைய வேலையை மெச்சாவிட்டாலும், அவதூறாவது சொல்லாமல் இருக்கலாமோ இல்லியோ? அந்த யோக்கியமான பழக்கம் கூட இந்த இடத்தில் உண்டா?" என்று சத்தியன் ஒரு போடு போட்டான். அவன் சிரித்துக் கொண்டேதான் சொன்னான். காலையில் அவனுக்கு உண்டான அமைதி இன்னமும் அப்படியேதான் நிதானித்தது. ஆனால் அவன் கண்களில் பிரகாசித்த ஒருவித நூதனக் காந்தி பத்ரியின் மனதை உறுத்திற்று. அவன் முகம் சுண்டி விட்டது.

"என்னைப் பொறுத்த வரையில், சத்தியா, நான் உன் வேலைத் திறமையை மெச்சாமல் இருந்ததேயில்லை"யென்று சட்டென்று பதில் அளித்தான்.

"அடடா... நீ என்றால் நீயா? இங்கு எத்தனையோ பேர்கள்", என்றான் சத்தியன் அலட்சியமாக. மேலே இவ்விதப் பேச்சு வளர வாஸன் சம்மதிக்கவில்லை. அவனுக்குத் தன்னுடைய பெருமைகளைச் சொல்லிக்கொள்ள அவகாசம் வேண்டியிருந்தது.

"ஆமாம், நீ அன்னிக்கு அந்த மீட்டிங்குக்கு வந்தாயோ சத்தியா? ரொம்ப வேடிக்கையான சமாசாரம் ஒன்று நடந்தது. இந்த சங்கர் தாஸ் இருக்கானே ... அண்டர் செக்ரெட்டெரி ... அவன் கொஞ்சம் ஒருவித அப்பாவியென்றுதான் உனக்குத் தெரியுமே. பாவம் ... ரெயில்வே திட்டத்தைப் பற்றி ஏதோ வாதம் நடந்துகொண்டிருந்தபோது நன்றாக அகப்பட்டுக் கொண்டு விட்டான். பிரகாசோ, கேள்விக்கு மேல் கேள்வி கேட்டுக்கொண்டிருந்தான். இவன் முழி பிதுங்கிவிட்டது. பாவம், நான் மாத்திரம் அன்னிக்கு அங்கு இருந்திராவிட்டால் ..."

"கெக்கெக்கே பாவம், சங்கர்தாஸ் ... நானும் ஒரு சின்ன ஆபீஸர் தான் ... என் வார்த்தைக்கு என்ன விலை? இருந்தாலும் செக்ரெட்டெரியிடம் இது விஷயத்தைச் சொன்னாலும் ..." என்று பத்ரி இழுத்தான்.

வாஸன் குறுக்கிட்டான். "என்னமோ பத்ரி ... அடிக்கடி எங்க செக்ரெட்டெரி, எங்க செக்ரெட்டெரியென்று சொல்லுகிறாயே ... அவனுக்கு எதிலாவது அதிகச் சிரத்தையுண்டா? டீக் குடிப்பது, டெலிபோனில் பேசுவது, கொஞ்சம் சொந்தக்

காரியமாகக் கடிதம் எழுதுவது ... இதுதானே அவனுக்குப் பொழுதுபோக்கு ... என்ன நான் சொல்வதில் ஏதாவது தப்பு இருக்கா?"

"என்ன வாஸன், நாமெல்லாம் டீக் குடிக்கவில்லையா? சொந்த அலுவல்களைக் கவனிக்க வில்லையா?" பத்ரி கெக் ... கெ ... கெ ... என்று சிரித்தான். அவன் ஒருவிதக் கண்டிப்புடனும் பேசவில்லை. இருந்தாலும் அவனுடைய வார்த்தைகளில் அடங்கியிருந்த குத்தலான பாகத்தை மற்றவர்கள் புரிந்துகொண்டார்கள். சத்தியன் வந்தவர்களுடன் கலகலப்பாகப் பேசிவிட்டு வழியனுப்பினான். வாஸனும் பத்ரியும் அவனுடன் சிரித்துப்பேசிக்கொண்டிருக்கையிலே ... சத்தியனுடைய மூளை தீவிரமாக வேலை செய்தது. நிர்மலா சந்தேகப்பட்டதில் பிசகேயில்லை. அவன் அவளிடம் அன்புடன் நடந்துகொண்டதும், அமைதியாகப் பேசினதும், ஒரு நாடகம், அது வீண் ஜாலமே; சத்தியனுடைய மனம்படும்பாட்டில் அவனுக்கு நிஜமான சாந்தி உண்டாக முடியுமா? இது ஒரு தசை. அவனுடைய அந்தரங்கத்தில் நடக்கும் போரில் இதுவும் ஒரு தசை. வந்தவர்கள் விடை பெற்றுக்கொண்ட பிறகு சத்தியனுடைய மனத்தாங்கல் கொஞ்சம் கொஞ்சமாக அதிகரித்தது. அவன் மண்டைக்கொதிப்புச் சரியான உச்சஸ்தாயியை எட்டிப் பிடிக்கப் பிரயத்தனப்பட்டது. அவன் தன்னைத்தானே மேலும் மேலும் அவனுடைய கிளர்ச்சியை விருத்தி செய்துகொண்டான். இ ... இ ... இவா ... அவன் தனக்குள் சிரித்துக்கொண்டான். இவர்கள் தான் என்ன மூடர்கள். தான் தான் என்று என்ன பிதற்றுப் பிதற்றிக் கொள்ளுகிறார்கள். வாஸனுக்குத் தான் மீட்டிங்கில் பேசிக்கொண்ட பெருமை தாங்கவில்லை. பத்ரிக்கோ செக்ரெட்டெரி தன் கைக்குள் என்று ஒரே பூரிப்பு. ஆகா... ஆனால் அவன், அதாவது, சத்தியன், அவர்கள் எல்லோரையும் ஏமாற்றிவிடப் போகிறான். அவன் செய்யப்போகும் வீரச்செயல் மற்ற, இவர்கள் எல்லோரையும் திகைக்க அடிக்கும். இதிலென்ன சந்தேகம்? அவர்கள் இவன் செயலைக் கேட்டு வாயைப் பிளக்கப் போகிறார்கள். இதில் ஐயமேயில்லை! சத்தியன் சாது. அதைரியப்படுகிறவன். வேலையில் மட்டமானவன் என்று ஏசுகிறவர்களுக்கு எல்லாம் இவன் ஒரு பாடம் கற்பிக்கப் போகிறான். இதை நினைத்ததும் சத்தியனுக்குத் தாங்கவொண்ணாக் குளிர்ச்சியுண்டாயிற்று. அவன் அவர்களை ஏமாற்றப் போகிறான். தன்னைப் பற்றிக் கேள்விப்பட்டவுடன் அவர்கள் முகங்கள் எப்படி இருக்குமென்று அவன் தனக்குள் கற்பனை செய்து பார்த்துக்கொண்டான். பத்ரியின் முகத்தை நினைத்துப் பார்த்ததும் சத்தியனுக்குச்

சிரிப்பு வந்தது. வாஸனுக்கு நிச்சயமாகக் கோபம் வரும். எனக்குத் தெரியாமல் இவன் ... பிரம்மலோகத்திற்குக்கூட எப்படிப்போக முடியுமென்று அவன் பொரிந்து கொள்வான். இதை யோசித்ததும் சத்தியன், குலுங்கக் குலுங்க நகைத்தான். சத்தியனுக்குப் பித்தம் மண்டைக்கு ஏறியது. கிளர்ச்சி அதிகம் ஆக ஆக அவனுடைய தீர்ப்பும் முழு உருக்கொண்டது. ஆமாம், இதுதான் சரியான வழி. நிர்மலாவைக் கூட ஏமாற்றி விட வேண்டும். ஒரு வேளை அவன் திருந்துவான் என்று அவள் நம்புகிறாள் அல்லவா? அந்த அசட்டுக்கும் புத்தி புகட்ட வேண்டும். அப்போது, வந்த பெண்மணிகளை வழி யனுப்பி விட்டு, அவளும் அங்கு வந்து சேர்ந்தாள். இவளைத் தூண்டிவிட வேண்டும் என்ற நோக்கத்துடன் வந்த அவர் களுடைய எண்ணம் பலித்து விட்டது. சாந்தியும் சலோசனா வும் போகும் வரையில் எப்படியோ தன் ஆத்திரத்தை அடக்கி வைத்துக்கொண்டிருந்த நிர்மலா இப்போது, தன் அம்பு போன்ற சொற்களைத் தொடுக்க ஆரம்பித்தாள்.

"அப்பப்பா இவர்கள்தான் என்ன எமகாதகிகளாக இருக் கிறார்கள்? நான் உள்ளூர உருகுவது இவர்களுக்குத் தெரியாதா என்ன? தெரிந்தும் என் துக்கத்தில் கோலைக் கொடுத்து ஆட்டி வேடிக்கை பார்க்கத்தானே வந்திருக்கிறார்கள்? அவாளுக் கென்ன? இதெல்லாம் விளையாட்டாகத் தான் இருக்கும். இவள் என்னதான் சொல்லுகிறாள் பார்ப்போம் என்று வந்திருக் கிறார்கள். இந்த அழகில், அவர்கள் இத்தனை கஷ்டங்களுக்கு நடுவில் விரக்தியுடன் உயிர் வாழ்வதைப் பற்றி வேதாந்தம் வேற பேச ஆரம்பித்து விட்டார்கள் ... அப்பா ... எனக்கு வேண்டியே இருக்கலை! நடுநடுவே அந்தச் சந்திராவதியைப் பற்றிப் பேசி என் வயிற்றெரிச்சலைக் கிளப்பி விட்டார்கள். சுலோசனாவுடைய முகத்தில் தோன்றின அசட்டையையும், பரிகாசத்தையும் நான் எப்படி மறப்பேன்? இதெல்லாம் உங்களால் நேரும் அவமானம் தானே? நீங்கள் மாத்திரம் அவளுடைய வலையில் சிக்கிக்கொண்டு, இப்படி அவள் சொன்னபடியெல்லாம் ஆடாமல் இருந்தால் இவர்கள் என்னை இப்படி இடித்துக் காண்பிப்பார்கள்?" என்று அவள் பரிதாப மாகக் கேட்டாள்.

"நிர்மலா, நீ பயப்படாதே. இனிமேல் நான் சரியாக நடந்துகொள்ளுகிறேன் பாரு" என்று சத்தியன் தன் மார்பின் மேல் கையை வைத்துக் கொண்டான். அசடான நிர்மலா வுக்கு இந்த நாடகமேடை நிலையைக் கண்டு ஐயமுண்டா யிற்று. அவளுடைய வேதனை அவனுக்கு வேடிக்கையாக இருக்கென்று முடிவு செய்துகொண்டாள்.

"அதென்ன நான் இப்படித் துக்கப்படுவது உங்களுக்கு விளையாட்டா இருக்கா? என்ன அலட்சியம்? சந்திராவதியைப்போல் அழகில்லா விட்டாலும், எனக்குக் கொஞ்சம் சமத்து உண்டு என்று தெரிஞ்சு கொள்ளுங்கள். எது எப்படிப் போனாலும், நான் மாத்திரம் உங்களை லேசில் விடப் போவதில்லை ..." இதைக் கேட்டு சத்தியன் நகைத்தான்.

"பேஷ் நிர்மலா, நீ என்னை அடக்கி ஆண்டு வழிக்குக் கொண்டுவரப்போவதைப்பற்றிக் கேட்க ரொம்ப சந்தோஷமாயிருக்கு ..." தான் இவர்கள் எல்லோரையும் தலை கவிழ்க்கும்படி செய்யப்போகிற, அந்தச் செயலைக் குறித்து நினைத்து, அவன் அகமகிழ்ந்தான். பாவம்! நிர்மலாவுக்கு இது எப்படி தெரியும்?

"ஆமாம் ... இப்படியே சந்திராவதி காலைப் பிடித்து, பிடித்து அவளை வென்று விடலாமென்று கனவு காணாதேங்கோ ... அந்த ஜாலக்காரி ..."

இதைக் கேட்டவுடன், சூதால் இவளைத் தோற்கடிக்க வேண்டுமென்று கங்கணம் கட்டிக்கொண்டிருந்த சத்தியனின் மனம் சகலத்தையும் மறந்தது. சந்திராவதி! பழைய இன்ப அலைகள் மறுபடியும் அவனை வந்து சூழ்ந்து கொண்டன. சந்திராவதி! அவன் தன்னையும் மறந்து, ஒரு கண நேரத்திற்கு அவளைப் போய்த் தழுவிக்கொள்ள தன் ஆவிக்கு அனுமதி கொடுத்து விட்டான். சந்திராவதி! அருமையான அந்தப் பெயரை இவள் ஏன் உச்சரிக்க வேண்டும்? ஏன் இந்த நினைவை ஊட்டி அவன் தீர்மானத்தைக் கலைக்க வேண்டும்? தான் உயிர் வாழ்ந்தால், மறுபடியும் அவளைப் பார்க்கலாமல்லவா? வாழ்க்கையின் இன்பக் கனவுகள், அவனை இழுத்து, அவைகளுடன் அவனைப் பிணைக்கப் பிரயத்தனப்பட்டன. ஆனால், சத்தியன் மிக்கச் சிரமத்துடன், சந்திராவதியின் ஆனந்த முகத்தை, தன் அகக்கண்களின் பிரதி பிம்பத்திலிருந்து, எடுத்துத் தூரே எறிந்தான். அவளுடைய ஞாபகத்தைத் தனக்குப் புகட்டின, நிர்மலா மேல் கோபம் கொண்டான்.

"நிர்மலா ..." அவன் அவளை அதட்டலுடன் கூப்பிட்டான். "நிர்மலா, வாயை மூடிக்கொள். அனாவசியமாக ஒரு பெண்ணின் பெயரைக் கெடுக்காதே. ஊரில் பேசும் வம்பை எல்லாம் நீ இப்படி நிஜமென்று நம்புகிறாயே! உன் மூளையை என்னவென்று சொல்லுவது? ஆனால் உன்னைச் சொல்லி என்ன பிரயோஜனம்? என்னுடைய அந்திமக்காலம் நெருங்கி விட்டது; காலனுடைய பாசக் கயிறு என் கண்முன்னே தோன்றுகிறது. அதனால்தான் என்னைத் தூண்ட, இந்த

விபரீதப் புத்தி உனக்கு உண்டாகிறது. ஆனால்..." அவன் எழுந்து தும்மென்று குதித்தான். அவனுடைய சிம்ஹ நாதத்தைக் கேட்டு அவள் கிலிகொண்டாள். "ஆனால் அந்தப் பெண்ணைப்பற்றி மாத்திரம் அவதூறு சொன்னாயோ, உன்னை என்ன செய்வேன் என்று என்னால் சொல்லக்கூட முடியாது" என்று அவளைப் பயமுறுத்தினான். அவன் சீறினான், உறுமினான். கோவைப் பழத்தைப் போல் சிவந்திருந்த அவனுடைய கண்களையும், அவன் செய்யும் அட்டகாசத்தையும், தலைவிரிக்கோலத்தையும் கண்டு நிர்மலா பதறிவிட்டாள். அவளுடைய ஸப்த நாடிகளும் ஒடுங்கிவிட்டன. இப்படி சத்தியன் ஒருநாளும், நிலைதெரியாமல் குதித்ததில்லை; அவளைத் தூஷித்ததுமில்லை. என்ன நேருமோ என்று அவள் நடுங்கினாள். பயத்தினால் அவள் நெஞ்சம் திக்திக்கென்று அடித்துக்கொண்டது. அதனால் அவள் அசையக்கூடப் பயந்து அங்கேயே ஆணியறைந்தாப்போல் பதிந்து, உறைந்து விட்டாள். அவளுடைய பயத்தைக் கண்டு சத்தியன் தான் அவசரப்பட்டு விட்டதை உணர்ந்தான். அவன் "கொஞ்சம் நிதானித்துப் பேசுவதே நல்லது. அவளுக்கு சந்தேகம் வரக்கூடாது" என்று தனக்குள் நினைத்துக் கொண்டான். உடனே அவன் முகம் ஒரு கபட அமைதியைக் காண்பித்தது. "நிர்மலா!" அமிழ்தினும் இனிமையான புத்த பிரானுடைய அடங்கிய புன்னகை அவன் இதழ் இடையே தவிழ்ந்தது. இதைக் கண்டு நிர்மலா பிரமித்தாள்.

தளுக்காக அவளுடைய சந்தேகங்களை எடுக்க அவன் வினயத்துடன் பேச ஆரம்பித்தான்.

"நிர்மலா, போனது போகட்டும்; இனிமேலாவது ஒரு மனுஷனுக்கு எத்தனை தூரம் சகிப்புத்தன்மை உண்டென்று ஆராய்ந்துவிட்டுப் பிறகு அவனைச் சித்திரவதை செய்ய ஆரம்பி. என்னை நீ இனிமேல் என்ன சொன்னாலும் எனக்கு அக்கறை யில்லை. என் நாட்களோ முடிந்துவிட்டன. ஆனால் ஒன்றும் அறியாத நீ இவ்வுலகத்தில் தனிமையாக எத்தனை நாட்கள் இருக்க வேண்டுமோ! அதனால் உன்னுடைய சுயபுத்தியைக் கொண்டு நீ உன் வாழ்க்கை லட்சியங்களை நிர்ணயித்துக்கொள். ஊரார் பேச்சைக் கேட்டு ஏமாந்து போகாதே..." அவனை அறியாமல் அவன் குரல் தழுதழுத்தது.

இதைக் கேட்டதும் நிர்மலாவின் கோபம் ஒடுங்கி விட்டது. விவரிக்க முடியாத ஒரு சங்கடம் அவள் ஹிருதயத்தைக் கவ்விக் கொண்டது. "என்ன... என்ன... நீங்கள் ஒரு தினுசாகப் பேசுகிறீர்களே எனக்கு அர்த்தமாகவில்லையே, ரொம்பப் பயமாயிருக்கே..." என்று அவள் கெஞ்சினாள்.

சத்தியன் தந்திரமாக அவளை அடக்க முயற்சித்தான். "ஒன்றுமில்லை, நிர்மலா, பயப்படாதே. உனக்கு ஒருவித ஆபத்தும் விளையாது. மேலும் உன்னை ரட்சிக்க நான் போதுமான ஏற்பாடுகள் செய்துள்ளேன். இனி உனக்கு எவ்விதத் திலும் க்ஷேமமே உண்டாகும். என்னைப் பற்றிய கவலை ஒரு சிறிதளவு கூட இருக்காதல்லவா?" என்று சொல்லி அவளைப் பார்த்துச் சிரித்தான். வெகு சீக்கிரத்தில் அவளை ஏமாற்றிவிடப்போவதை நினைத்து அவன் உன்மத்தம் கொண்டான். ஒளி இழந்த அவனுடைய மந்தஹாசம் நிர்மலாவின் காதுகளுக்குக் கோரமான ஓசையாகக் கேட்டது.

"ஐயோ இதென்ன விபரீதப் பேச்சு? உங்கள் மனதில் என்ன இருக்கிறது... எனக்குப் புரிய வில்லையே!" அவள் குரல் நடுங்கிற்று. எண்ணமுடியாத சந்தேகங்கள் அவளை வாட்டின. நிர்மலாவின் பரபரப்பு சத்தியனுக்கு வேடிக்கையாக இருந்தது. அவன் இன்னும் மேலும் மேலும் சிரித்தான்.

"ஏன் நிர்மலா பயப்படுகிறாய்? உன்னுடைய பரிதவிப் பெல்லாம்தான் என்னுடன் மறைந்து விடுமே! இனிமேல் என்னுடைய கவலையே உனக்கு இராது" என்று சொல்லி அவளை மலங்க மலங்கப் பார்த்தான். அவன் கண்கள் இப்பொழுதே உயிரற்ற மீன்களுடையது போல் இருந்தன. அவைகளில் ஜீவனில்லை...

"ஏன் நிர்மலா பயப்படுகிறாய்?" என்று மறுபடியும் கேட்டுக் கொண்டு சத்தியன் அவளை நெருங்கினான். அவனுடைய பயங்கரத் தோற்றத்தைக் கண்டு நிர்மலா ஆவென்று அலறிக்கொண்டு தூரே ஓடினாள்.

"பயப்படாதே சீக்கிரமாகவே எல்லாம் முடிந்து விடும்... அவசரப்படாதே", என்று அவன் வாய் முணுமுணுத்தது. அவ்வார்த்தைகள் அவள் மூளைக்கு எட்டியதோ என்னமோ.

"நிர்மலா இதோ... இதோ முடிவு. உலகம் (உன்னை உள்பட) என்னைப் பரிகாசம் செய்தது. என்னைக் கோழை யென்று... அலட்சியம் செய்து அப்புறம் தள்ளிற்று. இதோ... அதற்கு என்னுடைய பிரம்மாண்டமான வீரச்செயலைக் காட்டி, என்னுடைய ஆண்மையை நிரூபித்துக் கொள்ளு கிறேன்... நிர்மலா... என்னுடைய தைரியத்தைப் பார்." சத்தியன் ஆக்கிரோஷத்துடன் பேசினான். தன் ஆவேசம் தணியுமுன் அவன் தன் அங்கிப் பையிலிருந்து, எதையோ எடுத்து வாயில் போட்டுக்கொண்டு மென்றான். பிறகு நிர்மலாவை ஆகாத்தியத்துடனும், வெற்றிக்குறியுடனும் பார்த்தான்.

"ஐயோ என்னத்தைத் தின்றுவிட்டீர்கள்! இப்படி என்னைத் துடிதுடிக்கச் செய்வது உங்களுக்கு அழகாகுமா? விஷயத்தைச் சொல்லுங்கள் புண்ணியமுண்டு", என்று அவள் அவனுடன் மன்றாடினாள்.

சத்தியனுடைய முகம் விகாரமடைந்தது. அவனுடைய கால்கள் தள்ளாடின. மெதுவாகப் பிடித்துக்கொண்டே நடந்து போய் அவன் ஒரு நாற்காலியில் தொப்பென்று விழுந்தான். தீனஸ்வரத்தில் "ஒன்றுமில்லை, நிர்மலா, அவசரப் படாதே... எல்லாம் சீக்கிரமாகவே முடிந்துவிடும். ஒரே ஒரு சின்ன குளிகைதான். ஆனால் அதற்கு வேகம் அதிகம்... உன்னை விட்டு நான் இனிமேல் சீக்கிரத்தில் போய்விடு வேன்." அவன் பேசி முடிக்கும்போதே அவனுடைய நாக் குழறிற்று. அவனுடைய உடல் தளர்ந்து, நாற்காலியில் தழைந்தது. அவனுடைய இரு கரங்களும் பக்கத்தில் தொங்கிய வண்ணம் ஊஞ்சலாடின.

நிர்மலாவின் தலையில் இடி விழுந்தாப்போல் ஆய்விட்டது. "ஐயோ என்னத்தைச் சாப்பிட்டு விட்டீர்கள்..? சொல்லுங்கோ... சொல்லுங்கோ..." என்று அவள் அவனைப் பிடித்துக் குலுக்கினாள். சத்தியனின் வாய் ஏதோ முணுமுணுத்ததே தவிர ஒருவித சப்தமும் வெளிக்கிளம்பவில்லை. நிர்மலாவோ, இடறி அடித்துக்கொண்டு ஓடோடியும் போய் டாக்டருக்கு போன் செய்தாள். பிறகு சத்தியனை வெகு சிரமத்துடன் எழுப்பிப் படுக்கையில் கிடத்தினாள். இதற்குள் அவனுக்கு, மயக்கமே நன்றாக வந்து விட்டது. அவன் வெட்டுண்ட மரம் போல் படுக்கையில் சாய்ந்தான். அப்புறம் அவன் அசையவே இல்லை.

டாக்டருக்காகக் காத்துக் கொண்டிருந்த நிர்மலாவுக்கு ஒரு நிமிஷம் போவது ஒரு யுகமாக இருந்தது. அவளுக்கு ஒன்றுமே புரியவில்லை. சத்தியனுடைய கோபம்... அவனு டைய சிரிப்பு... கடைசியில் அவன் செய்த ஆடம்பரமான பிரசங்கம் ஒன்றும் அவளுக்கு மனதில் பதியவில்லை. நிர்மலா திக்பிரமை கொண்டு அப்படியே வீற்றிருந்தாள்.

சத்தியனோ ஒரே மயக்கத்தில் இருந்தான். அவனுடைய ஆவி இன்னும் உடலை விட்டு நீங்கவில்லை. ஆனால் அவன் ஆத்மா பரப்பிரம்மத்தைச் சுற்றி வட்டமிட ஆரம்பித்து விட்டது. அந்த க்ஷணத்தில் அவன் உள்ளத்தில் என்ன தோன்றிற்றோ. அவன் தன் கண்களைத் திறந்தான். இதைக் கண்டு நிர்மலா அவன் பக்கத்துக்கு ஓடினாள். "என்ன செய்கிறது, எப்படி இருக்கு" என்று ஆவலுடன் கேட்டாள். அவனுக்கு அவள்

கேட்டது புரிந்ததோ என்னமோ. அவன் ஏதோ சொல்லப் பிரயத்தனப்பட்டுக் கொண்டிருந்தது இவளுக்குப் புலப் பட்டது. அவனுடைய வாய் முணுமுணுத்ததைக் கவனித்தாள். "என்ன... என்ன சொன்னீர்கள்" என்று கேட்டாள். மறுபடி யும் அவன் உதடுகள் அசைந்தன. ஆனால் ஒருவித சப்தமும் வெளியே கேட்கவில்லை... "என்ன" என்று நிர்மலா அவள் காதை அவன் வாயோடு வைத்துக் கொண்டாள். எங்கிருந்தோ கிணற்றிலிருந்து வரும் அசரீர சப்தம் போல் அவன் முணு முணுப்பு, அவளுக்கு இலேசாக எட்டிற்று. அவன் "வாழ்வை நினைத்தபின் தாழ்வை நினைத்தேனே!" என்றான்.

நிர்மலாவுக்கு அவனுடைய வார்த்தைகளின் அர்த்தம் புரியவில்லை. அவள் ஒன்றும் விளங்காமல் பேந்தப் பேந்த விழித்தாள். இதற்குள் நீரால் அவன் கண்கள் மல்குவதைப் பார்த்துத் திடுக்கிட்டாள். ஆனால்... ஆனால்... அவள் மேலே யோசிக்குமுன் அவன் அவைகளை மூடிக்கொண் டான். அவனிடமிருந்து மீண்டும் ஒரு பெருமூச்சு வெளிக் கிளம்பியது. அப்புறம்..., அப்புறம், அங்கே ஒரே அமைதி தான். சத்தியன் பரம்பொருளுடன் ஐக்கியமாய், தூய்மை யான முடிவில்லா நித்திரையில் ஆழ்ந்து விட்டான்.

டிரிங்... டிரிங்கென்று நிசப்தத்தைத் துளைத்துக்கொண்டு விதர்பன் வீட்டில் டெலிபோன் மணி அடித்தது. அப்பொழுது தான் மித்திரன் தூங்கியிருந்தான். மணியோசை, அவனை எழுப்பி விடப்போகிறதேயென்று பயந்து சந்திராவதி ஓடிப் போய் டெலிபோனை எடுத்துக் காதில் வைத்துக் கொண் டாள். அவள் கேட்ட செய்தி! சத்தியன் தற்கொலை செய்து கொண்டு விட்டான்! அவளுடைய விரல்கள் ஜீவனற்று டெலிபோனை நழுவ விட்டன. படாரென்று அது கீழே விழுந்தது. அந்த சப்தத்தைக் கேட்டு, உள்ளேயிருந்து வெளியே வந்தான் விதர்பன். அவன் வந்ததும் சந்திராவதி மூர்ச்சித்து விழுந்ததும்... சரியாக இருந்தது. விதர்பன் அப்படியே அவளைக் குழந்தைபோல் வாரித் தன் கரங்களில் ஏற்றிக்கொண்டு உள்ளே எடுத்துச் சென்று படுக்கையில் கிடத்தினான். அவள் முகம் வாடினமலரைப் போல சோபை இழந்திருந்தது. குழந்தை யுடன், ராப்பகல் தூக்கம் முழித்துப் பாடுபட்டதால், அவளு டைய உடலும் துவண்டிருந்தது. அப்போது தான், அன்றைக்குத் தான், விதர்பன், அவள் உடல் நிலையை, முதல் முதல் கவனித்தான் போலும்; இனிமேல் குடும்பத்தில் அதிகக் கவனம் செலுத்தி வரவேண்டுமென்று புதிதாக அவன் உள்ளத்தில் வளர்ந்து வரும் எண்ணம் தான் இதற்குக் காரணமோ? "பாவம், சந்திராவதி எப்படி மெலிந்து விட்டாள்! எத்தனை

சொன்னாலும் அவளுக்குத் தன் பயங்களை உதறித்தள்ளச் சக்தியில்லையே! அவளுக்குத்தான் அது முடியவில்லையென்றால், நானாவது இனிமேல் அவள் வழியில் போக வேண்டியதுதான்" என்று அவன் தனக்குள் எண்ணிக் கொண்டான். குளிர்ந்த ஜலத்தினால் அவள் முகத்தைத் துடைத்து ஆசுவாஸப் படுத்தினான். அவளுக்கு நினைவு வந்தவுடன், தான் இனிமேல் ஒரு புது மனிதனாக ஆகப்போவதைப்பற்றி அவளிடம் சொல்லி, அவளை மகிழ்விக்க வேண்டுமென்று சங்கற்பம் செய்து கொண்டான். ஆனால் இந்த நவீன நிகழ்ச்சி நடைபெறாமலே போய் விட்டது. சந்திராவதிக்கு மறுநாள்தான் மூர்ச்சை தெளிந்து சுய நினைவு வந்தது. அப்போது அவள் வெளியிட்ட சங்கதி, அவனைத் திடுக்கிடச் செய்தது. புதிதாக உதித்த அவனுடைய திட சங்கற்பங்களைக் குலைக்க வந்தது, சத்தியனுடைய தியாகமும் அவனுடைய தூய அன்பும். சத்தியன்... சத்தியன் அழிவில்லா அன்பைப் பொழிந்த சத்தியன்!

எப்போதும் போல் விதர்பனுடைய தீர்மானம் விரக்தியாய்ப் போயிற்று. அவன் சந்திராவதியிடம் தன் குழப்பத்தை வெளியிடவில்லை. அவர்களுக்குள் மனஸ்தாபம் வளர்ந்து கொண்டே வந்தது.

•

அத்தியாயம் 17

டாக்டர் ஸ்ரீராம், மித்திரனுடைய சிகிச்சை விஷயத்தில் மாத்திரம், தன்னுடைய வாடிக்கையான அசிரத்தையைக் காண்பிக்கவில்லை. மிக்க கருத்துடனும் அனுதாபத்துடனும் குழந்தைக்கு வைத்தியம் செய்து வந்தான். இதற்குக் காரணமில்லாமலில்லை. விதர்பன் ஸ்ரீராமுக்கு ரொம்ப வேண்டிய மனுஷன். அவனுடைய வாயும் பொல்லாத வாய். அவன் நேருக்கு நேர் ஸ்ரீராமைத் தாக்கக் கூசமாட்டான். விதர்பன் சிறிதும் அஞ்சாமல், வேடிக்கையாகப் பேசி ஸ்ரீராமுடைய குப்பை மூட்டைகளை அவிழ்க்க ஆரம்பிப்பான். இதை அறிந்த டாக்டர் மிகவும் பயபக்தியுடன் குழந்தைக்கு வைத்தியம் பார்த்தான். ஆதி நாட்களில் தான் கற்ற சிசு வியாதிகளைப் பற்றி மறுபடியும் ஆராயத் துடங்கினான். மேலும், சமீபத்தில் அவனுடைய அசட்டைத்தனத்தினால், இரண்டு மூன்று கேஸுகள் மரணத்தில் முடிவடைந்தன. தான் சற்றுக் கவனத்துடன் அவைகளைப் போஷணை செய்திருந்தால், அவை அப்படி முடிந்திரா என்ற எண்ணம் ஸ்ரீராமின் மனதை உறுத்திக் கொண்டிருந்தது. அதுவும் போன மாதம் இறந்து போன அந்தத் தாயில்லாக் குழந்தையின் நினைவு அவனை விடவில்லை. அவன் மாத்திரம்... உஷாவை நாடி அன்று இரவு கிளப்பு டான்ஸுக்குப் போயிருக்காவிட்டால்?

மித்திரனுக்குச் சிகிச்சை செய்வதற்காக ஸ்ரீராம் அடிக்கடி விதர்பன் வீட்டுக்குப் போய் வருவதைப் பற்றி லக்ஷ்மிக்குத் தெரியும். அன்று ஸ்ரீராம் திரும்பி வந்தவுடன் அவள் அவனை, குழந்தையைப் பற்றி விசாரித்தாள். "சந்திராவதியின் குழந்தைக்கு இப்போது உடம்பு எப்படியிருக்கு?" என்றாள்.

நாட்கள் ஆக ஆக மித்திரனுடைய தேக நிலைமை அதிகக் கவலைக்கிடமாகத்தானிருந்தது. தன்னால் இந்த வியாதியை ஒற்றைக் கையால் சமாளிக்க முடியாதென்று டாக்டருக்குத் தோன்ற ஆரம்பித்தது. ஆனால் பகிரங்கமாகத் தான் உபயோக மற்றவன் என்று ஒப்புக்கொள்ள இஷ்டமில்லை. அப்போதுதான் விதர்பன், வண்டி வரைக்கும் வந்து அவனை வழியனுப்பி யிருந்தான். டாக்டர் வண்டியில் ஏறும் தருவாயில் அவன் கேட்டான். "என்ன ஸ்ரீராம், எங்களுக்கு ஆறுதல் தரும்படியாய் ஏதாவது சொல்லமுடியுமா?"

ஸ்ரீராம் வருத்தத்துடன் தலையை ஆட்டினான். "முடியாது என்று ஒன்றுமேயில்லை விதர்பா. இந்த வியாதி தன் பிடியை இலேசில் விடாது. ஊம் . . . பார்ப்போம் . . . என்னால் கூடிய வரைக்கும் என்ன செய்யவேண்டுமோ அதைச் செய்து பார்க்கிறேன் . . . ஒரு வேளை தெய்வத்தின் அருள் . . . இருந்தால் . .?" என்று இழுத்தான்.

வியாதிகளைக் குணமாக்க வேண்டுமென்ற நோக்கத்துட னிருக்கும் வைத்தியர்கள், தெய்வம், கடவுளென்று பேச ஆரம்பித்து விட்டாலே, மேலே என்ன நினைப்பதென்று விதர்பனுக்குத் தெரியாதா? அவன் வருத்தத்துடன் பதில் பேசாமல் உள்ளே போய்விட்டான்.

லக்ஷ்மியின் கருணை நிரம்பிய கேள்வி, விதர்பனுடைய வருத்தம் தோய்ந்த முகம், இரண்டும் சேர்ந்து ஸ்ரீராமுடைய குற்றமுள்ள நெஞ்சில் இன்னும் அதிகமாக வேதனை செய்தன . . . மற்றும் சில வைத்தியர்களைச் சேர்ந்து ஆலோசிக்க வேண்டும் . . . தான் செய்வது சரியல்லவென்று அவன் மனசாக்ஷி அவனுக்கு போதித்தது. லக்ஷ்மியுடைய கேள்வி அவனை ஏசிக் காண் பிப்பது போல் அவனுக்குப்பட்டது. அவனுடைய எரிச்சல் அதிகரித்தது. வெகுசிரமப்பட்டு, தன்னுடைய மனக் கொதிப்பை அடக்கிக் கொண்டு அவளுக்கு ஒரு பதிலை யளித்தான்.

"அந்தக் குழந்தை பிழைப்பதே கஷ்டம் . . . பாவம் விதர்பனுக்கும் . . . சந்திராவதிக்கும் இது ஒரு கஷ்டமாகத் தான் வரப்போகிறது . . ." அனுதாபத்தினால், இத்தனை வருஷங்கள் கழிந்தபிறகு, ஸ்ரீராமுடைய மனமும், லக்ஷ்மியின் மனமும் ஒத்து ஓடிற்று. அவர்களுக்குள் ஒருவித இசைவும் . . . ஒற்றுமையும் ஏற்பட்டது. சந்திராவதியின் தாய் உள்ளத்தை நினைத்ததும் லக்ஷ்மியின் கண்கள் கசிந்தன. டாக்டர் ஸ்ரீராம் இதைக் கவனித்தான். அவனுடைய அகத்திலும் பலவிதக் காரணங்களால், ஒரு அதிர்ச்சி ஏற்பட்டது. லக்ஷ்மியுடைய கருணைபொழியும் சுவபாவமும், அவன் ஹிருதயத்தைத்

தொட்டது. ஒரு க்ஷண நேரத்திற்கு அவர்களுக்குள் அன்னி யோன்னிய அன்பு உண்டாகி விடுமோவென்று சமுசயம் தோன்றிற்று. தாம்பத்திய வாழ்க்கையிலுண்டாகும் பரஸ்பர சினேகத்தை, பூவும் மணமுமென்று விவரிக்கலாம். அல்லது கனலும் சூடுமென்றும் சொல்லலாம். இவ்விரண்டு வித ஸ்திதியையும் லக்ஷ்மி அனுபவித்ததில்லை. அதனால் இவ்வளவு சமீபத்தில் நிற்கும் தன்னுடைய நல்ல அதிருஷ்டத்தை அவளுக்கு எட்டிப் பிடிக்கத் தெரியவில்லை. ஸ்ரீராமுடைய தற்போதைய மனோவியாகூலத்தை அவளுக்கு அறியத் தெரியவில்லை. அவனுக்குத் தைரியம் தரக்கூடிய வார்த்தைகளைச் சொல்லி, அவனுடைய நல்ல அபிப்ராயத்தைப் பெற இது தருணமென்றும் அவள் கண்டு கொள்ளவில்லை. இதற்குத்தான் மனதிற்கு வந்த மனையாளைப் பெறு என்று பெரியோர்கள் சொல்லு வார்கள். கவலை மேலிட்டிருக்கும் ஒரு புருஷன் சமாதானத் திற்கு, தான் நம்பியிருக்கும் பெண்மணியிடம் தான் வருவான் . . . லக்ஷ்மிக்கு ஒரு நல்ல சந்தர்ப்பம் வாய்த்தது. அதை அவள் பயன்படுத்திக் கொள்ளவில்லை. பாவம்! அவளுக்கு சாமர்த் தியம் போராது . . . ஆச்சு, அந்த ஒரு நிமிஷக் காலமும் கடந்து விட்டது. சந்தர்ப்பமும் அவளை விட்டு நழுவி விட்டது. ஒரு நொடிப் பொழுதுதான் அவர்களுக்குள் இந்தக் கூடும் தன்மை நீடித்து நின்றது. அதற்குள் படாரென்று இந்தக் கனவைத் துளைத்துக்கொண்டு அவன் தாயாருடைய குரல் எழும்பிற்று. அவள் அதட்டலுடன் லக்ஷ்மியைக் கூப்பிட்டாள். “இதோ வருகிறேன், அம்மா” என்று விநயமாகப் பதில் சொல்லிக் கொண்டு லக்ஷ்மி வெளியே போனாள்.

ஸ்ரீராம் ஒரு நீண்ட பெருமூச்சு விட்டான். லக்ஷ்மியின் தாழ்மையான மனப்போக்கு அவனுக்கு எரிச்சலைத்தான் உண்டாக்கிற்று. ஒரு நிமிஷப் பொழுதில் அவளிடம் கொண்ட பரஸ்பர அனுதாபம் . . . கோபமாக மாறிவிட்டது. இவள் ஏன் புழுவைப் போல் இத்தனை பணிவு காட்டவேண்டும்? அதுதான் அம்மா இவளை இப்படி வைத்துத் தேய்க்கிறாள் என்று எண்ணிப் பொருமினான். நினைக்க நினைக்க அவளு டைய ஒடுக்கம் அவனுக்குக் கோபத்தை உண்டு பண்ணியது. இவளுக்கேன் இப்படிக் கொஞ்சங்கூடத் தன்னைக் காப்பாற்றிக் கொள்ளத் தெரியவில்லை. தன் மானத்தையும் பாதுகாக்கத் தெரியாமல் திண்டாடுகிறாளே? பிறர் அவளை அவமதிக்கும் படியாய் ஏன் இத்தனை வணக்கம் காண்பிக்கிறாள்? லக்ஷ்மி யுடைய பொறுமை ஸ்ரீராமுக்கு அருவருப்பையே தந்தது. அவளுடைய பணிவே, அவனை மேலும் மேலும் அவளை ஹிம்சிக்கத் தூண்டியது. அவள் திரும்பி வந்ததும், அவனு டைய பொறுமையை அவன் முற்றிலும் இழந்தான்.

"லக்ஷ்மி, பொறுமை என்பதை ஒரு தெய்வீக லக்ஷணமாக நம் முன்னோர்கள் கொண்டாடியிருக்கலாம். ஆனால் உன்னுடைய பொறுமை எல்லாவித எல்லையையும் கடந்து விட்டது. அதை நான் ஒருவித வாயில்லாப் பூச்சித்தனமென்றுதான் சொல்லுவேன். அதைக் கண்டால் எனக்கு இகழ்வாக இருக்கே தவிரப் பெருமையாக இல்லை. மேலும் உன்னுடைய இந்தச் சகிப்புத்தன்மையால்தான் நாங்களிருவரும் இப்படி ஸ்வயாபிமானிகளானோமென்று நினைக்கும்போது எனக்கு வெட்கமாக இருக்கு. என் அம்மாவும் நானும் உன்னை, இப்படி ஆட்டி வைப்பதற்கெல்லாம், நீ இடம் கொடுக்கிறாய்? முதலிலிருந்து நீ கொஞ்சம் உன் சுயபுத்தியைக் காண்பித்துக் கொண்டிருந்தால், எங்களை இப்படிக் குட்டிச் சுவராக்கியிருக்க வேண்டாம்; நீயும் எவ்வளவோ உயர்வாக இருந்திருப்பாய். தனக்காகப் பரிந்து பேசித் துணிவுடனிருக்க உனக்குத் தெரியவில்லை. நீ தான் இப்படி இடம் கொடுத்துக் கொடுத்து என்னையும் அம்மாவையும் கெடுத்தாய். உன்னுடைய பொறுமை எனக்கு வேண்டியேயிருக்கவில்லை. நாங்கள் தான் பிடிவாதக்காரர்கள் என்றால், நீ உன்னுடைய பணிவினால் எங்களை இன்னும் அதிகப் பொல்லாதவர்களாக ஆக்கிவிட்டாய்." இந்தச் சரமாரியைக் கேட்டவுடன், லக்ஷ்மிக்குத் துக்கம் தொண்டையை அடைத்தது.

"ஏன் என்னை இப்படிச் சித்திரவதை செய்கிறீர்கள்? பேசாமல் சிவனேனென்று இருக்கிறவளை ஏன் இப்படி மிரட்ட வேண்டும். என்னுடைய ஒடுக்கமேயொருபாபமா? அதைக்கூட வைத்துக்கொள்ள எனக்கு உரிமையில்லையா? இத்தனை கஷ்டங்களையும் சகித்துக்கொண்டிருக்கிறாளேயென்று என் மேல் அனுசரணை இல்லாவிட்டாலும், என்னுடைய பொறுமை யென்னும் இந்தப் பெருமையைக் கூடப் பிடுங்கியெடுத்துவிட எண்ணுகிறீர்களா? பின் நான் எதை நினைத்து சமாதான மடைவது? உங்களுடைய தாயாரின் அன்பை எண்ணியா? அல்லது ஒவ்வொரு பூவாக முகர்ந்து பார்க்கும் உங்களுடைய வண்டு ஜன்மத்தை நினைத்தா?" லக்ஷ்மியின் கண்களிலிருந்து பொலபொலவென்று நீர்த் துளிகள் உதிர்ந்தன. அவளுடைய அழுகையைக் கண்டு ஸ்ரீராமுடைய வெறுப்பு இன்னும் மேலிட்டது.

"லக்ஷ்மி... சரி... போரும்... அழுகையை நிறுத்திக் கொள். பொறுமை என்னும் அந்தப் பூஷணத்தை நீ இறுகத் தழுவியணைத்து இன்புறு. நான் உன்னைத் தடுக்கவில்லை. ஆனால் நான் அதை வெறுக்கிறேன். அதுதான் நம் வாழ்க்கைக்குத் தீங்கு விளைத்த வினையாகும். உன்னுடைய அந்தக் குணம்

என்னைச் சுட்டிக்காட்டி, பரிகாசம் செய்கிறது. லக்ஷ்மி... இனம் இனத்தோடு சேரும். நீயும் நானும் ஒற்றுமையுடன் வாழ்வது இந்த ஜன்மத்திலில்லை" என்று சொல்லி ஸ்ரீராம் விர்ரென்று வெளியே போய் விட்டான். லக்ஷ்மி திவ்வியமான ... அற்புதமான இந்த சந்தர்ப்பத்தை நழுவ விட்டாள்; இனிமேல் ஆயுள் பூராவும் அவள் அழுது கொண்டுதானிருக்க வேண்டும் போலும்!

உஷாவிடம் மறுபடியும் போவோமா, வேண்டாமாவென்று பல நாட்களாக யோசித்துக்கொண்டிருந்த ஸ்ரீராம், இப்போது லக்ஷ்மியின் புத்தி ஹீனத்தினால் தூண்டப்பட்டு, நேரே அங்கே போகத் தீர்மானித்து விட்டான். எப்படியாவது ஜாலம் செய்து அவளை வெல்ல வேண்டுமென்று தனக்குள் முடிவு செய்து கொண்டான். உஷாவை நினைத்து நினைத்து அவன் பலதினங்களாக ஏங்கி வந்தான். எந்தப் பெண்ணையும், அவன் நினைத்தால் வெல்ல முடியும் என்றல்லவா அவனுக்கு ஒரு பெயர் இருந்து வந்தது. அந்தக் கியாதிக்கு இப்போது ஹானி உண்டாகும் போலிருக்கே! அகம்பாவமும், கொழுப்பும் மேலிட்டிருந்த அந்த சூரிக்கும் ஒரு பாடம் கற்பிக்க வேண்டும். இவ்வாறு எண்ணிக் கொண்டே டாக்டர் உஷா வீட்டைப் பார்த்து நடந்தான்.

சூரியுடன் கிளப்புக்குப்போன தினத்திலிருந்து மிஸ். உஷாவின் மனம் கொஞ்சம் நிம்மதியைப் பெற்றிருந்தது. சூரி அவளை மிக்க கண்ணியமாக நடத்தி, தன்னிச்சைக்கு இணங்கும்படி வற்புறுத்தினான். அவன் ஜாடையாக எத்தனை மன்றாடியும் அவள் அவன் இஷ்டத்திற்கு உட்படவில்லை. ஆனால் அதற்காக சூரியிடம் கோபமும் கொள்ளவில்லை. இதை எண்ணி அவனும் நம்பிக்கையைக் கைவிடாமல், உற்சாகத்துடன் மற்றுமொரு சரியான சமயத்தை எதிர்நோக்கிக் காத்திருந்தான். உஷாவோ, ஓவியம் எழுதினாள்... பாடினாள் ... ஆடினாள். அவள் உல்லாஸமாகவே தன் காலத்தைக் கழித்தாள். அடிக்கடி சூரியுடன் கிளப்புக்கு நாட்டியமாடச் சென்றாள். சுருங்கச் சொன்னால் அவள், கவலையின்றித் தன் பொழுதைப் போக்கினாள் என்றுதான் சொல்ல வேண்டும். ஸ்ரீராமைத் தான் அடியோடு மறந்து விட்டதாக அவள் பூர்ண நம்பிக்கை கொண்டாள். இந்த நம்பிக்கை அவளுக்குப் பலத்தையும் தைரியத்தையும் கொடுத்தது. நல்ல வேளை ஸ்ரீராமுடைய கையிலிருந்து பிழைத்தோம். சரியான சமயத்தில் நமக்குக் கடவுள் வழிகாட்டினதினால்தானே இது முடிந்தது? இனிமேல் தன்னிடம் அவனுடைய ஜாலமெல்லாம் பலிக்காதென்று அவள் உறுதியுடன் நம்பி வந்தாள். அவள் பேச்சிலிருந்து சூரியுடைய நம்பிக்கையும் வளர்ந்து வந்தது.

“சூரி, அப்படிப் பிரமாதமாக வீம்பு பேசிக் கொள்ளும் படியாய் ஸ்ரீராமிடமென்ன குணமிருக்கு? ஏன் பிறர் அவரைப் புகழ்கிறார்கள்?” தன்னைத் தானே தேற்றித் தைரியமூட்டிக் கொள்ளவே உஷா இப்படிப் பேசுகிறாள் என்று சூரிக்குத் தெரியாதாவென்ன? அவளுடைய சந்தேகங்களை ஸ்திரப்படுத்த அவன் அவளை மேலும் தைரியப்படுத்தினான்.

“ஸ்ரீராம் பேச ஆரம்பித்தால், சபையிலுள்ள புருஷர்கள் அலுப்புடன் கொட்டாவி விடுவார்கள். ஆனால் பெண்களுக்கு உவப்பு மேலிடும். அவர்களைத் தன் பக்கம் இழுத்து ஆகர்ஷிக்கும் சக்தி அவனிடமுண்டு. அவன் கலையைப்பற்றி வர்ணிக்கும் போது அவர்கள் கூர்ந்து கவனிப்பார்கள்; அவன் கன்னியை சிலாகிக்கும் போதும், அவர்கள் குதூகலத்தினால், மெய்மறந்து, வாய் திறந்து அங்காந்து கேட்டிருப்பார்கள். இவ்விதமான காந்தம் எல்லோருக்கும் இருக்காது. இது ஒரு கலை. இதைப் பழகும் விதமும் ஒரு கலை”, என்று சூரி ஏளனமாகப் பேசினான்.

ஸ்ரீராமை இறக்கினதுமல்லாமல் பெண்களை இழிவாகப் பேசினது உஷாவுக்கு ரஸிக்கவில்லை. அவள் முகம் சிறிதளவு கடுகடுத்தது. “அதென்ன பெண் ஜன்மத்தையே அப்படியே ஒரே முட்டாக அசடாக்கி விட்டாய். எல்லோருமே அப்படி ஏமாந்து விடுவார்களா என்ன?”

இதைக் கேட்டு சூரி கொஞ்சம் முழித்துக் கொண்டான். “சரி ஸ்ரீராமுடைய கவர்ச்சிகரமான தோற்றம் அத்தனை சக்தி வாய்ந்தது என்று வைத்துக் கொள்ளேன்!” என்றான்.

“அதுதான் என்னவென்று எனக்குப் புரியவில்லை.” உஷாவுடைய குரலில் ஏமாற்றம் ததும்பிற்று.

“நான் சொல்லட்டுமா?” என்று சூரி தயக்கத்துடன் கேட்டான்”... ஊம் சொல்லேன் ... ஏன் பயப்படுகிறாய்?” என்றாள் உஷா ... இந்தத் தடவை சரியானபடி உறையேற்றி விடவேண்டும். இனிமேல் அவள் அவனை அடியோடு மறக்கும்படி செய்ய வேண்டுமென்று எண்ணிக் கொண்டான் சூரி.

“உஷா, அவனுடைய முகத்தைப் பார்த்தாலே தெரிய வில்லையா? நீண்ட முகம், சப்பைக் கன்னங்கள்... அகல மாயக்கண்கள் ... இவைகளுக்கு எப்போதுமே கிராக்கி அதிகம்; அதுவும் எல்லாத்தையும் விட்டு ‘வாழைக்காய் மூஞ்சி’யென் றால் பெண்களுக்கு ஏனோ இத்தனை பிரேமை? நல்ல புத்திசாலித்தனமான குறு குறுப்பான கண்கள் அவர்களு

டைய கவனத்தைக் கவரா. பளபளப்பென்றும் களையென்றும் அவர்கள் ஆராயமாட்டார்கள். ஒருவிதமான கடைக்கண் பார்வையும், ரகசிய முறுவலும்தான் அவர்களுக்கு இஷ்டமாகும்... ஸ்ரீராமுடைய அந்த மோகனப் புன்னகையை நீ கவனித்திருக்கிறாயோ?"

சூரியுடைய இகழ்ச்சி உஷாவைப் பாதிக்கவில்லை "நானா கவனிக்கவில்லை?" என்று தனக்குள் நினைத்து ஏங்கினாள். சூரி ஸ்ரீராமுடைய தோற்றத்தை வர்ணிக்கும் போதே அவள் கலவரமடைந்து விட்டாள். அவன் மேலே சொல்லச் சொல்ல அடக்கி வைத்திருந்த அவள் ஆசைகள் குமுறிக்கொண்டு வெளிக் கிளம்ப முயன்றன. மிக்கச் சிரமத்துடன் தன்னை அடக்கிக் கொண்டாள்.

"அடா, பார்ப்பதற்குத்தான் இப்படியென்றால் அவன் பேச்சில் ஒரு அற்புத மோகம் இருக்கிறது. பகவான் அந்த விதத்தில் அவனுக்கு வேண்டிய அருள் செய்திருக்கிறார். வாக்கு சாதுர்யமும் வாசாலகமும் அவனிடம் ஏதேஷ்டமாக உண்டு. சமயத்திற்குத் தகுந்தபடி தனித் தனியா கட்டு மூட்டைகள் உள்ளே வைத்திருப்பான். அவ்வப்போது தருணம் பார்த்து, அவைகளை அவிழ்த்து விடுவான். அதுவும் பெண்களிடம் அவிழ்க்கவென்று அவன் சில தனிக் கட்டுக் கதைகள் வைத்திருப்பான். அப்பப்பா... அவனுடைய சாமர்த்தியம் தான் என்ன? இங்கிதமாகப் பேசி ஜாடையாகத் தன் அழகைப் பற்றி முகஸ்துதி செய்தால் எந்தப் பெண்ணுக்குத்தான் பிடிக்காது? அப்படியே அவள் புளகாங்கிதம் அடைந்து... சொக்கிப் போய் விடுவாள்... அப்புறம்... அப்புறம் என்ன? அவன் கையில் அவள் குயவன் கடையும் மண்ணைப்போல் ஆவாள்." சூரி சொல்லுவதை உஷா மனமில்லாமல் ஒப்புக் கொண்டாள். இப்படியே அவன் பலமுறை அவளுக்கு எடுத்துச் சொல்லி உஷாவின் மனம் ஸ்ரீராமை நாடாமலிருக்கத் தந்திரம் செய்தான். அவளும் அதற்கிணங்கி வழிக்கு வருபவள் போல் தானிருந்தாள். நாட்கள் ஆக ஆக அவள் ஸ்ரீராமைப் பற்றிப் பேசுவது குறைந்து கொண்டே வந்தது. இனிமேல் அவனைப் பற்றி நினைப்பதில்லை என்று அவள் தீர்மானம் செய்து கொண்டதை சூரியும் ஊகித்தான். தன் மனோபீஷ்டம் நிறைவேறப் போவதை நினைத்துப் பெருமிதம் கொண்டான்.

பழம் நழுவிப் பாலில் விழப்போகும் அந்தத் தருணத்தில் டாக்டர் ஸ்ரீராம் உஷாவைப் பார்க்க வந்து விட்டான். சூரியும் அப்போது அங்கேயில்லை. அவனைக் கண்ட நிமிஷத்திலேயே உஷா தன்னுடைய தீர்மானங்கள் எத்தனை

புகை நடுவில்

தூரம் என்பதை அறிந்து கொண்டாள். அவளுடைய தேகம் பதறிக் கிடுகிடுக்கத் துடங்கியது. தன் ஹிருதயத்திலிருந்து செதுக்கி எறிந்துவிட்டதாக நினைத்த அந்த உணர்ச்சி மறுபடியும் திரண்டு வந்து அங்கே புகுந்து கொண்டது. குபுகுபு வென்று அவள் மண்டைக்கு ஏறிய உதிரக் கொதிப்பு அவளைத் திக்கு முக்காடச் செய்தது. வெடவெடுத்த தன் கைகளை ... சேர்த்து இறுக்கப் பிடித்துக்கொண்டாள். "ஐயோ கடவுளே, சூரியை அனுப்பக் கூடாதா என்னைக் காப்பாற்ற?" என்று மனதிற்குள்ளே வேண்டிக்கொண்டாள். அப்போது ஸ்ரீராமைப் பற்றி சூரி சொன்ன பல இகழ்ச்சியான வார்த்தை களை நினைவூட்டிக் கொண்டாள்; அவைகளை நினைத்துத் தன்னைத்தான் புண்செய்து கொண்டாள். வேண்டுமென்றே, ஊசியினால் உடம்பில் மருந்தேற்றுவதைப் போல் உஷா தனக்குள் கசப்பை ஏற்றிக்கொண்டாள். கோபத்தை வரவழைத்துக் கொண்டாள். கடூரமாகப் பேச நிச்சயம் செய்தாள். வெகு சிரமத்துடன் தன் பதட்டத்தையடக்கிக் கொண்டு தண்ணென்ற குரலில் "என்ன தைரியம் உங்களுக்கு? இங்கே வர எப்படித் துணிந்தீர்கள்?" என்று கேட்டாள். ஆனால் வலிவுடையதாக இருக்க வேண்டிய அந்தக் குரல் நலிந்து கேட்டாபபோல் அவளுக்குத் தோன்றிற்று.

தனக்கு வெற்றியுண்டு என்ற நம்பிக்கையுடன் தானே டாக்டர் அங்கே வந்திருக்கிறான்? அதனால் தான் வந்த காரியத்தை, சாதித்து விடலாமென்ற தைரியத்துடன் தான், அவன் பேச ஆரம்பித்தான்.

'உஷா, என்ன, இப்படிக் கோவிச்சுண்டால்? சீச் ... சீ ... நீ புத்திசாலி ... வாழ்க்கையின் மேடு பள்ளங்களை அறிவாய் என்றல்லவா எண்ணினேன். புருஷர்பேரில் சந்தேகப்படும் பெண்களே சந்தோஷப்பட மாட்டார்கள் ... இப்போ பாரு உஷா ... உனக்கு என் சுபாவம் ... தெரியாதா?" அவன் இன்னமும் உஷாவைத் தன் கட்டை விரல் கீழ் வைத் திருப்பது போல் உரிமையுடன் பேசுவதைக் கேட்டு அவளுக்குக் கோபம் மூண்டது. ஸ்ரீராமுடைய நீசச் செய்கையே அவள் கண்முன் நின்றது. தன்னுடைய இளகிய மனதை இந்தக் கோபத்தினால் ஓங்கி ஒரு அறை அறைந்து கொண்டாள். பிறகு அதைத் திருப்பி வழிக்குக் கொண்டு வந்தாள்.

"உங்களுடைய சுபாவத்தை நான் அன்றே புரிந்து கொண்டு விட்டேன் ... இனிமேல் பேச என்ன இருக்கு! தயவு செய்து இவ்விடத்தை விட்டுப் போங்கள்."

"ஆமாம், என்னுடைய குணத்தை நீ தெரிந்து தான் கொள்ளவில்லை. எனக்கு மிக்க இளகின சுபாவம் என்றுதான்

சொல்ல வந்தேன்... போனால் போகட்டும்... போனதைப் பற்றி நான் மறந்துவிடத் தயார்... மறுபடியும் ஒத்திருப்போம் வா" அவனுடைய அழைப்பைக் கேட்டு உஷா பிரமித்துப் போய் விட்டாள். குற்றத்தைச் செய்ததுமில்லாமல் அவன் உஷாவுக்கு அல்லவா மன்னிப்புக் கொடுக்கிறான்! இதை யாராவது கேட்டால் உஷாவை அல்லவா குற்றவாளியென்று எண்ணுவார்கள்? என்ன கர்வம்? அப்பா, இவனுக்குத்தான் எத்தனை துடுக்கு? உஷாவுக்கு, அவமானமும் கோபமும் பொத்துக் கொண்டு வந்தது. இருந்தாலும் அவள் அந்தரங்கம் அவனுடைய எடுப்பான பேச்சை மெச்சிற்று.

"என்ன இத்தனை இறுமாப்பு உங்களுக்கு? நான் என்ன அத்தனை கேடு கெட்டவள் என்று எண்ணினீர்களோ? உங்களுக்கு வேணுமானால் வெட்கமில்லை... மானமில்லை... ஆனால் என் உடம்பு ஒரு சாணாகக் குன்றி விட்டது. தயவு செய்து, உங்களுக்குக் கொஞ்சமேனும் மரியாதையுண்டானால் பேசாமல் போங்கள்" என்றாள்.

ஸ்ரீராம் அவளை சமாதானம் செய்யும் முறையில் 'ஈ ஈ'யென்று சிரித்தான். அவளைத் தட்டிக் கொடுக்கும் தினுசில் பேச ஆரம்பித்தான். "என்ன உஷா நீ இதையெல்லாம் பெரிதாக நினைத்துக் கொண்டு கோபித்துக் கொள்ளலாமா? இனிமேல் உன்னிடம் நான் எப்படி நடந்து கொள்கிறேன் பாரு... நீ நிஜமாகவே பாரு... நான் தங்கக் கம்பியாக இருப்பேன்... தெரியுமா?" அவனுடைய தற்பெருமையும் அகம்பாவமும்... தான் என்ற மதமும் உஷாவுடைய வயிற்றெரிச்சலை மேலும் மேலும் கிளப்பி விட்டன. துக்கமும், ரோசமும் அவளை ஒரே சமயத்தில் தாக்கித் துன்புறுத்தின; நடு நடுவே விவரிக்க முடியாத ஒரு காந்தமும் அவளை இழுத்து அவனுடன் பிணைக்க முயன்றது. இருந்தாலும் அவள் தன் மனோதிடத்தைக் கெட்டியாகப் பிடித்துக் கொண்டாள்.

"நான் இதுவரையில் மிக்கப் பொறுமையுடனிருந்து பார்த்தாய் விட்டது. உங்களுடைய அட்டகாசத்தை என்னால் தாங்க முடியவில்லை. உங்களை நான் என் முழு மனதுடன் வெறுக்கிறேன். விஷத்தைக் கண்டால் கூட அதிக ஆனந்தம் கொள்வேன். ஆனால் உங்களைப் பார்க்கும்போது எனக்குக் கசப்பேயுண்டாகிறது. உங்களைவிட நீசமான மனம் படைத்த வேறு மனிதன் இருக்க முடியாது, என்பது என்னுடைய திடமான அபிப்பிராயம். இனிமேல் உங்களுக்கும் எனக்கும் ஒருவித சம்பந்தமுமில்லை. நீங்கள் போய்விட்டு வரலாம். வந்தனம்," என்று உஷா முடிவாகக் கூறினாள்.

அவளுடைய தொனியில் தளும்பிய கடுமையைக் கேட்ட வுடன் ஸ்ரீராமுக்கு முதல் முதலாகக் கொஞ்சம் சந்தேகம் தோன்ற ஆரம்பித்தது. இதென்ன! பழுத்த பழம்போல் கைக்கு விழுமென்று எண்ணிக் கொண்டு வந்த இடத்தில் இந்தத் தடங்கலா? எதனால்? இதற்கெல்லாம் அந்த சூரிதான் காரணமாக இருக்க வேண்டும்! உஷாவுக்கு எங்கிருந்து இத்தனை தைரியம் வரப் போகிறது? இப்படியே யோசித்துக் கொண்டு அவன் தன் நிலையை ஒரு சிறிதளவு மாற்றிக் கொண்டான்.

"என்னுடைய சங்கதிதான் உனக்குத் தெரிந்த விஷயம் ஆச்சே... எனக்குச் சில... சில சமயங்களில், என்னையும் அறியாமல் ஒரு தளர்ச்சி... இல்லை ஒரு நப்பாசை உண்டாகும். உன்னிடம் உண்மையைச் சொல்லுவதில் எனக்கு என்ன வெட்கம்? என்னிடம் இவ்வித சில சில்லரைக் குற்றங்களிருக்க லாம்... ஆனால் அதனாலென்ன? உன்னுடைய பெரிய மனம் இதையெல்லாம் பொருட்ப்படுத்துமா?"

உஷாவோ, வெதும்பும் தன் மார்பை அமுக்கித் தணிய வைக்க முயன்றாள். "என்னை எதற்காக மேலும் மேலும் அவமதிக்கிறீர்கள்?" என்று அவள் பேச முடியாமல் திணறினாள்.

"நான் சொல்லுவதைக் கேளு... மனிதன், இவ்வுலகத்தில் ஜன்மமென்று எடுத்தவுடனே, பலவித மோகங்களுக்கு ஆளாகிறான். இது, இயற்கையின் விளையாட்டில் ஒன்று. இதற்காக நீ என்னிடம் இப்படிக் கோபித்துக் கொள்ளலாமா?" என்றான் டாக்டர்.

கட்டுப்படுத்த வேண்டிய உஷாவுடைய மனம் நெகிழ்ந்தது. அதை மறைக்க, மிக்க சிரமத்துடன் அவள், தன் முகத்தைச் சுளித்தாள். தன் கடுகடுப்பை பளிச்சென்று அவன் முகத்தில் வீசியெறிவது போல், எடுத்துக் காண்பித்தாள்.

இதைக் கவனித்த ஸ்ரீராம்... "சரி இனிமேல் வேறு வழியில்லை... முழங்காலால் மண்டியிட்டுத்தான் இந்தக் கடவுளை சேவிக்க வேண்டும் போலிருக்கு" என்று தனக்குள் நினைத்துக் கொண்டு, அந்தக் காட்சிக்கும் ஆயத்தமானான். "உஷா, நான் உன்னிடம் எத்தனை அன்பு வைத்திருக்கிறேன், என்று நீ அறிந்தாயானால், என்னை வதைக்கும் இந்த வார்த்தை களைச் சொல்லியிருக்க மாட்டாய். நீ கோபித்துக்கொண்டு போன அன்றைய தினத்திலிருந்து, நான் உனக்காக எப்படி வாடித் தவிக்கிறேன் தெரியுமா? உண்மையில் ஊண் உறக்க மின்றி, நான் உன்னையே நினைத்து உருகுகிறேன். உனக்கு இது தெரியவில்லை. உன்னுடைய ஒரு இனிய அன்புச் சொல்லுக் காக நான் என் உயிரைக்கூட விடத்தயார். அப்படியிருக்க,

உன் மனம் இன்னுமா இளகவில்லை? ஏதோ, ஒரு மனத் தளர்ச்சியால் உனக்குப் பிடிக்காததைச் செய்திருக்கலாம்; உன்னுடைய தயாளக் குணமென்ன, இதைக்கூட மன்னிக்காதா? உஷா, இதோ என்னை இப்படிப் பாரு.”

இந்த அட்டகாசத்தைக் கேட்டு உஷாவுடைய நெஞ்சு துவண்டது. ஆனால் அவள் தன் மனசைக் கல்லாக்கிக் கொண்டு திடச் சித்தத்துடன், “போரும் உங்களுடைய மாயஜாலங்களெல்லாம். எனக்கு இவையொன்றும் தேவையில்லை” என்று கண்டிப்பாகக் கூறிவிட்டு, வாயிற்கதவைச் சுட்டிக் காட்டினாள்.

அவளுடைய தீர்மானத்தைப் பார்த்து ஸ்ரீராம் ஆச்சரியப் பட்டான். அவளுடைய அந்தரங்க ஹிருதயம் கரைந்து அவனை நாட நாட, அவள் தன் வெளிப்படைத் தோற்றத்தை இன்னும் அதிகமாகவே கடுமையாக்கிக் கொண்டாள் என்று அவன் எப்படி அறிவான்? இதென்ன உஷாவா இப்படி இருக்கிறாள்? இத்தனை வருஷங்களாக இவ்விதம் போட்டியில் தேர்ச்சி பெற்ற ஸ்ரீராம் நினைத்தது தப்பாக இருக்க முடியுமா? அவனுடைய பகுத்தறிவு எங்கே போச்சு? சூரியால் அவள் நிஜமாக மாறிவிட்டாளா? இல்லாவிட்டால் இது ஒரு கள்ள நாடகமா? உஷா தன் மேல் உண்மை அன்பு வைத்திருக்கிறாள் என்று அவன் சத்தியம் செய்து கொடுக்கத் தயாராக இருந்தானே! ஸ்ரீராமுக்கு ஒரே குழப்பமாக இருந்தது. இருந்தாலும் குப்புற விழுந்தாலும் மீசையில் மண் ஒட்டவில்லையென்கிற பாவத்தில், சிரித்துக்கொண்டே திரும்பிப் போகப் புறப்பட்டான். “சரி உஷா நான் வருகிறேன்” என்றான். அப்போது கடைசித்தரமாக ஒரு போடு போட்டுப் பார்ப்போமென்று நினைத்தவாறு “நான் போகிறேன். ஆனால் உன்னிடம் எனக்கு ஒருவிதக் கோபமும் இல்லை, நீ வேண்டுமானால் என்னைத் திட்டுவாயோ என்னமோ. ஆனால் நான் உன்னை எப்போதும் மனமார வாழ்த்திக் கொண்டிருப்பேன். சதா உன் நலத்தைக் குறித்தே பிரார்த்தித்துக் கொண்டிருப்பேன். தூரேயிருந்து கொண்டே உன்னை நான் பூஜித்து வருவேன். உன் ஓவியக் கலையைக் கண்டு இன்புற்று ஆனந்தமுறுவேன். என் மனதில் உன்னை உற்சாகப்படுத்துவேன். உன் கனவில் தோன்றி, உன்னை ஆதரிப்பேன். பத்திரம் அம்மா, பகவான் உனக்கு ஒரு தனிவரம் அருளியிருக்கிறார். நீ அதை விருத்தி செய்து பயன்படுத்திக் கொள். என்னை அறவே மறந்து விடு” என்று வருத்தத்துடன் சொல்லி விட்டுத் திரும்பிப் போகப் புறப்பட்டான்.

ஸ்ரீராமுடைய உண்மையான யோக்கியதையை நன்றாக அறிந்து, இத்தனை நேரம் அவனுடைய வற்புறுத்தலுக்கு அசையாமலிருந்த உஷா, அவன் நிஜமாகவே போகிறேன் என்று

புறப்பட்டவுடன் திடுக்கிட்டாள். "ஐயோ போகிறாரா?" என்று அவள் ஹிருதயம் வெதும்பிற்று. அவனை விட அவள் மனம் இடங்கொடுக்கவில்லை. எத்தனை கஷ்டப்பட்டு அடக்கியும், தன் ஹிருதயம் ஆரம்பத்திலிருந்து ஸ்ரீராமை நாடி வந்ததை, அவள் இப்போது தான் புரிந்து கொண்டாள். வெளிக்கு அவள் டாக்டரிடம் வெறுப்புக் காண்பித்தாளே ஒழிய, அவள் உள்ளம் மனப்பூர்வமாக அதை ஏற்றதா?அவள் தன் சந்தேகங்களை மறந்தாள். சூரியுடைய போதனைகளையும் களைந்தாள். தன்னுடைய சுய புத்தி தன் அந்தரங்கத்தில் தனக்குச் சொல்லும் புத்திமதியையும் அசட்டை செய்து அப்புறம் தள்ளினாள். உணர்ச்சியே அவளைக் கவர்ந்து விட்டது. நல்லறிவு தூரே விலகி நின்றது. அவன் போய்விட்டால், அப்புறம் . . . அப்புறம் என்று அவள் துடி துடித்தாள். என்ன அடக்கியும் அவளுடைய மனம் அடங்க மறுத்து விட்டது. ஸ்ரீராமுடைய கடைசி வார்த்தைகள் அவளை வென்று விட்டன. இத்தனை தினங்களாக, சிரமத்துடன் கட்டி வந்த அவளுடைய பலமான கோட்டைகளும், அரண்களும், காப்புக்களும் ஒரு க்ஷணப் பொழுதில், சுக்கு நூறாய் விழுந்தன. அன்பு நிறைந்த குரலில் அவள், "ஸ்ரீராம்" என்று அழைத்தாள். எங்கே அவள் கூப்பிடப் போகிறாளென்று ஆவலுடன் காத்திருந்த டாக்டர், சட்டென்று தன் கால்களைப் பின்வாங்கிக் கொண்டு, மளமள வென்று திரும்பி வந்தான். அவனுடைய முகம் வெற்றியினால் அழகாக சிவந்தது. உஷாவை தன் மார்போடு சேர்த்து அணைத்துக் கொண்டான். அப்போது அந்த இன்ப நிலையை கலைத்துக் கொண்டு டெலிபோன் மணி கிரிங்யென்று அடித்தது. "டாக்டர் ஸ்ரீராம் அங்கே இருக்கிறாரா? குழந்தைகளுக்கு உடம்பு அதிகமா யிருகென்று விதர்பன் வீட்டிலிருந்து, அவசரமாக ஒரு செய்தி வந்திருக்கு. அவரை உடனே வரச்சொல்ல வேண்டும்" என்றது ஒரு உரத்த குரல். "இல்லை இப்போது என்னை விட்டுவிட்டுப் போகாதேயுங்கள்" என்று உஷா கெஞ்சினாள். டெலிபோனைக் கீழே வைத்துவிட்டு, அவன் பதிலுக்கு, அவளை நோக்கி "நான் போவேனா" என்ற பாவனையில் சிரித்தான்.

●

அத்தியாயம் 18

சத்தியன் தற்கொலை செய்துகொண்டுவிட்டானா..? இந்தக் கோரமான செய்தி விதர்பனுக்கு ஒரு ஆட்டம் கொடுத்தது. ஆனால், இது விஷயம் அவனுக்கு ஆச்சரியத்தை உண்டாக்கவில்லை. சத்தியன் தான், அன்றே அவனிடம் ஒரு பிரதிக்ஞையைப் பற்றிச் சொல்லி விட்டானே! சத்தியனுடைய இறப்பை விட அவனை அதிகமாகப் பாதித்தது, சந்திராவதியுடைய நிலைமைதான். அவன் தன் நண்பன் போன துக்கத்தைக் கூட மறந்து விட்டான். சந்திராவதி மூர்ச்சையாய்க் கீழே விழுந்தவுடன் விதர்பன் தடுமாறிப் போய் விட்டான். அவளுக்கு இத்தனை வருத்தமா? நிர்மலமான விதர்பனுடைய மனதில்கூட சந்தேகங்கள் தோன்றின. தான் முடிவு செய்துகொண்டபடி சந்திராவதியுடன் பேசுவதா வேண்டாமா? ஏற்கெனவே சிக்கலாக, இருந்த இவனுடைய இல்வாழ்க்கையில் இன்னுமொரு முடிச்சு விழுந்தது. அதாவது சத்தியனின் தியாகம். இந்தப் புதிய அம்சம் செய்யும் ரகளையைக் கண்டு, விதர்பன் தன் திட்டங்களை மாற்றிக் கொண்டான். சந்திராவதி, சத்தியன் பேரில் உண்மையாக அன்பு வைத்திருந்தால்? அப்போது அவன் தன்னைப்பற்றிப் பேசி அவமானமடைவதில் என்ன லாபம்? சத்தியன் உயிருடனிருந்த வரையில் விதர்பன், அவனுடைய காதலை அசட்டை செய்து வந்தான். அதைப் பற்றிச் சந்திராவதியிடம் கேலியாகக்கூடப் பேசுவான். இப்போது அத்தனை தீர்மானமாக அவள், அவன் பேரில் ஆசை வைக்கவில்லை, என்று அவனுக்குச் சொல்ல முடியவில்லை. ஒருவேளை சந்திராவதி சத்தியன்மேல் நிஜமாகவே காதல்கொண்டிருந்தால்? அது சந்திராவதியுடைய சுவபாவத்திற்கு மாறாக இருக்கலாம்... ஆனால் மானிடக் குணமே நிலையற்றது அல்லவா? அவன்

சந்திராவதியுடைய உணர்ச்சிகளைப்பற்றி அவ்வளவு தூரம் எப்படி நிச்சயம் சொல்லமுடியும்? நோய்வாய்ப்பட்டிருந்த குழந்தையின் படுக்கை அருகில் துயரமே உருவெடுத்தாப் போல் உட்கார்ந்திருந்த, சந்திராவதியைப் பார்க்கப் பார்க்க விதர்பனுக்கு சந்தேகம் மேலிட்டது. அவன் அவளை சமாதானம் செய்யச் சிரமப்படவில்லை ... தன் மனதைத்தான் தெளிவித்துக்கொள்ளக் கஷ்டப்பட்டான் ... தனிமையிலிருந்து கொண்டு தன்னைத்தானே தன் சந்தேகங்களைத் தீர்க்க முயன்றான் ... ஒருவரிடமும் பேசாமல் மௌன விரதங்கூட இருந்து பார்த்தான்.

கிளப்புக்குப் போனால்கூட யார் கண்ணிலும் தென்படா வண்ணம் ஒதுக்குப்புறமாக உட்கார்ந்து கொள்ளுவான். சத்தியன் இறந்த நாலாவது நாள் அன்று மித்திரனுக்கு உடம்பு அதிகமாயிற்று. அன்று சாயங்காலம் விதர்பன் கிளப்பில் தனிமையில் உட்கார்ந்து இருந்தான். ஒருவரும் தன்னைப் பார்க்கவில்லையென்று நினைத்திருந்த விதர்பனை, சாரதா மாத்திரம் எப்படியோ பார்த்து விட்டாள்.

“என்ன விதர்பா, இப்படி உட்கார்ந்திருக்கிறாய்? இன்னிக்கு என்ன மௌன விரதமோ?” என்று சிரிப்புடன் கேட்டாள். விதர்பன் பதிலுக்கு ஒரு இளம் நகை புரிந்தான். ஆனால் பேசவில்லை. “ஏன் தனிமையில் உட்கார்ந்திருக்கிறாய்?” என்று அவள் வற்புறுத்திக் கேட்டாள்.

“சந்தோஷ் எங்கே ... ஏன் இன்னிக்கு நீ கூடத் தனியாக இருக்கிறாய்?” இதைக் கேட்டதும் சாரதா முகத்தில் ஒருவித மாறுதல் தென்பட்டது.

“அவரா... எங்கோ வெளியே வேலையாகப் போயிருக்கிறார்” என்று கொஞ்சம் தயக்கத்துடன் பதிலளித்தாள். சட்டசபை காரியமாகப் போயிருப்பதாக அவள் சொல்லவில்லை. விதர்பன் இதைக் கவனித்தான். ஊரார் கண்டு பொறாமை கொள்ளும்படியாய் ஒழுங்காகவும் அன்யோன்னியப் பிரியத்துடனும் தாம்பத்திய வாழ்க்கையை நடத்தி வந்த இவர்களிடையே, என்ன மனஸ்தாபமிருக்கக் கூடுமென்று விதர்பன் யோசிக்கலானான்.

“எங்கே போயிருக்கிறான்? சட்டசபையைத் தவிர வேறு எங்கே போனாலும் உன்னைக் கூட்டிக்கொள்ளாமல் போக மாட்டானே!” இதைக் கேட்டவுடன், விதர்பனுக்கு என்ன விடையளிப்பது என்று சாரதா கொஞ்சம் தயங்கினாள். ஊடுருவிப் பார்க்கும் விதர்பனுடைய கண்கள் சீக்கிரத்தில்

எந்த ரகசியத்தையும் தெரிந்து கொள்ளும். இன்றைக்கு இல்லாவிட்டால், இன்னொரு நாளாவது, அவன் விஷயங்களைக் கட்டாயம் கிரகித்துக்கொண்டு விடுவான்.

அவனிடமிருந்து நிஜத்தை ஏன் மறைக்க வேண்டுமென்று தனக்குள் வாதித்தாள் சாரதா. "என்ன எப்போதுமே... யௌவனப் பிராயத்திலிருப்பது போலிருக்க முடியுமா? அந்தக் காலமெல்லாம் மலையேறிப் போய்விட்டது" என்றாள் பகிரங்கமாக...

"ஏன் சாரதா அப்படிச் சொல்லுகிறாய் ..?"

"பின்னே நீயே பாரேன்... தாம்பத்திய வாழ்க்கையில் கடைசி வரையில் ஒற்றுமை, ஒத்துழைப்பு என்பது ரொம்ப அபூர்வமாகத்தானிருக்கு. நான் இப்போது சந்தோஷைக் குற்றம் சொல்ல வரவில்லை. இருந்தாலும்... கணவன் மனைவி... இவர்களுக்குள் ஒற்றுமை நீடித்திருக்க வேண்டுமானால், முதல் முதல் முளைக்கும் காதல் கட்டத்தைத் தவிர, வேறு ஸ்தாவரமான பற்றுண்டாகும் லக்ஷியங்கள் தேவை. வருஷங்கள் ஓடவோட ஒருவிதப் பொது லக்ஷியங்கள் அவர்களுக்கிடையே வளர்ந்து வந்தால்தான், பந்தமும் பாசமும் சேர்ந்து அவர்களை ஒன்றாகப் பிணைக்கும். எங்கள் வாழ்க்கையோ லக்ஷணப் பூர்த்தியுடன் தான் துடங்கிற்று. அன்பும் பொது லக்ஷிய நோக்கமும், எங்களை ஒன்றாக்கின. சொல்லப் போனால், எங்களைப்போல் பரிபூரண சந்தோஷத்தை எவரும் அனுபவித்திருக்க முடியாது. ஆனால்... ஆனால்" சாரதாவின் குரலில் ஒருவிதத் திகைப்புத் தொனித்தது. "ஆனால் இப்போது அழுத்தமான அந்த அஸ்திவாரத்திற்கே ஹானி வந்து விட்டது. எனக்கு அவருடைய இந்த நவீனப் போக்குப் புரிபடவேயில்லை... இது அவரை எங்கே கொண்டு விடுமென்று நினைத்துப் பார்க்கும்போது பகீரென்கிறது."

சந்தோஷைப் பற்றி, விதர்பன் மனதில் என்னென்ன சந்தேகங்கள் இருந்தனவோ! அவன் சாரதாவிடம் எதையும் விட்டுக் கொடுக்கவில்லை. "இதென்ன, நீகூட இப்படிப் பேசுகிறாய்? சில்லரை வித்யாஸங்களை வைத்துக் கொண்டு இல்லற வாழ்க்கையே அழிந்து விட்டது என்று சொல்லலாமா?" என்று விதர்பன் மழுப்பிப் பேசினான். அவனுடைய சமாதானமான சொற்களை சாரதா ஏற்றுக் கொள்ளவில்லை.

"விதர்பா, சிறிதெல்லாம் சேர்ந்தே பெரிதாகின்றது. சில்லரைச் சந்தோஷங்களே இல்லறத்திற்கு ஆதாரமளிக்கின்றன. சரியானபடி ஆராய்ந்து பார்த்தோமானால்... சின்ன

விஷயங்களைக் குறித்துத் தான் நாம் மனத்தாங்குதலடைகிறோம். பெரிய விபத்துக்கள் நம்மை விழுங்கி விடுகின்றன. இல்லாவிட்டால், நாம் அவைகளை விரக்தியுடன் ஏற்றுக் கொள்ளுகிறோம் . . .” சாரதாவுடைய வார்த்தைகள் அவள் உள்ளத்திலிருந்து குடைந்தெடுத்தாப்போல் கசிந்து வெளி வந்தன.

“நீ சொல்லுவது மிகவும் வாஸ்தவம். இப்போது எங்களுடைய வாழ்க்கையைத்தான் ஒரு உதாரணமாக எடுத்துக் கொள்ளேன்!” தன்னையறியாமல், விதர்பனுடைய அகத்திலிருந்த பிரச்னைகள் வெளிக்கிளம்பின.

“அதுவா, உங்களிருவருக்குள் வேற்றுமை உண்டாவதற்கு நீயேதான் காரணப் பூதம். உன்னுடைய பற்றில்லாத போக்கைப் பலபேர் பலவிதமாக அர்த்தம் செய்வார்கள். நானாக இருந்தால், பிரியமில்லாத ஒருவித ஜன்மமென்று கூட நினைப்பேன் . . .” என்றாள் சாரதா, மிருதுவான குரலில். ஆனால் அது விதர்பனுக்கு உறைத்தது. அவன் அவளை ஆச்சரியத்துடன் பார்த்தான்.

“அப்படியானால் . . . சந்திராவதியும், என்னை அப்படியாக நினைக்கக்கூடும் என்கிறாயா?” அவனுக்கு ரோசம் பொத்துக் கொண்டு வந்தது.

“ஏன் கூடாது? உன் மனதிலென்ன இருக்கென்று எல்லோருமே கிழித்துப் பார்த்து விடுவார்களா?”

ஒரு தம்பதிக்குள் ஒற்றுமை இருக்கிறதென்றால் அது எதனால் உண்டாகிறது? பரஸ்பரமாக ஒருவருக்கொருவர் அறிந்து கொள்ளும் சக்தி அவர்களிடமிருப்பதினால்தான் என்று நீ தெரிந்து கொள். அந்த அறிவில்லாத இடத்தில், ஒற்றுமையும் நிலைத்து நிற்காது. அப்படி அன்னியோன்னிய ஸிநேகமும் நம்பிக்கையுமிருக்குமிடத்தில் ஏன் இவ்வித சந்தேகங்கள்?” சாரதாவை மடக்கி விட்டதாக எண்ணி விதர்பன் குதூகலம் காண்பித்தான்.

“சரி நீ சொல்லுவது போல் ஒரு மனைவி தன் கணவனை நன்கு அறிந்திருக்கிறாளென்றே வைத்துக் கொள்வோம். இயற்கையாக அவனுக்கு சாகஸம் செய்யத் தெரியாது என்றும் அவள் உணர்வாள். அவனுடைய அந்தரங்க ஆத்மா, உணர்ச்சிக் குழியில் இறங்கக் கூசுமென்பதும் அவளுக்குத் தெரியும். தூய அவனுடைய மனப்பூர்வ அன்பையும் அவள் அறிவாள். இருந்தாலும் அவள் சதையாலும், உதிரத்தினாலும் செய்யப்பட்ட மானிடப் பிறவியைச் சேர்ந்தவள் தானே! தன் கணவன்

தன்னை வெளிப்படையாகக் கொண்டாட வேண்டுமென்று ஆசைப்படமாட்டாளா? எல்லோரும் காட்டும் பராமரிப்பு, நேசம், மதிப்பு இவைகளை அவளும் அவளுடைய கணவனிட மிருந்து எதிர்பார்ப்பதில் என்ன பிசகு? இதற்காக அவளைக் குற்றம் சொல்ல முடியுமா? தன் கணவனின் சுவபாவத்தை அவள் அறிந்திருந்தாலும், அவனுடைய ஒட்டாத மனோபாவம் அவளை எப்படிப் பாதிக்காமலிருக்கக் கூடும்? அந்தச் சமயத்தில் மற்றொருவன் அவளை ஸ்துதித்து, அனுதாபத்துடன் நடத்தி னால், அவள் அதை ஏற்பதில் என்ன குற்றம்?"

இதைக் கேட்டு விதர்பன் திடுக்கிட்டு அவளை நிமிர்ந்து பார்த்தான். ஆனால் சாரதா அதைக் கவனிக்காததுபோல், மேலே பேசினாள். பேச்சுப் போட்டியில் அன்று விதர்பன் தோல்வியடைந்தான் போலும்!

"இப்போது ஒரு உதாரணத்திற்கு, நீ சொல்லுவது போல் சந்திராவதியையே எடுத்துக்கொள்வோம். அவள் புத்திசாலி தான், அறிவுள்ளவள்கூட. இருந்தாலும், அவள் ஒரு அழகுள்ள பெண் என்பதை நீ மறக்கக்கூடாது. அசாதாரணச் சகிப்புத் தன்மையும், சமபாவமும் படைத்த உன்னைப் போலுள்ள ஞானியிடம், அகப்பட்டுக் கொண்டு அவள் என்ன செய்வாள்?"

"ஓகோ ... போரும் ... ஞானி, லக்ஷியவாதியென்று, நான் ஒரு நாளும் பிதற்றவில்லையே. நீ ஏன் என்னை அநியாய மாகப் பழிக்கிறாய்?" என்று விதர்பன் முணுமுணுத்தான்.

"ஏன் என்றால் ஞானிக்கிருக்கும் குணங்கள் உன்னிட மிருக்கின்றன ... அவைகளை, சாந்தமென்றும், அடக்கமென் றும், நிச்சலனமென்றும் எத்தனையோ விதமாக எடுத்துச் சொல்லலாம். ஆனால் இந்த உலக வாழ்க்கையில் ஞானி யாகவே மோன நிலையிலிருக்க வேண்டுமென்றால் ரொம்பக் கஷ்டம். அப்படியிருக்க வேண்டுமென்பவன் மனைவியென் றும், குழந்தையென்றும் பந்தங்களை, வாழை நாரைப்போல், தன்னைச் சுற்றி இணைத்துக் கொள்ளக்கூடாது. நீ ஒரு கர்மயோகி என்று சொல்லிக் கொண்டாயானால் அப்போது உன் கடமையை நீ ஒழுங்காகச் செய்ய வேண்டும். குடும்ப விவகாரங்களுக்கு நடுவே வாழும் கர்மயோகி, அவைகள் எத்தனை குழப்பமாய் இருந்தாலும், நான் கவனிக்க மாட்டேன் என்று இருந்தால் நடக்குமா? தொட்டும் தொடாமல் இருப்பது ஞானிகளுடைய வைராக்கியமாக இருக்கலாம். ஆனால் அப்படி வாழும் மனிதனைக் கண்டு உலகம் சிரிக்கும். அது அவன் தன் கடமைகளைக் கண்டு அஞ்சியே அவைகளைச் செய்யாமல்

ஓடுகிறான் என்று முடிவு செய்து கொள்ளும். அவன் ஒரு மௌனி என்று அனுதாபம் காட்டுபவர் சிலரேயிருப்பார்கள்."

சாரதாவின் இந்த வசனங்களைக் கேட்டவுடன் விதர்பனுக்குத் தன்னுடைய குறைகள் இன்னும் பன்மடங்கு பெரிதாக விளங்கின. இதென்ன? அவனுடைய ரகசியங்களை சாரதா எப்படித் தெரிந்து கொண்டாள்? அவன் கடமைகளைச் செய்யத் தவறின ஒரு கர்மயோகி என்பது இவளுக்கு எப்படிப் புலனாச்சு? விதர்பனுடைய உள்ளத்தில் ஒரு அச்சம் ஏற்பட்டது. அவன் தன்னுடைய கலவரத்தை மறைத்துக் கொண்டான்.

"சாரதா, இதுவரையில் நான் என் கடமைகளைச் சரிவரத் தான் நடத்தி வந்தேன் என்று நினைத்துக்கொண்டிருந்தேன்" என்று கொஞ்சம் சிரித்தவாறே பதிலளித்தான்.

"அதுவும் சரிதான். யார் இல்லை என்றார்கள்? ஆனால் அவ்விதக் கடமைகளில் ஒன்று என்ன தெரியுமா? பிறர் மனம் வருந்தாமல் நடந்து கொள்ளுதலேயாகும். விதர்பா ... கடவுள் உனக்கு அறிவை ஏராளமாகக் கொடுத்திருக்கிறார். நீ பிறர் மனோவியாதிகளைத் தெரிந்துகொண்டு அதற்குத் தக்கபடி மருந்து சொல்லுவாய். இப்படி இருந்தால் கோபம் இல்லை, அப்படி இருந்தால் துக்கம் இல்லை என்று வேதாந்தம் பேசுவாய். வருத்தம் என்பது என்ன என்று வியாக்கியானம் செய்வாய். ஆனால் நீயாக ... அதாவது தனியாக, உணர்ச்சி வெள்ளத்தில் புகக் கூசுவாய். ரோசமென்னும் அலையை, உன்னுடைய சலனமற்ற மனோபாவம் எதிர்க்க வலிமையற்றது. அதனால் பிறர் துயரத்தைத் தெரிந்து அனுதாபம் காட்ட உன்னால் இயலாத காரியம்."

"சரியாய்ப்போச்சு, போ ... சாரதா, ஸ்ரீராமைப்போல் என்னையும் சதா போக நிலையிலேயே முழுகிக் கிடக்க வேண்டுமென்கிறாயா? அல்லது யார் துன்பப்படுகிறார்கள் ... யார் கஷ்டப்படுகிறார்கள் என்று எப்போதும் விசாரித்துக் கொண்டு கவலைப்பட வேண்டுமென்கிறாயா? இப்படியே, வாழ்க்கைச் சகடத்தில், நமக்கு உண்டாகும் ஏமாற்றங்களையும் வேதனைகளையும் நினைத்து நினைத்து மனப்பேய் என்னும் மத்தால் அந்தத் துக்கத்தைக் கடைய வேண்டுமென் கிறாயா? அப்படிக் கடைந்தாயானால் என்ன கிடைக்கும்? உஷ்ணமான விஷ ஜ்வரங்கள்தான் உனக்குக் கிடைக்கும்? நான் கவலையற்று நிம்மதியாக இருப்பதைப் பார்க்க உனக்குக் கஷ்டமாகயிருக்கா? உனக்கு என்னை இவ்விதமாகத் தவிக்க வைத்து வேடிக்கை பார்க்க வேண்டுமா?"

சாரதா தோற்காமல் வாதாடினாள். "விதர்பா மனோ வியாதிகளைத் தானே நீ விஷ ஜுரமென்று குறிப்பிட்டாய்? கவலை கொண்டால்தான்... அவ்வித வியாதிகள் வரும்... நீயோ..."

விதர்பன் அவளை மேலே பேச விடவில்லை.

"சாரதா, சக்தியுள்ள நிஷ்களங்கமான மனோபாவத்தை நான் எப்போது விட்டுவிட்டு உணர்ச்சியென்ற வெள்ளத்தில், இறங்கினேனோ அப்போது என் திடச்சித்தம் என்னைவிட்டு அகன்றுவிடும். பிறகு கவலையென்ற நரகத்தில் அமிழ்ந்து நானும் எல்லோரையும் போல் தவிக்க வேண்டியதுதான்."

"அப்படியானால் விதர்பா நீ வாழ்க்கையில் உள்ள சுக துக்கங்களை ருசிபார்க்க முடியாது. அப்படி ருசி பார்த்தால் சில சமயங்களில் இன்பமும் மற்ற சமயங்களில் துன்பமும் ஏற்படுமல்லவா? நீ தான் அவைகளைத் தொடப் பயப்படு கிறாயே! அன்பு, பிரிவினை, ஏக்கம், ஒன்று சேருதல் என்ற இப்பேர்ப்பட்ட சுகதுக்கங்களை மகரிஷிகளும், ராஜாக்களும், தேவர்களும் அனுபவித்ததாக நம் புராணங்கள் கூறுகின்றன. நீயும் அதை வாசித்து ரசிக்கிறாய்; காளிதாஸன் காதல் என்றும், சோகமென்றும் வர்ணிக்கும்போது நீ அதையும் வாசித்து ஆனந்தமடைகிறாய். ஆனால் உன் எதிரே ஒரு சோக நாடகம் நடக்கட்டும்?.. உனக்கு இன்னது செய்வது என்று தெரியாது. திக்குமுக்காடிப்போய் எங்கே பார்ப்பது என்று தெரியாமல் முழிப்பாய். எப்படியாவது அங்கிருந்து தப்பிப் பிழைத்தால் போதுமென்று உனக்குத் தோன்றும். உனக்கு வியாக்கியானம் செய்யத் தெரியுமே தவிர எதையும் அனுபவத்தில் பிரயோகப் படுத்தத் தெரியாது... இதுதான் உன்னிடம் இருக்கும் பெரிய குற்றம்."

"சாரதா நீ சொல்லுவதைப் பார்த்தால் நான் வரவர ஒரு ராக்ஷஸ ஸ்வரூபமாக மாறிக்கொண்டு வருகிறாப்போல் இருக்கே!" என்று விதர்பன் சிரித்தான். இந்த ஹாஸ்யம் சாரதா வுக்குப் பிடிக்கவில்லை.

"அப்படி ஒன்றும் நான் சொல்லவில்லை, உன்னுடைய இல்வாழ்வில் சிக்கலுண்டானால் அது உன்னுடைய குற்றம்தான் என்று சொல்லவே இவ்வளவும் சொன்னேன்."

"இதுவரையில் ஒருவிதப் பிசகும், நான் செய்ததாகத் தெரியவில்லை." விதர்பன் தன் உதடுகளைப் பிதுக்கிக் கொண்டான்.

சாரதா மெதுவாகத் தனக்குள் நகைத்துக் கொண்டாள். “யார்தான் தான் தப்பு செய்வதை ஒப்புக் கொள்ளுகிறார்கள்?” என்று அவள் கேட்டாள்.

“பெண்களுக்கே ஸ்திர புத்தி கிடையாது. முக ஸ்துதிக்கு ஆசைப்பட்டவர்கள். யாராவது ஒருவன் அவர்களைப் பார்த்து நாலு வார்த்தைகள் சொல்லி விட்டால், உடனே அவன்மேல் மோகம் கொண்டு விடுவார்கள்!”என்று விதர்பன் தன்னுடைய கோபத்தினால் பெண் குலத்தையே பழித்தான்.

இதைக் கேட்டு சாரதாகளுக்கென்று சிரித்து விட்டாள். நல்லகாலம்! விதர்பனுடைய சமபாவம் மறைந்திருக்கு... அவனுக்குக் கோபமும் சஞ்சலமும் ஏற்பட்டிருக்கு. இனிமேல் சந்திராவதி பிழைத்து விடுவாள் என்று சாரதா தனக்குள் எண்ணமிட்டாள். வெளிப்படையாக “ஆமாம், இதுவரையில் நடந்த இல்லறத்தில் வந்த யுத்தங்களில், எந்தப் புருஷனோ, மனைவியோ, தன் குற்றத்தை ஒப்புக் கொண்டிருக்கிறார் களா?” என்று வினவினாள்.

“உன்னுடைய அனுபவத்தில் எப்படி?” விதர்பன், தன்னுடைய கூரிய கண்களால் சாரதாவை நோக்கினான்.

“என்னிடம் பிசகில்லையென்று நான் சொன்னேனா? சில சமயங்களில் நம்மிடம் குற்றமிருப்பதாகத் தெரிந்தால்கூட அதைவிட மனமில்லாமலிருக்கலாம்...” சாரதா நிதானமாகத் தான் பதிலுரைத்தாள். சம்பாஷணை மறுபடியும் சந்தோஷ் லாலைக் குறித்துச் சுழலுவதைக் கண்டதும் அவளுக்கு அது ரஸிக்கவில்லை. ஆனால் விதர்பனா அவளை விடுபவன்?

“ஏன் சாரதா... நான் கேட்கிறேனேயென்று நினைக்காதே... சந்தோஷ் மனதில் எதையாவது வைத்துக்கொண்டு பாடுபடுவதாக உனக்குத் தோன்றுகிறதா? அல்லது அப்படி எனக்குப் புலப்படுவது, ஒரு வீண் பிரமையா?” என்று கேட்டான். தனக்கு ஒன்றும் தெரியாதது போல், விதர்பன் பாசாங்கு செய்தான்.

சாரதா, தன் முகத்தை யோசனையுடன் சுளித்துக் கொண்டாள்.

“ஆமாம், எதைப் பற்றியோ ரொம்பத் தீர்க்காலோசனை செய்கிறாரென்று புரிகிறது. அது ஒரு கடும் போராக அவருடைய உள்ளத்தை ஆட்டுகிறதென்றும் தெரிகிறது. ராப்பகல் தூக்கமில்லாமல் ஓய்வில்லாமல் இந்த மகாப் பிரச்னை அவரைத்

துன்புறுத்துகிறது. ஆனால் அது எதைக் குறித்திருக்கக் கூடு மென்று எனக்குப் புரியவில்லை ... கேட்கவும் இஷ்ட மில்லை ...” சாரதா மனமில்லாமலே தன்னுடைய கவலையைக் கடைசியில் வெளியிட்டாள்; என்றுமில்லாத வேதனைப் படலமொன்று அவள் முகத்தில் படர்ந்தது.

இதைக் கண்டவுடன் விதர்பனுக்கு “ஏன் அவளைக் குடைந்து வேதனைப் படுத்தினோமென்று” ஆய்விட்டது. “அவர்களுக்குள் என்ன மனஸ்தாபம்? எதைப் பற்றி? நான் நினைக்கும் அதே விஷயம்தானா” என்று தனக்குள் கேட்டுக் கொண்டான். ஆனால் சாரதாவை ஒன்றும் கேட்கவில்லை. பேச்சை மாற்றத் தீர்மானம் செய்தான்.

“சாரதா, எனக்கு வேலையில் கொஞ்சம் அலுப்புத் தட்டி விட்டது. ஓரேயிடத்தில் இருந்து, இருந்து ஆயாஸம் மேல்பட்டு விட்டது. இப்படியே கொஞ்சம் சுற்றுப் பிரயாணம் செய்ய வேண்டுமென்று ஆசை தோன்றியிருக்கு; அதனால் சில மாதங் களுக்கு ஓய்வெடுத்துக் கொள்ளலாமென்று யோசிக்கிறேன்” என்றான்.

திடுமென்று இந்த சங்கதியைக் கேட்டவுடன் சாரதா வுக்கு ஆச்சரியமாக இருந்தது. இப்பொழுது தான், அந்த நிமிஷத்தில்தான், விதர்பனுக்கு இந்த யோசனை உற்பத்தியாச் சென்று அவளுக்கு எப்படித் தெரியும்?

“இதென்ன எதிர்பாராமல் ... திடீரென்று இந்தச் செய்தியை இப்படிச் சொன்னால்? சந்திராவதி வருவாளா... குழந்தைக்கு உடம்பு சரியாயில்லையே ...”

“அவனுக்காகத்தான் இந்த யோசனையே செய்தேன். ஒரு வேளை... இடம் மாறினால், அவனுடைய தேக நிலைமை குணமடையலாமல்லவா?”

“ஊம் ... நீ சொல்லுவதும் நியாயம்தான் ... சந்திரா வதிக்குக்கூட இடம் மாறுதல் நல்லதுதான். பலவிதக் கவலை களால் அவள் மனம் இடிந்து போயிருக்கிறது” என்று சாரதா வருத்தத்துடன் கூறினாள். சந்திராவதியைப் பற்றி நினைத்ததும், அவள் தன் கவலையை மறந்தாள். அவளுக்குத்தான் இப்போது எத்தனை துன்பங்கள்? சத்தியன் இறந்த பிறகு ... ஆமாம், ஏன் விதர்பன், சத்தியனைப் பற்றிப் பேச்சேயெடுக்கவில்லை? இருவரும் இணைபிரியாத் தோழர்கள் ஆயிற்றே! இருவர்களிட மும் விசேஷக் குணங்களுமுண்டு. பரஸ்பர அன்பும் ஸிநேகமு முண்டு. நேர் விரோதமான மனப் பான்மைகளும், நோக்கங்

களும், படைத்த அவர்களிருவரும், இத்தனை அன்னியோன்னிய மாகப் பழகுவதைக் கண்டு டில்லியில் எல்லோரும் வியப்படை வார்கள். அப்படி உயிருக்குயிராயிருந்த ஒருவன் போய்விட்டால், இவனுக்கு வருத்தமிராதோ? ஏன் அதைக் காட்டிக் கொள்ள வில்லை? தன் ஹிருதயத்திலிருக்கும் தாபத்தை வெளிப்படுத்தும் சுவபாவம் விதர்பனுக்குத்தான் கிடையாதே! அதனால்தானா? அப்படியானால் அதைப்பற்றிப் பேசக்கூட மாட்டானா? இது ரொம்ப விசித்திரமாகவிருக்கே! அவள் மெதுவாக அவன் முகத்தை நோக்கினாள். ஒரு வேளை தன் துக்கத்தைப் பற்றிச் சொல்லக் கூசுகிறானோ? அப்படியுமிருக்கலாம்; உறுதியில் விதர்பனுடைய தீர்மானங்கள் மலை போன்றவை. அவனை அசைக்க ஆதிசேஷனால்கூட முடியாது. அவன் தன் ஏமாற் றத்தைத் தனக்குள் ஆழ்த்தி, மேலே மண்ணைப் போட்டுக்கூட மூடியிருப்பான்.

அவள் கொஞ்சம் யோசித்தபடி "... விதர்பா சத்தியன் இப்படிச் செய்து விடுவானென்று நான் சுவப்பனத்திலும் நினைக்கவில்லை" என்றாள். மின்னல் கொடியைப் போல் ஒரு க்ஷண நேரத்திற்கு விதர்பன் கண்கள் கலங்கின. மறு நிமிஷம் அங்கே அமைதி தோய்ந்து நிலவியது. சாரதாவின் மனதில் தோன்றிய எண்ணங்களை, நிலைக்கண்ணாடியில் பார்ப்பது போல், விதர்பன் கவனித்துப் புரிந்து கொண்டான்.

•••

கிளப்பில், அன்று வேறொரு இடத்தில், மற்றும் சில சிநேகிதர்கள் கூடி சத்தியனுடைய தியாகத்தைப் பற்றிப் பேசிக்கொண்டிருந்தார்கள்.

"இதென்ன பயங்கரமான செய்தி?" என்றாள் மிஸஸ் சுசீலா லாட்...

"ஆமாம் கேட்க ரொம்பக் கஷ்டமாகத்தானிருக்கு" என்றான் பத்ரி.

"இருந்தாலும் தன் உயிரைத் தானே வாங்கிக் கொள்ள அவன் மனமெப்படித் துணிந்தது?" என்று ஆச்சரியப்பட்டாள் சாந்தி.

"த்ஸ்ஸொ... ஸ்ஸொ... பாவம் சந்திராவதிக்கு இதைக் கேட்டவுடன் என்னமாக இருந்ததோ..." என்று விசாரப்பட் டாள் சுலோசனா.

“என்ன இது? அனுதாபம் காட்டவேண்டிய அந்தப் பேதை நிர்மலா இருக்க, நீங்களெல்லோரும் என்னமோ ... சந்திராவதியைக் குறித்து வருத்தப்படுகிறீர்களே!” என்றான் ரவீந்திரன் ஒருவிதக் குறும்புத்தனத்துடன்.

“சத்தியன் மிகவும் நல்ல மனம் படைத்தவனாயிருந்தான். அவன் ‘ரொம்ப சாதுவானவன், பாவம். உயர்தர நோக்கங்களும், நல்லொழுக்கமும் அவனிடம் அபாரமாயிருந்தது. என்ன செய்யலாம் ...” என்றான் ஸ்ரீநிவாஸன்.

சத்தியனுக்கு இது ஒரு நன்கொடை. இதைக் கேட்டு ரவீந்திரன், “பேஷ் ... தேவலை. நல்ல சீட்டாகத்தான் கொடுத்தாய்! நாளை பேப்பரில் போடலாமா?” என்று கேட்டான்.

“இதென்ன வேடிக்கை?” என்று கடிந்து கொண்டாள் மிஸஸ் சுசீலா. அவளுடைய தொனியில் கண்டிப்பு இருந்தது. அதைக் கேட்டு எல்லோரும் கொஞ்சம் மௌனமானார்கள்.

அந்த நிசப்தத்தைக் கிழித்துக்கொண்டு “பாப” மென்று ஒரு வார்த்தை வாஸனிடமிருந்து கிளம்பிற்று. அவனிடமிருந்து இவ்விதமான இரக்கமுள்ள சொல்லை யாரும் எதிர்பார்க்க வில்லை.

“ஆமாம். சத்தியனுடைய இடத்திற்கு யார் வரப் போறானோ?” என்றான் பத்ரி.

“என்னப்பா, அதற்குள் இப்படிப் பேச உனக்கு எப்படி மனசு வருகிறதோ!” என்று குறை சொன்னான் ஸ்ரீநிவாஸன்.

“வேலை நடக்க வேண்டுமோயில்லையோ?” என்று வாஸன் தன் சகபாடிக்குப் பரிந்து பேசினான்.

“ஒரு வேளை விதர்பனைப் போடுவார்களோ? இல்லை ... இருக்காது. பைல்களை அடுக்கி வைத்துக் காரியத்தை எப்போதும் ஒத்திப் போடுவதாக அவனுக்குக் கொஞ்சம் பெயர் வந்தாச்சு. அவனாக இருக்க முடியாது ...” என்று தன்னைத் தானே தேற்றிக்கொண்டான் பத்ரி.

“என்னமோ, நன்றாக வேலை செய்கிறானா, இல்லையா என்பதை யார் இப்போது கவனிக்கிறார்கள். சுதந்திரம் வந்தால் வேறு தினுசாக இருக்குமென்று நினைத்திருந்தேன் ...” வாஸனுடைய குரலில் ஏமாற்றம் தொனித்தது.

“ஜாக்கிரதை ... இங்கே சட்டசபையோர்கள் இருப்பதை மறந்து விடாதே” என்று பத்ரி எச்சரித்தான்.

“என்ன பிரமாதம்? நீங்கள் சும்மா சொல்லுங்கோ. சுதந்திரத் திற்காகப் பாடுபட்ட எங்களுக்கு மாத்திரம் என்ன கிடைத் திருக்காம்? தொண்டை கிழியத் தினம் தோறும் சட்டசபை யில் கத்துகிறோம். அதுதான் மிஞ்சிற்று! வேறு என்ன லாபம் கிடைத்தது?” என்றாள் மிஸஸ் சுசீலா.

“மிஸஸ் சுசீலா, நீங்கள் பேசுவதைக் கேட்க சந்தோஷ லாலிருக்க வேண்டும். சண்டைக்கு வந்திருப்பான். பலனை உத்தேசித்தா நாம் சத்தியாக்கிரகம் செய்தோம்? பதவிக்காகவா உழைத்தோம்? பாருக்குள்ளே இதைப் போல் வேறு நாடுண் டோவென்று உலகத்தார் புகழ வேண்டுமென்றல்லவா பாடுபட்டோமென்று ஒரு பெரிய பிரசங்கம் செய்திருப்பான்” என்று ரவீந்திரன், வெகுநாட்களாக சந்தோஷை ஒருபடி இறக்க வேண்டுமென்று எண்ணியிருந்த ஆசையைத் தீர்த்துக் கொண்டான்.

இதையெல்லாம் கேட்டுக் கொண்டிருக்க ஸ்ரீநிவாஸனுக்குப் பொறுக்கவில்லை. “ஹூம் . . . ஹூம்” என்று கனைத்து விட்டுக் கொண்டு பேச ஆரம்பித்தான். “ஏன், நீங்களெல்லோரும் இப்படிப் பேசுகிறீர்கள்? சட்டசபைதானே இந்தத் தேசத்தை ஆளுகிறது? ஏதாவது வேணுமானால் சொல்லுங்கள், நாளைக்கே செய்து கொடுக்கிறேன். அல்லது எவனாவது குற்றம் செய் திருந்தால், அதையும் கூசாமல் சொல்லுங்கள். நாளைக்கே கேள்விகள் கேட்டுப் பார்லிமெண்டையே கலக்கி விடுகிறேன்.” இதைக் கேட்டுப் பத்ரி, “போரும் போரும், உங்கள் கேள்விகள்!” என்று கைகூப்பிப் போலிப் பயம் காண்பித்தான். எல்லோரும் கொல்லென்று நகைத்தார்கள்.

“யாராவது நிர்மலாவைப் போய்ப் பார்த்தீர்களோ?” என்று அக்கறையுடன் கேட்டாள் சாந்தி.

“ஸ்ஸோ . . . பாவம், நான் போய்ப் பார்த்தேன். என்ன சொல்லுவதென்று தெரியவில்லை. ரொம்பத்தான் தவிக்கிறாள். . . பார்க்கப் பரிதாபமாயிருக்கு” என்று சுலோசனா வருத்தப் பட்டாள்.

“அவ அப்பா வந்து அவளைக் கூட்டிக்கொண்டு போய்விடப் போகிறாராம்” என்று பாக்கி விஷயங்களையும் பூர்த்தி செய்தான் பத்ரி.

இதற்குள் சுசீலா, “ஆமாம் அந்த ஓவிய ராணி உஷா வுடைய சங்கதிகளைப் பற்றிக் கேட்டேளா? ரொம்ப வெட்கக் கேடு . . . போங்கோ . . .” என்றாள்.

"இதென்ன புதிதா? ஸ்ரீராமும் சூரியும் அவளுக்காகப் போட்டி போடுவது உலகமறிந்த விஷயம்தானே?" வாஸன் அலக்ஷியமாகச் சொன்னான்.

"இருந்தாலும், சில பெண்பிள்ளைகளுக்குத்தான் எத்தனை துணிச்சல் அப்பா" ஸ்ரீநிவாஸன் வியந்து கொண்டான். "ஏதாவது சட்டங்களை அமுலுக்கு வரவழைத்து இவர்களை அடக்கா விட்டால், இந்தப் பெண்கள் எத்தனை தூரம் போவார்களோ சொல்வதற்கில்லை" என்றான் மேலும்.

"போட்டியெல்லாம் முடிந்து விட்டது. ஸ்ரீராமுக்குத்தான் ஜயம்" என்ற புதிய செய்தியை சுலோசனா மற்றவர்களுக்குச் சொன்னாள்.

"இத்துடன் ஸ்ரீராம் உஷா நாலாவது காட்சி முடிவு பெற்றது!" என்று வேடிக்கையாகக் கூறி முடித்தான் ரவீந்திரன். இதைக் கேட்டதும் அங்கிருந்தவர்கள் எல்லோரும் தம் தம் மனசாட்சிகளைத் தொட்டுப் பார்த்துக்கொண்டு, வாளா விருந்து விட்டார்கள். யாராகவிருந்தாலும், அவரவர்களுக் குள்ள குறைகளை அடக்கத் தக்க ஆற்றல் உண்டாவென்று எண்ணிப் பார்த்துக் கொண்டார்கள். பிறரைப் பற்றிக் குற்றம் கூறும்போது அவர்களுடைய பிழைகள் சுழல் காகிதம்போல் கண்முன் அலறியடித்துக்கொண்டே வந்தன.

•

புகை நடுவில்

அத்தியாயம் 19

சத்தியன் இறந்த செய்தியைக் கேட்ட தினத்தி லிருந்து சந்திராவதி, சஞ்சலத்தினால் நிலை கொள்ளாமல் தவித்தாள். சாத்விகமான சத்தியனுடைய அன்புருவம், அவள் எதிரில் தோன்றி அவளை வதைத்தது. அவனு டைய கண்ணியமான குணங்களை நினைத்ததும் அவள் நெஞ்சம் கமறியது, பிறகு புகைந்தது. புகையும், அவளு டைய அந்தரங்கத்தில், தீயைப் போல் புனிதமான சத்தியனுடைய வடிவைக் கண்டாள். அவன் ஏன் இப்படித் தன் நண்பர்களை ஏமாற்றிவிட்டுப் போய் விட்டான்? சாகும் தருவாயில் அவன் மனதில் என்னென்ன எண்ணங் கள் தோன்றிற்றோ! அவளைப் பற்றி ஒரு வேளை கடின மான சிந்தனைகள் செய்தானோ! கடைசி முறையாக அவனுக்கு விடையளித்தபோது அவள் சொன்னதை வைத்துக்கொண்டு, உள்ளூர வருந்தினானோ! அவளு டைய வார்த்தைகள் அவனை அதிகமாக வருத்தி விட்டதோ? அப்புறம் வருவதாகச் சொன்னானே! ஏன் வராமல் அப்படியே மறைந்து விட்டான். சத்தியனைப் போல் சகோதர வாஞ்சை காட்டுபவன் இனியுண்டா?

இயற்கையாகவே சந்திராவதியுடைய உள்ளம் பரிபூரணமாக நிறைந்திருக்கப்பட்டது. தன் துக்கத்தைப் போல், வேறு ஒன்றும் இருக்க முடியாதென்று சொல்லி சதா புலம்பியழும் சுவபாவம் அவளிடம் கிடையாது. அவள் ஹிருதயத்தில் ஆனந்தமும், சந்துஷ்டியும் நிரம்பி வழிந்து, அவளைச் சுற்றியிருப்பவர்களிடமும் பரவும். ஆனால் அப்பேர்ப்பட்டவளைக்கூட இந்தச் செய்தி யானது, கொஞ்சம் ஆட்டி விட்டுவிட்டது. விதியின் விளையாட்டிலிருந்து யார் தான் தப்ப முடியும்? அவள் ஆற்றலுடன், தன் துயரத்தைப் பொறுத்துக் கொண்டு

வந்தாள். யாரிடம் முறையிடுவது? விதர்பனிடமா? அவன் தான் மௌனவிரதம் பூண்டு விட்டானே!

சத்தியனுடைய இறப்பைப் பற்றிக் கேட்டவுடன், விதர்பன், மறுமொழி சொல்லாமல், திரும்பிக்கூடப் பார்க்காமல், தன்னறைக்குள் சென்றுவிட்டான். அவன் வாய் திறந்து, எவ்வித வியாக்கியானமும் செய்யவில்லை. சாதாரணமாக எத்தனை பேசுவான்? அவன் ஏன் ஒன்றுமே சொல்லவில்லை? கொஞ்சமாவது அவள் துக்கத்தைத் தெரிந்து கொண்டு, இசையுடன் பேசியிருந்தால், சந்திராவதிக்குத் திருப்தியாயிருந்திருக்கும். அவனோ உத்தரமே கொடுக்கவில்லை. என்ன நினைத்துக் கொண்டிருக்கிறான்? அவனுக்கு வருத்தமா? இல்லை துக்கமா... இல்லை கோபம்தான் என்று அவள் முடிவு செய்துகொண்டாள். அதை நினைத்துக்கொண்டதும் அவளுக்கும் சற்று எரிச்சலாக வந்தது.

கணவன் என்று ஏற்பட்டு விட்டால், அவனுக்கு எத்தனை மதம் உண்டாகி விடுகிறது? அதுவும் விதர்பனுக்கு வித்யா கர்வமும், சேர்ந்திருக்கிறது. மனைவி தன்னுடன் ஐக்கியமானவள் என்று அவன் நிச்சயமாக நினைத்து விடுகிறான் போலும். ஏன்! அவளுக்கும் ஆத்மாவென்றும், அந்தரங்க மென்றும் இருக்கக்கூடாதா? இதை ஏன் அவன் நினைத்துப் பார்க்கிறதில்லை. மிக்க அறிவுள்ள விதர்பன்கூட அப்படித் தானே இருக்கிறான். அவள் சத்தியனை நினைத்துத் துன்புறு வதைக் குறித்துச் சிறிதளவாவது இரக்கம் காண்பிக்கக் கூடாதா? ஓகோ... இல்லை. அவள் அவனைப்பற்றித் துக்கப் படுவதுதான் அவனுக்குப் பிடிக்கவில்லையோ?

ஏன் இவனுக்கு மாத்திரம் வருத்தமில்லையா? சத்தியன் அவனுடைய ஆருயிர் தோழனாச்சே! அவர்களிடையே நடக்கும் பரஸ்பரப் போக்குவரத்தில் இவளுக்குக்கூடப் பங்கு கிடையாதே! பின் ஏன் இப்படி? பல மாதங்களாக சத்திய னுடைய உள்ளம் வேதனை அடைந்து வந்தது அவனுக்குத் தெரியாமலிருக்குமா? அந்த வேதனை கொஞ்சம் கொஞ்சமாக அதிகப்பட்டு, கடைசியில் அவன் மூளையையே குழப்பி விட்டதையும் அவன் அறியாமலிருப்பானா? சத்தியன் தற்கொலை செய்து கொள்ளப்போவதைப் பற்றி விதர்பன் நிச்சயமாகத் தெரிந்து கொள்ளாவிட்டாலும், கட்டாயமாக ஊகித்துக் கொண்டிருப்பான். அவன் ஏன் அதைத் தடுக்க வில்லை? ஏன் இப்போது சத்தியனுடைய சாவு அவனைப் பாதிக்கவில்லை? எல்லாவற்றையும் விட அவளைக் கலங்கச் செய்தது மித்திரனுடைய உடல் நிலையே.

சத்தியன் இறந்த தினத்தன்றுதான் மித்திரனுக்கு உடம்பு அதிகமாச்சு. கடுமையான அந்த நோய் சிறிதும் ஈவிரக்க மின்றிக் குழந்தையின் பூவான தேகத்தை வாட்டிவிட்டது. சந்திராவதியால் அவனுடைய மெலிந்த உடல் முறிந்து கொள்வதைக் காணச் சகிக்கவில்லை. நெஞ்சை அள்ளும் அவனுடைய குறுநகை மாயமாக மறைந்து விட்டது. அதற்குப் பதிலாக நினைவின்றிப் படுக்கையில் கிடந்த குழந்தையுடைய வாய் கோணி, கோரமாக காட்சியளித்தது. குதூகலத்தினால் பொங்கும் அவனுடைய கண்கள் இப்போது ஒளி இழந்து, கூரையை நோக்கி நிலைகுத்தி நின்றன. அன்றைக்குப் பிரக்ஞை இழந்த குழந்தை அப்புறம் வாய் திறந்து பேசவே யில்லை. சந்திராவதி மித்திரனுடைய படுக்கையை விட்டு அகலவேயில்லை. அவளுக்கிருந்த இக்கட்டில் அவள் வேதனைகூடப் படவில்லை ... அவள் ஹிருதயம் கல்லாய்ச் சமைந்து விட்டது. குழந்தைக்குச் செய்ய வேண்டிய சிசுருஷை களைப் பரிவுடன் செய்து வந்தாள். மேலே என்ன நடக்கும் என்பதைப் பற்றி அவள் யோசிக்கத் தயாராயில்லை. அவள் பொறுமையுடன், வரப்போகும் தலை இடிக்காக, காத்துக் கொண்டிருந்தாள். தெய்வம் தன்மேல் அபாரப் பச்சாத்தாபம் கொண்டு தன்னை ரட்சிக்க முன் வந்தால்தவிரத் தன்னுடைய கதி அதோகதிதான் என்று அவள் தெரிந்து கொண்டாள்.

அன்று சத்தியன் மரணமடைந்த நாலாவது நாள். சந்தியாக்காலச் சமயம்; சந்திராவதி குழந்தையைக் கவனித்த வண்ணம் ஜன்னலண்டை நின்று கொண்டிருந்தாள். தை ... மாசி ... நாட்கள் ஓடின. மித்திரனுடைய ஆரோக்கியம் மாத்திரம் முன்னுக்கு ஓடவில்லை ... ஏன்? வைத்தியம் பார்ப்பதில் குறைவா ..? அல்லது ஜாக்கிரதையில் குறைவா? சந்திராவதியுடைய கண்கள் வானத்தைத் துளாவின. பசுமையான பொன் நிறத் தோற்றம், இன்பமான சந்தியாக் கால அழகு வெளிச்சத்தில் பச்சைக் கிளிகள் கொஞ்சி விளையாடின. பச்சிலைகளுக்கிடையே அவைகளுடைய சிவப்பு மூக்குகள் மின்னலைப் போல் தோன்றி மறைந்தன. இலைகள் உதிர்ந்து மொட்டையாக நின்ற மரங்களோ அங்கே ... பல இருந்தன. அலங்காரமான பச்சிலை ஆடைகளை உரித்தெரிந்துவிட்டு நிர்வாணத் தோற்றமளித்த அம்மரங்களைக் கண்டதும் சந்திராவதி பரிதாபம் கொண்டாள். வேண்டுமென்றே தங்கள் வெளிவேஷங்களைக் கிழித்தெறிந்து விட்டு, ‘பாரு எங்கள் சுவய சுவரூபத்தை ... இப்போது திருப்திதானே?’ என்று அவை கேட்பதுபோல் சந்திராவதிக்குத் தோன்றிற்று. அவைகளைக் கண்டதும் மனிதனுடைய அகத்தி னுள்ளிருக்கும் தூய்மையான இன்ப ரசத்தை நேருக்கு நேர்

காண்பது போலுள்ள ஓர் நூதன உணர்ச்சி அவளுக்கு ஏற்பட்டது. இதுதானா? மனிதனுடைய அலங்கார வேஷத்தைக் கழற்றி விட்டால் ... இதுதானா என்று அவள் ஏக்கத்துடன் கேட்டுக் கொண்டாள். சிறிது தூரத்தில் நின்ற ஒரு மரம் அவளுக்குப் பதிலுரைப்பது போல் சிறு நகை பூத்துக் குலுங்கி நின்றது. நேற்றுப் பட்டையாக நின்ற அது, இன்று துளிர்த்து இருந்தது. அதனுடைய கொப்புக்களிடையே செவ்விள நீரை ஒத்த இளம் துளிர்கள் முளைத்திருந்தன. ஆகாயத்தில் செம்பு நிறம், இலைகளோ ... மாந்தளிர்களையொத்தது. இரண்டு வர்ணங் களும் அழகுக்காக இயற்கைத் தேவியுடன் போட்டி போட்டன. அப்போது குழந்தை சிணுங்கினான்.

சந்திராவதி அவசரமாக அவன் பக்கம் சென்று குனிந்து பார்த்தாள். மித்திரன் மூச்சுக்காகத் திணறிக் கொண்டிருந் தான். அவன் முகம் கரு நீலமாயிருந்தது. இதைக் கண்டதும் சந்திராவதி பதட்டம் கொள்ளவில்லை. அவள் நெஞ்சம் ஜில்லென்றிருந்தது. தலையில் கல்லைத் தூக்கிப் போட்டாப் போலுள்ள ஒருவித மந்தமான சுரணையற்ற துயரம் அவளைத் தாக்கிற்று. ஆச்சு ... இனிமேல் கொஞ்சப் பொழுதுதானே என்று அவள் எண்ணிக்கொண்டாள். பிறகு சாவதானமாக எழுந்து போய் டாக்டர் ஸ்ரீராமுக்குப் போன் செய்தாள்.

அவன் வீட்டில் இல்லை. “எங்கே போயிருக்கிறார்? குழந்தைக்கு ரொம்ப அதிகமாக இருக்கே!” அவளுடைய தொண்டை அவளையுமறியாமல் கம்மிற்று.

ஸ்ரீராமுடைய வீட்டிலிருந்து பதில் சொன்ன லக்ஷ்மிக்கு போனில் அவளுடைய குரலைக் கேட்டதும் வயிற்றை என்னமோ செய்தது. தனக்கு அப்படி ஒரு குழந்தை இருந்திருந்தால்? அவள் உள்ளம் பதைத்தது. சந்திராவதியிடம் தனக்கு ஸ்ரீராம் போயிருக்குமிடத்தைப் பற்றித் தெரியாது என்று திடமாகப் பதில் சொல்லி லக்ஷ்மி போனைக் கீழே வைத்து விட்டாள். ஆனால் அந்தத் தாயின் குரல், அதில் தொனித்த அவசரம் அவளைத் துரத்தித் துன்புறுத்தியது. அவள் முன்பின் யோசியாமல் சட்டென்று உஷாவின் நம்பரைப் போட்டு அவளைக் கூப்பிட்டாள். யாரோ பேசுவதுபோல் தன் குரலை மாற்றிக்கொண்டு செய்தியை அவளுக்குத் தெரியப் படுத்தினாள். அப்புறம்தான் மனம் நிம்மதியடைந்தது.

ஆனால் ஸ்ரீராம் வரவில்லை. வெகு நேரம் வரையில் குழந்தைக்குத் திணறிற்று. மேல் மூச்சும் கீழ் மூச்சுமாக மித்திரன் மிகவும் அவதிப்பட்டான். சந்திராவதி ஏனோ வேறு டாக்டரைக் கூப்பிடவில்லை. அவள் மனதில் என்ன தோன்றிற்றோ! தன்னிடமிருந்த மருந்துகளைக் கொடுத்து

ஆசுவாஸப்படுத்த முயன்றாள். இனிமேல் ஒரு வழியும் இல்லையென்று எண்ணினாள் போலும்! டாக்டர் வந்தால் மாத்திரம் என்ன செய்துவிடுவான். இந்த வியாதியின் போக்கு இப்படித்தானே! ஏன் இப்போதுகூடக் குணம் அடையக் கூடாதா? என்று நினைத்தவாறு உட்கார்ந்திருந்தாள். நாழி ஆக ஆகக் குழந்தையின் சுவாஸம் மெதுவாகவும் நிதானமாகவும் வரத்தொடங்கிற்று. 'கர்' என்ற அந்த சப்தம் அடங்கிற்று. அங்கே நிம்மதி ஏற்பட்டது... சாந்தி குடி கொண்டது. சற்று நேரத்திற்கெல்லாம் குழந்தை ஒரே மாதிரி யாக மூச்சு விடும் சப்தம் மெதுவாகக் கேட்டது. என்ன நடந்து விடுமோயென்ற பயத்தினால் விறைத்திருந்த சந்திரா வதியுடைய தேகம் ஒரு பெருமூச்சுடன் துவண்டது. அவள் அவன் நெற்றியில் கையை வைத்தாள். ஜில்லென்ற வியர்வைத் துளிகள் அவளுடைய கையை நனைத்தன. அவளுக்குக் கொஞ்சம் ஆசுவாஸம் ஏற்பட்டது. ஆனால் அவள் கவலை முற்றிலும் தெளியவில்லை. அவனுடைய நிலை தூக்கமா... மயக்கமா? இது நல்லதற்கோ கெடுதிக்கோ... எதுவானாலும் வருவது வந்தே தீருமென்று விரக்தியுடன் அவள் காத்திருந்தாள். எங்கே அசைந்தால் குழந்தை எழுந்து விடுவானோ என்று பயந்து அவள் அப்படியே உட்கார்ந்து இருந்தாள். வெகு நேரம் கழித்து விதர்பன் கிளப்பிலிருந்து வந்து அவன் அறைக் குள் போன அரவம் அவள் காதுகளுக்கு எட்டியது. அப்பவும் அவள் எழுந்திருக்கவில்லை. அவளுடைய தபஸைக் கண்டு கடவுள் இரங்கினார் போலும். கடைசியில் திடுமென்று எதிர் பாராத சமயத்தில் மயக்கம் தெளிந்து குழந்தை கண்களைத் திறந்து பார்த்தான். கோணி இருந்த அவை அழகாகக் கருத் துடன் பிரகாசித்தன. அவனுடைய முகம் மலர்ந்தது. குறுவா யில் இளமுறுவல் பூத்து நின்றது. அன்று உச்சி நிலையை அடைந்திருந்த மித்திரனுடைய நோய், கண்டம் தாண்டி, இன்னுமொருதரம் குணமடைந்து விட்டது. சந்திராவதியின் கண்களால் இதை நம்ப முடியவில்லை. அவள் மூளை இந்தச் செய்தியை உட்கொள்ளச் சக்தியற்று, திகைத்தது. அவளுடைய ஹிருதயம் தடுமாறிற்று. மிதமிஞ்சிய துன்பத்திற்கு மேல் ஒரேமுட்டாக அளவில்லா இன்பம் வரவே, அவள் திக்கு முக்காடிப் போய்விட்டாள். சந்தோஷத்தினால் "விதர்ப்" என்று உரக்கக் கூப்பிட்டாள். அவள் நாக் குழறிற்று. நிசப்த மான நிசி வேளையில் அவளுடைய கிரீச்சிட்ட குரலைக் கேட்டு விதர்பன் திடுக்கிட்டான். படபடவென்று அவ்வறைக் குள் நுழைந்தான். அப்போது சந்திராவதி குழந்தையை வாரியெடுத்த வண்ணம், "என் கண்ணே, உனக்கு இப்போ எப்படியிருக்கு" என்று கேட்டுக் கொண்டிருந்தாள். துக்கத்தி

னால் அடைத்திருந்த அவள் தொண்டை இப்போது கரைந்து கரகரத்திருந்தது. விதர்பனைக் கண்டதும், அவள் பலஹீனத் துடன் ஒருவிதமாகச் சிரித்தாள். சந்தோஷத்தினால் தளர்ச்சி பெற்ற அவள் நரம்புகள் வசப்பட மறுத்துவிட்டன. அவளு டைய உடம்பு கிடுகிடுத்துத் தள்ளாடிற்று. அவனைக் கண்டதும் குழந்தை அப்பாவென்று, தன் கைகளை உயர்த்தினான். முன்னைப்போல், மித்திரனுடைய முகம் களையுடன் விளங்கு வதைக் கண்டு விதர்பன் திருப்தி கொண்டான். குழந்தை யுடைய கைகளைப் பிடித்து, பிரியத்துடன் வருடினபடி, அவன் கட்டிலில் அமர்ந்தான். விதர்பனுடைய இதழ் இடையே ஒரு மந்தஹாஸம் தவிழ்ந்தது. அந்தப் புன்சிரிப்பில் தான் எத்தனை பிரகாசம்? அது, அன்பைப் பொழிந்தது, பயப்படா தேயென்று அபயம் அளித்தது; கருணையுடன் குழந்தையை வாழ்த்திற்று. மித்திரன் தன் தகப்பனாரைக் கண்டு மகிழ்ச்சி கொண்டான். தன் சிறு கரங்களால் அவன் விதர்பனுடைய கழுத்தை இறுகக் கட்டிக்கொண்டான். “பிறகு அம்மா, எனக்குப் பசிக்கிறதே” என்றான்.

“என்னடா குழந்தை வேணும்? கொஞ்சம் கஞ்சிகொண்டு வரட்டுமா?” என்று அவன் தாயார் கேட்டாள். குழந்தை ஆமாமென்று தலையை அசைத்தான். சந்திராவதி உள்ளே ஓடினாள். நடுங்கும் கைகளுடன், தன் ஆத்திரத்தை அடக்கிக் கொண்டு தானாகவே கஞ்சியைத் தயாரித்துக் கொண்டு வந்தாள். அவள் திரும்பி வந்தபோது விதர்பன் மித்திரனுக்கு வர்ணப் படங்கள் கத்தரித்துக் காண்பித்துக்கொண்டிருந்தான். குழந்தை ஆனந்தத்துடன் கைதட்டி ஆர்ப்பரித்துக்கொண்டு இருந்தான். தலையணையைத் தூக்கிக் குழந்தையை அதன் மேல் சாயவைத்துச் சந்திராவதி அவன் வாயில் மெதுவாகக் கஞ்சியை ஊற்றினாள். கரண்டியைப் பிடித்துக்கொண்டிருந்த அவள் கைகள் நடுங்கின. “கண்ணு” என்றாள். அவளுடைய வாய் குழறிற்று. அவள் தன் பரபரப்பை மறைக்க முயன்றாள். இதைக் கண்டு விதர்பனுடைய முகத்தில் என்றுமில்லாத கனிவு அமைந்தது. ‘குழந்தை பார்த்து விடப் போகிறான்’ என்று சொல்லுவது போல் மெதுவாக அவள் கரத்தைத் தொட்டான். சந்திராவதியும் அவன் செய்கையைப் புரிந்து கொண்டாள். சட்டென்று தன் கண்களைத் துடைத்து விட்டுக் கொண்டு, இதழில் ஒரு சிறிய முறுவலை வரவழைத்துக் கொள்ள முயன்றாள். ஆனால் சிறுவன், அவள் மனம் படும்பாட்டை ஊகித்துக்கொண்டான்.

“அம்மா, நீ ஏன் அழுகிறாய்? எனக்குத்தான் உடம்பு சரியாய் விட்டதே?” என்றான். அவள் பதிலுக்குச் சிரித்தாள்.

குழந்தையிடம் என்னத்தைச் சொல்லுவது? நாலு நாட்களாக அவள் தவித்த தவிப்பை எப்படி அவனிடம் சொல்லுவது? அவன் உயிர் பிழைத்து இப்படிச் சிரித்து விளையாடுவான் என்று அவள் சுவப்னத்திலும் நம்பவில்லையே! இதோ முடிவு, இதோ வாழ்க்கையின் எல்லையென்று தானே நிமிஷத்திற்கு நிமிஷம் சொல்லிக் கொண்டே வந்தாள். இப்போது எதிர் பாராத விதத்தில், அவன் கண்களைத் திறந்து பேசினதும், அவளுக்கு என்னமாக இருந்ததென்று அவனிடம் எப்படி விவரிக்க முடியும்? ஒவ்வொரு தரமும் இப்படி அவன் வியாதி மலையேறியிறங்கும்போது, அவளுக்கு உண்டாகும் உணர்ச்சிகளை, அவள் குழந்தையிடம் எப்படிச் சொல் லுவாள்? தம்பதிகள் மௌனத்துடன் ஒருவருக்கொருவர் பார்த்துக் கொண்டார்கள். குழந்தை எழிலுடன் விளங்குவதைக் கண்டு பெருமிதம் கொண்டார்கள். சந்திராவதியின் முகம், சூரியனைக் கண்ட காலைத் தளிர்களைப் போல் சோபிப் பதைக் கண்டு விதர்பன் சந்தோஷம் கொண்டான். இனிமேல் பயமில்லையென்று இருவரும் பூரணமாக நம்பியிருந்தார்கள். விதர்பன், மித்திரனுக்கு வர்ணப்படங்கள் கத்தரித்துக் காட்டு வதில் முனைந்தான். அவன் மனதில் சமாதானம் உண்டா யிற்று. உல்லாஸமாக அவன் கத்தரிக்கோல் வேலை செய்தது. அழகான பொம்மைகள் மித்திரனுடைய படுக்கையை நிரப்பின. “இதோ பாரு சிங்கமென்றான்” குழந்தை. “இதோ நாய்” என்றான் விதர்பன் ... “இதைப் பாரும்மா, பூனைக் குட்டி மாதிரியிருக்கு” என்று கத்தினான் குழந்தை. தகப்ப னாரும் பிள்ளையுமாக வெகுநேரம் ஒரு மாய உலகில் இறங்கி விட்டார்கள். “போரும், அப்பா, மித்திரா, களைப்பா யிருக்கும் படுத்துக்கொள்” என்று சந்திராவதி மன்றாடினாள். விதர்பனும் அவனை ஆசுவாஸப்படுத்தி, குழந்தையின் உற் சாகத்தைத் தணித்தான். கடைசியில், மனமில்லாமலே, மித்திரன், நித்திரை செய்ய ஒப்புக்கொண்டான். தம்பதிகளிருவரும், எங்கே அசைந்தால் மித்திரன் தூங்காமலிருந்து விடுவானோ வென்று பயந்து, மௌனமாக வீற்றிருந்தார்கள். இருள் சூழ்ந்த அந்த அறையில் நிசப்தம் நிலவியது. குழந்தையின் பிழைப்பினால் இருவர் மனதிலும் சாந்தியும் சந்துஷ்டியும் பரவியது. இருவருடைய ஆனந்தப் பெருக்கும், பொங்கியெழும்பி ஒன்றோடொன்று கலந்து, தழுவிக்கொண்டன. அந்தச் சமயத்தில், அவ்விடத்தில், பரிபூரண அன்பின் ஜோதி, தன் ஒளியை வீசிற்று.

மித்திரன் தூங்கின பிறகு, அவர்கள் ஓசைபடாமல் வெளியே வந்தார்கள். இதுதான் சரியான சமயமென்று கருதி விதர்பன் சந்திராவதியிடம் பேச்சுக் கொடுத்தான்.

“சந்திராவதி, மித்திரனுக்கு இந்த ஊர்தான் ஒத்துக் கொள்ளவில்லையென்று எனக்குத் தோன்றுகிறது. நான் ஓய்வு எடுத்துக் கொண்டு, உன்னையும் அவனையும், வேறு எங்கேயாவது விச்ராந்தியாக இருக்க அழைத்துப் போகலா மென்றிருக்கிறேன். நீ என்ன சொல்லுகிறாய்?” விதர்பன் ஆவலுடன் அவளைப் பார்த்தான். குளிர்ந்து, தெளிவாகக் காணப்பட்ட சந்திராவதியுடைய முகத்தில், இதைக் கேட்ட வுடன், ஒரு சந்தேகப் படலம் பரவிற்று.

“எதற்காக? அங்கேயும் நம் வாழ்க்கை இதே போலே தானேயிருக்கும்? எங்குப் போனாலும் உங்களுக்கு மேலான நோக்கங்களைப் பற்றி ஆராயவும், வாழ்க்கை வழிகளையொட்டி விதவிதமாகப் பேசவும் தான் ஆசை. உங்கள் வாழ்வில் எனக்கு இடமிருப்பதாகத் தெரியவில்லை. என்னைப்பற்றி நான் சொல்லிக் கொண்டால்கூட உங்கள் காதில் விழாதே. நானோ பூமியிலிருந்து பேசுகிறேன். நீங்கள் ஆகாயத்தைத் துளாவு கிறீர்கள். நமக்குள் ஒற்றுமை என்பது எப்படி உண்டாகும்?” என்று சற்றுக் காரமாகவும் வெறுப்புடனும் பதில் சொன் னாள். ஒரு க்ஷணப் பொழுதில் அவளுடைய அமைதியான பாவம் கலைந்துவிட்டது. எந்த வேளையில், எந்த சந்தர்ப் பத்தில் மித்திரனுக்கு நோய் திரும்பிக் கொள்ளுமோ என்பதைத் தானே அவன் வக்கிரமமாகச் சொல்லுகிறான்? இல்லாவிட் டால் இது சமாதானத்திற்கான வழியா? அதையும் அவளால் நம்ப முடியவில்லை. விதர்பனைக் கண்டவுடன் அவளுக்கு ஆத்திரம் பொத்துக்கொண்டு வந்தது. அவனுடைய பரிதாபகர மான முகத்தைப் பார்த்து, தன் மனதை இளகவிடாமல், இன்னும் கல்லாக இறுக்கிக் கொண்டாள். அவளை லக்ஷியம் செய்யாத புருஷன் மேல் என்ன இரக்கம் வேண்டியிருக்கு? அனுதாபம் காட்டி, மனம்போல் நடந்து கொண்டால்தானே அவன் இப்படித் தலைக்கு மேல் ஏறுகிறான்? நன்றாக வருத்தப்படட்டும்... நன்றாகக் கஷ்டப்படட்டும்! என்ன பச்சாதாபம் வேண்டியிருக்கு கொஞ்சம் ஏமாற்றமுண்டானா லாவது புத்தி வருதா பார்ப்போம்? இப்படியேதானே, இவ்வளவு வருஷங்களாக அவளை ஏமாற்றிக்கொண்டு வந்திருக்கிறான். அவளுடைய அன்பு, பணிவிடை யாவற்றையும் ஏற்றுக்கொண்டு, பதிலுக்கு என்ன செய்திருக்கிறான்? ஆனால் கொஞ்சம் அவள் தன் அன்புப் போக்கைத் தடுத்து நிறுத்திக்கொண்டால்? உடனே கெஞ்சும் பாவனையில் அவளை நோக்குவது. ஒருவிதத் திக்கற்ற பார்வையால் அவள் மனதைக் கரைப்பது. இதுதானே விதர்பனுடைய வழக்கம்? ஆனால் இந்தத் தடவை எவ்வளவு வேணுமானாலும் கெஞ்சட்டும். அவள் கொஞ்சங்கூட மசியப் போவதில்லை. தன்னுடைய அன்பை அள்ளிக் கொட்டி

ஹிருதயத்தைத் திறந்து வைத்துக் கொண்டதால்தானே, அவன் அதைப் புண் செய்ய முடிந்தது? இனிமேல் மாத்திரம் இளகவே கூடாது. கல்லைவிடக் கடினமான தோற்றமே அளிக்க வேண்டுமென்று அவள் தனக்குள் உறுதி செய்து கொண்டாள்.

நயமான வார்த்தைகள் சொல்லி அவள் மனதைக் கவர வேண்டுமென்ற எண்ணத்துடன் பேச ஆரம்பித்த விதர்பனுக்கு இதைக் கேட்டவுடன் கோபம் வந்துவிட்டது. இதென்ன இவளுக்கு ஒரு சண்டித்தனம் என்று நினைத்து, அவளை முறைத்துப் பார்த்தான். ஒரு பெண்ணின் உள் ளன்பை அவள் பிரீதியுடன் தரும்போது அதைப் புறக்கணித் தால் அவளுக்கு எப்படியிருக்குமென்று அவன் நினைத்துப் பார்க்கவில்லை.

•••

அப்போது சாரதா வீட்டில் வேறுவித சம்பாஷணை யொன்று நடந்துகொண்டிருந்தது. கிளப்பில் விதர்பனுடன் பேசின பிறகு சாரதா சிந்தனையுடன் மெதுவாக நடந்து வீட்டிற்குச் சென்றாள். அவள் வீட்டிற்குத் திரும்பி வரும் போது நன்றாக இருட்டிவிட்டது. வீட்டை அடைந்ததும் சந்தோஷ்லால் யோசனையுடன் ஜன்னலண்டை நின்று கொண்டிருப்பதை அவள் கவனித்தாள். அவனுடைய முதுகு தான் சாரதாவுக்குத் தெரிந்தது. ஆனால் அதனுடைய பாவமும் அவனுடைய அசைவற்ற நிலையும் அவளை என்னமோ செய்தது. விவரிக்க முடியாத ஒரு பீதி அவளைப் பிடித்துக் கொண்டது. என்னது? என்ன நடக்கப் போகிறதென்று அவள் பயந்தாள். என்னவென்று கேட்க அவள் அவனை நெருங்கி னாள் . . . அந்தச் சமயத்தில் சந்தோஷ் திரும்பினான். அவனு டைய முகத்தில் தோன்றிய பாலைவனத்தையொத்த வறட்சியைக் கண்டு சாரதா மருண்டு விட்டாள்.

"என்ன . . . என்ன உங்களுக்கு என்ன செய்கிறது?" என்று பதட்டத்துடன் கேட்டாள்.

"ஒன்றுமில்லையே" என்று சந்தோஷ் மெதுவாகப் பதில் சென்னான்.

சாரதாவுக்கு அவனுடைய பதில் திருப்தியளிக்கவில்லை. ஆனால் அவனாகச் சொல்லும் வரையில் அதைப் பற்றிக் கேட்டுப் பிரயோசனமில்லையென்று நினைத்து அவள் பேசாமல் இருந்து விட்டாள். அவள் மௌனமாகத் தன் வீட்டு வேலைகளைக் கவனிக்கலுற்றாள். ஒருவிதப் பேச்சு மில்லாமல் இருவரும் போஜனம் செய்தார்கள். எப்பொழுதும்

தைரியத்துடனும், சாந்தியுடனுமிருந்து வந்த, சாரதாவுக்கு அன்று பீதியுண்டாயிற்று. புயலடிக்கு முன் நிலவும் ஒரு அசாதாரண நிசப்தம் அங்கே கூடிக்கொண்டது. போஜனம் அவளுடைய நெஞ்சின் கீழ் இறங்க மறுத்துவிட்டது. அவனோ ஒரு கவலையும் இல்லாததுபோல் சாவதானமாகச் சாப்பிட்டுக் கொண்டிருந்தான். அவனுடைய சலனமற்ற தோற்றம் அவளு டைய பயத்தை அதிகரித்தது. அவன் எதைப் பற்றியோ ஆழ்ந்த சிந்தனை செய்வது அவளுக்கு விளங்கிற்று. "எதைப்பற்றியோ? எதைப் பற்றி நினைத்துக் கொண்டிருக்கிறாரோ? என்ன முடிவுக்கு வந்திருக்கிறாரோ? அவர் என்ன சொல்லப் போகி றாரோ" என்று நினைக்கும்போது சாரதாவுக்கு பகீரென்றது. விஷயத்தை அறிந்து கொள்ள வேண்டுமென்ற தன்னுடைய ஆவலைச் சிரமத்துடன் அடக்கிக் கொண்டாள். ஒருவிதமாக அவர்கள் சாப்பாட்டை முடித்துக் கொண்டார்கள். மறுபடி யும் அங்கே பயங்கரமான மௌனம் ஏற்பட்டது. கடைசியாக சந்தோஷ்லால் பேச ஆரம்பித்தான்.

"சாரதா நான் காங்கிரஸை விட்டு விட்டேன். என்னு டைய சட்டசபை அங்கத்தினத்தையும் ராஜீனாமா செய்து விட்டேன். இனிமேல் தனிமையில் தீர்த்த யாத்திரை போவ தாக உத்தேசித்திருக்கிறேன்."

வெடிகுண்டைப் போலுள்ள இந்தச் சமாசாரத்தை அவன் நிதானமான குரலில் சுருக்கமாகச் சொல்லி முடித்தான். சாரதாவுக்கு மனத்திற்குள் இது தெரிந்த விஷயமானாலும் அவன் சொன்ன செய்தி அவளைத் தூக்கிவாரிப்போட்டது.

"ஏன்? எதற்காக?" என்று அசடு வழியக் கேட்டாள். எதற்காகவென்று அவளுக்குத் தெரியாதாவென்ன?

"உனக்குத் தெரியாதா? இத்தனை நாட்களாக என் வாழ்க்கை லக்ஷியத்தைக் கண்டுவிட்டதாக நம்பி, அதைக் குறித்து ஓடிக் கொண்டிருந்தேன். இப்பொழுதுதான், நான் ஆதரித்து வந்தது ஒரு வெளிக் கூடென்று கண்டு கொண்டேன். ஆராய்ந்து பார்த்தவுடன் அதனுள் உண்மையில்லையென்று எனக்கு விளங்கிவிட்டது. அதனால் நான் இத்தனை வருஷங்களாகக் காணாத உண்மையைத் தேடிக்கொண்டு இப்பொழுது போகப் போகிறேன்." இதைக் கேட்டதும் சாரதாவின் மனம் புண்பட்டது.

"எனக்காக நீங்கள் விஷயத்தை மழுப்பிப் பேச வேண்டாம். காங்கிரஸை விட்டுவிட்டுத் தொழிலாளிகளுடன் சேர்ந்து கொள்ளப்போகிறேன் என்று பச்சையாகச் சொல்லுங்களேன்" என்றாள் அவள் காரமுடன்.

“இல்லை . . . நீ நினைப்பது சரியல்ல. நான் அவர்களுடன் சேரப் போவதில்லை” என்று அவன் நிதானமாகப் பதில் சொன்னான். “அவர்களுடைய நோக்கங்களில் எனக்கு முழு நம்பிக்கை ஏற்படவில்லை . . . மேலும் சத்தியத்தை நோக்கிச் செல்லும் அவர்களுடைய பாதையில் பலவிதக் குழிகள் இருக்கின்றன . . .” சந்தோஷ் யோசித்துக்கொண்டே விட்டு விட்டுப் பேசினான்.

“உங்களுக்குக் காந்தீயத் தத்துவம் என்றுமே பிடிக்காது” என்றாள் சாரதா கசப்புடன். பழைய நினைவுகள் வந்து சூழ்ந்து கொண்டு அவள் மண்டையைப் பளீர் பளீரென்று அடித்தன. அவன் அவளைப் பரிதாபத்துடன் பார்த்தான் . . . “பாவம் சாரதா நீ இன்னும் பழைய கொள்கைகளை விட விலையா?” என்று கேட்டான். அவனுடைய இரக்கம் சாரதாவுக்கு வேண்டியிருக்கவில்லை.

அவள் ரோஸத்துடன் “ஆமாம் உங்களைப்போல் நான் நீர்மேல் குமிழிபோல் நிலையில்லாமல் இருக்கமாட்டேன். இப்போதைய உலகில் காந்திய போதனையே வெற்றி பெறும் என்று நான் உறுதியாக நம்புகிறேன்” என்றாள்.

“அப்படியா? அதாவது பொது ஜனங்களுடைய கஷ்டங் களுக்கும், வறுமைக்கும், யோகாப்பியாஸமே மருந்து என்பது தானே? ஒன்றுமில்லாமல் கஷ்டப்படுகிறவனை மூக்கைப் பிடித்துக் கொண்டு ‘ஓம்’ என்று ஓதச் சொல்லுவது தானே . . ?” அவனுடைய இகழ்ச்சியான வார்த்தைகளைக் கேட்க சாரதா வுக்குச் சகிக்கவில்லை.

“நீங்களா இப்படி பேசுகிறீர்கள்? என்ன நிந்தனை . . ? அப்பப்பா . . . என்ன அபசாரம்? வாய் கூசாமல் இப்படிப் பேச உங்களுக்கு எப்படி மனம் வந்தது?”

“சாரதா நான் ஏமாந்து போனதைக் குறித்து என்னையே தான் பழித்துக் கொள்கிறேன் . . . ஒருவரையும் தூஷிப்பதாக எனக்கு எண்ணமில்லை.”

“அப்பொழுது நான் நினைத்தது சரிதான். நீங்கள். . . அவர்கள் கட்சியைத்தான் சேரப் போகிறீர்கள்” என்றாள் சாரதா வருத்தம் தோய்ந்த குரலில்.

இல்லை . . . இல்லை . . . சாரதா . . . நான் சத்தியமாகச் சொல்லுகிறேன் . . . இல்லை. நான் கூட்டுறவுக் கக்ஷியைச் சேரப் போகிறதில்லை. என்னுடைய கவலையெல்லாம் அந்தச் சாதாரண நாடோடி மனுஷனைப் பற்றியதுதான். எவ்விதமாக நாம் வாழ்க்கையைத் திருத்தி நடத்தினால்

அவனுக்கு சந்துஷ்டியும் ஆரோக்கியமும் உண்டாகும்? இவ்வுலகத்தில் கூடியமட்டும் உன்னதமான நிலையை அவன் எப்படி அடைவான்? இவைகளைக் குறித்துத்தான் நான் ஆராயப் போகிறேன். கேவலம் கட்சி, அதிகாரம், பதவியென்ற இப்பேர்ப்பட்ட அல்ப விஷயங்களைப் பற்றி நான் கவலைப் படவில்லை."

"கடைசி முறையாக மகாத்மா சத்தியமே ஜெயிக்கும் என்று சொல்லிக் கொடுத்திருக்கிறார். அவரைவிட இவ்வித சங்கதிகளை மேலே நீங்கள் என்ன ஆராய்ச்சி செய்யப் போகிறீர்கள்?"

"ரொம்பவும் வாஸ்தவம். அவர் சொன்னதை விட மேலே ஒரு சொல்கூடக் கிடையாது. அவர் ஒரு யோகி... மகான்... இந்த உண்மையைப் பற்றி நான் தர்க்கிக்கவில்லை. நான் சாதாரணப் பொது மனிதனைப் பற்றிப் பேசுகிறேன். அவனால் யோகாப்பியாசம் செய்ய முடியவில்லை... பலவித ஆசாபாசங்களால் துன்புறுத்தப்பட்டு நாடோடி சுகதுக்கங் களுடன் போராடும் மனிதன் அவன். நீ அவனிடம் மனதைக் கட்டி ஆள் – ஆசையை விடு, உறுதியுடன் மனோசக்தியால் சத்தியாக்கிரகம் செய் என்று கட்டளை இட்டாயானால் அவனால் அவ்வளவு உயர்ந்த நிலையை அடைய முடிய வில்லை. அப்படி வைராக்கியத்துடன் அவன் பிரயத்தனப் பட்டாலும், அதே ஸ்திதியில் அவனால் நீடித்து நிற்க முடியவில்லை. சாரதா, இந்த வழி நல்ல வழியாயிருக்கலாம்... ஆனால் இது ஒரு கடினமான வழி. மேலும் சத்தியாக்கிரகம், தியாகம்... மனிதனை மனோ வழியாக வெல்லுவது என்ற இதுபோன்ற தரும நீதிகள், நாளடைவில் நம்மையே தாக்கும். நம் பகைவர்கள் அதே போக்கைக் கையாளும்போது நாம் சக்தியற்று இருப்போம். ஆமாம் அவர்களிடம் சத்தியம் இராது. தருமம் இராது... ஆனால் மனதுடன் போராடப் பலம் மிகவும் இருக்கும்..."

"அதற்காக... அதற்காக..." சாரதாவுக்கு ரொம்பவும் பயமாக இருந்தது. இதென்ன சந்தோஷ் இப்படிப் பேசுகிறார்? "அதற்காக, அதற்காக அஹிம்சா தர்மத்தை விட்டு விட்டு நம் சகோதரர்களைக் கொலை செய்ய வேண்டுமா? நல்ல வார்த்தைகள் சொல்லி ஒருவனை வழிக்குக் கொண்டு வருவதை விட்டு விட்டு, அவன் நாம் சொன்னதைக் கேட்கவில்லை யென்று முரட்டுத்தனமாக அவனைக் கொன்று விடுகிறதா? நீங்கள் சொல்லுவது மிகவும் அக்கிரமம் என்று உங்களுக்கு எப்படித் தெரியாமல் போச்சு? சாரதாவுக்கு ஆத்திரமாக வந்தது.

அவன் ஓர் அலாதி நிதானத்துடன் பதில் சொன்னான். "சாரதா அதற்குள் அவசரப்படுகிறாயே! நான் அஹிம்சா தர்மத்தை நிந்திக்கவில்லையே! சத்தியத்தின் சொல்லொண்ணாப் பாரத்தை நீ அறிவாயா? இதை எல்லோராலும் தாங்க முடியுமா? ஒரு மகானே, அதைப் பொறுப்புடன் ஏற்க அருகதை உள்ளவன். எளியோனால் அந்தக் கனத்தைத் தாள இயலாது. காந்தி மகானே சத்தியம்... சத்தியமே அவர். இதை நான் உணராமலா? ஆனால் அரசியல் உலகில் இந்தக் கடினமான பாதை நம்மைக் கஷ்டத்திற்கே உள்ளாக்கியிருக்கிறது. ராஜ்ய விவகாரத்திற்கும், தேசிய இயக்கத்திற்கும், இவ்வித சாதனங்கள் உதவா. நீதான் பார்க்கிறாயே... அனுபவத்தில் இதில் எத்தனை கஷ்டங்கள் இருக்கின்றனவென்று உனக்குத் தெரியவில்லையா?"

"உண்மைத் தியாகத்தின் நுண் பொருளை நீங்கள் கண்டு கொள்ளவில்லை. தியாகத்தின் மூலமாகவே நாம் சத்தியத்தை அடையலாம். சத்தியமே ஜெயத்தைத் தரும்... மேன்மையான தியாகமே மனிதனைப் புனிதமாக்குகிறது... சந்தோஷ் நீங்கள் செய்யாத தியாகமா?.. உங்களுக்கு எல்லாம் மறந்து போய் விட்டதா?" சாரதா உருக்கத்துடன் கேட்டாள்.

"ஆமாம், நான் தியாகம் செய்தேன்... அதனால் புனிதமடைந்தேன். மகத்தான ஒரு காரியம் செய்து எல்லோரையும் விடுவித்ததாக நினைத்து மதம் கொண்டேன். இப்பொழுது தான் என்னுடைய முயற்சியெல்லாம் வீண் என்று தெரிகிறது. இன்னமும் இங்கே வறுமை யென்னும் பிணியைக் காண்கிறேன்; இன்னமும் இங்கே துக்கம்தான்; வேண்டுமென்ற பாட்டுத்தான் சதா என் காதுகளைத் துளைக்கிறது. நான் பட்ட பாடெல்லாம் மண்ணாய்ப் போனதை நினைக்க எனக்கு ஆத்திரம் பொங்குகிறது. எதற்காக உழைத்தேன்? எதற்காக ஜெயிலில் கஞ்சி குடித்தேன்? சாதாரண மனுஷன் துன்புறுவதைப் பார்க்கத்தான் என்று இப்போது தெரிந்துகொண்டேன்."

"நம்முடைய வாழ்வு முன்னைவிடக் கண்ணியமானது... ஒழுக்கமுடையது; இதை இல்லையென்று நீங்கள் மாத்திரம் சொன்னால் போதுமா?"

"சாரதா, உன் மனதில் இருக்கும் அதிருப்தி எனக்குத் தெரியாதா? நீ எத்தனை முறை உன் சந்தேகங்களைச் சொல்லியிருக்கிறாய்? இதற்காகவா நாம் உழைத்தோம் என்று அன்றைக்குக் கூடக் கேட்டாயே!" என்றான் அவன்.

"ஆமாம், அதிருப்தியிருக்கலாம். ஆனால் என்னுடையது உங்களுடைய தாபங்களைப் போலில்லை. ஒரு குழந்தையிடம்

தாய் காட்டும் கருத்துடைய கோபமே நான் காட்டுகிறேன். உங்களைப் போல் நான் ஒரேயடியாக வைராக்கியம் வைக்கவில்லையே!"

"சாரதா", அவன் சமாதானமான குரலில் பேசினான். "நாம் ஒன்று சேர்ந்த நாளிலிருந்து நம்முடைய லக்ஷியம் ஒன்றேதான். இப்போதும் அப்படியேதான். ஆனால் நம்முடைய பாதைகள் வேறுபட்டு விட்டன. என்னுடைய வழிகாட்டி என்னைப் பிரிந்து போகத் தூண்டுகிறது. நான் செய்வது சரியென்று நான் சொல்லவில்லை. ஆனால் என்னுடைய அந்தராத்மாவைத் தடுக்க நான் சக்தியற்றவனாக இருக்கிறேன். இனிமேல் தனித்தனியாக இருவரும் அதே கொள்கைக்காக உழைப்போம். ஒரு வேளை ... வாழ்க்கை நாடகத்தின் கடைசிக் கட்டத்தில் நாம் மறுபடியும் சந்திக்கலாம் ..." சந்தோஷ் இதைக் கொஞ்சம் கூடப் பச்சாதாபம் இல்லாமல் சொன்னான்.

"ஏன் ... ஏன்? நம் பாதைகள் வேறாக வேண்டும்?" என்று சாரதா மன்றாடினாள். "நேர்மையான வழிகளைத் தானே நாம் கையாண்டோம்?"

"நேர்மையான வழிதான் ... நான் இல்லை என்றேனா? நானும் அதைத்தானே எனது தருமமாகக் கொண்டேன். அதற்காக என்னுடைய ஆவி, பொருள் எல்லாவற்றையும் வழங்கவில்லையா? நம் நாடு சுதந்திரம் பூண்டு கொலுவிருப்பதற்காக நான் எனது எல்லாவற்றையும் தியாகம் செய்தேனே. காந்தியக் கொள்கைக்கு இணங்கினேன். இந்த மார்க்கமே சன்மார்க்கம் என்று முயற்சி செய்தேன். பெரியோரைப் பணிந்து, எளியோருக்கு சேவைப் புரிந்தேன். தலை வணங்கி என்னுடைய எல்லாவற்றையும் அர்ப்பணம் செய்து நின்றேன். அப்போது என்ன ஆச்சு?" சந்தோஷின் கண்கள் சிவந்தன. தேசாபிமானம் அவன் மண்டைக்கு ஏறிவிட்டது. உணர்ச்சி வேகத்தினால் அவன் நரம்புகள் விறைத்தன. அவன் ஆவேசம் கொண்டவனாகக் காணப்பட்டான். "அப்போது என்ன ஆச்சு? சுதந்திரம் கிடைத்தது வெற்றியுடன் நான் மமதை கொண்டிருக்கும் சமயத்தில், நான் நின்றுகொண்டிருந்த பூமியே அதிரத் தொடங்கிற்று. எனக்கு எப்படியிருக்குமென்று நீயே யோசித்துப் பார். தேசியத் தொண்டில் ஒருவிதச் சாதாரண விருப்பம் வைத்திருந்தால் இப்போதைய ஒழுக்கங்கள், என்னை இவ்வளவு தூரம் ஆட்டியிருக்காது. ஆனால் பெண்கள் மேல் ஆசை வைப்பதுபோல் நான் என் தேசத்தின் பேரில் மிதமிஞ்சி நேசம் வைத்துவிட்டேன். அதனால் அந்தத் தேசத்தின் ஒரு சிறிய குற்றங்கூட என்னால் பொறுக்க முடியவில்லை. அப்படி

யிருக்கத் தற்போதைய சம்பிரதாயங்களை நான் எப்படிச் சகிப்பேன். எனக்கு வாழ்க்கையே வெறுத்துவிட்டது."

"அதற்காக நாம் செய்த தொண்டு வீண் ஆகுமா? இப்போது கிடைத்திருக்கும் சுதந்திரம் பொய் ஆகுமா?"

"இல்லை... ஆனால் வரப்போகும் துன்பங்களை நினைத் தால் எனக்குப் பயமாயிருக்கு. நாம் இப்போது போகும்வழியில் போனால் அவைகளை நிச்சயமாகத் தடுக்க முடியாது."

"அதற்காக நீங்கள் உங்களுடைய வாழ்க்கை லட்சியங் களை விட்டுவிட்டு ஓடிப்போகப் போகிறீர்களாக்கும்!" சாராதா வின் சொற்கள் சுடச்சுட இருந்தன.

"சாரதா நான் திண்மையுடன் தேசியப் போர் செய்து வண்மையால் வென்றேன். உண்மையே என்னுடைய மகா பெரும் உயிர் நோக்கமாகக் கொண்டேன். இப்போது எதற்காக உழைத்தேனோ அதற்கு ஹானி ஏற்பட்டுவிட்டது. என் மானம் போகிறது. இனிமேல் என்னால் இங்கே இருக்க முடியாது." அவனுடைய வார்த்தைகள் அழுத்தமாக வெளிவந்தன. அவை சாரதாவைத் தடுமாறச் செய்தன.

"அப்போது நான்... நான் என்ன செய்வது?" அவள் குரலில் துயரம் தோய்ந்திருந்தது.

"என்ன செய்வதா?" சந்தோஷுக்கு அவள் கேட்டதற்கு அர்த்தம் புரியவில்லை.

"நீங்கள், என்னைவிட்டுச் சென்றால் நான் என்ன செய்வது?"

"சாரதா உன்னுடைய கடமை உனக்கு விளங்கவில்லையா? உனக்கு இவ்விடத்தில் நம்பிக்கையிருக்கு. நீ இங்கேயே வாழ்" என்று அவன் உறுதியுடன் சொன்னான். அவன் மனதில் கொஞ்சம்கூட சமுசயம் இல்லை. மிக்க ஆலோசனை செய்து கருத்துடன் பேசினான்.

"அப்போது நம்முடைய வாழ்க்கை அமைப்பில் அன்புக்கு இடமில்லையா?" என்று அவள் கேட்டாள். என்ன இருந் தாலும் அவள் பெண்பால்தானே!

"உண்டு சாரதா. இல்லையென்று யாராவது சொல்லு வார்களா?" அவன் ஆச்சர்யம் கொண்டான்.

"அப்போது நீங்கள் என்னைவிட்டுச் சென்றால் நான் என்ன அர்த்தம் பண்ணட்டும்?"

“ச்சீ . . . ச்சீ . . . நீ அப்படி நினைத்துக் கொள்ளலாமா? ஆனால் உனக்கும் இது தெரிந்த விஷயம். தாம்பத்திய வாழ்வில் சுகம் வேண்டுமானால் அன்பும், பொது லக்ஷியமும் ஒன்று சேர வேண்டும்.”

கொஞ்ச முன்னால் தான் விதர்பனுக்குச் சொன்ன வார்த்தைகள் அவைதான் என்று சாரதா அடையாளம் கண்டு கொண்டாள். இதற்கு அவளால் ஒருவிதப் பதிலும் சொல்ல முடியவில்லை. துறவறம் கொள்ள சந்தோஷுடைய மனது தயாராக ஆய்விட்டது. இனிமேல் காஷாயம் கட்டுவதொன்றே பாக்கி. இதை அறிந்தும் சாரதா கடைசிமுறையாக அவனைத் தன்பால் இழுக்க முயன்றாள்.

“சந்தோஷ், உங்களுக்குத் தற்போதைய ராஜிய விஷயங்களில் இச்சையில்லாவிட்டால் அவைகளை விட்டுத் தள்ளுங்கள். இங்கேயே இருந்துகொண்டு உங்களுடைய கொள்கைப்படி ஜனங்களுக்கு சேவை செய்யுங்கள்” என்று அவள் வேண்டினாள்.

“சாரதா நீ சொல்வது முடியாத காரியம். இப்போதைய உலகம் தத்தளிக்கிறது அதற்கு நிலையில்லை . . . அஸ்திவாரமும் இல்லை . . . நான் இங்கேயிருந்தால் நானும் மற்றவர்களைப் போல இருளில் குமைய வேண்டியதுதான். நான் தனிமையில் யாத்திரை செய்யப் போகிறேன். ஏகாங்கியாகத் தியானம் பண்ணப் போகிறேன். நம் நாட்டின் எல்லையில் வரப்போகும் சூரியோதயத்தைக் குறித்துத் தனிப் பிரயாணம் செய்யப் போகிறேன்.” அவன் தொனியில் ஒலித்த தேசாபிமானத்தின் உஷ்ணம் அவளைச் சுட்டது.

“பிறகு என்ன சந்தோஷ்?” அவள் ஆவலுடன் வினவினாள்.

“பிறகு என்னவா, பிறகு ஒரு புனிதமான நூதன உலகம் உண்டாகும். அந்த உலகை நாங்கள் அறத்தினால் காப்போம். அங்கே கண்ணீர் நிலத்தில் விழுந்து மண்ணுடன் கலந்தவர்களுக்கு மோக்ஷம். கை கால்கள் சோர்ந்து விழுந்து விழுந்து உழைத்தவர்களுக்கு முக்தி; பஞ்சத்தினால் விம்மி அழும் ஹிருதயங்களுக்கு விடுதலை; அங்கே ஏழ்மையென்றும் அடிமையென்றும் பலவித மண்ணுணி ஜாதிகள் கிடையாது. அங்கே எல்லோரும் சமமாக வாழ்வோம். குடிமக்கள் ஆக்ஞைப்படி அங்கே குடிவாழ்வு நடக்கும்.”

சாரதா வியந்தாள். “சந்தோஷ் இப்போது மட்டுமென்ன? ஒழுங்கான குடியரசு ஆட்சிதானே நடக்கிறது?”

சந்தோஷ் ஒரு கனவுலகிலிருந்து பேசினான். அவன் குரல் மெதுவாக வெளிவந்தது. "சாரதா உனக்கு எப்படிப் புரியும்? குழந்தைப் பருவத்திலிருந்து என் மனதைக் கொள்ளைகொண்ட ஒருவித நூதன உலகத்தையேதேடி நான் அலைகிறேன். அது கிட்டி விட்டதென்று நினைத்துப் பலமுறை ஏமாந்து போனேன். இப்பொழுது அதைத் தேடியே நான் தனி வழி நடக்கப் போகிறேன். என்னுடைய புனிதமான நவீன மதம் வரப் போகும். பாரத பூமியை இவ்வுலகத்திலேயே மிகச் சிறப்புள்ள பூமியாக ஆக்கப்போகிறது; நாம் இன்ப வாழ்வு வாழப் போகிறோம்." சந்தோஷ் மெய்மறந்து பேசினான்.

சாரதாவுக்கு ஒன்றுமே புரியவில்லை. அவள் திக்பிரமை கொண்டாள். ஆனால் அவளுடைய அந்தரங்கத்தில் குழம்பிக் கொண்டிருந்த புகை நடுவில் ஒருவிதமான புதிய தீக் கிளம்பிற்று.

● ● ●

அதே சமயத்தில் விதர்பன் வீட்டிலும் ஒரு புதிய காற்று அடித்துக்கொண்டிருந்தது.

தனக்குண்டாயிருக்கும் அச்சத்தையும் கோபத்தையும் வெளிக்காட்டிக் கொள்ளக்கூடாது என்று விதர்பன் தீர்மானித்தான். திடமனத்துடன் தன் ரோஸத்தை அடக்கிக் கொண்டான். லேசாக அவளுடைய சொற்களைத் தட்டிக் கழித்துப் பற்றில்லாமல் மேலெழுந்தவாரியாகவே பேசவேண்டு மென்று அவன் நிச்சயம் செய்துகொண்டான். சாவதான மாகத் தான் உட்கார்ந்திருந்த சோபா தண்டின்மேல் சாய்ந்து கொண்டான். யோசனைகள் அவன் முகத்தை கடுகடுக்கச் செய்தன. அவன் கைவிரல்கள் அவனையறியாமலே அங்கே அருகே மேஜை மேலிருந்த ஒரு கண்ணாடி பொம்மையுடன் விளையாடின. அவனுடைய மெலிந்த நீள விரல்கள் அப் பொம்மையை கொஞ்சித் தழுவின. மனதில் எழும்பின பலவித எண்ணங்களால் அவைகள் அடிக்கடி ஆத்திரத்துடன் பரபரப்புக் கொண்டன. அவன் தன்னைத்தான் சமாதானம் செய்து கொள்ளப் பிரயத்தனித்தான். பொம்மையைக் கையில் இறுகப் பிடித்துக் கொண்டு அவளுடன் பேச ஆரம்பித்தான்.

"சந்திராவதி, சதா வித்வத்வமாகப் பேசவும், பசையில் லாமல் வாழ்க்கையை லேசாக அப்புறப்படுத்தவும் தான் உங்களுக்குத் தெரியுமென்று என்னை ஏசுகிறாயே! அவ்விதம் இருப்பதில்தான் நாம் அழியா முக்தியைக் காண்கிறோம் என்று உனக்குத் தெரியவில்லையே! உணர்ச்சியிலேயே குழம்பித் தவித்து அதிலிருந்து மீட்டுக்கொள்ள வழி தெரியாமல் உயிரையே மாய்த்துக் கொண்ட சத்தியனைப்போல் நானும் தத்தளிக்க வேண்டுமென்கிறாயா?"

இதைக் கேட்டதும் சந்திராவதியின் மூக்குச் சிவந்து, குறுகுறுத்தது.

"என்னவானாலும் சரி, பிறர் உள்ளமறிந்து அவர்கள் மனம் நோகாமல் அன்புடன் நடந்து கொள்ளும் குணம் அவனிடம் இருந்தது. வாழ்க்கையை வெறுத்தேன் என்று சொல்லி சன்யாசி வேடம் போடுபவரைப் பற்றி அவன் அடிக்கடி கேலிசெய்வதுண்டு." அவள் வேண்டுமென்றே தன்னைப் பற்றிக் குறிப்புடன் பேசினது விதர்பனுக்குப் புரியாதா என்ன? அருவருப்பு மேல்கொண்டு அவன் தன் கையிலிருந்த பொம்மையை இன்னும் பலமாக அழுத்திப் பிடித்தான். ஆனால் அவன் முகத்தில் மாத்திரம் ஒரு சிறிய புன்னகை தவழ்ந்தது.

"ஓகோ வாழ்க்கையின் மேல் இச்சை கொண்டவன்தான் கடைசியாக அதைத் துண்டிக்கத் தீர்மானித்தானோ" இதைக் கேட்டுச் சந்திராவதி வியப்படைந்தாள். தன் ஆருயிர் நண்பன் பேரில் இவனுக்கு இத்தனை கசப்பா?

"நீங்கள் நினைப்பது தப்பு அவன் வாழ்வை வெறுக்க வில்லை. அதனுடைய வேகத்தைத் தாங்க மாட்டாமலேதான் அவன் உயிர் துறக்கத் தீர்மானித்தான். இவ்வுலகத்தைப் பற்றி அக்கறையில்லாவிட்டால் அவன் சாந்தியுடன் உயிர்விட்டிருக்க மாட்டானா? அதில்லாமல் . . . 'வாழ்வை நினைத்தபின் தாழ்வை நினைத்தேனே'" சந்திராவதியுடைய வாய் சத்தியனின் கடைசி வாக்கியங்களை முணுமுணுத்தது . . . அவளுடைய தொண்டை அடைத்து விட்டது. முகம் வெளறியது. இதைக்கண்டு விதர்பன் மனதிற்குள் வெறி கொண்டான். எதற்காக இத்தனை சாகஸம்?

"ஆமாம் . . . சாகும்போது 'வாழ்வை நினைத்தபின் தாழ்வை நினைத்தேனே' என்றான் சத்தியன். பாவம் திருப்தி கொள்ளமுடியாத ஒரு ஜென்மம் சத்தியனுடையது என்று தெரிகிறது. சாகும் தருவாயில் கூட அவனுக்கு சந்தேகம்தான். அப்பொழுது கூட அவன் மனதை அவனுக்கு அறியத் தெரிய வில்லை . . ." விதர்பனுடைய பேச்சில் ஒரு சிறிய இளப்பம் இருந்தது. மெதுவாகச் சந்திராவதிக்கு சத்தியனுடைய மானிடக் குற்றங்களை அவன் எடுத்துக் காட்டுவது போல் பட்டது. அவனுடைய ஹாஸ்யம் அவளுக்கு எரிச்சலை உண்டாக்கிற்று. தனக்காக வேண்டுமென்று இப்படிப் பேசுகிறானா . . . அல்லது உண்மையாக சத்தியன் பேரில் துவேஷமா?"

"ஏன் உங்களுக்கு அந்தத் தூய்மையான ஆத்மா பேரில் இத்தனை காரம்?" அவ்வார்த்தைகள் சந்திராவதி வாயிலிருந்து பயத்துடன் மெதுவாகத் தான் வெளிவந்தன. அவளால் தன்

புகை நடுவில் ஃ 245 ஃ

உணர்ச்சிகளை அடக்க முடிந்தால்தானே! ஆனால் அவள் அந்தக் கேள்வியைக் கேட்டாளோ இல்லையோ, தான் கேட்டது பிசகென்று, விதர்பன் முகத்திலிருந்து, உடனே தெரிந்துகொண்டுவிட்டாள்.

அவன் அவசரப்பட்டோ, ஆத்திரப்பட்டோ பேவில்லை. ஆனால் அவனுடைய ஆத்ம வெளிச்சம் அவனுக்குள் உள்ளூரச் சுருங்கித் தன் கண்களுக்கு எட்டாமல் மறைவதை அவள் பார்த்து விட்டாள். சந்திராவதியின் ஹிருதயம் ஒரு குட்டிக் கரணம் போட்டது. தாவிப்பிடிக்க முடியாமல் அவள் அருகே செல்லும் போதெல்லாம் அவனுடைய ஆவி அவன் அந்தரங் கத்தில் ஒளிந்துகொண்டு விடுகிறதோ! விதர்பனுடைய மனோ அகழிகளின் குமிழ்களைச் சந்திராவதியால் காண முடியவில்லை. அவன் முகத்தைப் பார்க்கும் போதெல்லாம் திக்குத் தெரியாத ஒரு காட்டில் ஒரு அபூர்வப் பழத்தைத் தேடுவது போலுள்ள ஒரு உணர்ச்சி அவளுக்கு உண்டாயிற்று. என்ன செய்துவிட்டேன்! தெரியாத்தனமாகப் பேசிவிட் டேனே! என்று சந்திராவதியின் உள்ளம் தவித்தது.

பேசப் பேச இருவருடைய மனதிலும் ஜூரம் ஏறுவது போல் உணர்ச்சியின் சூடு மேலே ஏறிக்கொண்டே வந்தது. அவளுடைய குத்தலான கேள்வியைக் கேட்டு விதர்பன் மனதில் ஒரு அச்சம் ஏற்பட்டது. தன் கையிலிருந்த பொம்மையைப் பலமாகப் பிடித்துக் கொண்டு மிக்கச் சிரமத்துடன் மனதைத் தணித்துக் கொண்டான். ஆனால் என்ன அடக்கியும் அவனுடைய வார்த்தைகளில் கோபம் ஜ்வலித்தது.

"சந்திராவதி, சத்தியனை நான் ஒரு உண்மை அன்பனாக மதித்திருந்தேன். ஆனால் அதற்காக உன்னைப்போல் அவனிடம் இருந்த குற்றங்களை நான் மறக்கவில்லை. உனக்கு என்னமோ அவனுடைய பலஹீனமான தோஷங்களே பிடித்தவையாக இருக்கின்றன. அவனை முற்றிலும் வென்று அவனைத் திக்கு முக்காட அடித்த அந்த உணர்ச்சியே, அவனுக்கு காலனா யிருந்தது. ஆனால் அதே உணர்ச்சி வேகத்தினால் அவன் பிதற்றி வந்த அல்ப பேச்சுக்களே உன்னைக் கவர்ந்து விட்டன. சத்தியனுடைய இன்பச் சொற்களே உன்னை மயக்கிவிட்டன."

விதர்பன் நிதானமாகப் பேசினால்கூட ஆழத்தில் அமுங்கியிருந்த அந்தக் கோபாக்கினியைச் சந்திராவதி கண்டு கொண்டாள். தீயுடன் விளையாடவும் அவள் தீர்மானித்து விட்டாள். அதில் மூடியிருந்த புகையை அகற்ற அவள் துரிதப் பட்டாள். அவள் மிருதுவாகச் சிரித்தாள். "ஆமாம், நீங்கள் சொல்லுவது முற்றிலும் சரி... சத்தியன் ஒரு நித்திய மித்திரன்.

அவனுடைய தூய மனம் என்னிடத்தில் அபார அன்பு கொண் டிருந்தது…" சந்திராவதியின் இளம் புன்னகையும், இந்தக் குறும்பான வார்த்தைகளும் விதர்பனுடைய உள்ளத் தீயை வளர்த்து விட்டன. அவன் கை அந்தக் கண்ணாடி பொம்மையை விடாமல் பிடித்துக் கொண்டிருந்தது. மென்னைத் திருகும் அந்தப் பிடியை அவன் விடவில்லை.

"ஒரு மனுஷன் கண்ணியமாக வாழ்க்கையை நடத்தி உள்ளும் புறமும் ஒரு போலிருந்தால் பெண்கள் அவனைச் சரியான சத்புருஷன் என்று ஏற்றுக்கொள்ள மாட்டார்கள். இல்லாததையெல்லாம் சொல்லி வெளி வேஷம் போட்டு, கபடக் காதல் நாடகங்கள் நடிக்கும் பித்தலாட்டக்காரர்களே உங்களுக்குப் பிடித்தமானவர்கள்!" விதர்பன் தன் அடக்கத்தைக் கொஞ்சம் விட்டுப் பேசினான்.

அதனுடைய அலக்ஷியத்தைக் கேட்டுச் சந்திராவதியும் அவனை மேலும் மேலும் துன்புறுத்த ஆரம்பித்தாள். அவள் ஒரு பெண்… அதுவும் அவனைப் பரிபூரணமாக நேசித்தவள். அதனால் நெற்றிக் கண் திறக்கும் சமயம் வந்துவிட்டது என்று அவள் தெரிந்து கொண்டாள். இருந்தாலும் அவளால் தன் கோபத்தையடக்க முடியவில்லை. சமுத்திர அலைகளைப்போல் பொங்கும் அவனுடைய அகத்தீயை இன்னும் அதிகமாகவே அவள் தூண்டிவிட்டாள்.

"சதா அறுபது நாழிகையும் உங்களுடைய மேலான பேச்சைக் கேட்டு, என் காதுகளில் ஓட்டைகளே விழுந்துவிட்டன…" என்றாள் அவள்.

"அதற்காக, கண்ணே, பொன்னேயென்று எப்பொழுதும் கொஞ்சினால்… இந்த அதிகத் தித்திப்பு உனக்குத் தெவிட்டி விடாதா?"

இதைக் கேட்கச் சந்திராவதிக்குக் கோபம் வந்தது. "அப்படி மிதமிஞ்சி நீங்கள் குலாவிவிட்டதாக எனக்குத் தெரியவில் லையே!"

எதற்கும் ஒரு முடிவு உண்டல்லவா? விதர்பனுடைய அடக்கம் நிலை தவறிற்று. அப்பொழுது அந்த அறையில் நறநறவென்று ஏதோ நொறுங்கும் சப்தம் கேட்டது. அடக்கி வைத்திருந்த ஆத்திரம், அவன் கையில் அகப்பட்டுக்கொண்டு அப்பவே பிடித்துத் தவித்துக்கொண்டிருந்த, அந்தக் கண்ணாடிப் பொம்மையைத் தாக்கிவிட்டது. சந்திராவதி இந்த சப்தத்தைக் கேட்டு திகிலுடன் அவன் முகத்தைப் பார்த்தாள். அது எப்போ தும்போல் தெளிவாகவும் அமைதியுடனும்தான் தென்பட்டது.

புகை நடுவில்

அவன் கண்கள் உலகம் முழுவதையும் பார்வையிடும் அதே கருணையுடன் அவளையும் நோக்கின. “என்ன சப்தம்? என்ன வாச்சு? இதென்ன விபரீதம்?” அவள் கண்கள் சுற்று முற்றும் அலைந்து, அவ்வறையையும் அவனையும் துளாவின. அப்போது அவன் பக்கத்தில் தொங்கின கையிலிருந்து ரத்தம் கசிந்து கீழே சொட்டிற்று. அதை அவள் பார்த்துவிட்டாள். அவ்வளவுதான் இத்தனை நேரமாகக் கணவனைப் பரிசோதிக்க வேண்டுமென்று அவனை வதைத்து வேடிக்கை பார்த்த நினைவுகள் அவள் மனதை விட்டுப் பறந்தன. அவள் ஹிருதயத்தில் அன்பு சுரந்தது. “ஐயோ என்ன செய்துவிட்டீர்கள்!!” பதைபதைத்துக்கொண்டு அவன் அருகே ஓடினாள். அவனுடைய கரத்தை அன்புடன் பற்றிக்கொண்டாள். கண்ணாடிப் பொம்மையின் துண்டுகள் அவன் கையில் பல பொத்தல்கள் இட்டிருந்தன. அவன் கையெல்லாம் ரத்தமாய் இருப்பதைப் பார்த்து சந்திராவதி நடுங்கிவிட்டாள். அப்போதுதான் அவன் முகத்தில் சோபிக்கும் அமைதிக்கும், அவன் உள்ளத்தின் வேதனைக்குமிருந்த மாறுபாட்டை அவள் புரிந்துகொண்டாள். இத்தனை அடக்கமா? அவன் கையைப் பார்த்து அங்கலாய்த்துக்கொண்டே,

“இப்படிச் செய்யலாமா? இன்னமுமா பரிக்ஷை?” என்று கெஞ்சும் குரலில் கேட்டாள். அன்பு ததும்பும் அந்த மான் விழிகளின் அழைப்பை விதர்பனால் இனிமேல் அசட்டை செய்ய முடியுமா? அவன் பதில் பேசாமல் அந்த ரத்தம் தோய்ந்த கரங்களாலேயே, கோபத்துடனேயே, அவளைத் தன்னுடன் சேர்த்து இறுகத் தழுவிக்கொண்டான்.

அயுக்ம நேத்திரனான அந்தப் பரமசிவனே வசப்படவில்லையா? அதுவும் பெண்களுக்குள்ள பொறுமையென்னும் அந்தப் பெருமையான தபசுக்காகத் தானே வசப்பட்டார். அதுபோலவே விதர்பனும் சந்திராவதியின் அன்பென்னும் அந்த பலத்திற்கு இணங்கிவிட்டான். ஞானிகளுக்கெல்லாம் மேலான அந்தச் சிவபெருமானே அடங்கியபோது, கேவலம், விதர்பன் ஒரு ஞானி ... எந்த மூலை? புயல் அடங்கியது; சந்திராவதி அகமகிழ்ந்தாள்; இருவரையும் இணைத்துவிட்ட அந்த இன்பச் சக்கரம் மேலும் சுழன்றது.

•

கிருத்திகா : சில குறிப்புகள்

கிருத்திகா (மதுரம் பூதலிங்கம்) மும்பையில் ஒரு நடுத்தர பிராமணக் குடும்பத்தில் 1915 டிசம்பர் மாதம் பிறந்தார். 9ஆம் வகுப்பு (மெட்ரிகுலேஷன்)வரை அங்கு படித்தார். சிறுவயதிலேயே புத்தகங்கள் படிப்பதில் மிகுந்த ஆர்வம் இருந்தது. தமிழிலும் ஆங்கிலத்திலும் நிறைய படித்தார். பதின்மூன்றாவது வயதில் எஸ். பூதலிங்கத்தை மணந்துகொண்டார். பூதலிங்கம் அப்போது ஐ.சி.எஸ். பரீட்சை எழுதியிருந்தார். விரைவிலேயே வேலை கிடைத்துவிட்டது. வேலை விஷயமாக ஊர் ஊராக அவர் மாற்றப்பட்டார். அப்போதெல்லாம் மதுரத்துக்கு நிறைய புத்தகங்களைப் படிக்கும் வாய்ப்பு கிடைத்தது. ஆங்கிலத்திலும் வடமொழியிலும் தம் அறிவை மேலும் வளர்த்துக்கொண்டார். பாரதியும் கம்பனும் வால்மீகியும் அவரை மிகவும் கவர்ந்தனர்.

அவர் கணவருக்கு மத்திய அரசில் உயர் பதவியில் வேலை கிடைத்ததும் குடும்பம் டில்லிக்கு இடம் பெயர்ந்தது. தொண்ணூறுகள்வரை அங்கேயே வாழ்க்கை. அங்கேதான் அவரது எழுத்துப் பணி தொடங்கியது. முதல் நாவலான 'புகை நடுவில்' வெளிவந்தது. தொடர்ந்து 'சத்தியமேவ', 'தர்ம க்ஷேத்ரே', 'புதிய கோணங்கி' ஆகியவை வெளிவந்தன. அந்நாளைய தலைநகர் வாழ்வுபற்றி நகைச்சுவையாக எழுதப்பட்டவை அவை. அரசு அலுவலர்கள், அரசியல்வாதிகள், பத்திரிகையாளர்கள், முதலாளிகள் போன்றவர்களைக் கூர்ந்து கவனித்ததன் விளைவாக வெளிவந்தவை. அந்நாளைய தமிழ் நாவல் இலக்கியத்துக்கு ஒரு புதிய தளத்தை உருவாக்கியவை. மொத்தம் ஒன்பது நாவல்களும் மூன்று நாடகங்களும் வெளிவந்துள்ளன. நிறைய சிறுகதைகளும் எழுதியிருக்கிறார். தென் இந்தியாவில் தான் சுற்றிப் பார்த்த பல்வேறு கோவில்களின் அமைப்பு குறித்து நிறைய கட்டுரைகள் எழுதியுள்ளார். அவரது முக்கியமான நாவலான 'வாஸவேச்வரம்' அறுபதுகளில் எழுதப்பட்டது. முதிர்ந்த அனுபவத்தின் விளைவை

அதில் காணலாம். தன் கணவரின் ஊரான நாகர்கோவிலில் அவர் கழித்த நாட்களும் கூட்டுக் குடும்ப அனுபவமும், நீண்ட பயணங்களில் கிடைத்த அனுபவங்களும், முப்பதுகளில் இருந்த அக்ரஹாரம் பற்றிய விரிவான விசாலமான ஒரு சித்திரத்தை இந்த நாவலில் அவரால் தர முடிந்தது. தன் பாட்டியிடமிருந்து அவர் கேட்டு ரசித்த எண்ணற்ற கதைகளின் தொகுப்பாகக் 'குட்டிப் பாட்டிக் கதைகள்' நூல் வெளிவந்து, விரைவாக மறைந்துகொண்டிருக்கும் கதைகளை இன்றைய இளம் வயதினருக்கு அளித்துக்கொண்டிருக்கிறது.

அறுபதுகளின் பிற்பகுதியில் அவர் குழந்தைகளுக்காக ஆங்கிலத்தில் எழுதத் தொடங்கினார். இந்திய பாரம்பரியத்தை அறிவுறுத்துவதற்காக அவர் எழுதிய குழந்தைகளுக்கான ராமாயணமும் மகாபாரதமும் இந்திய அரசின் வெளியீட்டு பிரிவில் வெளியிடப்பட்டு கிட்டத்தட்ட அனைத்து இந்திய மொழிகளிலும் மொழிபெயர்க்கப்பட்டு மிகுந்த பாராட்டைப் பெற்றன. அவை இன்னும் புதிய பதிப்புகளாக வெளிவந்து கொண்டிருக்கின்றன. புராணக் கதைகளை அழகிய எளிய மொழியில் தந்திருக்கிறார். தமிழ் தெரியாத 14 - 15 வயதினருக்காக பாரதியின் வாழ்க்கையைக் 'குழலின் மேல் வைத்த விரல்கள்' என்ற நூலாக எழுதினார்.

பின்னாட்களில் அவர் ஆன்மீகம், தத்துவம் தொடர்பாக நிறைய நூல்கள் எழுதினார்.

1990இல் தன் கணவர் மறைந்தபிறகு கிருத்திகா சென்னையில் வசிக்கத் தொடங்கினார். 85 வயதுக்குப் பின்னரும் எழுதிக் கொண்டே இருந்தார். 2009இல் காலமானபோது அவருக்கு வயது 93.

சமகால விமர்சனம்

புகை நடுவில்

டில்லி சர்க்கார் தலைமைக் காரியாலயங்களிலே வேலை செய்யும் சில தென்னிந்திய அதிகாரிகள், நுண் கலைகளிலே விசேஷ சிரத்தை காட்டி, பெண்களிடை வலை வீசும் ஒரு டாக்டர், தீவிர தேச பக்தியுள்ள ஒரு சட்டசபை அங்கத்தினர், மேற்கண்டவர்களுடைய சஹ தர்மிணிகள், நடனத்தில் தேர்ந்த ஒரு பெண், சித்திரக் கலையில் உள்ளத்தைப் பறிகொடுத்த ஒரு பெண் ஆகி யோரைக் கதாபாத்திரங்களாகக் கொண்டு, 'புகை நடுவில்' என்ற பெரிய புஸ்தகத்தை எழுதி முடித்திருக்கிறார் கிருத்திகா.

இந்தப் புத்தகத்தை ஒரு கதை என்றோ நாவல் என்றோ கூற முடியாது. டில்லி நகரிலே உள்ள தென் னிந்தியரின் சமூக வாழ்க்கையில் ஒரு சிறு பிரிவை அதி விரிவாக எடுத்துக் காட்டும் புஸ்தகம் இது என்று கூறலாம். இந்தப் புஸ்தகத்திலே நிகழும் சம்பவங்க ளெல்லாம் டில்லியிலும், அதையடுத்த பகுதிகளிலும் தான் நடக்கின்றன.

இந்த நாவலில் வரும் கதாபாத்திரங்கள் ஒவ்வொரு வரும் ஒவ்வொரு மாதிரி. இம்மாதிரியான கதாபாத்திரங் களை, இக்காலத்திய பெரிய நகரங்கள் ஒவ்வொன்றிலும், நாகரிக வட்டாரங்களில் சந்திக்கலாம்.

இந்தப் புஸ்தகத்தை வாசிப்போர்களுக்கு, டில்லி யிலே உத்தியோகத்திற்குப் போகிறவர்கள் எல்லாம் நெருங்கிப் பழகுகிறார்கள் என்றும், ஒருவர் மற்றொரு நண்பருடைய மனைவியோடு ரொம்ப நெருங்கி வித்தி யாசமின்றிப் பழகுகிறார்கள் என்றும், அதிலே ஆபத்தும் இருக்கிறது என்றும், ஆனால் பெண்ணானவள் திட

சித்தத்துடனும், ஒரு நிதானத்துடனும் வாழ்ந்தால் எந்தக் கூட்டத்திலும் பழகலாம் என்றும் புருஷர்கள் தங்கள் மனைவி மக்களிடம் அன்பு காட்டாது, வேறெங்கேயோ, யாரிடமோ கவனத்தை வைத்திருந்தால், கணவன் மனைவியரிடை பரஸ்பர அவநம்பிக்கையும், வீண்பேச்சும், மனக் கஷ்டமும் வளரும் என்றும் தெளிவாகத் தெரியும்.

மிகக் கண்டிப்பான குணமுடைய ஹெட்மாஸ்டர் அப்பண்ணாவின் பிள்ளை விதர்ப்பனையும், அவனுடைய மனைவி சந்திராவதியையும், சிம்லாவிலே ஒரு விபத்திலே சிக்கியது காரணமாக சதா உடல் நலக் குறைவோடு உள்ள மித்திரன் என்ற குழந்தையையும் நிறைய இடத்தில் புகுத்தியிருக்கிறார் கிருத்திகா.

சந்திராவதியின் கணவரது நண்பனான சத்தியன் என்ற கிருகஸ்தன், சந்திராவதியின் அழகிற்குப் பலியாகிறான். அவளிடம் தனக்குள்ள காதலை ஒரு நாள் வெளியிட்டுப் பார்க்கிறான். அப்பொழுது சந்திராவதி புரளுவதற்குச் சித்தமாக இல்லாத தன் திட மனசை வெளிக்காட்டுகிறாள். வேறு கதை யானால், சத்தியன் அங்கிருந்தே ஒரு வில்லனாக மாறுவான். ஆனால் இந்த வெளியீட்டிலே அவன், அன்றிலிருந்தே ஏங்கி ஏங்கிச் சாகிறான்.

சந்திராவதி தூய பெண்மணியானாலும், வாயாடி சமூகம் அவளையும், சத்தியன் பெயரையும் இணைத்து வம்பு பேசுகிறது. அது சந்திராவதியின் கணவன் விதர்ப்பனையும் தாக்குகிறது.

ஆனால் அவன் ஆத்திரங்கொண்டு சந்திராவதியை அடித்துத் துன்புறுத்தவில்லை. ஜாடையாகப் பேசிப் பேசி, வாதம் செய்து செய்து உண்மையை அறிய முயலுகிறான். புத்தக முடிவில், அவன் சந்திராவதியைத் தன் அரவணைப்பில் இறுகவைத்துக்கொள்கிறான்.

விதர்ப்பன், தன் மனைவி, மக்களைக் கவனியாமல், சந்தோஷ் லால் என்ற சட்டசபை அங்கத்தினரின் மனைவி சாரதாவோடு நெருங்கிப் பழகுகிறான், கிஞ்சித்தும் தவறான எண்ணம் இல்லாமல்.

ஆனால் சந்திராவதியின் மனம் அதைச் சரியாகப் புரிந்து கொள்ளவில்லை. சந்தோஷ்லால் வீட்டிலும் அமைதி இல்லை. சாரதாவும் ஒரு சமூக சேவா ப்ரியை. அதுவே சந்தோஷ் லாலையும் சாரதாவையும் தம்பதியாக்கிற்று. ஆனால் கடைசி யில் சந்தோஷ் லால் துறவியாகத் துணிகிறான்.

இவர்களுக்கு டாக்டர் ஸ்ரீராம் என்றொரு நண்பர். மகா குஷிப் பேர்வழி. அவர் சீதா என்ற நடன கலா ப்ரியையும், உஷா என்ற ஓவிய ரசிகையையும் தன் வலையில் விழச் செய்கிறார். அவருடைய சொந்த மனைவி லக்ஷ்மி, சுகமே காணாத பெண்மணியாக உழலுகிறாள்.

நாகரிக சமூகத்திலே எவ்வளவு குறைபாடுகள் இருக்கின்றன, எவ்வளவு வீண் வம்பளப்பு இருக்கிறது என்பதை கிருத்திகாவின் 'புகை நடுவில்' கண்ணாடிபோல் எடுத்துக் காட்டுகிறது.

இப்புத்தகத்தை வாசித்துக்கொண்டு போகும்பொழுதும், புத்தகத்தை வாசித்து முடித்த பின்னரும், இதை எழுதிய கிருத்திகா ஒரு பெண்மணியாகயிருப்பாரோ என்ற சந்தேகம் வலுக்கிறது. பெண்களின் உள்ளக் கிளர்ச்சிகளையும், மனோ விகாரங்களையும், தாயின் உள்ளத்தையும், மனைவியின் மனோ வேதனையையும் ஒரு ஆண் இவ்வளவு அந்தரங்கமாக விஸ்தரிக்க முடியாது.

எல்லா ரஸங்களையும் நன்கு அனுபவிக்கும் திறமையுள்ளவர் கிருத்திகா என்று தெளிவாகத் தெரிகிறது. ச்ருங்காரத்தைப் பற்றி நிறைய வாசித்திருப்பார் என்று தோன்றுகிறது. காளிதாஸ ப்ரியை என்றும் நினைக்கத் தோன்றுகிறது – பல இடங்களில் காளிதாஸனை எடுத்துக்காட்டியிருப்பதால்.

அங்கங்கே பல குட்டி 'லெக்சர்'களைக் கேட்பதுபோலிருந்தாலும் அங்கெல்லாம் நல்ல நல்ல நீதிகளைத் தர்க்க ரீதியில் எடுத்துக்காட்டியிருக்கிறார் கிருத்திகா.

நல்ல தமிழ் நடையை இவர் கையாண்டிருக்கிறார்.

இது ஒரு புது மாதிரியான சமூக வாழ்க்கைப் புத்தகம் என்பதில் சந்தேகமேயில்லை. ஒரு பெண்மணி இப்படிப்பட்ட ஒரு பெரிய புத்தகத்தை எழுதியிருப்பது ஆச்சரியமே. நல்ல வர்ணனைகள் பல இருக்கின்றன. ஒரு இடத்தில் ஒரு ஓவியப் பெண்ணை இவர் வர்ணித்திருக்கிறார். அந்த இடத்தில் திடுக்கிடும் ஆபாசம் என்பதில்லாமல் ஆசையையும், காதலையும் மட்டுமே வர்ணித்திருக்கிறார். சென்னை ஜி.ஏ. நடேசன் கம்பெனியார் இதை நன்றாக வெளியிட்டிருக்கிறார்கள்.

கிருத்திகாவின் வெளியீடுகள் – பதிப்பு விபரங்கள்

வ. எண்	புத்தகத்தின் பெயர்	வெளியிடப்பட்ட ஆண்டு	பதிப்பகம்
1	புகை நடுவில்	1953	
		2000	அருந்ததி நிலையம் சென்னை – 17
2	மனதிலே ஒரு மறு	1960	வேல் புத்தக நிலையம் சென்னை – 5
3	சத்திய மேவ	1961	மெர்க்குரி புத்தக கம்பெனி கோயம்புத்தூர் – 1
		2000	அருந்ததி நிலையம் சென்னை – 17
4	பொன் கூண்டு	1965	குயிலின் பதிப்பகம் சென்னை – 17
5	வாஸவேச்வரம்	1966	டால்டன் பப்ளிகேஷன்ஸ் சென்னை – 26
		1991	நூல் – அகம் சென்னை – 80
		2007	காலச்சுவடு பதிப்பகம் நாகர்கோவில் – 1
6	தர்ம க்ஷேத்ரே	1969	பாரி நிலையம் சென்னை – 1
		2000	அருந்ததி நிலையம் சென்னை – 17
7	புதிய கோணங்கி	1971	கலைஞர் பதிப்பகம் சென்னை – 17
		2000	அருந்ததி நிலையம் சென்னை – 17
8	நேற்றிருந்தோம் (புதிய வாஸவேச்வரம்)	1975	வாசகர் வட்டம் சென்னை – 17
9	குட்டிப் பாட்டி கதைகள்	1974 – 79 *	கலைமகள் காரியாலயம் சென்னை – 4
	பாட்டிப் பாட்டி கதை சொல்லு	1993	வானதி பதிப்பகம் சென்னை – 17 (1974ஆம் ஆண்டு வெளியீட்டின் மறுபிரசுரம்)
10	யோகமும் போகமும் (இரண்டு சிறுகதைகள்)	1976	மீனாட்சி புத்தக நிலையம் மதுரை – 1

* 1974ஆம் ஆண்டு ஒப்பந்தம் செய்யப்பட்டு 1979இல் ரத்து செய்யப்பட்டது.

காலச்சுவடு பதிப்பக வெளியீடு

வாஸவேச்வரம்

(நவீனத் தமிழ் கிளாசிக் வரிசை நாவல்)

ரூ. 230

நவீன தமிழ்ப் புனைவுகளில் பெண்ணின் பால் விழைவு குறித்துக் கலாபூர்வமாக எழுதிய முதல் பெண் படைப்பாளி கிருத்திகா. இவரது நான்காவது நாவல் 'வாஸவேச்வரம்.'

கதாகாலட்சேபத்தில் தொடங்கி, கதாகாலட்சேபத்துடன் முடிவதாகக் கட்டமைக்கப்பட்டுள்ள இந்த நாவல், தமிழகத்தின் தென்பகுதியிலுள்ள ஒரு கற்பனைக் கிராமத்தை – கதாபத்திரங்களை மையமாகக்கொண்டு, கனவுகளாலும் கதைகளாலும் புனையப்பட்டுள்ள வாழ்வியல் சம்பிரதாயங்களின் திரை நீக்கி, அவற்றின் யதார்த்தத்தை உணர்த்துகிறது.

எழுதப்பட்டு நாற்பதாண்டுகள் கடந்தபின்னும் புத்துணர்ச்சியுடன் படிக்க முடிவதே இந்த நாவலின் சிறப்பு.